सुखद मातृत्वासाठी...

लेखिका
डॉ. सौ. दीपाली पाटील
एम. डी., डी. जी. ओ.,
स्त्रीरोग, प्रसूतिशास्त्र, ऑन. गायनॅकॉलॉजिस्ट

NIRALI PRAKASHAN
ADVANCEMENT OF KNOWLEDGE

सुखद मातृत्वासाठी... ISBN 978-93-5164-460-6

प्रथम आवृत्ती : जानेवारी २०१५

© : **डॉ. सौ. दीपाली पाटील**

प्रकाशक

निराली प्रकाशन

अभ्युदय प्रगती, १३१२, शिवाजीनगर,
जंगली महाराज रोड, पुणे ४११ ००५.
फोन : (०२०) २५५१ २३३६/३७/३९
फॅक्स : (०२०) २५५१ १३७९. Email : niralipune@pragationline.com

पुस्तक मिळण्याचे ठिकाण

प्रगती बुक सेंटर : पुणे : Email : pbcpune@pragationline.com

- १५७, बुधवार पेठ, रतन टॉकिजसमोर, **पुणे** २. ☎ (०२०) २४४५ ८८८७/६६०२ २७०७
- ६७६/ब, बुधवार पेठ, जोगेश्वरी मंदिरासमोर, **पुणे** २. ☎ (०२०) ६६०१ ७७८४.
- २८/अ, बुधवार पेठ, अंबर चेंबर, अप्पा बळवंत चौक, **पुणे** २. ☎ (०२०) ६६२८ १६६९

पी.बी.सी. बुक सेलर्स ॲण्ड स्टेशनर्स

- १५२, बुधवार पेठ, जोगेश्वरी मंदिराशेजारी, **पुणे** २. ☎ (०२०) ६६०९ २४६३/२४४५ २२५४

प्रगती बुक कॉर्नर : मुंबई :

- इंदिरा निवास, शारदाश्रम हायस्कूलजवळ, १११/अ, भवानी शंकर रोड, दादर (पश्चिम), **मुंबई** २८.
  ☎ (०२२) २४२२३५२६/६६६२५२५४

प्रमुख वितरक केंद्रे

निराली प्रकाशन : पुणे :

- ११९, बुधवार पेठ, जोगेश्वरी मंदिर मार्ग, **पुणे ४११ ००२.** ☎ (०२०) २४४५ २०४४, ६६०२ २७०८.
  फॅक्स : (०२०) २४४५ १५३८. Email : niralilocal@pragationline.com

निराली प्रकाशन : पुणे धायरी

- सर्वे नं. २८/२७ धायरी-कात्रज रोड, पारी कंपनीजवळ, **पुणे ४११ ०४१.** ☎ (०२०) २४६९ ०२०४
  फॅक्स : (०२०) २४६९ ०३१६. Email : bookorder@pragationline.com

मुंबई

- ३८५, एस.व्ही.पी. मार्ग, रसधारा को. ऑप. हाउसिंग सोसायटी लि., गिरगाव, **मुंबई** - ४०० ००४.
  ☎ (०२२) २३८५ ६३३९/२३८६ ९९७६ **फॅक्स :** (०२२) २३८६ ९९७६.
  Email : niralimumbai@pragationline.com

वितरण शाखा

निराली प्रकाशन :

- ३४, व्ही. व्ही. गोलानी मार्केट, नवी पेठ, **जळगाव** - ४२५ ००१. ☎ (०२५७) २२२ ०३९५.
  मो. ९४२३४९११८६०
- न्यू महाद्वार रोड, केदार लिंग प्लाझा, पहिला मजला, आय. डी. बी. आय. बँकेसमोर, **कोल्हापूर** - ४१६ ०१२.
  मो. ९८५० ०४६ १५५/९७६७ ७१७ १९३

प्रतिभा बुक डिस्ट्रिब्युटर्स :

- लोकरत्न कमर्शियल कॉम्प्लेक्स, दुकान नं. ३, सीताबर्डी, **नागपूर** - ४४० ०१२. ☎ (०७१२) २५४७ १२९.

इतर शाखा : बंगळुरू, चेन्नई, हैदराबाद.

info@pragationline.com • www.pragationline.com
To Order * Email : bookorder@pragationline.com Fax : (020) 2445 1538

 # प्रस्तावना

मातृत्व ही जीवनातील कृतकृत्य अशी अवस्था आहे. स्त्रीने एका नवीन जीवाला जन्म देणे हा स्त्रीचा नैसर्गिक विकास आहे.

ईश्वर सर्वत्र असू शकत नाही, म्हणून त्याने परमेश्वराची प्रतिकृती
'आई'च्या रूपाने पृथ्वीतलावर पाठवली.

मातृत्व हा स्त्रीचा सर्वांत श्रेष्ठ अलंकार !
प्रसूती वेदनेच्या मुशीतून तापून निघालेले सोने !

आज विभक्त कुटुंबपद्धती आहेत, स्त्री करिअर ओरिएंटेड आहे, स्वतंत्र आहे, शिक्षित आहे, तिच्याजवळपण पैसा आहे. तिच्याकडे अभाव आहे वेळेचा, मोठ्यांच्या मार्गदर्शनाचा. त्या दृष्टीने हे पुस्तक तिला खूपच हितावह ठरेल. करिअरमुळे लग्नाचे वय व मातृत्वाचेही वय लांबते. पूर्वी लहान वयातच मुलींचे लग्न व्हायचे, एकत्र कुटुंबपद्धती होती त्यामुळे घरात मार्गदर्शन करणारे अनेक लोक असायचे.

प्रत्येक स्त्रीला आई होण्याची निसर्गतःच इच्छा असते. मात्र त्याबद्दल तिला जशी ओढ असते तशीच धास्तीही वाटत असते. घरातील नातेवाईक किंवा शेजारी-पाजारी काही उलट-सुलट सांगून तिला धास्तावून सोडतात. अशा वेळी तिला योग्य व शास्त्रोक्त मार्गदर्शनाची गरज असते, ती या पुस्तकाने पूर्ण होईल अशी माझी अपेक्षा आहे.

सुरक्षित मातृत्वाबद्दल स्त्रीच्या मनात विविध प्रकारचे प्रश्न असतात. जसे, गर्भधारणा कशी होते ? गरोदरपणात शरीरात कसे बदल होतात ? आहार कसा असावा ? व्यायाम कोणते करावेत ? या सर्व प्रश्नांची उत्तरे या पुस्तकाच्या माध्यमातून स्त्रियांना मिळावीत हाच या लेखनाचा उद्देश आहे.

तसेच काही स्त्रिया मातृत्वाच्या सुखापासून वंचित असतात. त्यांच्याही मनातील गुंता सोडविण्याचा प्रयत्न वंध्यत्वाची माहिती व उपचार सांगून या पुस्तकाच्या माध्यमातून केला आहे.

शास्त्रीय प्रगती ही जुन्या ज्ञानाला पोषक ठरणारी आणि नवे चांगले उपयुक्त विचार देणारी आहे. जुन्यातले चांगले (जुने ते सोने) घेऊन व चुकीच्या परंपरागत आलेल्या रूढींना तिलांजली देऊन त्यावर नव्याचा मेळ घालून हे शास्त्रोक्त ज्ञान या पुस्तकामार्फत दिलेले आहे.

मला माझ्या नणंदा, बहिणीच्या मुली किंवा सुना गरोदर असताना शंका-कुशंकांबद्दल नेहमी फोन यायचे. त्यांचे मी निरसन करायची त्यातूनच मला हे पुस्तक लिहिण्याची प्रेरणा मिळाली.

माझे गर्भवती पेशंट्स किंवा नातेवाईक जेव्हा मला डोहाळे जेवणाला आमंत्रित करीत असत तेव्हा आपल्याकडे ब्लाऊज पिस देऊन ओटी वगैरे भरायची परंपरा आहे, पण मी त्याबरोबर बुकस्टॉलवरून उपयुक्त पुस्तके विकत घेऊन भेट द्यायची. तसेच माझ्या गर्भवती पेशंट्सनासुद्धा माझ्याजवळील छोट्या पुस्तिका जमा करून वाचायला द्यायची. मग मलाच असे वाटले की या सर्वांचे संकलन करून सुंदर असे पुस्तक लिहावे की जेणेकरून पेशंट्सना अत्यंत उपयुक्त ठरेल.

माझ्याकडे येणारे दोन प्रकारचे वर्ग म्हणजे - एक अत्यंत अडाणी व दुसरा शिक्षित परंतु त्यांनाही वैद्यकीय ज्ञान तोकडेच असते व ओ.पी.डी.त सगळे सांगण्यात एवढा वेळ देऊच शकत नाही. म्हणूनच हे पुस्तक लिहिण्याची मला प्रेरणा मिळाली. ज्या अडाणी स्त्रिया असतील त्यांना त्यांच्या घरचे लोक हे पुस्तक वाचून गर्भधारणेच्या काळातील अनेक महत्त्वाची माहिती देतील.

- गर्भारपण कसं पेलायचं
- आई कसं व्हायचं
- बाळंतपण कसं सुखरूप पार पाडायचं
- बाळाचं संगोपन कसं करायचं

ही सर्व कौशल्ये आहेत. ते शिकण्यासाठी या पुस्तकातून खास मार्गदर्शन केले आहे.

सूचना : या पुस्तकातील माहिती आणि अनुभव वेगवेगळ्या पुस्तकांतून, साहित्यातून, इंटरनेटवरून तसेच प्रॅक्टिसच्या अनुभवावरून एकत्रित संकलित केलेली आहे. ती सर्व गर्भवती स्त्रियांना, बाळाला व तिच्या कुटुंबाला नक्कीच फायदेशीर ठरेल या उद्देशाने ही माहिती साध्या व सोप्या भाषेत देऊन त्यांच्या मनातील शंका-कुशंकांचे (शास्त्रीयदृष्ट्या) निरसन करण्याच्या दृष्टीने या पुस्तकात माहिती प्रस्तुत करीत आहे.

माणसाच्या जीवनातील प्रारंभीची वर्षे किती महत्त्वाची असतात, त्याचा पुढे होणारा सर्वांगीण विकास त्याच्या शैशवावस्थेतील अनुभवांवर अवलंबून असतो. विभक्त कुटुंबात वडीलधाऱ्या माणसांचा अभाव असताना अननुभवी पालकांना अशा शास्त्रीय दृष्टीने मार्गदर्शक करणाऱ्या पुस्तकाचा मोठा आधार वाटेल.

आई होणाऱ्या या सृजनात्मक प्रक्रियेबद्दल या पुस्तकात सविस्तर व सखोल मार्गदर्शन केलेले आहे. या पुस्तकातील अमूल्य माहितीचा उपयोग करून घेतल्यास प्रत्येक स्त्रीचे गरोदरपण एक सुखद अनुभव असेल व ती एका सुदृढ व सर्जनशील बालकाला जन्म देईल याची खात्री आहे,

- डॉ. सौ. दीपाली पाटील

★★★

मनःपूर्वक आभार

पुस्तक लिहिणे हा माझ्यासाठी पहिलाच आगळावेगळा अनुभव आहे.

माझ्या एका पुण्याच्या स्नेहींनी मला निराली प्रकाशनचे नाव सुचविले. मी फोनवर माझ्या पुस्तकाच्या प्रकाशनाबद्दल चौकशी केली तेव्हा त्यांनी प्रकाशनाची तयारी दाखवली. नंतर मला सर्व लोकांकडून असे समजले की, ते खूप मोठे प्रकाशक आहेत तेव्हा मी जरा दचकलेच. पण माझे पुस्तक प्रकाशित झाले तर मी माझे मोठे भाग्य समजेन.

पुस्तक लिहिण्याची संधी उपलब्ध करून दिल्याबद्दल निराली प्रकाशनचे **श्री. दिनेशभाई फुरिया** आणि **जिग्नेशभाई फुरिया** यांची मी त्यांच्या सहकार्याबद्दल अत्यंत ऋणी आहे.

पुस्तकनिर्मिती प्रमुख (मराठी विभाग) **श्री. महेश साचणे** यांनी मला खूपच छान सहकार्य केले.

मी मराठीत स्व-हस्ताक्षराने रफ पुस्तक रजिस्टरवर लिहिणे सुरू केले. मी ते माजी प्रोफेसर पाटणकर, कमल पाटील मॅडम, बोराटे सर यांना दाखविले तेव्हा त्यांनी थोडे मार्गदर्शन केले.

रजिस्टरमधील हस्तलेखन संगणकावर टंकलेखन करणे म्हणजे अत्यंत क्लिष्ट काम. रोज संध्याकाळी आम्ही दोन ते अडीच तास बसत असू. त्यासाठी चैतन्य हॉस्पिटलमधील विनायक कोल्हे, शेख जुनेद अहमद व योगेश दुसाने यांनी उल्लेखनीय सहकार्य केले.

माझी छोटी मैत्रीण डॉ. लीना तलरेजा हिनेही टायपिस्ट मिळवण्यात व नेटवरून फोटो लोड करण्यात मदत केली. चैतन्य आयुर्वेदिक कॉलेजच्या प्राचार्या डॉ. अरुणा शिरीष चौधरी (एम.डी.), डॉ. कीर्ती पाथरवट, डॉ. विशाखा गर्गे यांनी आयुर्वेदिक संदर्भ पुस्तके दिली. डॉ. अनंत बेंडाळे (बालरोगतज्ज्ञ) यांनीही बाळाविषयीचा पुस्तकाचा भाग वाचला होता.

आमच्या येथील सरकारी वाचनालयातील नितीन तोडकर यांनीही अमूल्य सहकार्य व मार्गदर्शन केले.

नांदेडचे स्त्री-रोगतज्ज्ञ डॉ. किशोर अतनूरकर यांनी स्त्रियांसाठी बरीच पुस्तके लिहिली असल्यामुळे मला त्यांचे अमूल्य असे मार्गदर्शन फोनवर मिळाले.

माझे पती डॉ. शरद पाटील, मुलगा सुमित पाटील व नणंदेची सून संगीता चौधरी यांनीही मला सहकार्य केले त्याबद्दल त्यांचे हार्दिक आभार.

माझ्या हॉस्पिटलमधील स्टाफ, माझे पेशंट्स तसेच मेडिकल रिप्रेझेंटेटीव्हज यांनी डॉक्टर म्हणून मला जे घडवले त्या उपकारांची परतफेड कधीच होऊ शकणार नाही याची मला जाणीव आहे. वरील सर्वांचे व ज्यांचा उल्लेख चुकून करायचा राहिला, अशा सर्व व्यक्तींची मी मनःपूर्वक आभारी आहे.

धन्यवाद !

– डॉ. सौ. दीपाली पाटील

अनुक्रमणिका

१३. **गर्भनिरोधक गोष्टी** १३.१ ते १३.९

• प्रोजेस्टरॉन ओनली पील (मीनीपिल) • नॉरप्लांट इप्लांट्स (Norplant Implants) • गर्भनिरोधक इंजेक्शन • निरोध (कंडोम) • Cu T कॉपर टी – तांबी • LNg-20 IUD • स्त्रियांची कुटुंबनियोजन शस्त्रक्रिया (Tubectomy) • पुरुषांची नसबंदी शस्त्रक्रिया (Vasectomy)

१४. **बाळाची काळजी** १४.१ ते १४.५५

• नवजात शिशूचे संगोपन • स्तनपान • पहिल्या सहा महिन्यांपर्यंत बाळामध्ये सर्वसाधारणपणे आढळणाऱ्या गोष्टी

१५. **बाळाची वाढ** १५.१ ते १५.२५

• बाळाची वाढ : एक महिना ते एक वर्षापर्यंत • बाळाचे चालणे • बाळाचे बोलणे • बाळाने बोबडे बोलू नये म्हणून • मुलांमधील शय्यामूत्रता रोग (Incontinence of Urine - Night Wetting) • मुडदूस • बाळाचे दात • बाळाचा आहार • ह्यूमन मिल्क बँक • बाळगुटी • बाळाची खेळणी • बाळाच्या मेंदूसाठी लागणारे अन्नघटक • बाळाचा अपघातापासून बचाव • बाळ संगोपन करणाऱ्या पालकांनी कोणत्या गोष्टी लक्षात ठेवाव्यात.

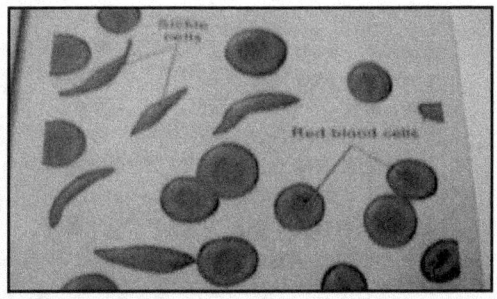

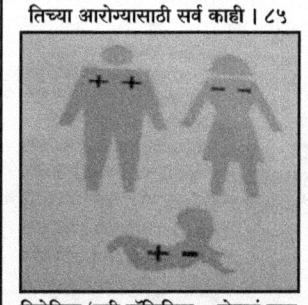

निगेटिव्ह/पती पॉझिटिव्ह – होणारं बाळ पॉझिटिव्ह किंवा निगेटिव्ह असू शकते.

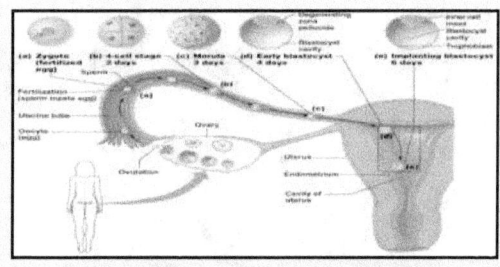

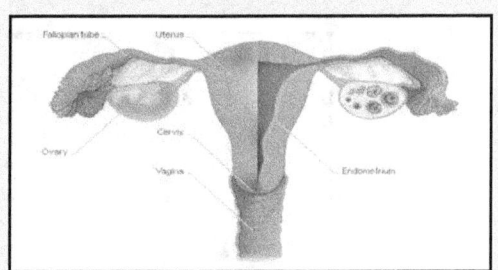

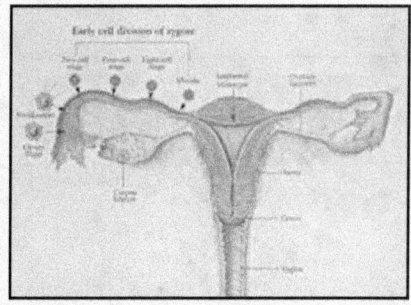

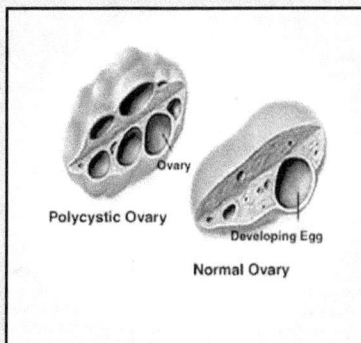

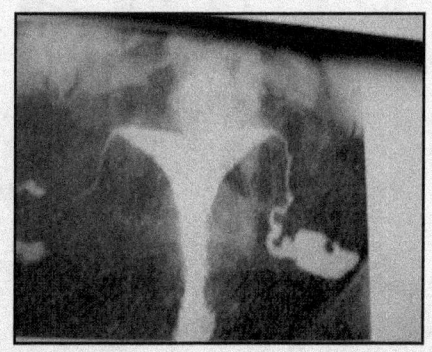

Bladder
Vas deferens
Seminal vesicle
Prostate gland
Urethra
Epididymis
Testicle
Scrotum

पोस्टपार्टम डिप्रेशन

Embryo
Fertilization
1-week conceptus
2-week conceptus
3-week embryo
4-week embryo
7-week embryo
12-week fetus

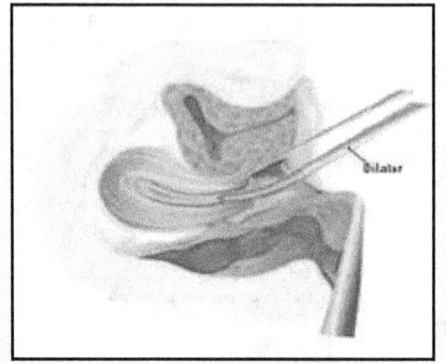

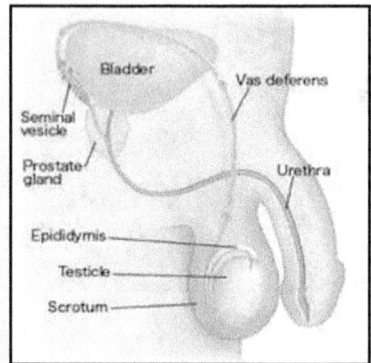

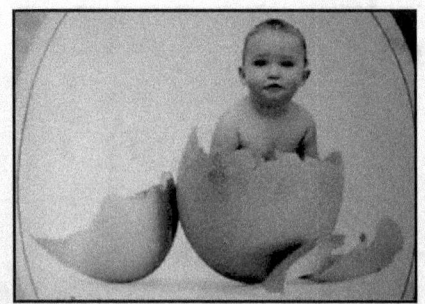

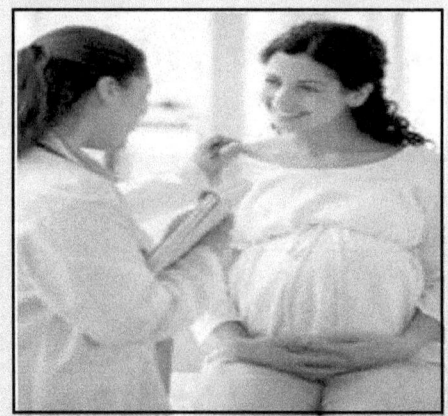

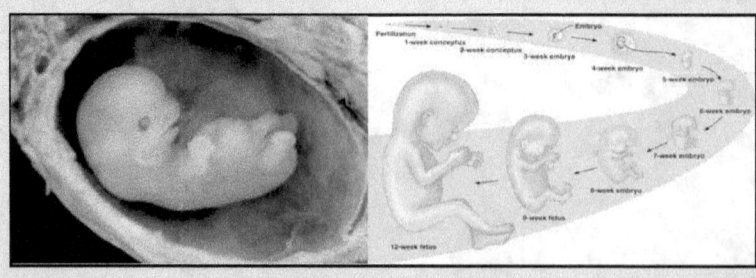

1
2
3
4
5
6
7
8
9

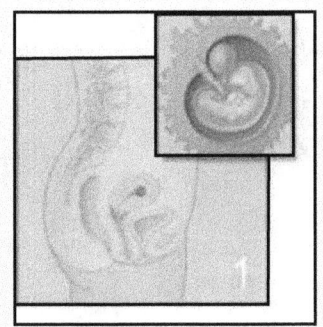

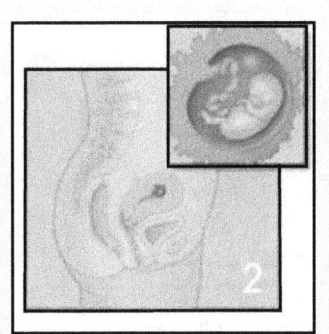

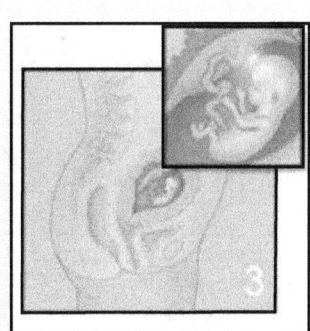

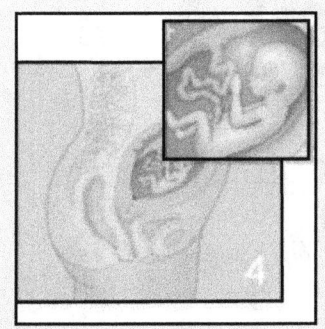

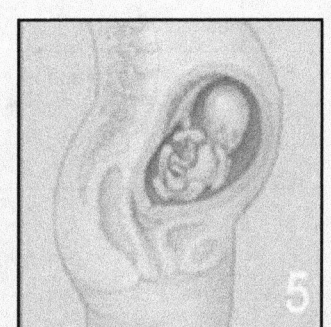

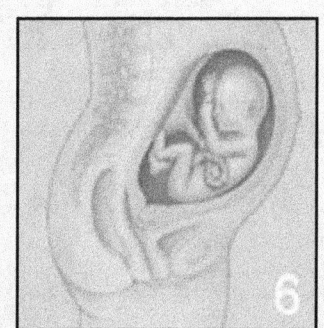

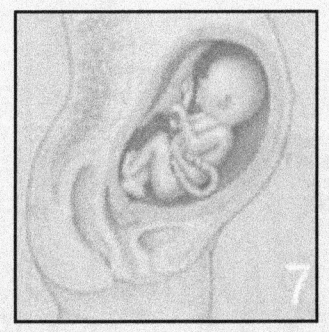

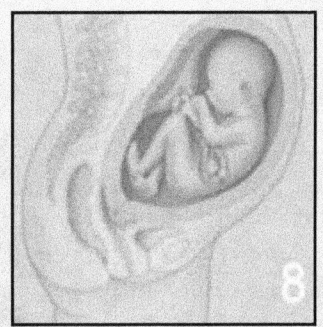

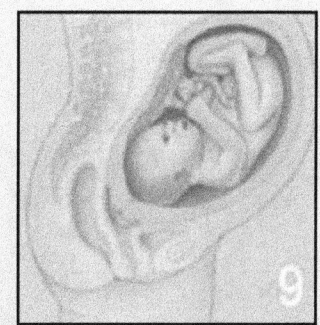

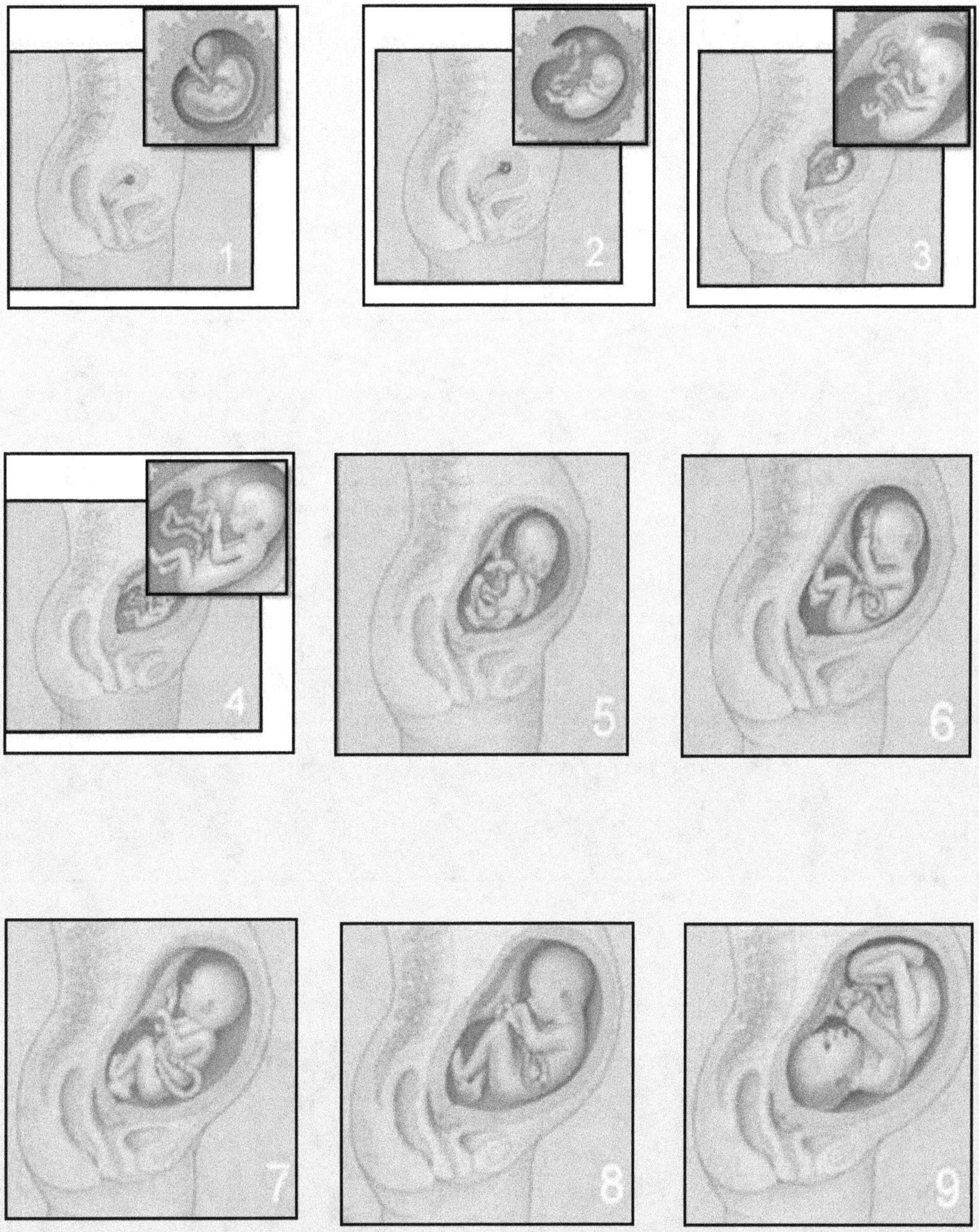

मळमळ, उलट्या, ॲसिडीटी (आंबटपणा)

थोडे थोडे जेवण
अनेकदा करा.

द्रवपदार्थांचे भरपूर
प्रमाणात सेवा करा

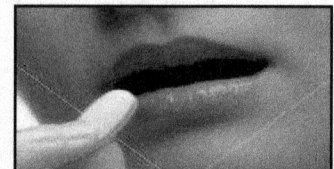

वेळेवर औषध घ्या.

तेलकट पदार्थ टाळा.

मळमळ कमी करण्यासाठी टोस्ट बिस्कीटे खा.

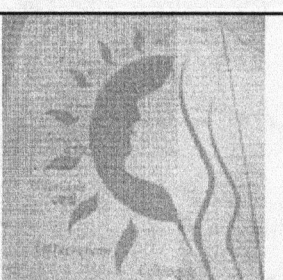

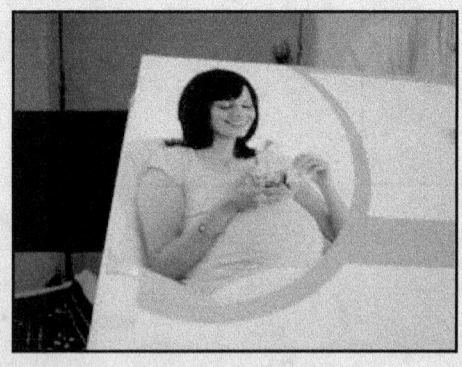

Symptoms of anaemia
Fatigue
Weakness
Light headedness
Decreased energy level

DHA

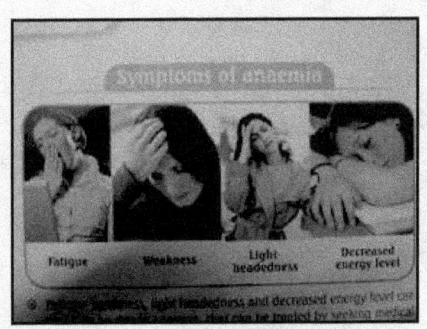

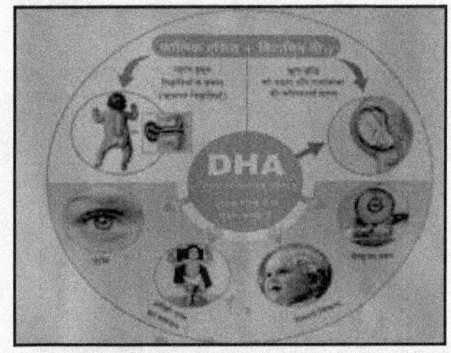

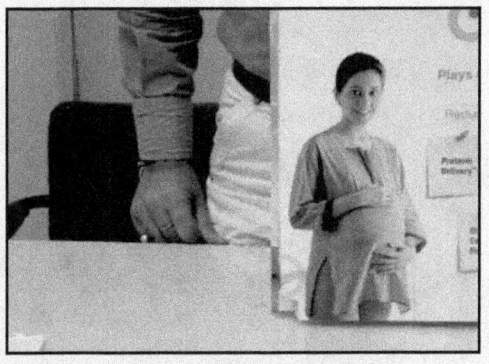

sampoorna
Garbh
Sanskar

त्रास कमी कर
Late pregnancy
The breasts and uterus grow, adding weight to the front of the body.
Abdominal muscles stretch as the baby grows.
Nerves may be pressed as the baby grows or shifts position.
Pelvic ligaments and joints loosen and become strained.
• पायाच्या कमानीला चांगला आधार देणार

Front View of Urinary Tract
Kidney
Kidney
Ureter
Ureter
Bladder
Sphincter
Urethra

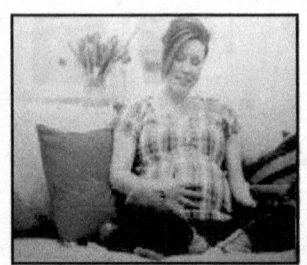

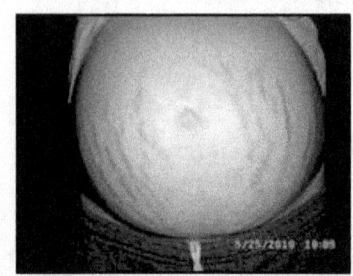

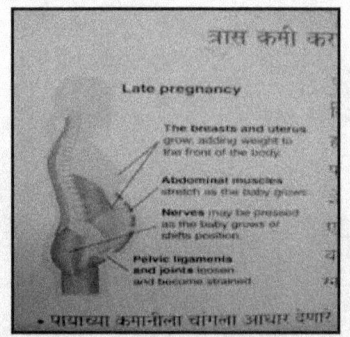

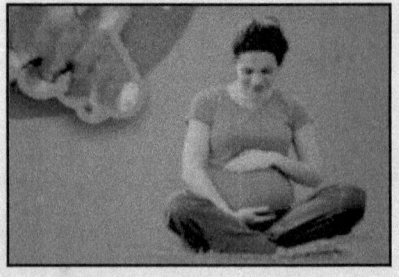

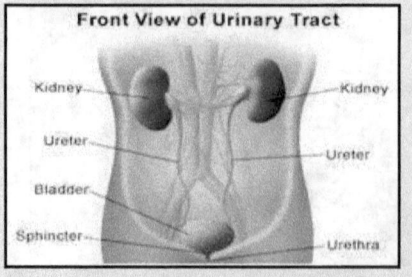

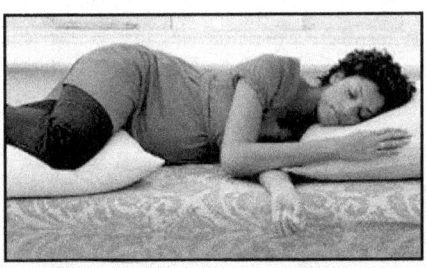

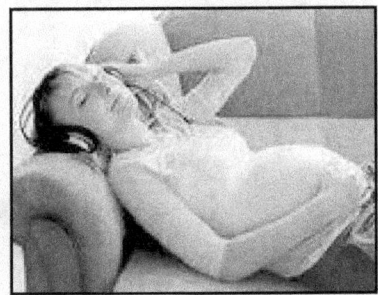

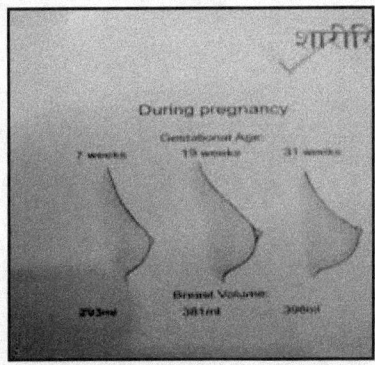

Companionship
Unconditional Love

During pregnancy
7 weeks
19 weeks
31 weeks
Breast Volume:

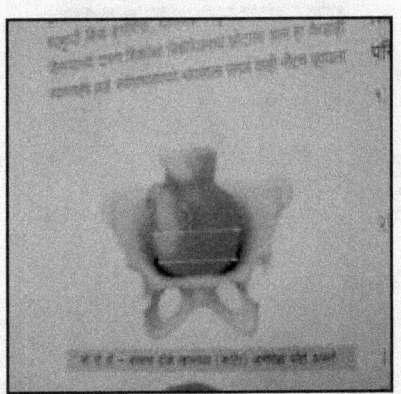

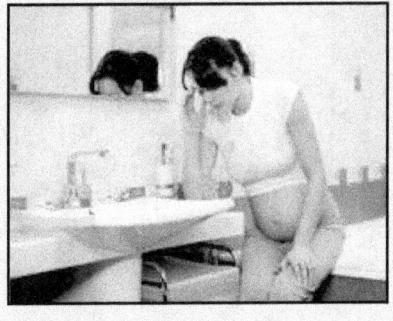

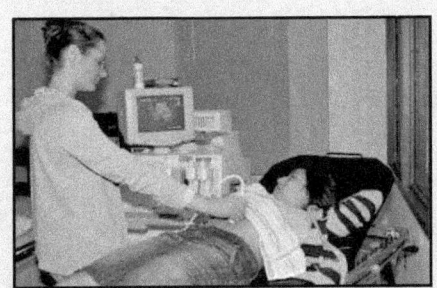

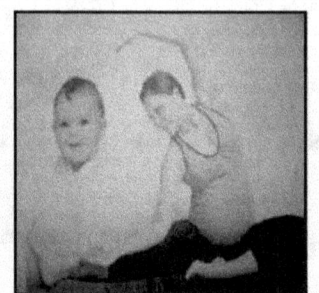

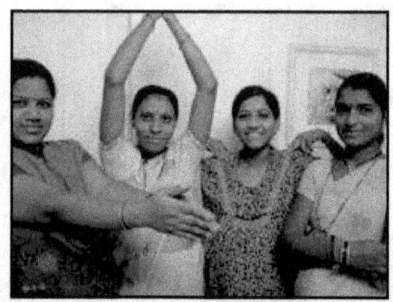

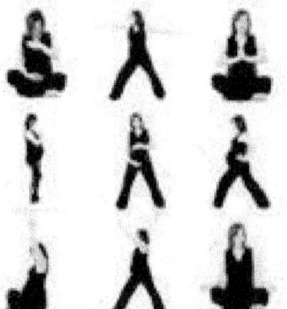

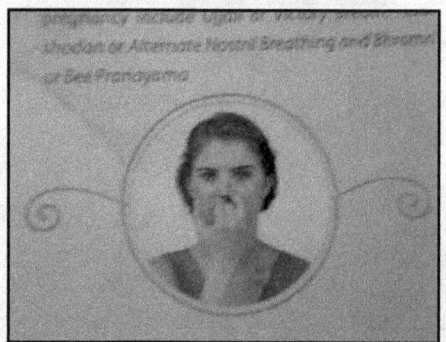

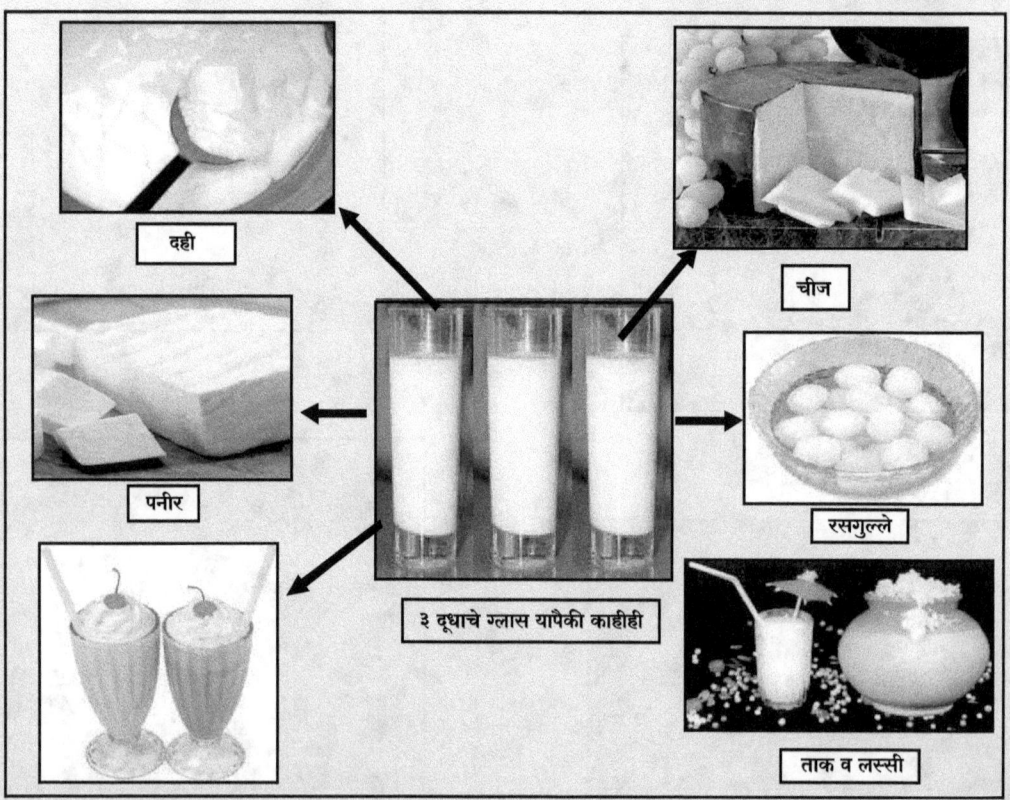

or Bee Pranayama

दही
चीज
पनीर
रसगुल्ले
३ दूधाचे ग्लास यापैकी काहीही
ताक व लस्सी

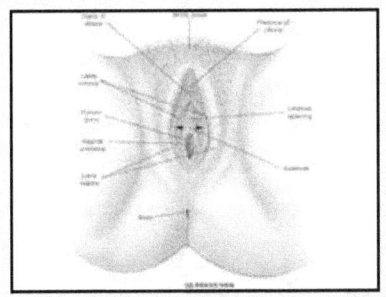

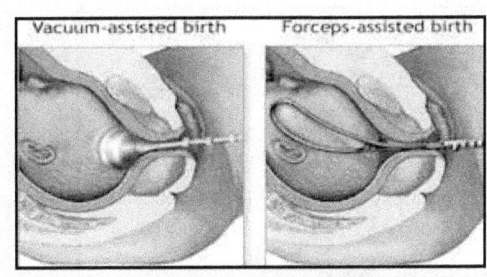

Vacuum-assisted birth
Forceps-assisted birth

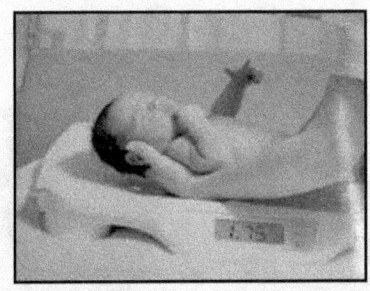

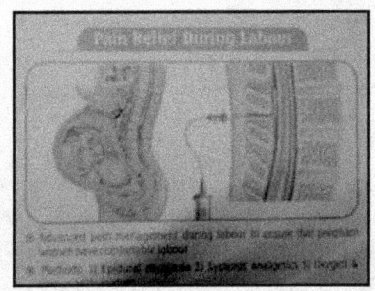

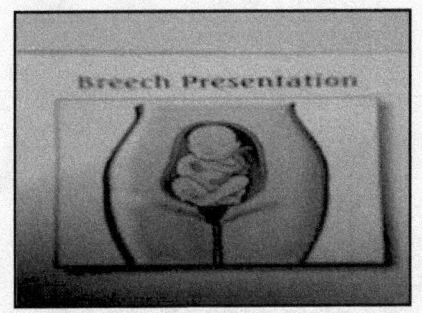

Pain Relief During Labour

Breech Presentation

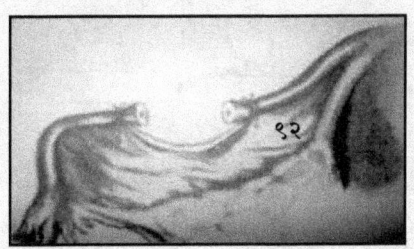

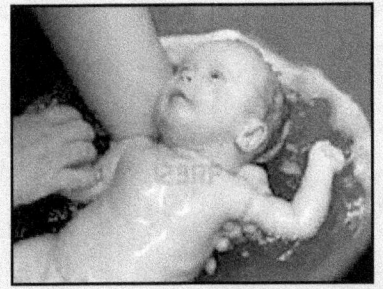

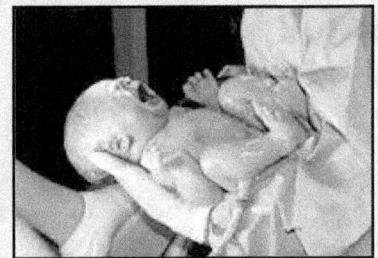

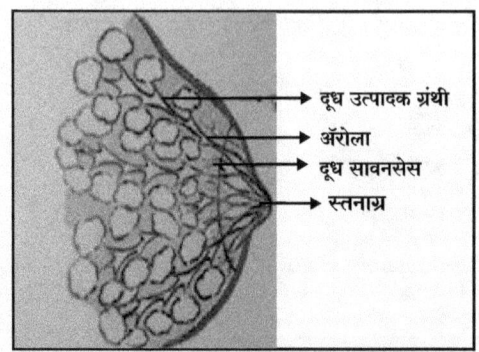

दूध उत्पादक ग्रंथी
अॅरोला
दूध सावनसेस
स्तनाग्र

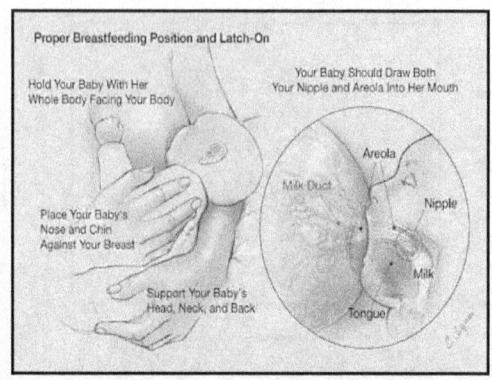

Proper Breastfeeding Position and Latch-On

Hold Your Baby With Her Whole Body Facing Your Body

Your Baby Should Draw Both Your Nipple and Areola Into Her Mouth

Place Your Baby's Nose and Chin Against Your Breast

Support Your Baby's Head, Neck, and Back

Areola

Milk Duct

Nipple

Milk

Tongue

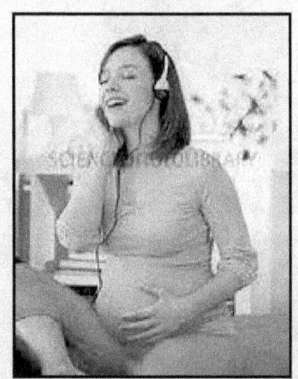

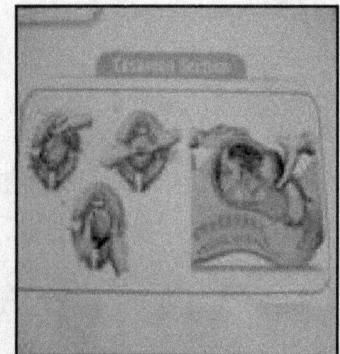

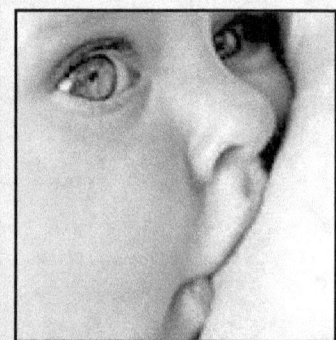

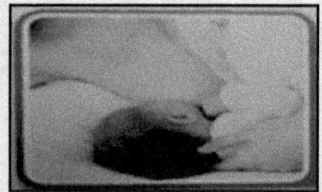

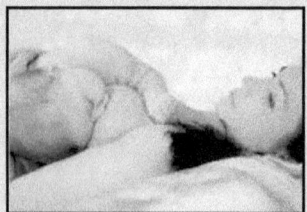

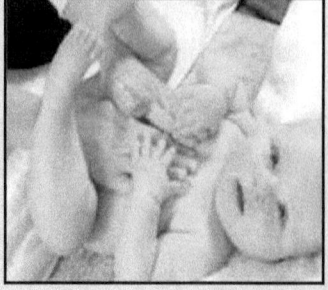

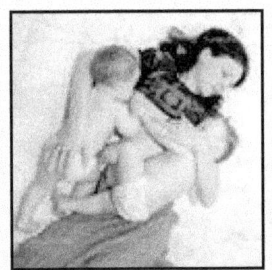
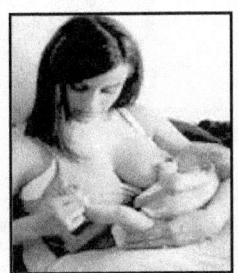
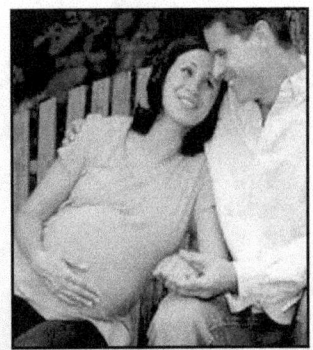

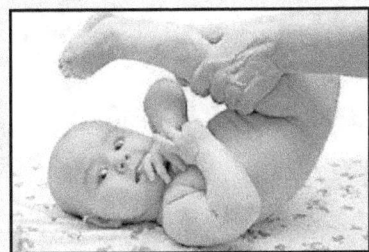

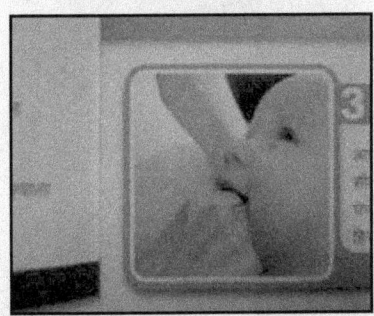

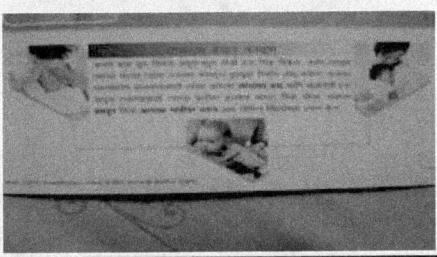
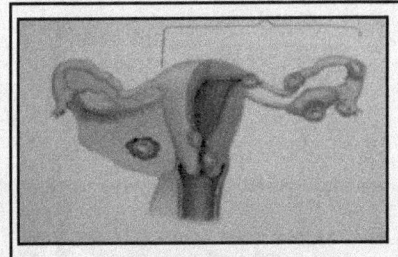

गर्भाशयाबाहेरील गर्भावस्था
बहुतेक वेळेस गर्भनलिकेत असते.

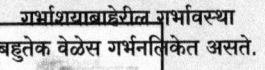

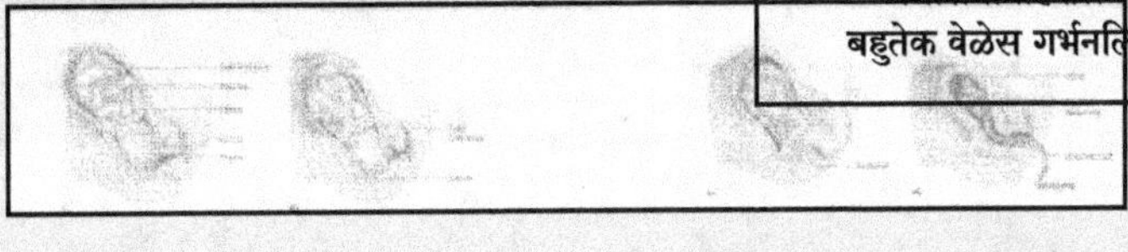

DIVINE GARBHASANSKAR

Problem with Placenta
Uterine wall
Umbilical cord

Pre-eclampsia & Eclampsia

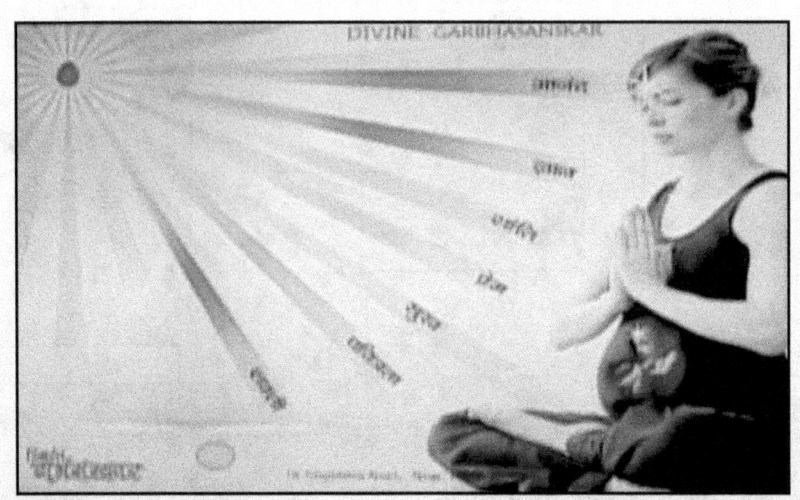

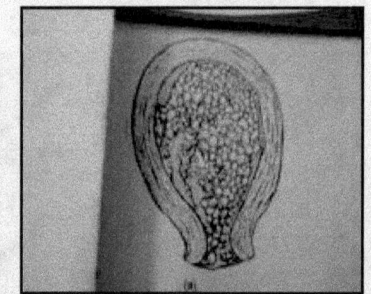

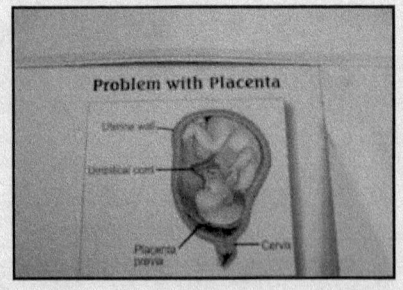

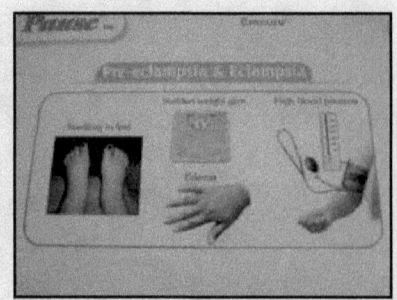

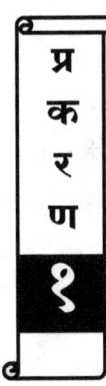

प्र
क
र
ण
१

विवाहपूर्व वैद्यकीय समुपदेशन

विवाहपूर्व समुपदेशन करणे ही एक काळाची गरज आहे. आजची मुले व मुली आपल्या आवडीनिवडीनुसार जोडीदार निवडतात. संसारातील आर्थिक गणित जुळतं किंवा विस्कटतं. भविष्यातलं आर्थिक नियोजन, स्वतःचा कल, स्वतःची आवड, अपेक्षा आणि उद्दिष्टे याविषयीची स्वतःची ओळख लग्नाआधीच मुला-मुलींनी आपली आपणच शोधावी. ही ओळख जर पारखता आली नाही तर संसार बेभरवशाचा होऊ शकतो.

☞ मने जुळणे महत्त्वाचे

लग्नापूर्वी पत्रिका पाहिल्या जातात. त्यात मुला-मुलींचे गुण जुळले तरच लग्नाची बोलणी केली जातात. बऱ्याचदा गुण जुळूनही जीवन सुखमय होत नाही. पत्रिकेत ३६ गुण जुळणाऱ्या दांपत्यांचा लग्नानंतर वर्षभरात घटस्फोट झाल्याचेही आढळते. पत्रिका पाहून लग्न केले तरी वैधव्य येते. त्यामुळे पत्रिका छान जुळतात; म्हणून जोडीदार निवडणे धोक्याचे असते. म्हणून जोपर्यंत एकमेकांची मने जुळत नाहीत तोपर्यंत ते एकमेकांसोबत सुखी राहू शकत नाही. पालकांनी मुलांच्या भावी जीवनातील शाश्वत आनंदाचा विचार करावा.

''३६ गुण जुळूनही छत्तीसचा आकडा''

जोडीदार निवडताना, आत्मपरीक्षण करून, विवाहाबद्दल आपल्या कल्पना स्पष्ट असल्या तरी मनासारखा जोडीदार मिळेलच असे नाही. आपल्या अपेक्षांपेक्षा काही गोष्टी कमी-जास्त असल्यावर जोडीदार निवडण्याचा निर्णय कसा घ्यायचा ? लग्नाची मानसिकता कशी तयार करायची ? एकमेकांना कसे समजून घ्यायचे ? समजून घ्यायचे म्हणजे काय करायचे ? करिअर व कुटुंब या दोन्हीमध्ये समतोल कसा साधायचा ? विवाह पद्धत कोणतीही असो, प्रेमविवाह किंवा नियोजित. एकमेकांना समजून घेण्यासाठी, विवाहानंतर होणाऱ्या बदलांना सामोरे जाण्यासाठी, नातेसंबंध टिकविण्यासाठी विवाहपूर्व समुपदेशन ही काळाची गरज आहे.

अनेकदा असे होते की, श्रीमंत घरातील सामान्य मुलासाठी गरीब घरची सुंदर मुलगी निवडली जाते. यांना सुंदर सून व पत्नी पाहिजे म्हणून तिच्या मनाचा विचार कोणी करत नाही. सासरचे ऐश्वर्य तिला काही सुख देत नाही, ती निराशेने संसाराचा गाडा ओढत राहते. जर गडगंज हुंड्याला भाळून आपल्या उच्च शिक्षित मुलासाठी पालक सामान्य मुलीची निवड करतात. येथे मुलाच्या स्वप्नांचा चक्काचूर होतो. तो निराश, नाराज होतो. प्रसंगी भरकटतो, व्यसनांच्या आहारी जातो. याचसाठी मुलाचा/मुलीचा विवाह जुळवताना पालकांनी सर्वांगीण विचार केला पाहिजे. व्यवहार, देणे-घेणे या बरोबर त्यांच्या अपेक्षा जाणून घेऊन त्यांची पूर्ती होईल याकडेही लक्ष दिले पाहिजे. तरच त्यांचे संसार सुखाचे होतील.

एकमेकांना गुण-दोषांसह स्वीकारणे म्हणजे लग्न. एकमेकांवरील विश्वास, पारदर्शी व्यवहार याने नाते दृढ होते. दोघांना एकमेकांशी थोडी तडजोड करावी लागते. सहजीवन खऱ्या अर्थाने आनंदमय, मंगलमय होते. मन जुळणे ही महत्त्वाची गोष्ट असते.

मुलांची लग्नं ठरवतांना मुला-मुलींची रूपं, डीग्री, उंची, आर्थिक परिस्थिती हुंडा वगैरे गोष्टींचा विचार केला जातो. लग्नाआधी एकमेकांना पुरेसं ओळखण्याची संधी न मिळणं, घाई गडबडीत लग्न होणं, आपलं मत व्यक्त करता न येणं ही लग्नाच्या अपयशाची कारणं आहेत. मुला-मुलींनी एकमेकांशी अगदी बारीकसारीक मुद्द्यांवर लग्नाआधीच संवाद साधण्यासाठी आई-बाबांनी मुलांना उद्युक्त करायला हवं. दोघांचे सहजीवन, कौटुंबिक सुख हे त्यांच्या निर्णयावर अवलंबून असते. आई-बाबांची फक्त मुलांना सल्ला देण्याची व त्यांना त्यांचा योग्य निर्णय घेण्यास मदत करण्याची भूमिका असावी.

जोडीदार निवडल्यावर वारंवार दोघांच्या भेटी व्हाव्यात. या भेटी एकमेकांच्या घरी व्हाव्यात; बागेत किंवा चौपाटीवर नव्हे. माणसाची पारख त्याच्या घरात होते. वारंवार भेटी घडत असल्यामुळे एकमेकांची खरी ओळख व्हायला अवधी मिळतो; जवळीकही निर्माण होते. तो/ती कुटुंबीयांशी कशी वागते, त्यावरून त्याचे व्यक्तिमत्त्व समजते. त्या घरातील मूल्ये समजतात. आहार, घरकामाची वाटणी, स्त्री-स्वातंत्र्य, आवडीनिवडी, घरातील आचार, व्रतवैकल्ये, देवधर्म, सवयी, व्यसने, घरात पत्नीचे स्थान, तिच्याकडून/त्याच्याकडून अपेक्षा, तिची नोकरी, कर्तव्ये, महत्त्वाकांक्षा व मुले कधी व किती असावीत अशा अनेक बाबी समजून घ्याव्या लागतात.

वधू-वर विवाहापूर्वी निवांतपणे न भेटल्यास शारीरिक व्यंग, दोष, आजार किंवा स्वभावतील विसंगती पहिल्या रात्री ठाऊक होतात तिथेच नव्या संसाराचा डाव मोडतो. घटस्फोटापेक्षा त्याच्या न्यायालयीन प्रक्रियेमुळे तरुण जोडपी नाउमेद होतात. पालक लढाई समजून खटला खेळतात, त्यात तरुण वधू-वर भरडून निघतात.

दोघांची बुद्धिमत्ता जवळजवळ समान असावी त्यामुळे विचारांची देवघेव व बौद्धिक आनंद प्राप्त होऊ शकतो. दोघेही बुद्धिमान असल्यास मुलेही बुद्धिमान होतात. मुले सुदृढ होण्यासाठी जोडीदार निवडतानाच काळजी घ्यावी लागते.

लग्नव्यवस्थेत शरीरसंबंधाला अत्यंत महत्त्वाचे स्थान आहे. कामजीवन स्वस्थ नसेल तर नात्यावर परिणाम होणारच, त्यामुळे त्या विषयावर लग्नापूर्वीही एकमेकांच्या अपेक्षा, भीती, समज-गैरसमज मुलांविषयीच्या अपेक्षा हे सारं बोलायलाच हवं.

आपल्याकडे लग्न जमले की मेंदी, दागिने, कपडालत्ता, शालू, लग्नाचा हॉल, व्हीडिओ फोटोग्राफर, ब्युटीपार्लर, भटजी याबद्दल तयारी केली जाते. मी तर म्हणेन की स्त्री-रोगतज्ज्ञांची भेट ही त्या यादीमध्ये अग्रगण्य ठेवा म्हणजे पुढील आयुष्यातील दुष्परिणाम टळतील.

लग्न जुळविण्याआधी 'आरोग्याची कुंडली' वैद्यकीय सल्ल्याने जुळविणे महत्त्वाचे आहे.

कोसॅग्वीनस मॅरेज

कोसॅग्वीनस मॅरेज म्हणजेच खूपच जवळच्या नातेवाइकांमधील विवाह. हा विवाह टाळायलाच पाहिजे, कारण त्यात आनुवंशिक व जन्मजात विकृती होण्याच्या संभावना जास्त असतात. सख्खे मामे भाऊ-बहीण, चुलत भाऊ-बहीण यांच्या विवाहात असा धोका उद्भवू शकतो.

पत्रिका पाहून विवाह ठरविताना हाच मुद्दा लक्षात घेऊन सहसा 'एक गोत्र-एक नाळ' असल्यास विवाह टाळले जातात. (म्हणजे होणाऱ्या बाळात विकृती होण्याची शक्यता कमी असते.)

☞ प्री-मॅरिटल चेकअपचा मुख्य फायदा

प्री-मॅरिटल चेकअपचा मुख्य फायदा म्हणजे मुला-मुलींमध्ये काही दोष असेल, आजार असेल, आनुवंशिक आजार कुटुंबांत असेल तर ते सर्व लग्नाआधी समजते. असे दोष लग्नानंतर लक्षात आले तर मुलीचा छळ, तिला टाकून देणे, दोन कुटुंबांमध्ये भांडणे या सगळ्या गोष्टी सुरू होतात. यातले बरेचसे आजार टाळण्यासारखे असतात, काही आजार उपचार करून बरे होतात आणि हे सर्व लग्नाआधी झालं तर लग्नानंतरचं वैवाहिक जीवन सुखी होतं.

लग्नापूर्वीच मुला-मुलीने एकमेकांच्या आरोग्यविषयाचे गैरसमज दूर करायला पाहिजेत म्हणजे भविष्यात प्रतिकूल स्थिती निर्माण होणार नाही.

☞ लग्नापूर्वी तपासणी कधी ? कुठे ? कशी करावी ?

साधारण लग्नाचे वय झाल्यावर, किमान शिक्षण पूर्ण होऊन, आपल्याला आयुष्यात काय करायचे आहे, असा विचार करण्याइतकी समज, नोकरी वगैरे लागल्यावर लग्न करावे. लग्न ठरले असल्यास दोघांनीही बरोबर सहा महिने लग्नाआधीच तपासणी करावी, म्हणजे काही दोष आढळल्यास उपचार करता येतील.

विवाहपूर्व तपासणी स्त्री-रोगतज्ज्ञांकडे केल्यास उत्तम. जोडप्याने बरोबर तपासणी केली तर फारच उत्तम.

पुरुषांची तपासणी

पुरुषांमध्ये स्त्रियांप्रमाणे शारीरिक व जननेंद्रियांची तपासणी करावी. त्यात लैंगिक रोग आणि शीघ्रपतन यांसारखे काही आजार असतील तर त्यावर उपचार होऊ शकतो. शिश्नाची पुढील कातडी घट्ट असून मागे सरकत नसल्यामुळे लैंगिक क्रियेस त्रास होऊन कधी-कधी गंभीर समस्या उद्भवते.

'सरकमसिझन' या एका अतिशय साध्या ऑपरेशनने हा प्रश्न सुटू शकतो. काही वेळा शिश्नाच्या रचनेत दोष असू शकतो. शिश्नाचा पडदा-सेप्टममुळे ताठरता येण्यास त्रास होतो. हाही प्रश्न साध्या ऑपरेशनने सोडविता येतो.

विवाहपूर्व तपासणीत पुरुषाच्या जननेंद्रियात काही दोष आढळल्यास आवश्यक असेल तरच धातूची तपासणी करून घ्यावी.

☞ आनुवंशिक आजार

काही कुटुंबांमध्ये आनुवंशिक आजार असल्यास त्याची कल्पना डॉक्टरांना द्यावी. काही जमातींमध्ये हे रक्तदोष जसे थॅलेसेमिया, हिमोफिलीया आणि G_6PD deficiency आढळून येतात. जर पालकांमध्ये Autosomal Recessive Disease चा Carrier (वाहक) गुण असेल, तर तो रोग मुलांमध्ये जातो. जर फॅमिली हिस्टरी वरील रोगांची असली तर लग्नाआधीच ब्लडटेस्ट करायला पाहिजे. जसे मुलीची थॅलेसेमिया टेस्ट पॉझिटिव्ह असेल तर HB Electrophoresis ब्लड टेस्ट लग्नापूर्वीच करायला पाहिजे. स्त्री-पुरुष या दोघांमध्ये मेजर थॅलेसेमिया नसेल तर बाळाला थॅलेसेमिया होणारच नाही. पण जर दोघांना मेजर थॅलेसेमिया असेल तर त्यांनी विवाह करूच नये. म्हणजे त्यांच्या बाळामध्ये तो आजार येण्याची संभावना राहणारच नाही.

कच्छी आणि सिंधी समाजात थॅलेसिमिया खूपच प्रामुख्याने दिसून येतो. हा भयंकर गुंतागुंतीचा आजार जन्मणाऱ्या मुलाला होण्याची शक्यता दाट असते व त्याचा अकाली मृत्यू होण्याची शक्यता असते.

घराण्यामध्ये कोणाला कोड आलेले असेल, कोणी वेडा असेल (Mental Problem), कोणताही आनुवंशिक रोग असेल तर ते पुढच्या पिढीत येण्याची शक्यता किती आणि कशी आहे, हे समजून लग्नापूर्वीच्या तपासणीतून माहिती करून घेता येते.

शिझोफ्रेनिया काही मानसिक आजार तसेच अल्झायमरसारखे आजार आनुवंशिकतेने मुलांमध्ये येऊ शकतात. तसेच डायबीटीस, हार्ट डीसिज, हायपरलिपिडेमिया (हाय कोलेस्टरॉल आणि ट्रायग्लिसराइडस्) उच्च रक्तदाब व कॅन्सरचे काही प्रकारसुद्धा येऊ शकतात.

लग्न ठरण्यापूर्वी मुलगा व मुलगी दोघांनीही सिकल सेल डीसीझसाठी रक्ताची तपासणी करून घ्यावी.

असे विवाह टाळा

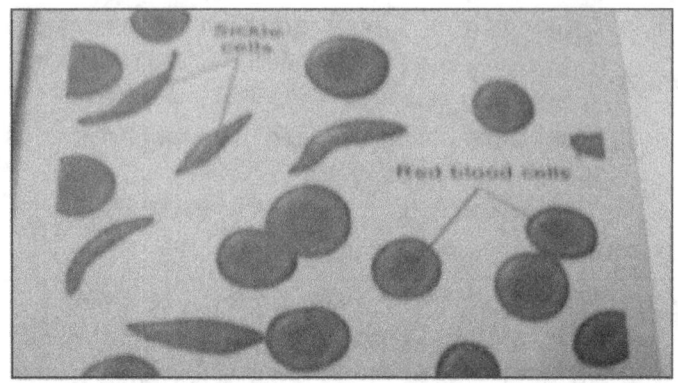

- दोघेही सिकल सेल वाहक असतील तर
- एक वाहक व एक पीडित असेल तर
- दोघेही पीडित असतील तर कारण त्यांना होणाऱ्या अपत्याला हा आजार होऊ शकतो. अशा जोडप्यांना विवाह न करण्याचा सल्ला देऊन सिकलग्रस्त उत्पत्ती रोखली जाऊ शकते. विवाहोच्छुक जोडप्याने पुढील रक्ताच्या टेस्टस् लग्नापूर्वीच कराव्यात.
- रक्ताच्या तपासणीत रक्तगट, हिमोग्राम, आर.एच. रक्तगट, ब्लड शुगर, एच.आय.व्ही. आणि ऑस्ट्रेलियन ॲन्टिजेन, व्ही.डी.आर.एल. या तपासण्या नक्की कराव्यात.

व्ही.डी.आर.एल. ही सिफीलिस या लैंगिक संबंधातून पसरणाऱ्या आजाराचे निदान करते. सिफीलिस टेस्ट जर पॉझिटिव्ह आली तर चोवीस लाख युनिट बेन्झाथीन पेनिसिलीनचे इंजेक्शन (सेन्सीटीव्हीटी टेस्ट करून) दर आठवड्याला अशी तीन इंजेक्शन्स घ्यावीत. पेनिसिलीन सहन न होणाऱ्या पेशंटला Caps Ampicillin ही चालते.

ऑस्ट्रेलियन ॲन्टिजेन ही Hepatitis-B ची चाचणीसुद्धा लैंगिक संबंधातून पसरणाऱ्या आजाराची तपासणी करते.

☞ लग्नापूर्वीच्या तपासणीत दोष असेल तर - एड्स

लग्नापूर्वीच्या तपासणीत दोष असेल तर गडबडून आणि घाबरून जाण्याचे कारण नाही, उलट दोष सापडला, तर तो लवकर सापडल्यामुळे त्यावर इलाज करता येतील हा आनंद मानावा. डायबीटीस, ॲनिमिया, बरेचसे हृदयाचे आजार बरे होण्यासारखे असतात.

एड्स चा आजार म्हणजे मृत्यूचा विळखा. जोडीदारालाही H.I.V. ची तसेच पुढे होणाऱ्या मुलांनाही लागण होऊ शकते. म्हणून जर लग्नापूर्वीच माहीत झाले तर विवाह टाळून पुढील आयुष्य बरबाद होण्यापासून वाचवू शकतो.

वधू-वराच्या तपासणीत एड्सचा रिपोर्ट निगेटिव्ह आला म्हणजे सगळे सुरक्षित आहे असेही नाही. (कारण ती व्यक्ती 'विंडो पिरियड' मध्ये असू शकते). तीन महिन्यांपूर्वी एच.आय.व्ही.चा संसर्ग झाला नव्हता, एवढं कळू शकत. तीन महिन्यांनंतर काही लैंगिक उपद्व्याप घडला तर देव जाणे. विंडो पिरियड म्हणजे एच.आय.व्ही.चे इन्फेक्शन झाल्यापासून ते एड्स होण्यापर्यंतचा काळ. विंडो पिरियड जवळजवळ ११ वर्षांचा असतो.

माझ्याकडे एक जोडपे तपासायला आले होते. पत्नीची पाळी चुकली होती. मी तपासले व सांगितले की ती गरोदर आहे. तेव्हा पती पत्नीला म्हणाला तू जरा बाहेर थांब मला डॉक्टरांशी बोलायचे आहे. ती बाहेर गेल्यावर त्याने मला सांगितले की मला बाळ काढायचे आहे. मी म्हटले की पहिलेच बाळ का काढता ? सहसा पहिला गर्भपात करणे आम्ही कधीच सुचविणार नाही (पुढे वंध्यत्वाचे प्रॉब्लेम्स् येऊ शकतात) तेव्हा तो मला सांगतो की मी H.I.V. पॉझिटिव्ह आहे मग पाहा किती मोठी फसवणूक आहे त्या स्त्री-जीवनाचीच !

आपल्याकडे लग्न ठरविताना बऱ्याच लोकांचा गैरसमज असतो की रक्तगट एक असल्यास किंवा विसंगत असल्यास लग्न करू नये. तसे काहीच नाही. कुठल्याही रक्तगटाच्या मुला-मुलींचे विवाह होऊ शकतात. रक्तगटामुळे वैवाहिक जीवनात काहीच धोका नसतो.

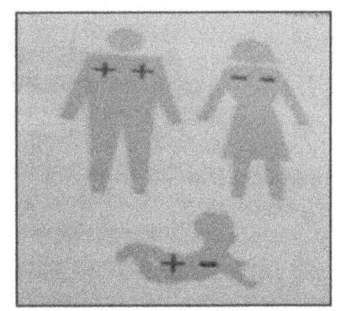

जर आईचा Rh neg. ब्लड ग्रूप असेल आणि बाबांचा Rh+ve असेल तर बाळ एक तर +ve किंवा –ve होईल. जर बाळ neg ग्रूपचे असेल तर काहीच प्रॉब्लेम नाही. परंतु +ve असेल तर आईला अँटीडीचे इंजेक्शन प्रसूतीच्या २४-४८ तासात दिले जाते.

☞ लग्नापूर्वीच्या तपासणीतील दोष लपवायचे का ?

स्त्री व पुरुषांमध्ये काही मोठे दोष असतील म्हणजे सेक्स ऑर्गन्सची वाढ झाली नसेल तर डॉक्टरी सल्ला घ्यावा आणि त्यानंतरच लग्नाचा विचार करावा.

ब्लड प्रेशर, हृदय विकार, फिट्स येणे (एपिलेप्सी) असे काही जोडीदाराला न सांगणे, तो आजार लपवून ठेवणे ही मोठी फसवणूक आहे. या फसवणुकीतून वैवाहिक आयुष्य धोक्यात येऊ शकते - बरबाद होऊ शकते.

तसेच एड्स, गरमी, परमा असे लैंगिक आजार झाले असतील तर त्यावर योग्य उपचार करून घेऊन पुढील आयुष्यात बाहेरख्यालीपणा न करणे आणि हे रोग आपल्यामुळे आपल्या बायकोला होऊ न देणे ही गोष्ट विवाहपूर्व तपासणीने टळू शकेल.

एच.आय.व्ही. सारखा आजार बरा न होणारा कॅन्सर असणे, वाढणारे आणि बरे न होणारे वेड किंवा मानसिक आजार असल्यास लग्न झाल्यावर संसार मोडण्यापेक्षा आधीच लग्न मोडलेले बरे.

मॅट्रिमोनियल साइट्स म्हणजे अनुरूप स्थळ शोधण्यास विश्वासचे ठिकाण असले तरी एका क्लिकवर स्कीन हजारो स्थळांतल्या योग्य-अयोग्यतेचा करावाच लागेल. इंटरनेटवरून लग्न ठरवताना माहितीची विश्वासार्हता पडताळण्यासाठी ओळख करून घेण्यासाठी पुरेसा वेळ घेणे अत्यंत आवश्यक आहे. कामाच्या ठिकाणी घरी आणि बाहेरही भेटी घेणे.

☞ विवाह कधी करावा ? - वय

शारीरिक वाढ, मानसिक परिपक्वता, आर्थिक स्थैर्य व कौटुंबिक जबाबदारी सांभाळायची क्षमता व मनासारखा जोडीदार मिळाल्यास विवाह करावा.

कायद्यानुसार मुलीच्या लग्नाचे वय १८ वर्षे असले तरी सुरक्षित मातृत्वाच्या दृष्टीने २० वर्षांनंतर येणारे मातृत्व फलदायी असते. २० ते ३० वर्षे स्त्रीचे वय सुरक्षित मातृत्वाच्या दृष्टीने सर्वोत्तम वय. या वयात स्त्रीची प्रजनन संस्था ही परिपक्व झालेली असते. लहान वयात येणारे मातृत्व होणाऱ्या अपत्याच्या शारीरिक वाढीस धोकादायक असते. अपुऱ्या दिवसांचे बाळंतपण होण्याची शक्यता असते. त्याचप्रमाणे आईच्या तब्येतीला व मानसिकतेलासुद्धा हानिकारक असते.

एवढ्या कोवळ्या वयात गर्भधारणेची गुंतागुंत ही जीवघेणी ठरू शकते. जरी कमी वयात लग्न झाले तरी त्यांनी गर्भनिरोधक साधनांबद्दल स्त्री-रोगतज्ज्ञांकडून माहिती घ्यावी. कोवळ्या वयातील गर्भावस्थेस 'टीनएज प्रेग्नन्सी' असे म्हणतात. पहिल्या तीन महिन्यांमध्ये गर्भपात होणे, नऊ महिने पूर्ण होण्याच्या आतच म्हणजे सात-साडेसात महिन्यात बाळंतपण होऊन कमी वजनाचे बाळ जन्माला येणे (Premature Delivery), योनीमार्ग बाळंतपणासाठी हवा तसा अजून सशक्त न झाल्यामुळे बाळ बाहेर येण्यात अडचणी येतात. बालमृत्यूही होऊ शकतो. बी.पी. पण वाढण्याची भीती असते. झटके येण्याची भीती असते. मनानेही ती खंबीर नसते. त्यात सासरची मंडळी समजूतदार आणि प्रेमळ असतील तर ठीक, नाहीतर तिच्या जीवनाची माती होते. बाळंतपणात जीवास धोका होऊन मृत्यू होण्याचा संभव असतो.

वयाच्या ३४ वर्षांनंतर आई होताना जन्मतः व्यंग असलेले, मतिमंद अपत्य जन्माला येण्याचा संभव असतो. वयाच्या ३५ वर्षांनंतर उच्च रक्तदाब मधुमेह, वाढलेले कोलेस्टेरॉल, सांधेदुखी, पाठीचे विकार असे अनेक प्रॉब्लेम्स वाढतात. हे प्रॉब्लेम्स प्रत्यक्ष वा अप्रत्यक्षरीत्या मातेवर परिणाम करीत असतात.

उतार वयातील विवाह व मुले होऊ देणे या प्रथेमुळे महिलांमध्ये गर्भाशय आणि स्तन यांचे कॅन्सर होण्याची शक्यता वाढत आहे.

पतीचे वय पत्नीच्या वयापेक्षा जास्त असावे. पण इतकेही जास्त नसावे की, ते शारीरिक व मानसिक रूपाने एकमेकांच्या अपेक्षांबाबत कमी पडावेत व सुखी दांपत्याचे सुख भोगू शकणार नाहीत. पती-पत्नीचे वय किमान सारखे तरी असावे.

२१ व्या शतकात कुटुंबनियोजनाची एवढी मुबलक आणि वेगवेगळी साधने उपलब्ध आहेत. तरुण-तरुणींनी विवाहापूर्वी आपल्या स्त्री-रोग तज्ज्ञांना भेटणे हे काम लग्नाच्या तयारीत पहिल्या क्रमांकावर ठेवले पाहिजे व त्यांच्याकडून कामजीवनाची माहिती, मासिक पाळीबद्दल माहिती, सुरक्षित काळाबद्दल (Safe-period), लैंगिक शिक्षण (लैंगिक आजाराची माहिती, गर्भनिरोधक काळजी, गर्भाशय योनिमार्ग, बिजांडे व पुरुषांची जननेंद्रिय) यांची शास्त्रोक्त माहिती भावी जोडप्यांना दिली पाहिजे. त्यांनीही नि:संकोचपणे व्यवस्थित, शास्त्रशुद्ध माहिती मिळवून भावी आरोग्यसंपन्न लैंगिक जीवनशैली विकसित करावी.

विवाहापूर्वी किंवा पहिल्या रात्रीचा अनुभव घेण्यापूर्वी आपल्याला गर्भधारणा केव्हा हवी याविषयी मोकळेपणाने भावी जोडीदाराशी चर्चा करण्यासाठी घरातल्या थोरा-मोठ्यांची परवानगी आधी मिळवा.

कॉपर टी, गर्भनिरोधक गोळ्या, नवीन गर्भनिरोधक इंजेक्शन्स, निरोध यांची माहिती करून घ्या. त्याचा उपयोग करून जोडप्यांना आपले प्लॅनिंग व्यवस्थित साधता येते व लग्न झाल्यावर लवकर दिवस गेले म्हणून अॅबॉर्शन करावे लागणार नाही.

☞ लग्नानंतरचे सेक्स लाइफ

प्री-मॅरिटल चेकअपमध्ये नुसत्या तपासण्या नसून, सेक्स लाइफबद्दल माहिती, सेक्सनंतरचे हायजिन, कुटुंबनियोजन आणि सुखी वैवाहिक जीवनासाठीही मार्गदर्शन मिळते. सेक्सबद्दल अज्ञानामुळे विकृती, गैरसमजुती आणि लग्नानंतरचे ताण-तणाव निर्माण होऊ शकतात.

लग्नानंतरच्या शरीरसंबंधावर आई-बाबा एक चकार शब्दही मुलांशी बोलत नाहीत, त्यामुळे पुढील आयुष्यात अनेक अडचणी येतात. सुमारे दहा टक्के दांपत्यांना संभोग जमत नाही. अज्ञान हे त्याचे मुख्य कारण असते. याचा परिणाम म्हणजे मूल न होणे, वेदना, एकमेकांवर आरोप, संघर्ष, घटस्फोट, नपुंसकत्व असे व इतरही परिणाम होतात. म्हणून विवाहपूर्व समुपदेशन अत्यंत महत्त्वाचे आहे.

स्त्री-रोग तज्ज्ञांकडून कामजीवनाची माहिती, लैंगिक आजारांची माहिती, गर्भधारणा कशी होते व जर टाळायची असल्यास काय काळजी घ्यायची म्हणजे गर्भनिरोधक गोष्टीबद्दल माहिती घ्यायला पाहिजे.

पुरुषांनी संभोग करण्याची घाई न करता फोर प्ले (प्रणयक्रीडा) करावी म्हणजे स्त्रीला त्रास होत नाही अन्यथा योनीच्या पडद्याला इजा होऊ शकते. मूत्रमार्गाचा विकार व इन्फेक्शन (Honey Moon Cystitis), मूत्राशय किंवा योनीची बनावट खराब होणे इत्यादी विकार होऊ शकतात.

फोरप्ले म्हणजे काय ?

लैंगिक उत्तेजना प्राप्त करण्यासाठी दोन पार्टनर्समध्ये ते केलं जातं. त्यात चुंबन, मिठी यापासून ते एकमेकांच्या शरीराला विविध ठिकाणी स्पर्श करण्यापर्यंतचा (Prepuce ला, स्तनांना, जांघेत, पोटाला) समावेश असू शकतो. फोरप्लेमुळे अधिक आनंद वाढतो.

एकमेकांना समजून, प्रेमाने संभोग केल्यास योनीमार्ग नैसर्गिकरीत्या प्रसरण पावतो व योनीमार्गातील ग्रंथीचा स्राव स्रवीत होतो. तरी सुरुवातीला योनीचा पडदा फाटतो तेव्हा वेदना होतात, थोडा रक्तस्राव होतो. म्हणून सुरुवातीला काही दिवस लूब्रीकेटिंग जेली (Lubic gel, K.Y. gely) योनीमार्गाला आतून व तोंडाशी लावल्यास घर्षणामुळे होणाऱ्या वेदना कमी होतात. सुरुवातीला संभोग कठीण व दुःखमय वाटतो. तो सहजशक्य व सुखद होतो. हळूहळू करता-करता सोपे वाटू लागते व दोघांनाही वैवाहिक जीवनाचा आनंद लुटता येतो.

स्त्रीच्या गुप्तांगात तीन छिद्रे असतात. एक लघवीचे त्याखाली योनीमार्ग व त्याखाली गुदमार्ग (Anus) असतो. मूत्रमार्गातून लघवी बाहेर येते. योनीमार्गाने मासिक पाळी बाहेर येते, संभोग करता येतो व प्रसूतीनंतर बाळ बाहेर येते. लघवीची जागा अरुंद असल्यामुळे बोटसुद्धा जात नाही. लिंगाचा प्रवेश फक्त योनीमार्गातच होतो. योनीत प्रवेश करण्यापूर्वी पुरुषाने पत्नीला उत्तेजित करण्यापूर्वी फोरप्ले करणे आवश्यक आहे. त्यामुळे योनीमध्ये चिकट द्रव स्रवतो आणि लिंग प्रवेश सोपा होतो. विवाहाच्या पहिल्या रात्री लिंग प्रवेश केल्यावर योनी पटल फाटतो व रक्त निघतेच. पण ते प्रत्येक केसमध्ये निघेलच असे नाही. हा गैरसमज आहे कारण खेळण्यामुळे, Horse Riding मुळे, व्यायाम केल्यामुळे योनीचा पडदा (कौमार्य पडदा) फाटतो आणि वेदनाही होत नाही.

योनीमार्गाचे द्वार व मूत्रमार्गाचे मुख यांच्या वरील बाजूस स्थित असलेला लहान वाटाण्याएवढा अवयव म्हणजे शिस्निका/मदनध्वज (Clitoris) हा होय. हा स्पंजासारख्या पेशींनी तयार झालेला असतो. कामोत्तेजित अवस्थेत हा भाग ताठरतो. हा अत्यंत संवेदनशील अवयव आहे आणि त्यास, चेतना मिळाल्यावर त्या स्त्रीला लैंगिक सुखाचा आनंद प्राप्त होतो.

मासिक पाळीच्या वेळी योनीमध्ये सामान्यपणे असलेले आम्लयुक्त संरक्षक वातावरण (पी.एच. स्राव) बदलते. म्हणून मासिक पाळीच्या वेळी केलेल्या संभोगातून जंतुसंसर्गाची बाधा (एच.आय.व्ही.) होण्याचा धोका जास्त असतो. म्हणून मासिक पाळीच्या वेळी संभोग टाळावा.

मैथून सुरू करण्यापूर्वी थोडी प्रणयक्रीडा केली तर दोघांनाही भरपूर आनंद व संतोष मिळेल.

ॲनल सेक्समुळे गुदद्वारातील E coli चे पार्टनर्‌रला इंफेक्शन होऊ शकते. म्हणून शक्यतोवर टाळावा. सेक्सचे शरीरसुखाव्यतिरिक्त खालील फायदे आहेत.

- नियमित सेक्स केल्याने हार्मोन संबंधित आजार होत नाही.
- सेक्समुळे हार्मोन्सचे प्रमाण वाढते. त्यामुळे त्वचा मऊ व चमकदार होते.
- सेक्समुळे लठ्ठपणा कमी होतो (शरीरातील चरबी कमी होते), हृदय रोग होत नाही व मानसिक ताणही दूर होतो. एक वेळा सेक्स केल्याने १०० कॅलरी खर्च होतात.

योनिपटल (Hymen)

सुरुवातीला (विवाहाच्या) संभोगामध्ये अंतर न ठेवता पुनःपुन्हा सेक्स केल्यास योनिपटल सुजते. त्यामुळे सेक्स करताना बरेच दिवस त्रास होतो. दिवसातून ३-४ वेळा सेक्स केल्यास स्त्रीला अतोनात वेदना होतात. त्यामुळे स्त्रिच्या मनात वेगवेगळ्या शंका येतात. त्यामुळे चिंता निर्माण होते व योनीला स्पर्श करताच योनी स्नायू आकुंचन पावतात व योनीमार्ग आकुंचित होऊन अरुंद होतो. त्यामुळे कामक्रीडेत अडचण निर्माण होते, याला व्हजायनिस्मस असे म्हणतात. योनीद्वारा वर सूज, मूत्रनलिकेची सूज, यामुळे तयार झालेली गाठ, संकुचित योनीमार्ग, योनीच्या दोन्ही किनाऱ्यावर सूज अशा अनेक कारणांमुळे संभोग करताना वेदना (Dyspareunia) होतात.

लग्नानंतर वेगळ्या वातावरणामुळे हार्मोन्सचे असंतुलन होऊन पाळी अनियमित होते. कधी लवकर तर कधी उशिरा येते. सुरुवातीचे काही सात-आठ महिने तरी गर्भनिरोधक गोळ्या पाळीच्या सहाव्या दिवसापासून न चुकता रात्री जेवण झाल्यावर रोज घ्याव्यात. चुकून एखादी गोळी विसरली तरी मध्येच पाळी येईल व गर्भनिरोधक संरक्षणसुद्धा घालवले जाईल. या गोळ्यांबरोबर फॉलीक ॲसिडची गोळी घ्यावी. सुरुवातीच्या एक-दोन महिन्यांच्या कालावधीत मळमळणे, डोके दुखणे अशा बारीकसारीक तक्रारी होऊ शकतात. कालांतराने त्याही कमी होतात. हृदयरोग, यकृताचे विकार, डायबिटीस असल्यास या गोळ्या चालणार नाहीत. अशा जोडप्यांना निरोध वगैरे वापरण्यास सांगावेत.

ही मार्गदर्शक तत्त्वे विवाहपूर्व स्त्रीरोग तज्ज्ञांकडून शिकल्यास कामतृप्तीच्या आनंदाच्या वेळी गर्भधारणा होईल का ? अशी भीती जोडप्यांना राहणार नाही.

तसेच गर्भधारणा होण्यास कोणता काळ योग्य, केव्हा संभोग झाल्यानंतर गर्भधारणेची शक्यता वाढते, ही सर्व माहिती विवाहपूर्व समुपदेशनात घेतली जाते.

विवाहपूर्व समागम टाळला पाहिजे. बरेचदा त्या मोहाची स्त्रीला मोठी शिक्षा भोगावी लागते. विवाहपूर्व संभोगामुळे अवांछनीय गरोदरपणा आणि लैंगिक संबंधातून पसरणारे आजार किंवा एच.आय.व्ही. संसर्गाची बाधा होण्याचा संभव असतो. जर दोघांमध्ये काही बिनसले आणि विवाह मोडला आणि स्त्री गरोदर राहिली तर आपल्या समाजात कुमारी मातृत्व कोणीच स्वीकारणार नाही. त्यामुळे आई व बाळाच्या जीवनाची अवहेलना होते.

लग्नामुळे बरेच रोग दूर राहतात. सी-रिॲक्टिव्ह प्रोटीन (सी.आर.पी.) हे हृदय विकार, तणाव व झटके यासाठी जबाबदार असते. विवाहित लोकांमध्ये सी.आर.पी.चे प्रमाण फारच कमी आढळते तर अविवाहित लोकांमध्ये मात्र त्यांचे प्रमाण जवळजवळ दुप्पट होते.

आजकालच्या धकाधकीच्या जीवनात कोणालाही गर्भाधारणेची 'रिस्क' (धोका) घ्यायची नसते. चुकून राहिली आणि नको असली तरी गर्भपाताचा मार्ग मोकळा हे जरी खरं असले तरी गर्भपाताच्या संकटाला सामोरं जाण्यापेक्षा गर्भ न राहिलेलाच चांगला. कारण असुरक्षित गर्भपातामुळे हजारो माता मृत्युमुखी पडतात. कितीतरी महिलांना प्रजनन स्वास्थ्यासंबंधी कायमच्या अडचणींना तोंड द्यावे लागते. वंधत्व येऊ शकते. अशा वेळी तातडीच्या संततिनियमनाच्या गोळ्यांचा (Emergency Pills) उपयोग होऊ शकतो. पण फक्त आपत्कालीन परिस्थितीतच या गोळ्या घ्याव्यात. विवाहपूर्व किंवा विवाहबाह्य संबंधात ही गोळी चालू शकते. कित्येकदा औषधविक्रेते ही गोळी काऊंटरवर डॉक्टरच्या प्रिस्क्रीप्शनशिवाय देतात. या गोळ्या नेहमी घेतल्यास त्याचेही शरीरावर साईड इफेक्ट्स आहेत. या गोळीच्या उपलब्धतेमुळे समाजात व्यभिचार वाढू शकतो.

विवाहपूर्व समुपदेशन आणि चेकअप म्हणजे लग्नात अडथळा आणण्याचा उद्देश नसून उलट लांब, सुखी व समृद्ध, सुसह्य (Compatible) वैवाहिक जीवनाचा पक्का पाया बांधणे होय. हीच तर खरी सुखी संसाराची सुरुवात.

☞ सुरक्षित काळ

मासिक पाळीच्या १० वा दिवस ते १८ दिवस गर्भधारणा टाळण्याच्या दृष्टीने असुरक्षित समजण्यात येतो. कारण या काळात गर्भधारणेची शक्यता खूप जास्त असते. कारण या काळात स्त्रीबीज बाहेर पडते. (Ovulation) तथापि ५ वा दिवस ते ९ वा दिवस आणि १९ वा ते २८ वा दिवस हा कालावधी सुरक्षित काळ म्हणून ओळखले जातात. मासिक पाळीच्या या दोन कालखंडात गर्भधारणा होण्याची शक्यता फारच कमी असते. पण हा नियम फक्त ज्यांची पाळी नियमित असते त्यांनाच लागू पडतो. पाळी नियमित असणाऱ्या स्त्रियांच्या बाबतीतसुद्धा ते १०० टक्के पूर्णपणे सुरक्षित नसतात. क्वचित काळात सुरक्षित काळामध्येसुद्धा Ovary तून स्त्रीबीज बाहेर पडू शकते.

पाळीचा ५ ते ८ वा दिवस	सुरक्षित काळ	मुक्त संभोग
पाळीचा ९ ते १९ वा दिवस	असुरक्षित काळ	निरोध वापरा किंवा संभोग टाळा
पाळीचा २० ते ३० वा दिवस	सुरक्षित काळ	मुक्त संभोग

गुप्तरोग/एड्स प्रतिबंधासाठी या पद्धतीचा म्हणजे सुरक्षित काळाचा उपयोग होत नाही.

★★★

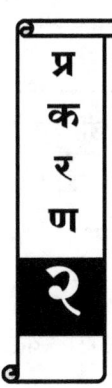

प्र
क
र
ण
२

गर्भसंभव

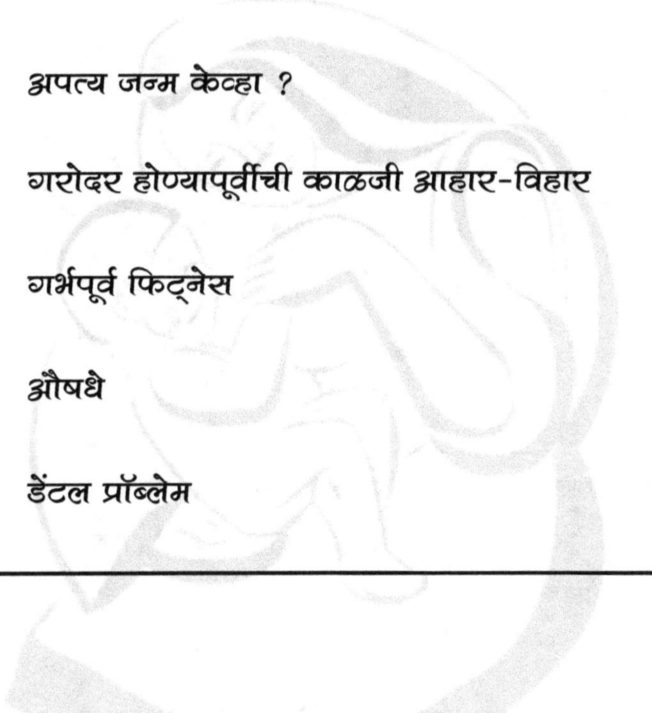

- अपत्य जन्म केव्हा ?

- गरोदर होण्यापूर्वीची काळजी आहार-विहार

- गर्भपूर्व फिट्नेस

- औषधे

- डेंटल प्रॉब्लेम

☞ अपत्य जन्म केव्हा ?

विवाह बंधनात रूजल्यावर अपत्यप्राप्तीची इच्छा असणे ही मनुष्याची नैसर्गिक इच्छा असते. लोकसंख्यावाढीला आजच्या काळात मात्र मोजकीच पण सबळ, निरोगी, सामर्थ्यवान अपत्ये जन्मावीत यासाठी प्रत्येक जोडपे आग्रही असते. 'सुप्रजनन' होण्यासाठी प्रथमतः माता-पित्यांचे स्वास्थ्य उत्तम असणे आवश्यक ठरते.

मातृत्वसुख जगातील सर्व सुखांपेक्षा सर्वश्रेष्ठ सुख असते. या सुखाची गोडी वाढविण्यासाठी स्वतः निरोगी राहून एका सुदृढ बाळाची आई व्हायला हवे. यासाठी जेव्हा आपण प्रत्येक दृष्टीने (आर्थिक, शारीरिक, मानसिक) फिट व्हाल व घरातील परिस्थिती अनुकूल असेल तेव्हाच आई व्हायचा निर्णय घ्या. पती-पत्नीची दोघांचीही सहमती असणे उत्तम. दोघांचीही बाळाच्या आगमनाची उत्सुकता असणे व संबंधही ठीक असणे हाच बाळ होण्याचा योग्य काळ असतो. जेव्हा आपण पूर्णपणे तयार नसाल तेव्हा गर्भवती होणे म्हणजे कठीण प्रसंगाला निमंत्रण देणे असते. बाळाला दोघांचे शारीरिक व मानसिक लक्ष हवे असते.

अपत्य जन्म ही घटना योगायोग नसावा. त्या उलट मातापिता दोघांनी पूर्ण विचारांती हा निर्णय घेतलेला असावा. हा निर्णय दोघांनीही परस्पर संमतीने घ्यायला पाहिजे. कुणाही एकावर विशेषतः स्त्रीवर तो लादलेला नसावा.

'Pregnancy should be planned
not Accidental
Pregnancy will be by choice
not by chance.'

शरीर विज्ञानशास्त्रज्ञ, तत्त्वज्ञ व समाजशास्त्रज्ञ यांचे मत असे आहे की, विवाहानंतर कमीत कमी दीड ते दोन वर्षांनी गर्भधारणा होण्यास योग्य काळ असतो. म्हणजे तेवढा काळ पती-पत्नीला एकमेकांना समजण्यास लागतो.

बाळाला जन्म देणे ही जबाबदारी असल्यामुळे ती पेलण्याची पूर्णपणे तयारी असल्याशिवाय अपत्यजन्माचा विचार करू नये. यासाठी एकमेकांच्या आधाराची गरज असते. एकूणच आपली परिस्थिती व क्षमता पाहूनच आई होण्याचा निर्णय घ्यायला हवा.

पहिले मूल केव्हा ? जेव्हा हवे तेव्हा !

आर्थिक स्थैर्य

बालक गर्भावस्थेत असल्यापासून त्याची काळजी करावी लागते. ओढाताणीच्या आर्थिक परिस्थितीत मूल वाढवणं कठीण जाते. त्यामुळे आई-वडिलांची मानसिक ओढाताण होते. जन्माला येणाऱ्या मुलालाही या परिस्थितीला सामोरे जावे लागते. त्यामुळे शिक्षणाचे हाल व पुढील भविष्य संघर्षमय ठरू शकते.

गर्भसंभवापूर्वीची आर्थिक तरतूद अत्यंत महत्त्वाची असते. कारण गर्भारपण, तपासण्या, लसीकरण, प्रसूती, बाळाचे लसीकरण, औषधे आणि योग्य संगोपन यासाठी बराच पैसा लागतो. त्याची तजवीज आधीच करावी. म्हणजे बाळ झाल्यावर त्याचा मनमुराद आनंद लुटण्यासाठी सुसज्ज.

मानसिक स्थैर्य

घरी सतत ताणतणाव असेल तर मूल चिडचिडे होते. आई आनंदात असली तर मूल शांत होते.

घरातील स्थैर्य व शारीरिक स्थैर्य

कुटुंबातील प्रत्येक व्यक्ती घरी येणाऱ्या बालकाचे सहर्ष स्वागत करण्यासाठी तयार असेल. घरात आर्थिक व मानसिक स्थैर्य असेल आणि पती-पत्नीची शारीरिक अवस्था अबाधित असेल, अशा वेळी जन्माला येणारे बाळ शरीराने व मनाने संपूर्ण निरोगी स्वस्थ सुदृढ व निर्दोष असेल.

गरोदर होण्यापूर्वी ही काळजी घ्या

एकविसाव्या शतकातील धकाधकीच्या जीवनात दांपत्याने गर्भसंभवापूर्वी कमीत कमी तीन महिने आधीपासून खालील काळजी घ्यायला पाहिजे. कारण उत्तम स्त्रीबीज व पुरुष बीज तयार होण्यासाठी तीन महिने लागतात.

आई-बाप आनुवंशिकतेने मुलांना अनेक गोष्टींचा वारसा देतात त्यात आता आजारांचा समावेश करायला पाहिजे. गलेलठ्ठ पुरुषांमुळे संततीच्या आरोग्याला धोका असतो आणि तोही कॅन्सरसारख्या गंभीर दुर्धर आजाराचा.

मूल अव्यंग जन्मावं म्हणून गर्भवती स्त्री जशी बंधने पाळते, तशी तिच्या पतीनेसुद्धा पाळायला हवीत. सुस्त, व्यसनी, अनारोग्यकारक जीवनशैली त्यानं मुलाच्या जन्माची चाहूल लागताच बदलायला हवी.

आईप्रमाणेच नव्याने वडील बनणाऱ्या पुरुषांनीही स्वतःच्या आहाराच्या सवयीचा विचार करण्याची गरज आहे. अशा पुरुषांनी चरबीयुक्त पदार्थ टाळायला हवेत. जो आबेस असून बी व्हिटॅमिनचे प्रमाण कमी असलेला आहार (हिरव्या भाज्या, सेरेल्स, फळं आणि मांस) असला तर संततीत जन्मदोष निर्माण होतात. म्हणून आहाराच्या सवयी बदलायला हव्यात.

व्यसने

मद्यपान, घुटका, सिगारेट, कॉफी यांचा अतिरेक गर्भसंभवावर अनिष्ट परिणाम करू शकतो. होणाऱ्या मुलावर आसपासच्या वातावरणाचा, तेथील व्यक्तींचा परिणाम होतो.

आराम

गर्भसंभवात पती-पत्नीचा आरामही व्यवस्थित व्हायला पाहिजे. रात्रीची जागरणेही जास्त व्हायला नको. दोघांमध्ये कुठल्याही प्रकारचा वादविवाद नको. एकमेकांवर प्रेम व विश्वास असावा. घरातील सर्व मंडळींनीही त्यांच्याशी प्रेमाने वागायला हवे.

नोकरी करणारी स्त्री असल्यास योग्य आहार वेळेवर न घेता येणे, सतत प्रवास करणे, रात्रपाळी वगैरे मनाविरुद्ध काम करणे यामुळे स्ट्रेस किंवा ताण निर्माण होऊन स्त्रीच्या हार्मोन सिस्टीमवर त्याचा परिणाम होऊ शकतो.

"शुद्ध बीजापोटी फळे रसाळ गोमटी"

अर्थात ज्याप्रमाणे एक सुदृढ रोपटे विकसित होण्यासाठी उत्तम प्रतीचे बीज असावे लागते, अगदी त्याचप्रमाणे सुदृढ बालकाचा जन्म होण्यासाठी उत्तम प्रतीचे स्त्री-बीज व शुक्राणू यांची आवश्यकता असते. म्हणूनच गर्भधारणेपूर्वीपासूनच भावी माता-पित्यांची प्रकृती उत्तम व रोगमुक्त असणे महत्त्वाचे असते. गर्भसंभवाचे पहिले तीन महिने महत्त्वाचे असतात.

☞ गरोदर होण्यापूर्वीची काळजी : आहार-विहार

या काळात सकाळी लवकर उठणे, व्यायाम करणे, सूर्यदर्शन घेणे, चांगले वाचन करणे, संगीत ऐकणे, निसर्गरम्य ठिकाणी-बागेत किंवा नदीवर जाणे, धार्मिक स्थळांना भेट देणे यामुळे माता-पित्यांचे आरोग्य सुधारते.

आहार शाकाहारी किंवा मांसाहारी कोणताही असला तरी सात्त्विक समतोल पौष्टिक असावा.

- वारंवार ड्रिंक्स घेण्याच्या प्रवृतीमुळे ती साधी कोकाकोलासारखी का असेना 'बी ६' 'क' जीवनसत्त्व आणि कॅल्शियमची कमी होते. पुरुषांनी आपली जबाबदारी ओळखून वारसा देणाऱ्या पेशी जोमदार व्हायला सत्त्वयुक्त अन्न प्राशन करायला पाहिजे.
- घरी केलेले ताजे अन्न, भरपूर ताजी फळे व भरपूर पाणी प्यावे. पती-पत्नीने आहारात दही व उडदाचे पदार्थ खावेत.
- मांस, अंडी, हवाबंद अन्न, प्रिझर्वेटिव्हज् टाकलेली सरबते, लोणचे, मैदा, आटा टाळावा. बाहेरचे खाणे टाळावे, तेलकट मसाल्याचे टाळावे, जंकफूड खाणे टाळावे, जास्त खाणे किंवा उपवास टाळावे.

प्लास्टिक केमिकल्समुळे वंध्यत्वाचा धोका

जास्त प्रमाणात बीपीए-बिस्फेनॉल 'ए' या केमिकल्समुळे स्त्रीपेशंटच्या बीजांडाची संख्या कमी होते व क्रियाशीलता कमी होते. परिपक्व बीजांडांची संख्या कमी झाली की वंध्यत्व येते.

मेदाम्लांमुळे सेक्स हार्मोन्सच्या उत्पादनाला चालना मिळते. तेलयुक्त मासे, माशांच्या यकृतातील तेल, बीजे, सुका मेवा, डाळी, कडधान्ये व न गाळलेली वनस्पती तेले हे त्यांचे मुख्य स्रोत आहेत.

- दूषित पाण्यातून टायफॉईड, कावीळ, अतिसार या व्याधी टाळण्यासाठी बाहेरचे खाणे टाळावे. पाणी उकळून किंवा निदान गाळून तरी प्यावे.
- गर्भपूर्व काळात तज्ज्ञांच्या सल्ल्याने तीन महिने आधी पती-पत्नीने शुद्ध शतावरी, अश्वगंधा, अनंतमूळ, हळद या वनौषधी व दूध घ्यावे.
- इन्सेक्टीसाईड्स, पेस्टीसाईड्स, x-ray तेज, अत्तरे यांचा संपर्क टाळा.
- ब्युटी पार्लरमध्ये जाऊन फेशिअल्स, ब्लिचिंग या गोष्टी टाळाव्यात. यातील काही मसाज क्रीम रसायनयुक्त असू शकतात.

- वसंत ऋतूत जन्माला येणाऱ्या बाळात सिझोफ्रेनियासारख्या मानसिक रोगांची संभावना असते. म्हणून तसे प्लॅनिंग करावे.
- हिवाळा हा ऋतू गर्भधारणेच्या दृष्टीने चांगला मानला जातो.

☞ गर्भपूर्व फिटनेस

- गर्भधारणेसाठी शारीरिक तयारी म्हणजे ठणठणीत शरीर, रोगमुक्त शरीर, उंचीच्या प्रमाणात वजन, रक्तातील हिमोग्लोबीन चांगले (११ ते १२ ग्रॅम टक्के) हे सर्व असणे म्हणजे भावी सुदृढ माता आणि सुदृढ बालक.
- गर्भपूर्व सर्व शारीरिक तपासण्या करायला पाहिजेत. उच्च रक्तदाब (High Blood Pressure), डायबीटीस, कार्डियाक, किडनी प्रॉब्लेम्स असतील तर गरोदर राहण्यापूर्वीच पूर्णपणे ठीक झाले पाहिजे.
- डायबीटीसमुळे वंध्यत्व येऊ शकते व गर्भपात होऊ शकतात, गरोदरपणापूर्वी साखर संतुलित पाहिजे. नाहीतर, बाळाच्या वाढीवर परिणाम होतो. बाळात विकृती होण्याची संभावना असते.
- वजन - अतिकृश (अशक्त शरीर) किंवा अतिलठ्ठ शरीर दोन्हीही गर्भसंभवात अडथळे आणू शकतात.
- पती-पत्नीपैकी कुणाला जनायटोयुरीनरी किंवा इतर इन्फेक्शन्स असल्यास ठीक केले पाहिजे.
- पेल्हीस (Pelvis) ची सोनोग्राफी, थायरॉईड हार्मोन्स तपासणी अगोदरच करावी.

प्रजनन क्षमता वाढविण्यासाठी तुमच्या तणावाची पातळी कमी करा.

तणाव भावनिक असंतुलन हे गर्भधारणेतील व्यत्ययाचे एक प्रमुख कारण आहे. गर्भधारणेतील अक्षमतेमुळे तणाव वाढतो व तणावामुळे वंध्यत्व वाढते असे हे एक न संपणारे दुष्टचक्र आहे.

- तणावामुळे हायपोथॅलॅमसवर प्रभाव पडू शकतो व हार्मोन्समधील असंतुलन निर्माण होते.
- तणाव प्रोजेस्टेरॉनची पातळी कमी करतो.
- तणाव गर्भाशयातील अंतर्गत सुरकुत्यांमध्ये गर्भाच्या फलनावर परिणाम करतो.
- तणाव प्रोलॅक्टिनची पातळी वाढवतो (Hyperprolactinaemia) ज्यामुळे बीजनिर्मितीवर परिणाम होतो.

मन शांत ठेवून तणाव कमी केल्याने मासिक चक्र नियमित होऊन बीज व शुक्राणू दोहोंचे आरोग्य सुधारते आणि गर्भधारणा व फलन टिकून राहण्यास साहाय्य होते. तणाव कमी होणे म्हणजे जोडप्यांचे संबंध व आयुष्यमान सुधारणे होय.

- योगिक आसने व व्यायाम इत्यादींमुळे जनायटल ऑर्गन्सचा रक्तपुरवठा वाढतो. एंडोक्राईन्स ग्लॅड्सची म्हणजे पिट्युटरी, पिनीअल, थायरॉईड, अ‍ॅड्रीनल, ओव्हरीज आणि टेस्टीसची कार्यक्षमता वाढते. त्यामुळे गर्भधारणेची शक्यताही वाढते. त्याचबरोबर स्वास्थ्य चांगले राहून वजनही आटोक्यात राहते.
- मेडीटेशनमुळे स्त्रीमन शांत व एकाग्र राहते.

☞ औषधे

आपण डॉक्टरकडे गेल्यास, आपण गर्भस्थापनेचा निर्णय घेतला असे आपल्या डॉक्टरांना आवर्जून सांगावे. म्हणजे ते गर्भास अपायकारक नसलेली औषधे सुचवतील. बाळासाठी अपायकारक असलेल्या औषधांपासून सावध राहा.

प्रेगन्सी प्लॅन करण्यापूर्वी उच्च रक्तदाब, मानसिक आजार, एपिलेप्सी यांसारख्या आजारांची औषधे बदलावी लागतात.

एपिलेप्सी (फिट्स) किंवा मिरगी या आजारात कार्बामॅझेपीन हे एक औषध गरोदरपणात दिले जाऊ शकते.

प्रसूतिपूर्वी व गरोदर राहिल्यावर तीन ते साडेतीन महिने फॉलिक अ‍ॅसिड नावाच्या गोळ्या घ्याव्यात. त्यामुळे बाळात मज्जासंस्थेचे विकार [न्यूरल ट्यूब डीफेक्ट्स (N.T.D.)] होत नाहीत.

गर्भनिरोधक गोळ्या चालू असल्यास त्या कमीत कमी गर्भसंभवाच्या एक महिना आधी थांबवायला हव्यात.

प्रेगन्सी प्लॅन करण्यापूर्वी कॉपर-टी असल्यास तीन महिने अगोदर कॉपर-टी काढून घ्यावी.

गर्भप्रतिबंधक साधनांचा वापरही बंद आहे आणि दोघेही सहजीवन जगताहेत तरी जर पाच-सहा महिने उलटून गेल्यावरसुद्धा गर्भधारणा होत नाही असे वाटत असेल तर तज्ज्ञ डॉक्टरांचा सल्ला निःसंकोच घ्यावा.

गर्भधारणेच्या काळात रुबेलासारखे आजार झाले तर त्याचे गर्भावर विपरीत परिणाम होतात. सुरुवातीला झालेतर गर्भपातसुद्धा होतात. रुबेलामुळे बाळामध्ये हृदयरोग, कॅटरॅक्ट्स, अंधत्व व

बहिरेपणाही येऊ शकतो. म्हणून हे व्हॅक्सीन लग्नाआधीच किंवा गरोदरपणाच्या चार महिने अगोदर घेतले तर बाळ या वैगुण्यापासून सुरक्षित राहते. हे इन्फेक्शन इतके सौम्य असते की स्त्रीला साधा सर्दी, पडसे व ताप येतो त्यामुळे समजतही नाही. रुबेला व्हॅक्सीन एकदा घेतले की त्याचा परिणाम पुढचे पंधरा वर्षे राहतो.

गर्भारपणी, विशेषतः पहिल्या तीन महिन्यांमध्ये गर्भ फार नाजूक अवस्थेत असतो. पेशींचे विभाजन होऊन वेगवेगळ्या अवयवांची निर्मिती होते. या कार्यात व्यत्यय येऊ नये म्हणून गर्भार स्त्रीने विशेष काळजी घ्यायला पाहिजे. गर्भपातासाठी ईस्ट्रोजेन व प्रोजेस्टेरॉन या संप्रेरकांचे मिश्रण असलेल्या गोळ्या किंवा इंजेक्शन्स घेऊ नयेत; कारण त्यामुळे गर्भपात होत नाहीच, परंतु असा गर्भ वाढू दिल्यास त्यात विकृती उद्‌भवते. हा स्त्रीलिंगी गर्भ असेल तर पुढे मोठेपणी स्त्रीला गर्भाशयाचा कर्करोग होतो.

☞ डेंटल प्रॉब्लेम

गर्भावस्थेत बदलणाऱ्या हार्मोन्समुळे दात आणि हिरड्यांचा त्रास होतो. म्हणून दंतचिकित्सा तज्ज्ञांकडून दातांची तपासणी करणे, दात खराब असल्यास त्यावर उपचार करून घेणे हे आवश्यक आहे. कारण एकदा गर्भधारणा झाली की दातांचा x-ray काढणे, दात दुखत असल्यास पेन कीलर घेणे, दात काढणे किंवा रुट कॅनल करणे हे उपचार शक्य होत नाहीत.

मुख आरोग्य जपा. जेवणानंतर गुरळे भरा. झोपण्यापूर्वी ब्रश करा (सॉफ्ट ब्रश वापरा, कारण गर्भावस्थेत दाढेतून रक्तस्राव व्हायचा संभव असतो).

Torch Test

जर गर्भपाताची हिस्ट्री असेल तर Torch Test करायला पाहिजे.

To - Toxoplasma

R - Rubella

C - Cytomegalovirus

H - Herpes

जर IgM ब्लड टेस्ट वरच्यापैकी कोणतीही पॉझिटिव्ह असली तर हे सध्याचे इन्फेक्शन आहे. म्हणून त्याला ट्रीटमेंटची गरज असते.

जर IgG ब्लड टेस्ट पॉझिटिव्ह आली तर जुने (Old) इन्फेक्शन असते. त्यात पेशंटने काहीच काळजी करण्यासारखे नसते. उलट इम्युनिटी तयार झालेली असते.

Toxoplasma : मांजरीबरोबर संपर्क आला तर हे इन्फेक्शन होते. यामुळे वारंवार गर्भपात होऊ शकतात व विकृती गर्भ होऊ शकतो.

गर्भसंभवात उत्पन्न होणारी विकृती

स्त्री-पुरुषांमध्ये विषमज्वर कावीळ, क्षय यांसारखे दीर्घकाळ दुष्परिणाम करणारे विकार झाल्यास ते पूर्णतः बरे होण्याकडे आवर्जून लक्ष द्यावे. अन्यथा त्याचा परिणाम बीजावर होऊन बाळाच्या प्रकृतीमध्ये वैगुण्य येऊ शकते.

शुक्राणू व बीजांड संपन्न नसल्यामुळे

काही वेळा बाळात जन्मजात विकृती निघतात. उदा., गर्भाशय नसणे, दोन गर्भाशय जोडून असणे, त्यात पडदा असणे, अंडाशयाची वाढ न होणे, बाळाच्या हृदयातील पडद्यात छिद्र असणे, हृदयातील झडपा बरोबर नसणे, एखादी किडनी नसणे.

आयुर्वेदशास्त्रात गर्भसंभवात दोघांच्याही शरीरशुद्धीसाठी 'पंचकर्म' उपचार सांगितले आहेत. त्यामुळे लवकर व चांगली गर्भधारणा होण्यास मदत होते. स्त्रीच्या गर्भाशयातील विकारही ठीक होण्यास मदत होते.

सुदृढ बालक तेव्हाच जन्माला येते जेव्हा आई-बाबा बाळ होऊ देण्याचा निर्णय घेण्यापासून ते बाळ जन्माला येईपर्यंतच्या प्रत्येक टप्प्यात जबाबदारी पार पाडत असलेली त्यांची भूमिका निभावतात. त्यांना भविष्यातले आनंदी आई-बाबा बनवते. सुदृढ व सुरक्षित बाळासोबत एक सुरक्षित आई, एक हसरे घर जन्माला येते.

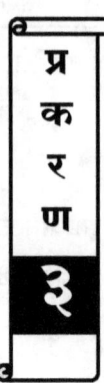

प्रकरण ३

गर्भाधान संस्कार

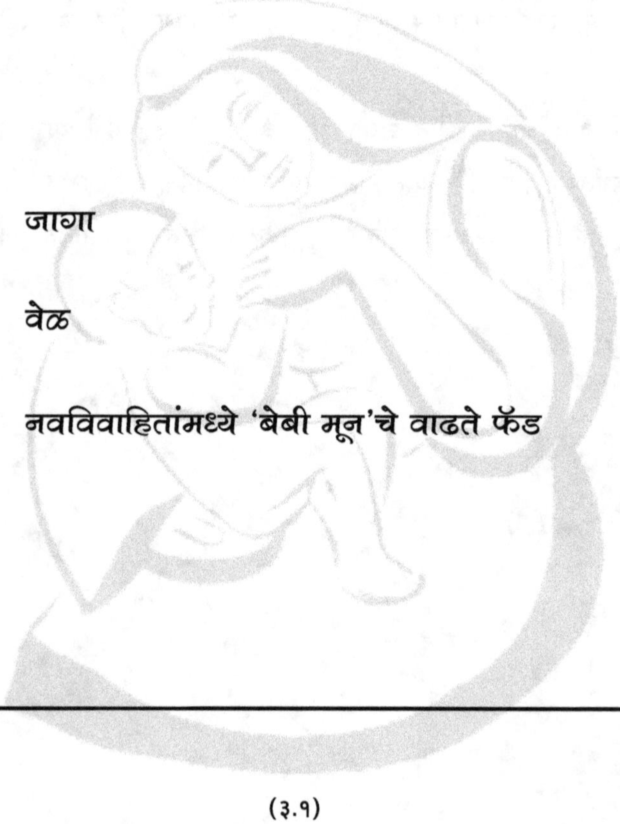

- जागा
- वेळ
- नवविवाहितांमध्ये 'बेबी मून'चे वाढते फॅड

उत्तम गर्भधारणेत शारीरिक शुद्धते (सात्त्विक लाइफ स्टाईल) बरोबरच मनाच्या पवित्र्याचाही मोलाचा हातभार असतो. त्यामुळे या कालावधीत सत्संग, संस्कारपूर्ण वाचन, ध्यान वगैरे गोष्टी आवर्जून कराव्यात. स्त्री-पुरुषांचे मन ज्या प्रकारच्या भावांनी युक्त असेल त्याचा प्रभाव नंतर गर्भाच्या मनावर पडतो. पवित्र व सकारात्मक मानसिकता खूपच महत्त्वाची आहे.

भारतातील पुरातन उपनिषधांमध्ये 'गर्भोपनिषद' नावाचे उपनिषद आहे. यात प्रजापती व सरस्वती या देवतांचा आशीर्वाद लाभलेला आहे. त्याचे पठण केल्यामुळे सशक्त व उच्च आध्यात्मिक पातळी असलेले मूल जन्मास येऊ शकते असे समजले जाते.

☞ जागा

गर्भधानासाठी जागासुद्धा स्वच्छ, पवित्र अशी आपल्याच घरात, नेहमीची परिचित जिथे शांतता लाभेल अशी आपली बेडरुमच निवडावी. मंद मधुर मंत्र किंवा श्लोक ऐकावे. सुगंधित फुले किंवा अगरबत्ती लावून प्रसन्न वातावरण निर्माण करावे. अशा वेळी चांगल्या मनाने जेव्हा संभोग केला जातो तेव्हा जी आध्यात्मिक ऊर्जा (Spiritual Energy) जी अर्भकासाठी (Foetus) वापरली जाते त्यालाच गर्भाधान किंवा गर्भपूर्व संस्कार म्हणतात.

अनोळखी व नवख्या जागी गर्भाधान करू नये. म्हणजे पर्यटन स्थळ किंवा हॉटेलमध्ये टाळावे.

☞ वेळ

गर्भाधानासाठी सर्वांत चांगली वेळ पहाटे ४ ते ६ ही होय. जो ब्रह्ममुहूर्ताचा काळ आहे. (संध्याकाळच्या संभोगामुळे हिरण्यकश्यपू राक्षसाचा जन्म झाला. त्याच्या पत्नीने गर्भवती असताना गर्भावर चांगले संस्कार केले त्यामुळे प्रल्हादाचा जन्म झाला).

४ ते ६ या सकाळच्या वेळात पुरुष हार्मोन्सचे प्रमाण अधिक असते. म्हणून गर्भधारणा इच्छुक जोडप्याने या काळात संभोग करावा.

आचार्य चरकांनी मध्यरात्र, मध्यान्हं, संध्याकाळी व मासिक पाळीच्या चार रात्री संभोग वर्ज्य सांगितला आहे.

ग्रहण, अष्टमी, अमावस्या, पौर्णिमा हे दिवस गर्भधारणेसाठी शुभ नाही. विज्ञानानुसार ग्रह, नक्षत्र आणि लग्न मुहुर्ताचा गर्भधानावर परिणाम होतो. म्हणून शुभ मुहुर्ताचाच लाभ घ्यायला पाहिजे. गर्भाधानाची योग्य वेळ खूपच महत्त्वाची आहे. जर आपण मे-जून महिन्यात गहू पेरले तर जे पिक येईल त्याची नोव्हेंबर-डिसेंबर मध्ये छान वृद्धि होईल, तसेच गर्भधानाचे आहे.

आयुर्वेदात गर्भाधानापूर्वी नाकपुडीत २ ते ३ थेंब दुर्वांच्या रसाचे किंवा अश्वगंधाच्या थेंबाचे महत्त्व सांगितले आहे. त्यामुळे गर्भाशयातील विकार दूर होतात.

नंतर सूर्यस्तवन करून देव आणि घरातील वडील मंडळी यांना नमस्कार करून भोजन करावे. रात्री शयनरुममध्ये संभोग करताना प्रत्येक वेळी दोघेही शांत, आनंदी व कामोत्सुक असावेत. तसेच दुसरे कोणतेही नकारात्मक विचार मनात न आणता आपल्या इच्छेप्रमाणे सुदृढ बुद्धिमान, सर्वगुणसंपन्न आणि सुसंस्कृत मुलगा किंवा मुलगी व्हावी, अशी परमेश्वराजवळ प्रार्थना करून एकमेकांशी समरस होऊन संभोग करावा. संभोग करतानासुद्धा कुलदेवतेचा नामजप किंवा गुरुमंत्र चालू ठेवावा. संभोगाच्या वेळी पती-पत्नीने आपल्याला हव्या असलेल्या गुणांनी युक्त संतती व्हावी यासाठी प्रार्थना करावी. उत्तम गुणांनी युक्त संततीची अपेक्षा असेल तर स्वतः पालकांनी शारीरिक, मानसिक, बौद्धिक, आध्यात्मिकदृष्ट्या सुपात्र व्हावे आणि चांगल्या आत्म्याला आवाहन करावे.

पूर्वीच्या काळी राजे-महाराजे उत्तम गुणयुक्त आत्म्याला आपल्या गर्भात येण्यासाठी आवाहन करीत असत. त्यासाठी दान, धर्म इत्यादी गोष्टी केल्या जात.

सध्याच्या आधुनिक काळात निदान दुसऱ्याचे अहित न करणे व चिंतणे, मोठ्यांचा आदर करणे, दुसऱ्यांना होईल तेवढी मदत करणे, जेवढी जमतील तेवढी सत्कर्मेच करणे इत्यादी गोष्टी कराव्यात.

☞ नवविवाहितांमध्ये 'बेबी मून' चे वाढते फॅड

हनिमून-मधुचंद्र सर्वांनाच माहिती आहे. पण 'बेबी मून' याचा अर्थ पत्नीला गर्भधारणा होण्यापूर्वी जोडपे सहलीवर जाते. अमेरिकेत नवविवाहित जोडपे मोठ्या संख्येने 'बेबी मून' सहलीला जातात. पती-पत्नी दोघेही नोकरी करीत असतील तर त्यांना एकमेकांना वेळ देता येत नाही, अशा जोडप्यांनी मुद्दाम सुट्टी घेऊन एकत्र शांत जागी फिरायला जावे यासाठी 'बेबी मून' हा शब्द प्रचलित झाला आहे. 'बेबी मून'च्या निमित्ताने पती-पत्नीला एकमेकांना वेळ देता येतो व एकांतात वेळ घालविता येतो. यामुळे भारतातही आता 'बेबी मून' लोकप्रिय होत आहे.

★★★

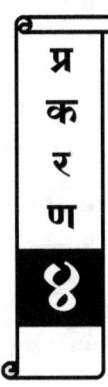

प्र
क
र
ण
४

गर्भधारणा कशी होते ?

- स्त्री व पुरुष जननेंद्रियाची रचना व कार्य
- गर्भधारणा कशी होते ?
- वंध्यत्व
  - स्त्री : कारणे व उपचार
  - पुरुष : कारणे व उपचार
- डीझाइनर बेबी *(Sperm Bank)*
- टेस्ट ट्यूब बेबी
- इक्सी
- झीफ्ट
- गीफ्ट
- सरोगेट मदर
- दत्तक विधान

भारतात १.५ कोटी दांपत्ये वंध्यत्वामुळे त्रस्त आहेत. आजची स्त्री ही करिअर ओरिएंटेड असल्यामुळे विवाह उशिरा होतो. म्हणून वंध्यत्वाचे प्रमाण वाढत आहे.

सामान्यपणे वयाच्या ३० वर्षापासून गर्भ राहण्याची शक्यता दर वर्षी १० टक्के कमी होत जाते.

काही स्त्रियांच्या नशिबी वंध्यत्व का येते ? यासाठी स्त्री जननेंद्रियांची रचना व कार्य समजून घेणे आवश्यक आहे. मूल होत नसल्यास पहिला दोष दिला जातो तो स्त्रीलाच. स्त्रीच्या सर्व तपासण्या नॉर्मल असल्याशिवाय कोणीही पुरुष सहसा स्वतःची तपासणी करण्यास पुढाकार घेत नाही. पण दोघांचे मिळून बाळ होणार म्हणून एकाच वेळी दोघांच्याही तपासण्या करायला पाहिजेत. पुरुषांमध्येसुद्धा ४० टक्के वंध्यत्व आढळून येते.

मूल होत नसल्यास विविध तपासण्या करण्यापूर्वी संभोगाच्या काही अडचणी असल्या तर त्या डॉक्टरांना सांगण्यासाठी संकोच करू नये.

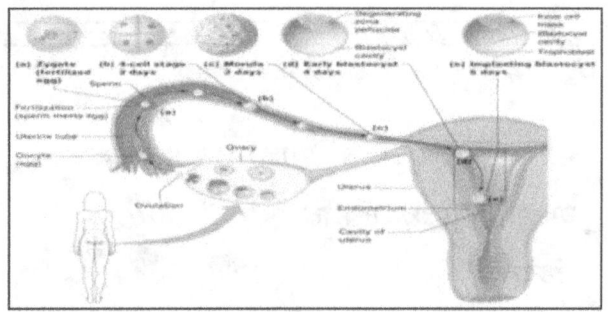

☞ स्त्री व पुरुष जननेंद्रियाची रचना व कार्य

स्त्री-बीजांड कोष (Ovary)

Ovary म्हणजेच अंडाशय. या दोन असतात व बदामाच्या आकाराच्या असून स्त्री-बीजांडे निर्माण करतात.

गर्भाशय (Uterus)

आशय म्हणजे पोकळी, गर्भ ज्या पोकळीत वाढतो ती पोकळी म्हणजे गर्भाशय. याचा आकार उलट्या पेरूसारखा असतो. हा स्नायूंचा बनलेला असतो. हा स्त्री शरीरातील प्रमुख व अतिशय महत्त्वाचा अवयव आहे. गर्भाशयाचा स्तर सव्वा सें.मी. जाडीचा असून त्यातील पेशी खूप लवचीक असतात. त्यामुळेच गर्भाशयाचा आकार गरोदरपणात ४-५ पटींनी वाढू शकतो व त्यात ३ ते ३.५ किलोपर्यंत बाळ सामावू शकते. अशा वेळी गर्भाशयाचे वजन एक किलोपर्यंत वाढते. प्रसूतीनंतर ताबडतोब गर्भाशय लहान होते. किमान दीड महिन्यात गर्भाशयाचे वजन व आकारमान सामान्य स्थितीला येते.

बीजांडवाहक नलिका (Fallopian Tube)

या दोन असून या बीजांडकोषापासून गर्भाशयास जोडलेल्या असतात व त्या विकसित बीजांडाचे Ovary पासून गर्भाशय पोकळीपर्यंत वहन करतात. याच ठिकाणी बीजांडाचे शुक्राणूशी (Sperm) मिलन होते व बीजांड फलित होते. गर्भधारणा झाली नाही तर हे तयार झालेले बीज ४८ तासांनी सुकते आणि इष्ट्रोजन व प्रोजेस्टेरॉन (स्त्रीत्वाचे हार्मोन्स) या संप्रेरकाचे रक्तातील प्रमाण कमी होते. त्याने गर्भाशयाच्या आतील स्तराची (Endometrium) वाढ खुंटते आणि तो स्तर शरीराबाहेर फेकला जातो. या रक्तमिश्रित स्रावाला 'मासिक पाळी' असे म्हणतात. ही क्रिया तीन-चार दिवस चालते.

हार्मोन

हे एक प्रकारचे प्रोटीन, एका अवयवापासून स्रवित झालेले पण दुसऱ्या अवयवावर परिणाम करणारे असते. मेंदूत पिट्युटरी व हायपोथॅलॅमस असते. ते अनेक हार्मोन्स स्रवित करतात जे थायरॉईड, गर्भाशय व ओव्हरिजच्या फंक्शन्सवर परिणाम करतात.

मासिक पाळीचे चक्र ही अतिशय गुंतागुंतीची क्रिया आहे. ज्यात हायपोथॅलॅमस, पिट्युटरी, थायरॉईड, ओव्हरीज, बीजांडे व गर्भाशय हे एकत्रितपणे सूत्रबद्ध, लयबद्ध काम करतात. त्यात कुठेही अडथळा आला तरी प्रजनन क्षमतेत परिणाम होतो. हे मासिक पाळीचे चक्र २८ ते ३५ दिवसांचे असते.

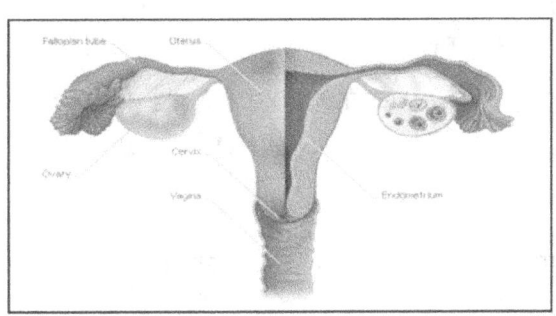 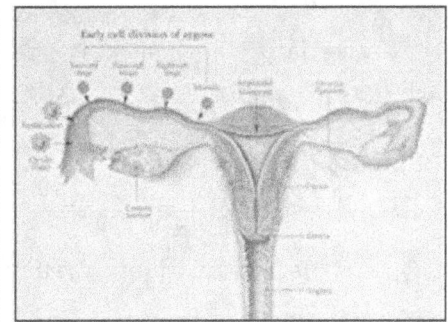

☞ गर्भधारणा कशी होते ?

दर महिन्याला बीजांडातून (ओव्हरीतून) एक बीज बाहेर पडते. यालाच 'Ovulation' (बीज विमोचन) असे म्हणतात. (२८ दिवसांचे चक्र असेल तर १४ व्या दिवशी) हे बीज फॅलोपियन ट्यूबमध्ये येते. स्त्री बीजाला बीजनलिकेत स्वतःची हालचाल नसते. त्या वेळी गर्भाशयाच्या अंतःस्तराची (Endometrium) वाढ झालेली असते. बीजवाहक नलिकेच्या सिलियामुळे बीजनलिकेत येते. या बीजनलिकेत स्त्री बीजाचे शुक्राणूंशी मिलन (Fertilization) होते. Oestrogen and Progesterone

मुळे अंतःपटल जाड होते. ही फलित झालेल्या स्त्री-बीजाच्या स्वागताची तयारी असते. फलित स्त्री-बीज नलिकेतून गर्भाशयाकडे वाटचाल करीत असते. गर्भधारणेपासून आयुष्याला सुरुवात होते. स्त्रीबीजाशी पुरुष बीजाचा संयोग होणे म्हणजेच गर्भधारणा. खऱ्या अर्थाने हाच मुलाचा जन्म होय.

गर्भाशयाच्या अंतःस्तरात ते रुतून बसते (Implantation). गर्भ तेथे वाढू लागतो. सुमारे २६३ दिवसांनंतर स्त्री प्रसूत होते व बाळ जन्माला येते. बीज फलनापासून बाळाचे पोषण या अंतःस्तराद्वारे (Endometrium) होत असते. म्हणून स्त्रीला मासिक पाळी येत नाही.

☞ वंध्यत्व

स्त्री वंध्यत्व

स्त्री-रोगतज्ज्ञ प्राथमिक चिकित्सा करून जोडप्यातील स्त्री व पुरुष दोघांनाही काही चाचण्या सुचवतील. त्या चाचण्यांच्या अनुषंगाने उपचार करतील किंवा गरज वाटल्यास योग्य त्या दुसऱ्या तज्ज्ञांचा सल्ला घेण्यास सांगतील.

- एंडोक्रिनॉलॉजिस्ट
- डायबेटॉलॉजिस्ट
- युरॉलॉजिस्ट
- सर्जन किंवा फिजिशियनचा सल्ला घेण्यास सांगतील.

बरेच वेळा लैंगिक शिक्षणाचा अभाव (सेक्स करण्याचे ज्ञान नसणे) हेसुद्धा एक वंधत्वाचे कारण असते.

सकारात्मक विचारशैलीसुद्धा वंध्यत्वात फारच उपयोगी पडते.

आजच्या धकाधकीच्या जीवनात ताणतणावांमुळे स्त्रीच्या हार्मोन सिस्टीमवर विपरीत परिणाम होऊ शकतो. संगीताचाही वंध्यत्वात फारच मोठा रोल आहे.

गर्भनलिका बंद असणे, फायब्रॉइड्स, अंतर्गत अवयवात दोष असणे (आकारमान लहान असणे), अवयवांना सूज असणे (P.I.D.) पेल्व्हीक इंफ्लमेटरी डीसीज हे वंध्यत्वाचे कारण होऊ शकते. याशिवाय वंध्यत्वाच्या कारणांचे पुढीलप्रमाणे सविस्तर वर्णन करता येते.

(१) **Vaginal Conditions :**

- Vaginitis - Infections   Bacterial
  Yeasts (Fungal)

उपचार : • लोकल किंवा सिस्टमिक अँटिबायोटिक्स, अँटिफंगल एजंट • प्रोबायोटिक कॅप्सूल (लॅक्टोबॅसिलस)

- Vaginismus

कारण : • नुकतीच काही शस्त्रक्रिया झाली असल्यास • इन्फेक्शन्स • भीती.

उपचार : • अँटिइंफ्लमेटिरी ड्रग्ज • लोकल किंवा सिस्टेमिक अँटिबायोटिक्स, अँटिफंगल • मानसिक भीतीसाठी समुपदेशन.

- Vaginal obstruction (अडथळा) - जाड हायमेन - Hymenectomy - Vaginal septum

(२) Cervical condition :

- Cervicitis - Infections - Bacterial - सिस्टमिक व लोकल अँटिबायोटिक्स

  - Yeasts - अँटिफंगल

जर सरव्हायकल म्युकस इन्फेक्शनमुळे घट्ट असेल तर शुक्राणूंना वर जायला अडथळा येतो. जर इस्ट्रोजनची कमी असेल तरीही स्राव कमी असल्यामुळे शुक्राणूंना वर जायला अडथळा येतो.

Cervical erosion - जर गर्भाशयाच्या मुखाला छाले असल्यास कॉटरी व लोकल अँटिबायोटिक्स द्यावे लागतात. जर सर्व्हिक्स खूपच खराब (Hostile to sperm) असेल तर I.U.I. केले जाते.

(३) गर्भाशयात दोष :

(अ) गर्भाशिय छोटे असेल तर इस्ट्रोजन व प्रोजेस्टरॉन टॅबलेट्स किंवा इंजेक्शन्स देऊन काही महिन्यात वाढवता येते.

(ब) Unicornuate uterus - Implantation, Miscarriage

Bicorhuate uterus - उपचार - लेपरोस्कोपीक - युनिफिकेशन

ज्या केसेसमध्ये पिट्युटरी बिघाडामुळे पाळी येत नसेल. तर गोनॅडोट्रॉफीन इंजेक्शन देतात.

Endometriosis - असा गर्भाशयाचा विकार आहे की त्यातील रसायनांमुळे (केमिकल्स) शुक्राणू, अंडबीज आणि एम्ब्रीयोचा नाश होतो.

Adenomyosis - मध्ये गरोदर राहण्याची शक्यता कमी असते. गर्भ राहिलाच तर गर्भपात होतो. म्हणून सरोगसीचा उपाय उत्तम.

Septate uterus - हिस्ट्रोस्कोपिकली सेप्टम काढला तर वंध्यत्व निवारण होते.

Uterine fibroids - • छोटे-छोटे फायब्रॉईड्स असेल तर काहीच अडथळा नसतो. • गर्भ-नलिकेजवळचे फायब्रॉईड्स नळीत अवरोध (Block) निर्माण करतात. • Submucous - फायब्रॉईड्ससुद्धा नळी बंद करतात. • Intramural fibroids - गर्भाशयाच्या पोकळीत घुसतात. असे फायब्रॉईड्स लेप्रोस्कोपीकली काढता येतात.

Gonadotrophin releasing harmone (GnRH) agonist analogue depot फायब्रॉईड्सचा आकार कमी करण्यासाठी देतात.

• Subserous fibroid चा पिळ (Torsion) बसला तर पोटात अत्यंत वेदना होतात व इमर्जन्सी ऑपरेशन करून तो काढावा लागतो.

• गर्भाशयाचे पॉलीप - गर्भाशयातील ग्रंथींपासून तयार झालेली गाठ (Oestrogenic) जर गर्भाशयातील पोकळीत वाढत असेल तर वंध्यत्वाला कारणीभूत होते.

पॉलिसिस्टिक ओव्हॅरिअन सिंड्रोम (P.C.O.S.)

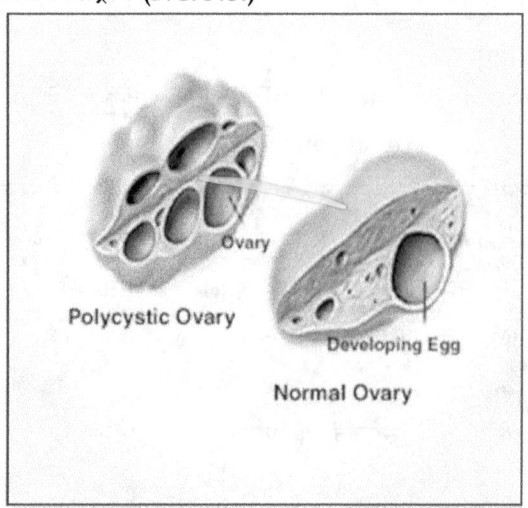

या आजाराच्या निदानासाठी व उपचारासाठी • स्त्री-रोग विशेष तज्ज्ञ • एंडोक्रायनॉयलॉजिस्ट • फिजिओथेरपिस्ट यांना भेटून उपाययोजना करावी.

P.C.O.S. हा एक सिंड्रोम म्हणजे लक्षणांचा समुच्चय आहे. हा आजार नक्की कशाने होतो हे माहीत नाही. यात हार्मोन्सचे असंतुलन होते एवढे मात्र नक्की. यात स्त्रियांमध्ये नाममात्र असणाऱ्या पुरुषी हार्मोन्सचे (अँड्रोजनचे) प्रमाण वाढते. पुरुष हार्मोन्सच्या वाढत्या प्रमाणामुळे तेलग्रंथींचा स्राव जास्त वाढतो. त्यामुळे भरपूर पिंपल्स येतात. हे पिंपल्स फक्त गालावरच नव्हे तर कपाळावर, मानेवर खांद्यावर, छातीवर आणि कधी-कधी तर पाठीवर येतात. ते उपचारांना दाद देत नाहीत. ओठांवर, मानेवर व हातापायांवर लवही वाढते. बेसुमार वाढणाऱ्या वजनामुळे स्त्रीची स्वप्रतिमा नकारात्मक होते.

मानसिक लक्षणांमध्ये नैराश्य, नकारात्मक स्वप्रतिमा, आत्मविश्वासाचा अभाव इत्यादी दिसून येतात.

पुरुषी हार्मोन्सचं जास्त प्रमाण आणि इस्ट्रोजन या हार्मोन्सची तुलनात्मक कमतरता यामुळे प्रजनन संस्थेमध्ये परिणाम दिसतात.

P.C.O.S. १५ टक्के स्त्रियांमध्ये दिसतो. हा त्रास करिअर करणाऱ्या स्त्रियांमध्ये जास्त दिसतो.

सोनोग्राफीत ओव्हरीत अनेक स्त्री-बीजे दिसतात. पण एकही पक्व होत नाही व बाहेरही पडत नाही. बीजांडकोशामध्ये सोनोग्राफीत छोटे-छोटे सिस्ट्स ओव्हरीच्या कडेला मोत्यासारखे दिसतात. म्हणून त्याला 'नेकलेस अपिअरन्स' म्हणतात. यावरूनच याला 'पॉलिसिस्टिक ओव्हॅरियन सिंड्रोम' असे म्हणतात. बीजनिर्मितीच्या अडथळ्यामुळे नंतर वंध्यत्वाची समस्या येऊ शकते. यालाच Anovulation असे म्हणतात. ही विकृती ओव्हरीचे आवरण टणक असल्यामुळे निर्माण होऊ शकते.

P.C.O.S. किंवा P.C.O.D. 'पॉलिसिस्टिक ओव्हॅरिअन डिसिज' यामध्ये स्त्रीबीज कोषामध्ये गाठी तयार होऊन कोषाचा आकार वाढतो.

विवाहितांमध्ये ९०-९५ टक्के वंध्यत्व केसेसमध्ये P.C.O.S. आढळून येते.

- शारीरिक लठ्ठपणा वाढतो. (अतिरिक्त चरबीमुळे जास्तीच्या इस्ट्रोजनचा साठा होतो.)
- पाळी अनियमित होते, काहींना कमी जाते.
- इन्सुलीनचे प्रमाण वाढते तसाच इन्सुलीन रेझीस्टन्सही वाढतो. पुढील आयुष्यात डायबीटीस होण्याचा संभव असतो.
- या गुंतागुंतीच्या रोगाचे निदान करणे तसे फार अवघड नसते. पिंपल्स, स्थूलत्व आणि अतिरिक्त लव याचे त्रिकूट व पाळीच्या समस्या या लक्षणांबरोबर सोनोग्राफीमधील विशिष्ट चित्र आणि वेगवेगळ्या हार्मोन्सच्या रक्तातील पातळ्या यावरून निदान ठरते.
- मानेवर, काखेत, जांघेत कातडी जाड व काळी होते. त्याला 'अकॅन्थोसिस नायगरीकन्स' म्हणतात. काही स्त्रियांमध्ये पुरुषांप्रमाणे मिशीच्या जागी लव बघायला मिळते. मुलीच्या शरीरावर केसांचे प्रमाण जास्त असते. केस जाड असल्यामुळे औषधीबरोबर सौंदर्यतज्ज्ञांची मदत घ्यावी लागते. लेसरने चेहऱ्यावरील केस काढता येतात पण पी.सी.ओ.एस.ची ट्रिटमेंट केल्यास फायदा होते.

उपाय : लठ्ठपणा होऊ न देणे चांगले. नियमित, नियंत्रित आहार घेतला पाहिजे. फॉलिक ॲसिड भरपूर असलेल्या आहाराने लवकर गर्भवती होण्यास मदत मिळू शकते. हे प्रजनन प्रणालीमध्ये बीजांडाच्या उत्पादनात मदत करते. मेहनतीचे व्यायाम करावे, तेलकट, तूपकट, गोड वर्ज्य करावे आणि जंकफूड (बाहेरचे खाणे) ला पूर्ण प्रतिबंध असावा. रफेज डायट म्हणजे तंतुमय पदार्थाचे आहारातील प्रमाण वाढवावे. पालेभाज्या कोशिंबीर रोजच्या जेवणात घ्याव्यात.

सकाळचा नाष्टा व्यवस्थित केल्याने P.C.O.S. मध्ये टेस्टेस्टरॉन नावाच्या पुरुष हार्मोन्सची लेव्हल कमी होते त्यामुळे Ovulation चा दर वाढतो. तसेच ३०-४५ मिनिटे चालण्यानेसुद्धा अतिशय चांगला व्यायाम होतो. योगासनेसुद्धा करायला पाहिजेत. अशा लाइफ स्टाईल बदलांमुळे व वजन आटोक्यात ठेवल्यामुळे ६०-७० टक्के पेशंट्समध्ये पाळीच्या तक्रारी दूर होऊन सकारात्मक बदल झालेला दिसतो.

नियमित व्यायामाने शरीरामध्ये हार्मोन्सचे संतुलन कायम राहील. तणाव आणि त्रासांचे कारण समजून घेऊन प्राणायाम व मेडिटेशन करावे. तणावमुक्त व सकारात्मक जीवन जगण्यास सुरुवात करावी. बरेचदा एवढ्यानेच गर्भधारणा होते. बऱ्याचदा अशा जोडप्याला नुसते सहलीला पाठवले तरी वंध्यत्वाची समस्या सुटते.

मासिक पाळीत रक्तस्राव कमी होत असल्यामुळे रक्ताच्या गाठी शरीरात जमा होऊन (निशिद्ध रक्त) आपल्याला लठ्ठपणा आलेला आहे असा काही लठ्ठ स्त्रियांचा गैरसमज असतो. उलट लठ्ठपणा अगोदर असतो व त्यामुळे रक्तस्राव कमी होतो. वजन कमी केल्यास मासिक पाळी पूर्ववत होते.

P.C.O.S. मध्ये अंडबीज तयार न होणे असा प्रकार दिसतो. त्याचे कारण म्हणजे FSH level कमी होते. त्यामुळे फॉलिकलची वाढ कमी होते व LH, androgen आणि Insulin level वाढते. तीव्र असंतुलन असेल तर वरच्या उपायांच्या जोडीला इस्ट्रोजन व प्रोजेस्ट्रोरॉन ही संप्रेरके असलेल्या गोळ्या वैद्यकीय सल्ल्यानुसार नियमित घ्याव्या लागतात. पिंपल्स आणि लव या उपायांनीच बऱ्याचशा काबूत राहतात.

उपाय : स्त्री-बीज ग्रंथीला उद्दीपित (Ovulation Induction) करणारी काही औषधे वापरली जातात. त्यामुळे अंडबीज बाहेर पडण्याला मदत होते.

Ovulation Inducing Drugs :

- Clomiphene Citrate (CC)
- Metformin
- Aromatase Inhibitor - Anastrozole (नवीनच छान अंडबीज फुटण्यास मदत करणारे औषध)
- Gonadotrophins : HCG, HMG
- PCOS मध्ये O.C. Oral contraceptive and myoinositol combination खूप इफेक्टिव्ह आहे. PCOS च्या पेशंटमध्ये मायोइनोसिटॉलमुळे जेस्टेशनल डायबीस्टिज GDM चा धोका टळतो. तसेच गर्भधारणेचा व जिवंत बाळ मिळण्याचा दर वाढतो.
- काही केसेसमध्ये स्टिरॉइड - डेक्सामिथॅसोन कमी डोसमध्ये दिल्यास अॅंड्रोजनची पातळी कमी होते.

वनौषधी : इन्शुलीनचा प्रतिरोध कमी करण्यासाठी काही उत्तम वनौषधी बाजारात उपलब्ध आहेत.

LEOS - Laparoscopic cauterisation of ovarian surface -

(१) काही PCOS च्या केसेसमध्ये लेपरोस्कोपीकली अंडाशयाच्या टणक कॅप्सूलमध्ये ड्रीलने अनेक छिद्रे करतात. त्यामुळे आतील साचलेले द्रवपदार्थ बाहेर जातात व टेस्टेस्टेरॉनची पातळी कमी होते व Ovulation Induction सहज होते.

(अतिशय जुन्या PCOS केसेमध्ये जिथे औषधांचा उपयोग होत नाही अशा ठिकाणी लेपरोस्क्रोपीने द्राक्षासारख्या तयार झालेल्या छोट्या ग्रंथी फोडाव्या लागतात. यालाच 'Ovarian Drilling' असे म्हणतात.)

(२) गर्भाशयाचा व गर्भनलिकेचा आजार उदा., (अ) टी.बी. - Genital T. B. - ८-९ महिन्यांचा Anti T. B. कोर्स पूर्ण करावा. म्हणजे वंध्यत्व निर्वारण होते. (ब) एंडोमेट्रीओसिस च्या Adhesions मुळेसुद्धा वंध्यत्व येते.

(३) वारंवार होणारा गर्भपात

(४) सर्व रिपोर्टस् नॉर्मल येऊनही गर्भधारणा न होणे इत्यादी कारणे वंध्यत्वात दिसून येतात.

(५) आहारामध्ये B-12 जीवनसत्त्वे कमी असल्यास मूलबाळ होण्यास अडचणी येतात म्हणून स्त्रियांनी B-12 जीवनसत्वयुक्त आहार (दूध, दही) घ्यावा. मांसाहारी स्त्रियांनी कमी शिजवलेला मांसाहार घ्यावा.

अंड्यातील पिवळा बलक व सोयाबीन तेलाचा (या दोन्ही घटकांमध्ये फॅटी ॲसिड असल्यामुळे) उपयोग संततिप्राप्तीसाठी होतो असे फर्टिलिटीविशेष तज्ज्ञ यांचे म्हणणे आहे.

(६) Premature Menopause

जर चाळिशीच्या आधीच मेनोपॉज आला असेल तर त्यास प्रीमॅच्युअर मेनोपॉज असे म्हणतात.

कारणे : • Chromosomal Anomalies • Autoimmune disorders • अंडाशयावर काही शस्त्रक्रिया झाल्या असतील तर • कॅन्सरसाठी किमोथेरेपी चालू असेल तर.

अशा पेशंट्समध्ये मूल हवे असेल तर हार्मोन रिप्लेसमेंट, कॅल्शिअम व व्हिटॅमिनचे सप्लीमेंट्स द्याव्या लागतात. अशा स्त्रियांनी लवकरच चान्स घ्यायला हवा. या केसेसमध्ये IVF (डोनर एग घेऊन) करणे हाच उपाय.

स्त्री वंध्यत्वाच्या तपासण्या : वंध्यत्वाच्या बाबतीत स्त्रियांना अनेक प्रकारच्या तपासण्यांना सामोरे जावे लागते. उदा., रक्त, लघवी, एक्स-रे, (H.S.G.) सोनोग्राफी, लेपरोस्कोपी इत्यादी व काही हार्मोन्सच्या टेस्टस. या तपासण्या केव्हाही केल्या तरी चालतात असे नाही तर मासिक पाळीच्या ठरावीक कालावधीतच त्या कराव्या लागतात. बरेच पेशंट्स म्हणतात की आम्ही दुरून आलो आहोत आम्हाला २-३ महिन्यांची औषधी द्या नंतर आम्ही येऊ पण तसे शक्य नाही.

बरीच जोडपी अशी तक्रार करतात की संभोगानंतर लगेच वीर्य योनिमार्गातून बाहेर निघून जाते. त्यांना वाटते की कदाचित यामुळे गर्भधारणा होत नाही पण या तक्रारीस फारसे महत्त्व देण्याची आवश्यकता नाही. फारतर संभोगाच्या वेळी पत्नीच्या कमरेखाली छोटीशी उशी ठेवणं आणि संभोगानंतर पत्नीने थोडा वेळ हालचाल न करता पडून राहणे हा त्यावरील उपाय आहे. किंवा संभोगानंतर पत्नीचे गुडघे छातीशी दाबून ठेवावेत. संभोग प्रसंगी कुठलाही तेली पदार्थ, क्रीम व जेलचा वापर करू नये. कारण असे चिकट पदार्थ शुक्राणूंच्या गतीसाठी अवरोध स्वरूप ठरतात.

स्त्री वंध्यत्वातील तपासण्या (Laboratory Tests) :

- रक्तगट, रक्ताचा काऊंट, रक्तातील साखर, HIV, Hepatitis B या रक्तातील तपासण्या कराव्यात.
- सिरम प्रोलॅक्टीन आणि थायरॉईड टेस्टस (T_3, T_4 TsH) या चाचण्या अनियमित पाळी येणाऱ्या महिलांनी जरूर कराव्यात.
- FSH आणि LH
  PCOS मध्ये इन्सुलीनची Fasting व एकदा ग्लुकोज घेतल्यावर
- Cortisol व DHEAS (Dehydro epiandrosterone) - अॅड्रीनल ग्लँडची पॅथॉलॉजी संभव असल्यास.
- AMH (Anti mullerian harmone) जर ओव्हरीत पुरेसे अंडबीजे तयार होत नसतील तर (AMH मुळे ओव्हरीची क्षमता (Reserve) समजते.)
- HSG हिस्टेरोसल्फिंगोग्राफी - गर्भाशय बीज वाहिनी चित्रण : हा एक्स-रे सर्व्हीक्स (गर्भाशयाचे मुख) मधून डाय टाकून पाळीच्या ७ व्या ते १० व्या दिवसापर्यंत घेतला जातो. यामुळे गर्भाशयाच्या पोकळीत काही दोष आहे काय ? गर्भनलिका प्रवाहित (Patent) आहे की काही अडथळा (Tubal block) आहे हे समजते.

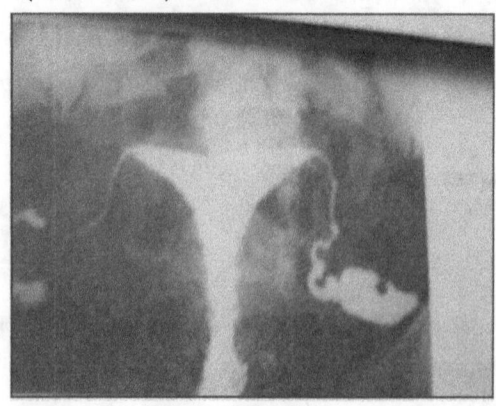

▶ D & C डी अॅण्ड सी, डायलेटेशन अॅण्ड क्युरेटाज

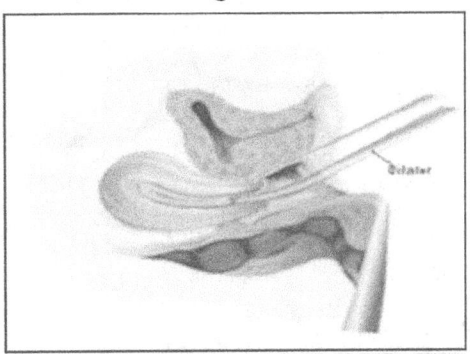

पाळीच्या ५-६ दिवसांपूर्वी (Premenstrual) ही तपासणी केली जाते. यात गर्भाशयाचे तोंड उघडून गर्भाशयाचे आतील आवरण काढून ते पॅथॉलॉजीस्टकडे तपासणीस पाठविले जाते. या तपासणीद्वारे स्त्री-बीज विमोचन, गर्भाशयाचा क्षयरोग, जंतुसंसर्ग समजू शकतो.

▶ **Colour Doppler :** रंगीत डॉपलर या उपकरणाच्या साहाय्याने गर्भाशयाच्या नलिकांच्या पोकळीचा अंदाज घेता येतो.

▶ **Sonography :** सोनोग्राफीमुळे Cysts, Fibroids गर्भाशयातील आतील आवरणाची जाडी (Endometrial thickness), नळीमध्ये गाठी (टी.बी.) अंडाशयामध्ये गाठी (P.C.O.S.), 'ओव्हूलेशन स्टडी' तसेच बीजाचे आकारमान समजते. स्त्री-बीज बाहेर पडण्याची प्रक्रिया समजण्यासाठी सोनोग्राफी ही पाळीच्या ११ व्या ते १८ व्या दिवसाच्या कालावधीत (स्त्री-बीज विमोचन अभ्यास) अनेकदा करावी लागते. जर Ovulation inducing drugs डॉक्टरांनी आधीच सुरू केले असतील तर सोनोग्राफी पाळीच्या ८ व्या दिवसापासूनही करावी लागते.

▶ **Laparoscopy :** लेपरोस्कोप छोट्याशा इन्सीजनमधून भूल देऊन पोटात टाकला जातो व ओटी पोटातील अवयवांचे निरीक्षण केले जाते. पोटात काही T.B. बदल, Endrometriosis मुळे होणारी गुंतागुंत (Adhesions) पाहिली जाते व मोकळी केली जाते.

स्त्री-पुरुष समागमात वीर्यस्खलन होते आणि योनिमार्गात वीर्य जेव्हा असते तेव्हा त्यात एका वेळी ४० मिलीयन ते ६० मिलीयन एवढे शुक्रजंतू असतात. त्यानंतर शुक्रजंतूंचा प्रवास सुरू होतो. स्वतः पोहत-पोहत योनिमार्ग-गर्भाशयाचे मुख (Cervix), गर्भाशय व शेवटी गर्भनलिका असा प्रवास शुक्राणू करतात आणि जास्तीत जास्त १०० शुक्राणू स्त्री-बीजापर्यंत पोहोचतात. त्यातील एकच शुक्राणू स्त्री-बीजाशी संयोग पावतो व गर्भ तयार होतो. योनिमार्गातून स्त्री-बीजापर्यंत पोहोचायला शुक्राणूला २ ते ६ तास अथवा १-२ दिवस लागू शकतात. शुक्राणू ४२ तासांपर्यंत बीज फलित करू शकतात. बीजनलिकेतील फलितपेशी ३ ते ५ दिवसांत गर्भाशयात पोहोचते, गर्भाशयाच्या अंतःस्तराला चिकटते

आणि रुजते (Implantation). अशा वेळी स्त्रीला थोडासा रक्तस्राव होतो पण त्यात घाबरण्यासारखे काहीच नसते.

जर फलित गर्भ (Blastocyst) ठरावीक वेळात गर्भाशयात पोहोचला नाही तर त्याचे रोपण सर्व्हीक्समध्ये किंवा त्याला गर्भनलिकेमध्ये होऊ शकते. त्यालाच Ectopic Pregnancy म्हणतात. जर गर्भ नलिकेत राहिला तर ट्यूबल प्रेग्नन्सी (Tubal Pregnancy) म्हणतात. तिथे जागा कमी असल्यामुळे गर्भाची वाढ न होता गर्भ आतल्या आत फुटतो व पोटात रक्तस्राव होणे सुरू होते. स्त्रिला पोटात असह्य वेदना सुरू होतात. तिच्या जीवाला धोका होऊ शकतो. अशा वेळी लगेच ऑपरेशनने तो काढून स्त्रीचा जीव वाचू शकतो.

पुरुष वंध्यत्त्व

बाप बनण्यासाठी पुरुषाचे आदर्श वय कोणते ?

पुरुषाने यौवनावस्थेत पदार्पण केल्यापासून ते त्याच्या मृत्यूपर्यंत त्यांच्या अंडकोषातून वीर्य निर्मिती सुरूच राहते. वय वाढेल तसे वीर्य हळूहळू कमी होत असले तरी ते पूर्णपणे कधीच कमी होत नाही. आमच्या इथे एकदा बापाचे वय ८० वर्षे व आईचे वय ३५ वर्षे अशा दांपत्याला अपत्यप्राप्ती झाली. तसे म्हटले तर पितृत्व कामासाठी अशी कोणतीही वयोमर्यादा नाही. पण वयोमानानुसार प्रजननक्षमता कमी होते. म्हणून पुरुषांचे वय बाप बनण्यासाठी ३५ वर्षांपूर्वीचे योग्य आहे. नंतर कृत्रिम पद्धतीने प्रजनन करण्याची शक्यता वाढते.

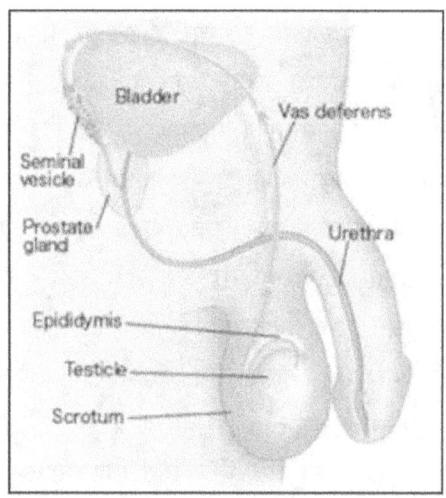

पुरुष वंध्यत्वाची कारणे :

- पुरुषांमध्ये शुक्राणूंचा अभाव किंवा कमी असणे किंवा शुक्राणूमध्ये वैगुण्य असणे यामुळे वंध्यत्व येते.

- शुक्रधातूस पोषण करण्यास सक्षम असणारा आहार न घेणे हेसुद्धा एक कारण होय. तसेच अतिप्रमाणात तिखट-तेलकट पदार्थ खाणे, धूम्रपान, मद्यपान, गुटखा. शरीर पोषणाचा विचार न करता केवळ जिभेचे चोचले पुरविण्यासाठी जंकफूडच्या अधिक सेवनाने शुक्रधातूचा ऱ्हास होतो.
- शारीरिक लठ्ठपणा वाढल्यामुळे शुक्रधातू अशक्त होतो. लठ्ठपणा अतिवाढल्यामुळे मैथुन शक्तीही कमी होते.
- मूत्रमार्गातील किंवा शुक्रवाहिनीतील दोष अथवा जंतुसंसर्गसुद्धा वंध्यत्वाचे कारण ठरते.
- काही गुप्तरोगांमुळेही किंवा दीर्घकाळ आजारानंतरही शुक्रधातूचे प्रमाण कमी होते.
- जी मुले लहानपणी प्लॅस्टिकची खेळणी जास्त प्रमाणात तोंडात घालून चोखतात त्यांच्या शरीरात विस्फेनल ए नामक घातक रसायन सहजपणे प्रवेश करते. त्याचा मानवी आरोग्यावर घातक परिणाम म्हणजे शुक्राणूंची संख्या कमी होते. प्लॅस्टिकच्या बाटल्या, खाद्य पदार्थांचे प्लॅस्टिकचे डबे यातही घातक रसायने असतात.
- अतिघट्ट कपडे जसे टाईट जीन्सचा वापरही चांगला नाही. सिंथेटिक अंडरवेअर्स ही टाळावे.
- उष्णतेमुळे शुक्राणूंच्या उत्पत्तीवर अपाय होतो. अतिउष्णतेच्या ठिकाणी म्हणजे भट्टी वगैरेजवळ काम केल्याने, अति गरम पाण्याने अंघोळ केल्यानेसुद्धा शुक्राणूंची संख्या कमी होते. शुक्राणूंची व वीर्याची वाढ थंड वातावरणात चांगली जोमाने होते. थंड पाण्याने अंघोळ केल्यास शुक्राणूंची संख्या पाच पटीने वाढते. भट्टीत किंवा Mine मध्ये काम करणे टाळावे. ड्राइव्हिंगचा लांबचा प्रवास टाळावा. त्यामुळे शुक्राणूंची संख्या कमी होते.
- जे पुरुष मांडीवर लॅपटॉप ठेवून काम करतात त्यांची फर्टिलिटी लेव्हल कमी असते.
- मोबाईलच्या इलेक्ट्रोमॅग्नेटिक रेडियेशन्समुळे शुक्राणूंची संख्या कमी होते म्हणून पुरुषांनी शक्यतोवर मोबाईल पॅन्टसच्या पॉकेटमध्ये किंवा कंबरेच्या पाकिटात ठेवू नये. मोबाईलवर २० मिनिटांपेक्षा जास्त वेळ बोलणे धोकादायक. खूप जास्त वेळ बोलायचे असल्यास लँडलाइन्स वापरावा. झोपताना डोक्याजवळ मोबाईल ठेवू नये. मोबाईलच्या लहरीमुळे डी.एन.ए. ची हानी होण्याचा धोका असतो.

धूम्रपान : धूम्रपानामुळे शुक्राणूंची हालचाल (Motility) करण्याची क्षमता कमी होते. त्यातील जेनेटिक मटेरियलवर दुष्परिणाम होतो. एकदा का पुरुषाने धूम्रपान सोडले की काही महिन्यांतच शुक्राणूंची संख्या व हालचाल वाढते. तंबाखूमध्ये असणाऱ्या निकोटिनमुळे रक्तप्रवाह विस्कळीत होतो.

मद्यपान : मद्यपानामुळे काही पौष्टिक तत्त्वांची जसे झिंकची कमी होते. त्या मिनरलची कमीसुद्धा वंध्यत्वाला कारणीभूत होते. मांसाहार व अंडी खाल्ल्याने शुक्राणू कमी होतात.

स्लिप डिस्कमुळे नपुंसकतेचा धोका : कंबरेखालच्या मणक्यातील नाड्या या जननांगाचे नियंत्रण करतात. जेव्हा स्लिप डिस्कचा विकार निर्माण होतो तेव्हा या नाड्यांवर दबाव येतो व त्यामुळे प्रजनन अंग सुन्न होऊ लागते. जर वेळेवर उपचार केले गेले नाहीत तर रुग्ण संपूर्णपणे नपुंसक होऊ शकतो. याला फारसे घाबरण्याची गरज नाही कारण न्यूरोसर्जरीत प्रभावी उपाय उपलब्ध आहेत.

- अपघात, इजा उदा., कंबरेखालील नाजूक भागास मार बसणे, मूत्रमार्गावर काही शस्त्रक्रिया इ. रेडिओथेरपी, किमोथेरपी, वातावरणातील विषारी द्रव्य.
- उदरपोकळीत राहिलेले बीजांडे (Undescended Testis) - क्रिप्टॉरकिडीझम.
- अवरोध - शुक्रनलिका बंद असणे किंवा संसर्ग व शस्त्रक्रिया यांमुळे बंद असणे.
- Neurological मज्जासंस्थेतील आजार
- जनुकीय - डेव्हलप्मेंटल आजार
- सिस्टीक फायब्रोसिस, क्लाईनफिल्टर इ.
- आंतस्रविक ग्रंथीचे (Endocrinological) आजार - थायरॉईड, डायबीटीस इत्यादींशी संबंधित.
- इन्फेक्शन जसे टी.बी.
- स्टिरॉईडची औषधे दीर्घकाळ घेतली असतील (सहा महिन्यापेक्षा जास्त) तरीसुद्धा शुक्राणूंची संख्या व शुक्राणूंची हालचाल कमी होते.
- काहीच आजार न सापडणे - ५-६ टक्के पुरुषांमध्ये कोणताही आजार नसतानासुद्धा वंध्यत्व असू शकते.
- Erectile Dysfunction - मानसिक ताणतणाव किंवा Impotence मुळे संबंधच करू न शकणे हे एक वंध्यत्वाचे कारण असू शकते.
- Anatomical - Epispadias किंवा Hypospadias मुळे शुक्रजंतूचे योग्य ठिकाणी स्खलन न होता लघवीतूनच (Retrograde Ejaculation) ते बाहेर निघून जातात.
- जेट युगात लाइफस्टाईलचे परिवर्तन झाल्यामुळे पौरुषत्वाचे हार्मोन टेस्टेस्टरॉनचे प्रमाण कमी होण्याची समस्या अल्पवयात आढळू लागली आहे. हे पुरुष हार्मोन वाढविण्यासाठी आठवड्यातून दोन वेळा हिंग किंवा लसणाची फोडणी दिलेली उडदाची डाळ खावी, हा सर्वोत्तम उपाय आहे. नाहीतर इंजेक्शन, गोळ्या किंवा जेली स्वरूपात सप्लीमेंट्स घेता येतात. टेस्टेस्टरॉनच्या कमीमुळे थकल्यासारखे वाटते. सेक्समधील आनंद कमी होतो, मनाची एकाग्रता कमी होते तसेच थोडा विस्मरणाचाही आजार जडतो.

- Immunological Infertility - शुक्रजंतूंची हालचाल काही रिॲक्शनमुळे कमी होते. त्यामुळे स्त्रीच्या गर्भाशयाच्या मुखावरील चिकट द्रव्य भेदून (Cervical Mucus) गर्भाशयात प्रवेश करणे शुक्रजंतूंना शक्य होत नाही. अशा पेशंटचे लवकर निदान न झाल्याने Unexplained Infertility (कारणरहित वंध्यत्व) म्हणून त्यांच्यावर बऱ्याचदा नको ते उपचार केले जातात.

पुरुष वंध्यत्वासंबंधी चाचण्या :

बाह्यांग तपासणी : खरेतर ही अत्यंत महत्त्वाची तपासणी आहे, जंतुसंसर्ग, वेरिकोसील, हायड्रोसील, हायपोस्पेडियासिस इ. महत्त्वाच्या बाबी बाह्य तपासणीने समजतात.

पुरुषाच्या लैंगिक व वंध्यत्वावरील आजाराचे तज्ज्ञ म्हणजे **ॲंड्रॉलॉजिस्टची** संकल्पना अजूनही भारतात तितकीशी रुळलेली नाही पण सध्या सिमेन ॲनालिसीस झाल्यावर, सोनोग्राफी झाल्यावर काही शंका वाटल्यास सर्जन किंवा युरॉलॉजिस्टकडे पुरुषांच्या बाह्यांग तपासणीसाठी पाठविले जाते.

वीर्य तपासणी : ही अत्यंत साधी व कमी खर्चाची व सुलभ चाचणी आहे म्हणून सर्वांत पहिली ही तपासणी केली जाते.

वीर्य परीक्षेत काही दोष आढळल्यास त्या अनुषंगाने ॲंटिस्पर्म ॲंटिबॉडी टेस्ट, पेल्व्हिक अल्ट्रासाउंड, हार्मोन्स तपासणी इ. चाचण्या सुचविल्या जाऊ शकतात. अगदी दुर्मीळ प्रसंगी करीओटायपिंग ही जनुकीय चाचणी केली जाते.

पुरुषांमधील या दोषांचे पुढील प्रकार खालीलप्रमाणे -

- **शुक्रकीटहीनता (Azoospermia) :** काही पुरुषांमध्ये वीर्य असते पण त्यात शुक्राणू (पुरुष बीज) नसतात. ते साध्या सीमेन तपासणीने समजते. बहुतेक वेळा यावर काहीच उपाय नसतो.
- **अल्पवीर्यता (Oligospermia) :** याच्यात शुक्राणू खूप कमी असतात. त्याची कारणे शोधून उपाय होतात व इतरही काही प्रकार जसे स्पर्म वॉशिंग करून ते पत्नीच्या गर्भाशयात टाकतात (IUI).
- **शुक्र दौर्बल्य (Asthenospermia) :** याच्यात शुक्राणू काऊंट व्यवस्थित असतो पण शुक्रजंतूची हालचाल कमी होते.

स्पर्म ॲंटिबॉडीज (Sperm Antibodies) :

- जर ब्लड टेस्टीस बॅरिअर तुटले तर (वासेक्टोमी, इन्फेक्शन, मार किंवा इजा Testicular Torsion इ. गोष्टींमध्ये) पुरुषांकडून त्यांच्याच स्पर्म विरुद्ध ॲंटिबॉडीज तयार होतात.

- काही स्त्रियांमध्ये ॲलर्जीमुळे पतीच्या शुक्राणूविरुद्ध अँटिबॉडीज तयार होतात व ते शुक्राणूंना स्थिर करतात किंवा त्यांचा नाश करतात. अशा स्त्रियांमध्ये I.U.I किंवा I.V.F. करावे लागते. तसेच Prednisolone Therapy किंवा शुक्राणूंना धुणे (Sperm Washing) हे उपायही करतात.

Varicocoele : फुगलेल्या व Tortuous नसांचा गोळा स्क्रोटममध्ये जमा होतो. तेथील वाढलेल्या रक्तपुरवठ्यामुळे तापमान वाढते व शुक्राणू कमी होतात. ऑपरेशन केल्यामुळे किंवा नसा बांधल्यामुळे ३० ते ४० टक्के केसेसमध्ये गर्भधारणा होते. व्हेरीकोसिलचे निदान कलर डॉपलरने करता येते. त्याचा उपाय ऑपरेशनने करता येतो.

वीर्य तपासणी (Semen Analysis) : वंध्यत्वासाठी पुरुषांच्या बाबतीत वीर्य तपासणी ही एक महत्त्वाची तपासणी आहे. गर्भधारणेसाठी एकाच सक्रिय (Active) शुक्राणूची गरज असते. शुक्राणूंची संख्या ३० ते ६० दशलक्ष असते. ती वीस दशलक्षपेक्षा कमी नसावी. कमी असली तर त्याला (Oligospermia) असे म्हणतात. त्यांना उपचाराची गरज असते. वीर्यात असणारे फ्रुक्टोज, शुक्राणूंच्या कामकाजासाठी ऊर्जा देणाऱ्या पदार्थाची उपलब्धता, शुक्राणूंची संख्या, त्यांचा आकार, पस सेल्स, शुक्राणूंची गती इ. गोष्टी वीर्य तपासणीत केल्या जातात आणि ते तपासलेच पाहिजे.

सर्वप्रथम पौष्टिक आहार, रात्रीची जागरणे वर्ज्य, धूम्रपान व मद्यपान बंद, सकारात्मक विचारशैली बाळगणे. काही • अँटिऑक्सीडंटस • आरजीनीन सॅचेट्स (Arginin Sachets) • D.H.E.A. (Dehydro epiandrosterone tab) नेही शुक्राणुची मोटिलिटी सुधारू शकतो.

शुक्राणू इलाजाने वाढविता येतात. एक शुक्राणू तयार होण्यासाठी तीन ते सव्वा तीन महिने लागतात.

बरेचदा डॉक्टरांच्या उपचारांच्या फेऱ्या करण्यापेक्षा तणाव कमी करण्यासाठी जोडप्याला पिकनिकला पाठविले जाते. काहींना उपचार न करता फेरबदलामुळेही गर्भधारणा होते.

संगीत, श्वसनाचे व्यायाम, योगासने, रिलॅक्सेशन, शरीराचा मसाज व मेडिटेशनसुद्धा वंध्यत्वाच्या इलाजासाठी बहुमूल्य ठरते.

शुक्राणूंची मोटिलिटी (Motility - हालचाल करण्याची क्षमता) वेग व संख्या वाढविण्यासाठी गाजर हे सर्वोत्तम आहे हे प्रयोगाअंती सिद्ध झाले आहे. गाजरामध्ये बीटा कॅरोटिन असल्यामुळे व्हिटॅमिन 'ए' तयार होत असल्यामुळे त्यापासून सशक्त व प्रजननक्षम शुक्राणू तयार होतात.

उत्कृष्ट पुरुष बीजनिर्मितीसाठी : दुधाचे पदार्थ, उडीद डाळ, तिळाचे तेल, सत्तू इत्यादींचे सेवन करावे.

वंध्यत्वाचे उपचार : अपत्यप्राप्तीसाठी केल्या जाणाऱ्या उपचाराचा साधारण सहा महिन्यांचा कोर्स आहे. काही जोडप्यांना मात्र लवकरच फलप्राप्ती होते. (हे ज्याच्या त्याच्या शारीरिक दोषावर अवलंबून असते).

(१) **Premenstrual D & C :** कधी-कधी गर्भाशयाच्या तोंडाला Cervix ला Stricture (घट्ट आकुंचित) असेल तर Dilatation मुळे ते मोकळे होऊन गर्भधारणेस मदत होते.

(२) दर महिन्याला पाळीच्या दुसऱ्या किंवा तिसऱ्या दिवसापासून अंडबीज परिपक्व होण्यासाठी (Ovulation Inducing Drugs) Clomiphene Citrate, Anastrozole सारखी गोळी दिली जाते.

(३) एखाद्या स्त्रीमध्ये HSG चे परीक्षण केल्यावर जर बीजवाहिनी नलिकेमध्ये काही कारणास्तव अडथळा (Block) आढळला म्हणजेच नळ्या बंद असल्यास पाळीच्या ५, ६ आणि ७ व्या दिवशी काही औषधे गर्भाशयात भरली जातात त्याने फायदा झाला नाही तर Micro Surgery (सूक्ष्म शस्त्रक्रिया) करून अडथळा काढला जातो. ही फारच नाजूक आणि कौशल्याची शस्त्रक्रिया आहे.

(४) 'पंचकर्म चिकित्सा' आयुर्वेदिक उपचार आहे. त्याने शरीर शुद्धीकरण होते. ही प्रोसीजर पाळीच्या साधारणपणे ६, ७, ८ व्या दिवशी केली जाते. या उपचारामुळे गर्भाशय व गर्भनलिकेचा मार्ग मोकळा होतो. गर्भाशयाचे स्नायू मजबूत होऊन गर्भधारणेस योग्य वातावरणनिर्मिती होते.

(५) ओव्ह्यूलेशन स्टडी (Ovulation Study) पाळीच्या सर्वसाधारण ८ व्या ते १८ व्या दिवसापर्यंत सोनोग्राफीद्वारे अंडबीजाचा अभ्यास केला जातो. अंडबीज परिपक्व होईपर्यंत (१८ ते २० मीटरचा आकार) परत-परत सोनोग्राफी करावी लागते.

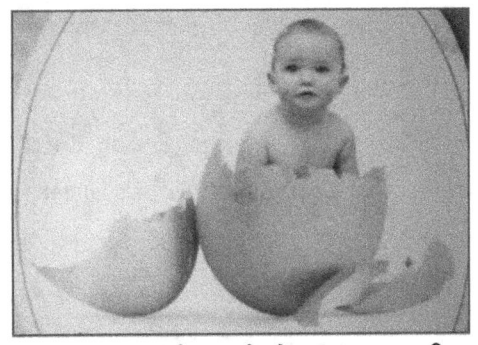

साधारणपणे ओव्ह्यूलेशनचा काळ पुढची पाळी येण्याच्या १४ दिवस आधीचा असतो. बऱ्याच स्त्रियांना त्या काळात ओटीपोटात दुखते. त्या दुखण्याला असे Mitteshmevch म्हणतात. यावेळी काही स्त्रियांना पातळ स्वच्छ स्राव योनीतून येतो.

ओव्ह्यूलेशननंतरचे शरीराचे बेसल (B.B.T.) तापमान (प्रोजस्टरॉनमुळे) वाढते ते जर मोजले तर ओव्ह्यूलेशनची वेळ समजते.

(६) अंडबीज परिपक्व झाल्यावर योग्य वेळी फुटण्यासाठी (Ovulation) HCG ह्यूमन कोरिऑनिक गोनॅडोट्रॉफीन नावाचे इंजेक्शन द्यावे. जेणेकरून परिपक्व झालेले अंडबीज फुटून शुक्राणूंशी संयोग होणे शक्य होते. जर अंडबीज बरोबर वाढत नसेल तर HMG व FSH ही इंजेक्शन्स द्यावी लागतात.

(७) अंडबीज फुटल्यानंतर जोडप्याला नैसर्गिक संभोग ३ दिवस (२४ तासाच्या अंतराने) करायला सांगितले जाते. तसे करूनही गर्भधारणा नाही झाली तर पतीचे वीर्य काढून त्याला इंजेक्शनद्वारे स्त्रीच्या योनिमार्गात सोडले जाते. असे तीन दिवस केले जाते. त्यासाठी कंबरेखालील टेबलाचा भाग उंच केला जातो. नंतर वीस मिनिटे स्थिर राहायला सांगितले जाते.

(८) Intra Uterine Insemination (I.U.I.) : जर पतीच्या वीर्यामध्ये शुक्राणू कमी असतील (Oligo Spermia) किंवा शुक्राणूंची हालचाल कमी असेल, Antigen-antibody reaction असेल तर एका स्पेशल पद्धतीने शुक्राणू धुऊन (स्पर्म वॉशिंग) I.U.I. टेकनिकद्वारे स्त्रीच्या गर्भाशयात सोडले जातात.

(९) I.V.F. In Vitro Fertilisation - Test Tube Baby

बाळ होण्याच्या अथवा वंध्यत्व निवारण्याच्या संदर्भात विज्ञान आणि तंत्रज्ञान गेल्या १-२ दशकात एवढे विकसित झाले आहे की, तुमच्याकडे वेळ आणि पैसा असेल तर गर्भधारणा झालीच समजा. या विकसित झालेल्या तंत्रज्ञानात अर्थातच टेस्ट ट्यूब बेबीचा समावेश आहे.

नैसर्गिक गर्भधारणा होऊन जसे नॉर्मल बेबीज होतात तसेच I.V.F. किंवा Test Tube Babies सुद्धा असतात.

जेव्हा शुक्राणूंची संख्या व हालचाल करण्याची क्षमता कमी होते तेव्हा हे तंत्र वापरले जाते. या तंत्रात स्त्री-बीज शरीराबाहेर काढले जाते (Ovum pick up) नंतर प्रयोगशाळेत तिच्या पतीच्या शुक्राणूंशी त्या स्त्री-बीजाचे मिलन घडवले जाते. मग हे फलित बीज स्त्रीच्या गर्भाशयात स्थापन केले जाते. तुमच्या आमच्या भाषेत यालाच 'टेस्ट ट्यूब बेबी' असे म्हणतात. पण हा प्रकार बराच महागडा आहे.

नसबंदीचे ऑपरेशन केलेल्या स्त्रीचे मूल एखादे वेळी अपघातात मृत्यू पावते व तिला पुन्हा मूल पाहिजे असेल तर मायक्रोसर्जरीद्वारे गर्भनलिका पुन्हा जोडून सलग करता येते किंवा टेस्ट ट्यूब बेबीच्या तंत्राद्वारे तिला पुन्हा बाळ होऊ शकते.

☞ डीझाइनर बेबी

स्पर्म बँकेत निरोगी सुदृढ व चांगल्या चारित्र्याच्या व्यक्तींचे वीर्य स्वीकारले जाते. ते वीर्य पूर्णपणे निर्दोष आहे असे सिद्ध झाल्यावरच घेतले जाते. त्यासाठी व्यक्तीची आधी जेनेटिक स्क्रिनिंग व एड्स, गुप्तरोग, कावीळसारख्या घातक आजारांची टेस्ट करूनच ते वीर्य वापरले जाते. फ्रीज केलेले वीर्य २०-२२ वर्षांपर्यंत टिकवून ठेवण्याइतके तंत्रज्ञान पुढे गेलेले आहे. परदेशात याचा वापर फार होतो. भारतात मुंबई व दिल्ली येथेच स्पर्म बँका आहेत.

एखाद्या वेळी पुरुषाच्या वीर्य तपासणीत एकही शुक्राणू आढळत नाही (Azoospermia). त्या वेळी तिच्या पतीची संमती घेऊनच अन्य पुरुषाचे चांगले धातू किंवा वीर्य स्त्रीच्या योनीमध्ये इंजेक्शनद्वारे सोडले जाते. त्याला Artificial Insemination Donation (A.I.D.) असे म्हणतात.

केवळ एका वेळी गर्भाशयात वीर्यसिंचन करून यश मिळत नाही. ३ ते ६ वेळा हा प्रयोग करावा लागतो. अशा रीतीने कृत्रिम गर्भधारणा करण्यासाठी वीर्य बँकेचा उपयोग होतो. सध्या जीवन प्रचंड धावपळीचे झाले आहे. सध्या जोडपे दोघेही प्रजननक्षम व सक्षम असले तरी मूल हवे तेव्हा सवडीने जन्माला घालण्यासाठी वीर्य बँकेत जतन करून ठेवता येते.

गणित सांगेल गर्भधारणेची शक्यता

एखादी महिला गरोदर राहील की नाही याचा अंदाज लावणारे एक गणितीय मॉडेल संशोधकांनी (लंडन स्कूल ऑफ इकॉनॉमिक्स) विकसित केले आहे. संबंधित जोडपे किती काळापासून अपत्य-प्राप्तीसाठी प्रयत्नशील आहेत, या गोष्टीवर हे मॉडेल आधारित आहे. बाळाच्या जन्मासाठी औषधोपचाराची किती काळ वाट पाहावी लागेल ? यावरही हे संशोधन प्रकाश टाकील.

डिझाइनर बेबी

वैज्ञानिक प्रगतीमुळे सुप्रजनन म्हणजे चांगल्या अपत्यनिर्मितीसाठी गुणसूत्रामध्येच बदल करता येईल. जसे चांगल्या वर्णाच्या, बुद्धिमत्तेच्या माणसाचे स्पर्मस बँकेत जतन करून ही संकल्पना पूर्णत्वाला आणण्याचे प्रयत्न विज्ञान करीत आहे. त्यासाठी पाश्चात्त्य लोकांचे Sperms वापरले जातात. ते खूपच खर्चीक आहे. त्यापेक्षा आपली भारतीय संस्कृती जन्मपूर्व गर्भसंस्कारावर भर देत आहे.

संतती हवी असलेल्या पित्यात शुक्राणू संबंधी काही दोष असतील तर दुसऱ्या पुरुषाकडून शुक्राणूची देणगी (Sperms Donation) घेतली जाते व फलित अंडे खऱ्या आईच्या गर्भाशयात वाढविले जातात.

डिझाइनर बेबी हे क्लोनिंगच्याही पुढचे पाऊल आहे. क्लोनिंगमध्ये अगदी सारखाच मनुष्य तयार केला जातो.

जिनेटिक 'इंजिनेअरिंग' म्हणजे जिनेटिक मटेरिअल (DNA) मध्ये बदल करून (Gametes, Zygotes or Embryos) त्यातील जिनेटिक दोष काढून काही निवडक गुणांनी पूर्ण Embryos आईच्या गर्भाशयात I.V.F. Tech ने रुजले जातात. त्यालाच 'P.I.G.D.' (Preimplantation Genetic Diagnosis) असे म्हणतात.

P.I.G.D. मुळे तुमच्या होणाऱ्या मुलांचा रंग, रूप, उंची, दुसरे कॉस्मेटिक ट्रेट्स (जसे घारे किंवा निळे डोळे), बुद्धिमत्ता जशी हवी असेल तसे भ्रूणाच्या जिनेटिक मटेरिअलमध्ये बदल करून इच्छित बाळाची निर्मिती करू शकता येणाऱ्या काही वर्षांमध्ये आपल्या मुलांमध्ये जगभरातील सुंदर व्यक्तिमत्त्वाची झलक बघणेदेखील यामुळे शक्य होणार आहे.

या सर्व प्रक्रियेचा खर्च १५ ते २९ हजार डॉलर येऊ शकतो. पहिली डिझाइनर बेबी ब्रिटनमध्ये २००० साली तयार केली गेली. एम्ब्रीओचे लिंगनिदान x व y क्रोमोझोमची निवड करून शक्य आहे, पण पालकांनी मुलगा किंवा मुलगी हवी म्हणून त्याचा उपयोग करू नये. त्यासाठी भारतात कायद्याने मनाई आहे.

डिझाइनर बेबीच्या प्रक्रियेत दोन माता आणि एक पिता यांचा समावेश होतो. प्रथम माता आणि पिता यांच्या मिलनातून युग्म (Embryo) तयार होईल. या युग्माच्या फलनाच्या वेळी ग्रस्त महिलेच्या गर्भातील तंतुकणिका (मायटोकॉन्ड्रिया गुणसूत्रांद्वारे) काढून त्या ठिकाणी डोनर महिलेच्या (स्वस्थ - Healthy) तंतुकणिका समाविष्ट केल्या जातात.

परंतु काही जिनेटिक डिसीझेस (Sex Linked) जसे हिमोफिलीया Muscular Dystrophy Duchene मुलांमध्ये दिसतात. असा पहिल्या मुलात जीवघेणा आजार असला तर डॉ. डिझाइनर बेबीच्या टेक्निकने जीन्समधील दोष काढून स्त्री-भ्रूण तयार करून गर्भाशयात वाढवू शकतात. त्यामुळे Healthy बाळ तयार होईल. (कारण मुलगा झाला तर तो त्या रोगांचा वाहक राहील.)

Body Cell Gene Therapy

डिझायनर बेबीकडून बोन-मॅरो घेऊन पहिल्या मुलाचा (पीडित) जीवसुद्धा वाचवता येईल.

अंडबीज व शुक्राणू दोन्हीही आता शून्यापासून शून्याखाली १९० डिग्री सेल्सिअस तापमानापर्यंत नायट्रोजनच्या द्रव स्वरूपात सुरक्षित ठेवले जातात. अगदी १०० ते १५० वर्षांपर्यंतही. या पद्धतीने एखादे 'वांझ' दांपत्य आपल्या खापरपणजोबा व पणजी यांच्या या शीतगृहातील अंडबीज व शुक्राणूंचा वापर करून वारसा मिळवू शकतील.

बऱ्याच करिअर ओरिएंटेड स्त्रियासुद्धा आपलेच अंडबीज जतन करून नंतर आपल्या सोईंनी मातृत्वाची अनुभूती घेऊ शकतात.

बऱ्याच स्त्रिया लग्नाच्या झंझाटीत न पडता शुक्राणू बँकेतून घेऊन आपल्या अंडबीजाबरोबर फलीकरण करून आई बनतात. तसेच एकटे राहणारे पुरुषसुद्धा करू शकतात. या प्रकारे भविष्यात बिनबापाची व बिनआईची मुले समाजात दिसू लागतील.

☞ टेस्ट ट्यूब बेबी

जेव्हा स्त्रीच्या दोन्ही गर्भनलिका बंद असतील (Bilateral Tubal Block) आणि दुसरे म्हणजे पुरुषांमध्ये शुक्राणूंची संख्या खूप कमी असेल तेव्हा टेस्ट ट्यूब बेबी हे तंत्र वापरावे.

टेस्ट ट्यूब बेबीच्या यशाचे प्रमाण ३० ते ४० टक्के असते. म्हणजे परत-परत प्रयत्न करावे लागतात. या तंत्रामुळे जुळे, तिळे किंवा क्वचितप्रसंगी चार गर्भाची वाढ होते. सुरुवातीला त्यातील एखादा किंवा दोन गर्भ वाढवावेत. यासाठी Selective Foetal Reduction अर्थात सोनोग्राफीने बघून एक किंवा दोन गर्भाची वाढ थांबविण्याचा पर्याय उपलब्ध आहे.

टेस्ट ट्यूब बेबीच्या गर्भपेशीत दूषित जनुके असल्यास ती दुरुस्त करून सुधारित जनुके घातलेला गर्भ आईच्या गर्भाशयात ठेवता येतो व एका सुदृढ बाळाला जन्म देता येतो.

☞ इक्सी (ICSI)

Intracytoplasmic Sperm Injection

या प्रक्रियेत अंडकोषातून स्त्री-बीज काढतात व पुरुषांच्या अंडकोषातून शुक्राणू बाहेर काढून प्रत्येक स्त्री-बीजामध्ये ते इंजेक्शनद्वारे टाकतात. त्यातून फलित अंडपेशी तयार होते तिला टेस्ट ट्यूब बेबीच्या प्रयोगशाळेत इन्क्यूबेटरमध्ये २ दिवस वाढवतात. नंतर २ दिवसांचा गर्भ गर्भाशयात पुढच्या वाढीसाठी टाकण्यात येतो. केवळ एका शुक्राणूंच्या साहाय्याने बीजफलन केले जाते.

☞ झीफ्ट (Zift)

स्त्री-बीज आणि शुक्रजंतूंचा संयोग शरीराबाहेर करून तयार केलेला २-३ दिवसांचा गर्भरूपी सूक्ष्म गोळा लेप्रोस्कोपीद्वारे गर्भनलिकेत (फॅलोपियन ट्यूब) सोडला जातो. यालाच 'Zift' असे म्हणतात.

☞ गीफ्ट (Gift)

स्त्री-बीज आणि शुक्रजंतू बाहेर काढून त्यांचा संयोग न करता गर्भनलिकेत सोडतात त्याला 'Gift' असे म्हणतात.

लठ्ठपणाचा उपचार

लठ्ठपणा ही खूप गुंतागुंतीची मेडिकल समस्या आहे. ती आहारविहाराने सोडविण्याचा प्रयत्न केला पाहिजे. पण तरी शक्य नसल्यास स्त्रीचे/पुरुषाचे वजन कमी करण्यासाठी बेरियाट्रिक सर्जरी उपयुक्त ठरते. या सर्जरीमुळे फॅट्स (चरबी) कमी केल्याने पेशंटमध्ये हार्मोन्सबाबतीत स्थिरता आणि वंध्यत्वापासून सुटका झालेली आपल्याला दिसून येते. या सर्जरीमुळे गर्भधारणा तर होतेच त्याशिवाय पी.सी.ओ.एस., मधुमेह आणि लैंगिक आजारापासूनही बचाव केला जातो. लठ्ठ पुरुषांनाही या शस्त्रक्रियेमुळे वैवाहिक जीवनाचा आनंद घेण्यासोबतच नपुंसकत्वाला दूर ठेवण्यास मदत होते.

त्वचेपासून तयार होणारे स्टेम सेल वैद्यकीय क्षेत्रातील नवा चमत्कार

मानवी त्वचेपासून ‘स्टेम सेल’ पेशी तयार करण्यात शास्त्रज्ञांना यश आले आहे. स्टेम सेल शरीराच्या कोणत्याही अवयवात बसविल्या जातात. तसेच संपूर्ण मानवी गर्भ तयार करण्याची क्षमता या पेशीत असते.

स्टेम सेलपासून जर्म सेल पेशीही तयार करणे शक्य असून जर्म सेलपासून शुक्राणू व अंडी तयार करता येतात. वैद्यकिय क्षेत्रात यामुळे क्रांती होणार आहे.

☞ सरोगेट मदर

सरोगेट्स हा लॅटिन शब्द म्हणजे ‘पर्याय’.

गर्भाशयातील मोठे फायब्रॉईड्स (गर्भाशयातील गाठी किंवा ट्यूमर), सेप्टम (गर्भाशयातील पडदा) या केसेसमध्ये लेपरोस्कोप, हिस्टरोस्कोप किंवा अन्य साधनांनी त्याची दुरुस्ती करता येते. परंतु जर दुरुस्ती होऊच शकली नाही तर दुसऱ्या सुदृढ स्त्रीचे (गरजू आर्थिकदृष्ट्या) गर्भाशय भाड्याने घेतले जाते. यालाच ‘सरोगेट मदर’ असे म्हणतात. कधी-कधी स्त्रीचे गर्भाशय काढलेले असेल तर या केसमध्ये सरोगसीचा उपयोग केला जातो. तसेच स्त्रीमध्ये काही मेडिकल प्रॉब्लेम्स असल्यामुळे

गरोदरपणात स्त्रीच्या जीविताला काही धोका असल्यास या तंत्राचा उपयोग केला जातो. यामध्ये पतीचे फलित बीज दुसऱ्या स्त्रीच्या भाडोत्री गर्भाशयात वाढवायचे यालाच 'सरोगसी' म्हणतात. हे I.V.F. सारखे तंत्र आहे. फक्त गर्भ दुसऱ्या गर्भाशयात (भाड्याने घेतलेल्या) वाढवतात. रोपण होऊन नऊ महिन्यांनी बाळ जन्म घेते. नाळ तुटली की संबंध तुटतो. बाळ ज्या पालकांचे असते त्यांना ते दिले जाते. अपत्यात त्याच्या मूळ आईवडिलांची गुणसूत्रे असतात. अपत्याचा दाखला जेनिटिक पालकांच्या नावे केला जातो.

सरोगसीचा वापर पाश्चात्त्य देशात जास्त होतो. तेथे सध्या ₹ ४८ लाख एवढा खर्च येतो. तर भारतात ₹ ५-६ लाख लागतात. परदेशी लोक भारतात येऊन सरोगसीचा वापर करून बाळ घेऊन जातात. भारतात दरवर्षी २७०० कोटी एवढी उलाढाल सरोगसी मदरच्या तंत्रामुळे होते. सरोगसीचा वापर उच्चभ्रू किंवा धनाढ्य लोकांकडून होतो. बंगलोर आता सरोगेट मदरचे मार्केट बनले आहे.

भारतात अजून सरोगसीबद्दल कायदा तयार झालेला नाही. (परदेशात मात्र आहे) सरोगेट मदर आणि पालक यांच्यामध्ये सुरुवातीलाच करार केला जातो. तिचे व तिच्या पतीचे समुपदेशन केले जाते. तिच्या पतीची व कुटुंबाची संमती घेतली जाते. सरोगेट मदरने कुठल्याही दडपणाखाली संमती देऊ नये. बाळाला जन्म दिल्यावर बाळावर तिचा कसलाही अधिकार राहणार नाही.

सरोगेट मदरचे वय २१ ते ३५ वर्षे असावे. सरोगेट मदर विवाहित असून तिला एक तरी स्वतःचे मूल असावे. सरोगेट मदर मानसिकदृष्ट्या निरोगी असावी. तिचे लसीकरण पूर्ण झालेले असून तिला कोणताही छोटा अथवा मोठा आजार नसावा. जवळचे नातेवाईक (मेव्हणी, मामेबहीण इ.) सरोगेट मदर होऊ शकत नाही.

☞ दत्तक विधान

एवढे सगळे करूनही जर यश मिळाले नाही तर वंशसातत्याच्या मागे न लागता घराण्याला 'वारस' आणण्याचा हा स्वस्त, सोपा व शेवटचा मार्ग वापरावा. मन थोडं मोठं करून हा मार्ग स्वीकारता येईल. भारतात अनेक सेवाभावी संस्था मोठ्या नेटाने हे काम करीत आहेत. अशा संस्थांमधून आपल्या पसंतीचे बाळ दत्तक घ्यायचे व त्याला मनभरून प्रेम द्यायचे.

मूल दत्तक घ्यायचे ठरल्यास वयाच्या ३५ वर्षापूर्वीच निर्णय घ्या. कारण पालक भूमिकेच्या जबाबदारीतून मुक्त होते वेळी तुमचे वय साठ वर्षांहून अधिक नसणे बरे. मान्यताप्राप्त संस्थेतूनच मूल दत्तक घ्यावे.

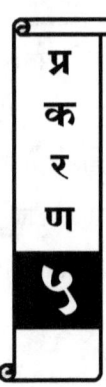

प्र
क
र
ण

५

गर्भावस्था

- ⚫ प्रसूतिपूर्व काळजी
- ⚫ भ्रूण विकास
  - – पहिले तीन महिने
  - – दुसरे तीन महिने
  - – तिसरे तीन महिने
- ⚫ गर्भावस्था
- ⚫ गरोदरपणातील तपासण्या
  - – *Routine Blood Group*
  - – *HB%, VDRL, HBsAg, HIV, Sugar*
  - – सोनोग्राफी – स्त्री-भ्रूणहत्येबद्दल
  - – मुलीचा जन्म होण्यात स्त्री जबाबदार नाही
  - – *Triple Test*
  - – *Amniocentesis*

(५.१)

- ❧ गर्भावस्थेतील नऊ महिने
  - शारीरिक व मानसिक बदल
  - प्रथम तिमाही सत्र
  - द्वितीय तिमाही सत्र
  - तिसरे तिमाही सत्र
- ❧ गर्भावस्थेतील मातेचा आहार
- ❧ बाळाच्या मेंदूची पॉवर वाढवणारे पदार्थ – **Pufa, LA, ALA**
- ❧ पाककृती
- ❧ गरोदरपणात कोणत्या गोष्टी कराव्यात आणि कोणत्या टाळाव्यात
- ❧ गरोदरपणातील समस्या
- ❧ गरोदरपण व काही गैरसमज
- ❧ गर्भसंस्कार
- ❧ बाळाचा बौद्धिक विकास
- ❧ गरोदर स्त्रीच्या पतीचे कर्तव्य
- ❧ भावंडांतील तेढ

मातृत्व हा स्त्री जीवनातील अत्यंत महत्त्वाचा व अनमोल असा टप्पा आहे. दिवसागणिक तुमच्या उदरात वाढणाऱ्या बाळामुळे तुम्हाला स्वर्गीय आनंद होतो. तुमच्या भावी आयुष्यातील खरी संपत्ती तुमची संततीच असणार आहे. म्हणूनच तुमच्या उदरात वाढणाऱ्या या चिमुकल्या जीवाची अगदी सुरुवातीपासून काळजी घेणे हे सर्वस्वी तुमच्या हाती आहे. हा

नक्कीच आगळावेगळा अनुभव आहे. सर्व काही मिळविण्याची अनुभूती आहे. तुमच्या बाळाला तुमच्या हातात घेण्यासाठी तुम्ही आतुरतेने वाट पाहत असताना, तुम्हाला हे नऊ महिने म्हणजे दीर्घ प्रतीक्षा वाटेल. जणू काही एखादी भेटवस्तू हळूहळू उलगडली जात आहे.

पुढे येणाऱ्या आनंदाच्या दिवसांचा आनंद घ्या. गर्भधारणा म्हणजे तुम्ही राणी असण्याची वेळ ! तुमच्या पतीचे, संपूर्ण कुटुंबाचे लक्ष तुमच्यावर राहील. निव्वळ कुटुंबाचे नाही तर तुमच्या मैत्रिणी, शेजारी व सगळे जग तुमचे लाड करत असतील.

☞ प्रसूतिपूर्व काळजी

गर्भावस्थेचा काळ स्त्रीत्वाचा परमोच्च आनंदाचा व महत्त्वाचा काळ असतो. हा नऊ महिने सात दिवसांचा असतो. यातच बाळाची वाढ होत असते. यांचे तीन विभाग करण्यात येतात.

पहिला त्रैमास - Ist Trimester   - १ ते ३ महिने

दुसरा त्रैमास - IInd Trimester - ४ ते ६ महिने

तिसरा त्रैमास - IIIrd Trimester - ७ ते ९ महिने

गरोदरपणाच्या नऊ महिन्यांच्या खडतर प्रवासात काही आवश्यक गोष्टींची काळजी घेतली तर हा काळ सुखावह होईल. आरोग्याची, पोषणाची आणि आनंदित राहण्याची चांगली काळजी घेतली तर तुम्हाला लवकरच एका निरोगी नवजात बालकाचे वरदान मिळेल.

जेवढे जमेल तेवढे स्वतःचे कौतुक करा. सुवासिक स्नाने, स्पाज, आध्यात्मिक ध्यानधारणा याचा आस्वाद घ्या.

नवीन मैत्रिणी जोडा. एखाद्या प्रसूतिवर्गाला जाणे सुरू करा. योगासने किंवा हलका व्यायाम शिका. नवजात बालकासाठी छान-छान कपडे आणि खूप खेळणी खरेदी करा.

दैनंदिनी लिहा आणि स्क्रॅपबुक ठेवणे सुरू करा.

इथून पुढे स्वतःला कधीही एकटे वाटू देऊ नका. तुमच्या सोबत राहण्यासाठी तुमचा सानुला नेहमी तुमच्या बरोबर आहे !

गरोदर माता मृत्यूचे प्रमाण घटले

जागतिक आरोग्य संघटनेच्या ताज्या अहवालानुसार बाळंतपण व गरोदरपणात महिलांचा मृत्यू होण्याचे प्रमाण कमी झाले आहे. १९९० साली लाखात ९१५ गरोदर मातांचा मृत्यू होत होता. तो २०१० साली ५१२ वर आला आहे. हे प्रमाण आणखी तीन टक्क्यांनी कमी करण्याचे प्रयत्न आहेत.

भारतात असुरक्षित मातृत्वाची स्थिती भयानक आहे. युनिसेफच्या अहवालानुसार आपल्या देशात दरवर्षी ७८,००० स्त्रिया आई होण्यापूर्वी मृत्युमुखी पडतात. यासाठी प्रसूतिपूर्वी होणारे आजार कारणीभूत आहेत. कारण हा आजार आपोआप बरा होईल असे म्हणून याकडे दुर्लक्ष करण्यात येते.

कुपोषित बालिका-कुपोषित माता-कुपोषित बाळ

कुपोषित मुलगी मोठी झाल्यावर जेव्हा गर्भवती होते तेव्हा तिच्या गर्भात वाढणारे मूलही कुपोषित व कमी वजनाचे भरते.

सुरक्षित मातृत्वाच्या दृष्टीने बालिका असल्यापासूनच तिला सकस आहार दिल्याने शिशूच्या जन्माच्या वेळी कमी वजन असण्याची समस्या सुटेल.

बालिकेची पुढील काळजी घेतली तर सुखद मातृत्व मिळेल.

▸ तिला समान पौष्टिक आहार द्या. (मुलगा किंवा मुलीमध्ये भेदभाव करू नका.)

▸ बालिकेला शिक्षण द्या.

▸ तारुण्यावस्थेत तिला पुरेसा पौष्टिक आहार द्या व त्याचे मूलभूत ज्ञान द्या.

▸ १९ वर्षांपूर्वी तिचा विवाह करू नका.

▸ गरोदरपणात, बाळंतपणानंतर, स्तनपानाच्या काळात पोषक आहार, आरोग्याची काळजी व कुटुंबाचा आधार तिला द्या.

▸ जन्मानंतर ताबडतोब स्तनपान करण्यास तिला प्रोत्साहित करा म्हणजे बाळाला कोलोष्ट्रम मिळेल.

▸ दोन मुलांमध्ये तीन वर्षांचे अंतर ठेवा.

प्रसूतिपूर्व भेटी

प्रसूतिपूर्व भेटीमुळे डॉक्टरांना तुमच्या आरोग्यावर, तुमच्या बाळाच्या प्रगतीवर लक्ष ठेवणे शक्य होते. बाळाचा विकास तपासला जाईल.

प्रसूतिपूर्व तपासणीची नोंद (Ante Natal Card) यात खालील महत्त्वाच्या गोष्टींची नोंद होते.

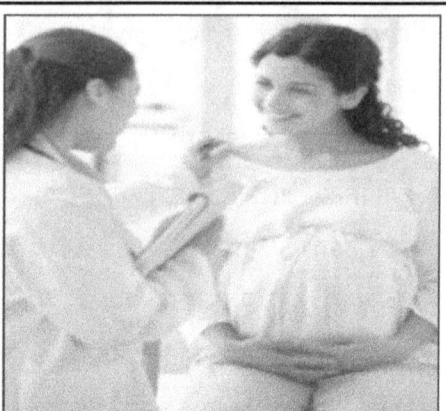

- वजन
- ब्लडप्रेशर
- पायावर सूज .....
- Build (बांधा- लठ्ठ साधारण कृष)
- Nutrition (पोषण - चांगले साधारण Poor)
- उंची
- वजन
- पॅलार (HB%) (नखे, जिभेवर, खालच्या पापणीच्या आत)
- कावीळ
- मान-थायरॉईड ग्रंथीसाठी
- स्तनांची तपासणी - मुख्यतः निपलची - पसरट (आत वळलेले)
- L.M.P. (Last Menstrual Period शेवटच्या पाळीची तारीख)
- E.D.D. (Expected Date of Delivery संभाव्य प्रसूतीची तारीख)
- Hb, Urine व इतर इन्व्हेस्टीगेशन्स
- सोनोग्राफी रिपोर्ट
- गर्भाशयाची उंची
- धनुर्वाताची इंजेक्शने

इतिहास : तुमच्या स्वास्थ्य इतिहासाचा आणि अगोदरच्या गर्भावस्थेचा,

- ▸ गर्भपात
- ▸ कमी महिन्यांची प्रसूती
- ▸ पोटातच गर्भ मेलेला असेल

आढावा घेऊन डॉक्टर तुमच्या गर्भावस्थेदरम्यान तुमच्यासाठी आवश्यक असलेल्या विशेष काळजीबद्दल सांगू शकतात.

- अगोदरच्या गर्भावस्थेत डायबीटीस, उच्च रक्तदाब, ॲनिमिया किंवा इतर मेडिकल समस्या
- सध्याची चालू असलेली औषधे
- **आई-वडिलांची फॅमिली हिस्ट्री - मेडिकल**

जसे डायबीटीस, उच्च रक्तदाब, कोसँग्विनस लग्न असल्याचा इतिहास आणि जेनेटिक दोष जसे सीकल सेल डीसीज किंवा थॅलेसेमिया.

प्रत्येक गर्भावस्था वेगळी असते आणि कुठल्याही पूर्वसूचनेशिवाय समस्या उद्‌भवू शकतात. म्हणून प्रसूतिपूर्व (Antenatal Care) तपासण्या अत्यंतिक महत्त्वाच्या असतात.

☞ भ्रूणविकास

गर्भावस्थेचे नऊ महिने स्त्रीत्वाला परिभाषित करतात.

बाळ आणि मातेमध्ये दर आठवड्याला बदल होत असतात.

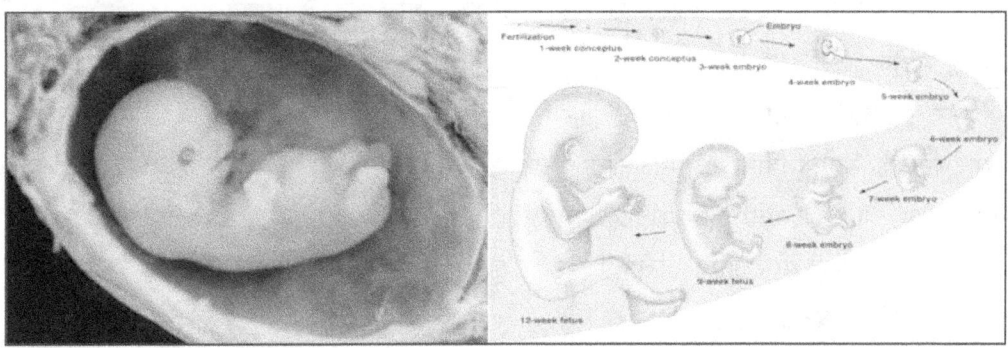

पहिले तीन महिने

गर्भधारणा ते १२ आठवडे

एक ते चार आठवडे

पहिला आठवडा : एक नवीन जीव जन्माला आला आहे. छोट्याशा भ्रूणाच्या रूपात बाळ तुमच्या उदरात हळूहळू वाढतंय. अनेक पेशींच्या समूहापासून भ्रूण तयार होते आणि जोमाने वाढते. सुरुवातीला भ्रूण टाचणीच्या टोकाएवढ्या आकाराचे असून लांबीने ०.८ ते ०.१६ इंच एवढे असते. ते फॅलोपियन ट्यूबमार्गे गर्भाशयाकडे जाते. गर्भाशयात आल्यावर आतील भिंतीला चिकटते.

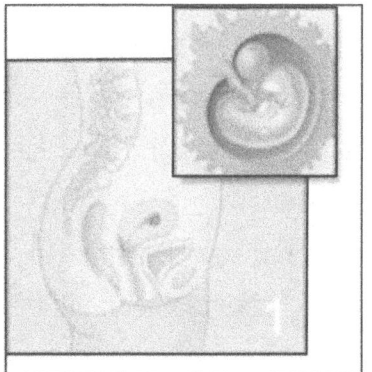

गर्भाच्या आत शिरणाऱ्या पेशी आणि गर्भाशयातील आवरण यांच्या संयोगाचे रूपांतर प्लासेंटामध्ये होते आणि मध्यवर्ती पेशीचे विभाजन, पुनर्विभाजन होते आणि त्या एकत्रित येऊन बाळाचे निरनिराळे अवयव तयार होतात.

प्लासेंटा हा गर्भाच्या फुप्फुसाचे व मूत्रपिंडाचे काम करतो. त्याचबरोबर अन्नपुरवठा व रक्तपुरवठा-देखील करतो.

दुसरा आठवडा : Amniotic Sac ची निर्मिती या पिशवीमध्ये गर्भाची वाढ होते. सुरुवातीच्या आठवड्यात Yolk Sac मध्ये रक्तपेशिका किंवा रक्तवाहिन्यांची निर्मिती होते.

तिसरा आठवडा : छोट्या Bud ची निर्मिती की ज्यापासून पुढे हृदय, फुप्फुसे आणि चेतनाकेंद्राची उत्पत्ती होते.

चौथा आठवडा : मुख भागाची निर्मिती, हात-पायांच्या पिंडाची निर्मिती.

पहिल्या महिन्यात आईच्या वजनातील वाढ - नगण्य, गर्भाचे वजन - नगण्य.

दुसरा महिना

दीड इंचाचा एम्ब्रियो, फुग्यासारख्या पिशवीत तरंगू लागतो. या पिशवीला 'ॲम्निऑटिक सॅक' म्हणतात व त्यातील द्रवाला 'ॲम्निऑटिक फ्लुईड' (गर्भजल) म्हणतात. याच ॲम्निऑटिक फ्लुईडद्वारे एम्ब्रियोला पोषक घटक मिळतात.

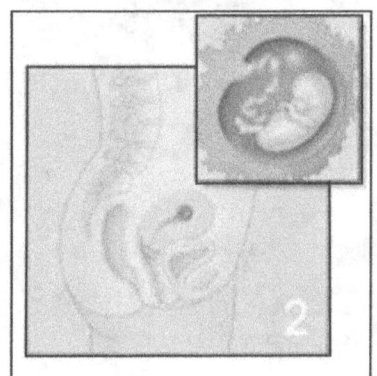

पाचवा आठवडा : गर्भाचे मस्तिष्क, तोंड, ओठ, जीभेसकट चेहरा आकार घेत असतो. बाळ हालचालीचा सराव करतो. आता त्याचा मातेपासून स्वतंत्र रक्तगट आहे. पाच आठवडे पूर्ण झाल्यावर (गर्भधारणेच्या २१ व्या दिवशी) हृदयाची हालचाल पहिल्यांदाच आढळते.

सहावा आठवडा : धडापेक्षा डोक्याचा आकार मोठा दिसतो, पाठीच्या कण्याची निर्मिती प्रक्रिया सुरू असते. Neural Tube बंद होते. हृदयाचे ठोके नियमित होतात. हात-पायांच्या बोटांचा विकास सुरू असतो.

सातवा आठवडा : डोळे दृश्य स्वरूपात व्यक्त होतात आणि डोळ्यांमध्ये रेटिना व लेन्स तयार होतात. शरीरातील हाडांची निर्मिती प्रक्रिया वेगात सुरू होते. Cartilage चे Bone मध्ये रूपांतर होण्यास सुरुवात होते.

दुसऱ्या महिन्यात आईच्या वजनातील वाढ - नगण्य, गर्भाचे वजन - २ ग्रॅम

तिसरा महिना

गर्भाचे तीन महिने पूर्ण झाल्यानंतर साधारणपणे खालील गोष्टी दिसतात.

• गर्भाच्या शरीरातील अंतर्गत अवयव संपूर्णपणे दिसतात आणि त्यांचा विकास सरू होतो. • डोळ्यांच्या पापण्या तयार होतात आणि डोळे झाकले जातात. (सातव्या महिन्यापर्यंत त्या बंद राहतात.) • कानाच्या पाळीचा विकास होतो. • हात-पाय यांचा त्यांच्या बोटांसहित विकास होतो. • हात-पायांच्या बोटांच्या नखांच्या मुळांची निर्मिती सुरू होते. • बाळाच्या स्नायूंची वाढ सुरु होते. बाळ त्याच्या आजूबाजूकडील द्रव शोषून घेऊ शकते आणि गिळूही शकते. तसेच लघवीसुद्धा करू शकते. म्हणून गर्भजल तयार व्हायला सुरुवात होते. • पॅनक्रियाज इन्सुलीन तयार करते.

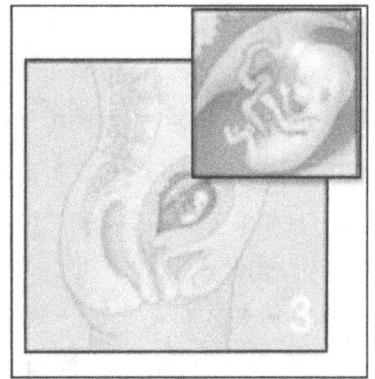

- गर्भाची उंची दोन ते अडीच इंच.

आईच्या वजनाची वाढ १ किलो, गर्भाचे वजन १८ ग्रॅम.

चौथा महिना

गर्भाचे चार महिने पूर्ण झाले की, साधारणपणे खालील गोष्टी दिसतात.

• डोळ्यांच्या पापण्यांचे आणि भुवयांचे केस यांची निर्मिती व वाढ सुरू होते. • मुख भाग आणि शरीरावर सूक्ष्म केसांची निर्मिती सुरू होते. • त्वचा अत्यंत पातळ आणि पारदर्शक. • हाडांच्या सांध्यांची निर्मिती आणि वाढ. • लैंगिक अवयवांची वाढ •श्वसन यंत्रणा व क्रिया यांचा विकास• बाळ स्वतःचा अंगठा तोंडात घालून चोखू शकते. • बाळाची हालचाल वेगाने सुरू होते. • हृदयाचे कार्य सुरू होते. हृदयस्पंदने सुरू होतात. • भ्रूणाला स्वादग्रंथी आहेत आणि मातेकडून मिळणाऱ्या भोजनाची चव घेऊ शकतो. • भ्रूण हाताने धरू शकते, लाथा झाडू शकते आणि कोलांट्यादेखील घेऊ शकते.

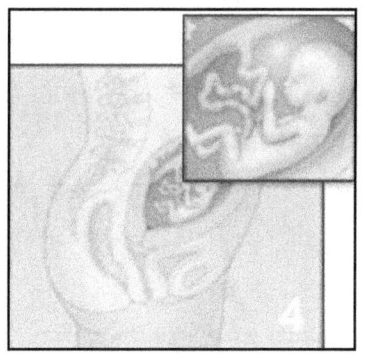

- गर्भाची उंची साधारणपणे सहा इंच
- आईच्या वजनातील वाढ - २.५ किलो
- गर्भाचे वजन - १२५ ग्रॅम.

पाचवा महिना

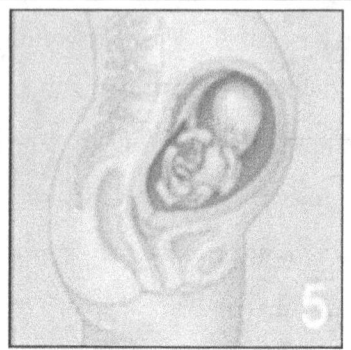

• गर्भाच्या डोक्यावर केसांच्या मुळांची निर्मिती व केसांची वाढ सुरू होते. चेतना संस्थेची वेगाने वाढ. • एका तैलीय द्रव्यामुळे (Vernix) गर्भावस्थेतील गर्भाच्या नाजूक त्वचेचे संरक्षण होते. • हात-पाय बोटे वेगाने वाढतात. • मातेने खाल्लेल्या चांगल्या आहार-औषधांचे गुण गर्भापर्यंत पोहोचविले जाऊ शकतात. • बाळाच्या हालचालीमध्ये वाढ होते आणि बाळाच्या हालचाली या महिन्यात आई अनुभवू शकते (Kwickening). बाळ पोटात जाणवणं पहिल्या खेपेला चटकन समजत नाही. सोनोग्राफी केली आहे त्यात बाळाचे हृदय चांगले चालू आहे (१२०/१७० हा गर्भस्थ शिशूचा हृदय रेट आहे) किंवा डॉक्टरांनी डॉप्लरने हृदयाचे ठोके ऐकवले तर टेन्शन घेऊ नये. म्हणजे बाळ सुरक्षित आहे. • भ्रूण आता मातेचा आवाज ऐकू आणि ओळखू शकतो. • गर्भाच्या २० आठवड्यांनंतर त्याच्या Hypothalamus Pituitary Axis ची वाढ होते.

- गर्भाची उंची दहा इंच
- आईच्या वजनातील वाढ ३ किलो
- गर्भाचे वजन - ३४० ग्रॅम

सहावा महिना

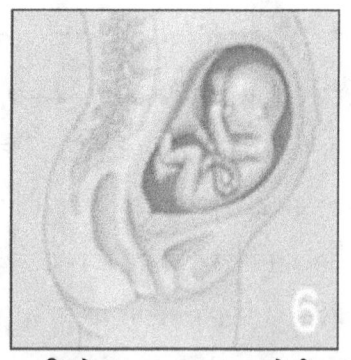

• गर्भाच्या त्वचेतील सूक्ष्म ग्रंथी आणि पेशी यांची वाढ झपाट्याने होते. • विकसित होत असलेल्या फुप्फुसांमध्ये ॲम्निऑटिक द्रव ओढून भ्रूण श्वास घेण्याची सुरुवात करते. • पण कातडीवर अजून सुरुकुत्या पडलेल्या असतात. नवजात बालकाचा चेहरा व शरीर जसे दिसते तसे बाळ दिसायला लागते. • बाळाच्या हालचालीत लयबद्धता येते. दिवसाच्या ठरावीक वेळी तुमचे बाळ खूपच हालचाल करते तर इतर वेळी शांत पडलेले असते. • गर्भाच्या त्वचेचा वर्ण मातृज घटक, पितृज घटक, महाभुतज आणि देशकुलज या चार गोष्टींवर अवलंबून असतो. Melanocytes ची संख्या जास्त असल्यास त्वचा काळ्या रंगाची दिसते (आफ्रिकन) व ज्या लोकांच्यात Melanocytes ची संख्या कमी असल्यास त्वचा गोरी होते. (अमेरिकन)

- गर्भाची उंची साधारणपणे १३ इंच
- आईच्या वजनातील वाढ ४ किलो ५०० ग्रॅम
- गर्भाचे वजन ५७५ ग्रॅम.

सातवा महिना

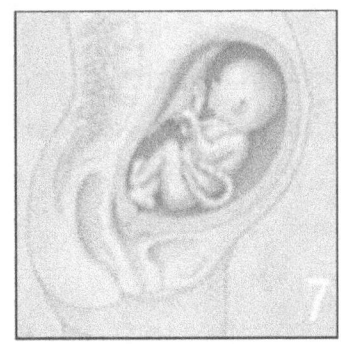

• गर्भाची त्वचा लालसर रंगाची आणि सुरुकुत्यांची असते. आता त्वचेच्या खाली मेद (Fat) निर्मिती सुरू होते. गर्भाची नीट वाढ झाल्याने आणि शरीरात चरबी वाढल्याने बाळ आत गुटगुटीत होते. • भ्रूण आता डोळे उघडून आसपासचे जग पाहत आहे. • फुप्फुसाची वाढ सुरू असते. • बरेच महिने गर्भनाळ ही मातेकडून बाळासाठी जीवनरेषा असते. पोषण मातेच्या रक्तातून, गर्भवेष्टणामार्गे, गर्भनाळेद्वारे भ्रूणाला मिळत असते.

- गर्भाची उंची साधारणपणे १५ इंच

- आईच्या वजनातील वाढ ९ किलो

- गर्भाचे वजन जवळजवळ १ किलो.

आपल्याकडे बऱ्याच पेशंटकडून असे ऐकले जाते की, सातव्या महिन्यातले मूल जगते. पण आठव्या महिन्यात जगत नाही. हे साफ खोटे आहे. जेवढे आठवडे जास्त तेवढे मूल जगण्याची शक्यता वाढते. २८ आठवड्यांच्या आतला गर्भ बाहेर जगूच शकत नाही. २८ आठवड्यानंतर मात्र इनक्युबेटरमध्ये गर्भ जिवंत राहू शकतो.

आठवा महिना

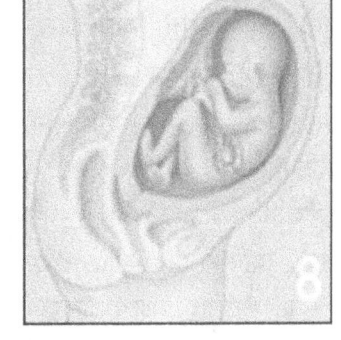

• या महिन्यात गर्भाच्या वजनात प्रामुख्याने वाढ होते. • गर्भाच्या त्वचेच्या खाली मेदाचा स्तर तयार होतो. त्यामुळे जन्मानंतर शरीराचे तापमान नियंत्रित करू शकते. • गर्भाच्या फुप्फुसांची वाढ झपाट्याने होत असते आणि श्वसनक्रियेसाठी आवश्यक असणाऱ्या Lecithin नावाच्या द्रव्यांची निर्मिती सुरू होते. म्हणून मूल आठव्या महिन्यात जन्मल्यास जगू शकते.

(बऱ्याच पेशंट्ची अशी शंका असते की, 'आठव्या महिन्यातील बाळ वाचत नाही व सातव्या महिन्यातील वाचतं' हे चुकीचे आहे.) • भ्रूण दिवसातून ९०-९५ टक्के वेळ झोपतो आणि कधी-कधी आर.ई.एम.चा अनुभवही घेतो, जे स्वप्नाचे लक्षण आहे. • बाळ रोज स्थिती बदलते आज डोके खाली तर उद्या वर. • त्वचेवरील सुरुकुत्या व लव कमी होते. • गर्भाची उंची साधारणपणे १६ इंच. • आईच्या वजनातील वाढ ११ किलो • गर्भाचे वजन १ किलो ५०० ग्रॅम.

नववा महिना

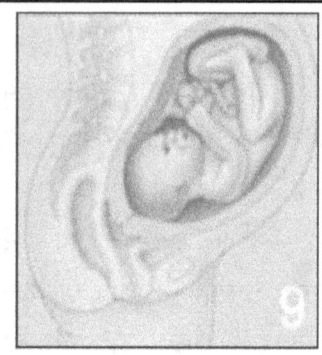

• गर्भाच्या मेंदूतील पेशींची संख्यात्मक वाढ होते. • बाळाच्या हाता-पायांच्या बोटांना मृदू नखे वाढलेली दिसतात. • पुरुष बाळामध्ये वृषणे (Testis) वृषणकोशात (Scrotum) सरकण्यास सुरू होते. • नवव्या महिन्यात बाळाची फुप्फुसे परिपक्व झालेली असतात. • पूर्ण वाढलेला गर्भ, डोक्यावर केस असतात. अंगावरील लव नाहीशी होते.

गर्भाचे हातपाय घडी करून पोटाजवळ असल्यामुळे व पाठीच्या कण्यास बाक असल्यामुळे कमीत कमी जागा व्यापली जाते. नाळेचे एक टोक गर्भाच्या बेंबीला व दुसरे टोक वारेला (Placenta) लागलेले असते. नाळेची लांबी २ फूट असून त्यात रक्तवाहिन्या असतात व त्यांना दोरखंडासारखा पीळ असतो. वारेत मातेच्या रक्तवाहिन्यांचे जाळे असून तो गर्भशयाला चिकटलेला असतो. वार बनपावाच्या आकाराची असते. व्यास ८ इंच व वजन ५०० ग्रॅम असते. गर्भाचे रुधिराभिसरण व पोषण नाळेद्वारे होत असते. आईच्या रक्तातून प्राणवायू व पोषक घटक वार व नाळ यांद्वारे गर्भाकडे पोहोचतात आणि गर्भातील उत्सर्जक घटक उलट दिशेने याच मार्गे आईच्या रक्तात सोडले जातात. ही देण्या-घेण्याची क्रिया वारेत होते. गर्भाभोवती गर्भजलाची पिशवी (Amniotic Sac) असून त्यात सुमारे अर्धा ते एक लीटर पाण्यासारखे पिवळसर रंगाचे गर्भजल (Amniotic Fluid) असते. गर्भजलामुळे गर्भाचे संरक्षण होते (ती गर्भाचे कवचकुंडलेच होत) व गर्भाची सौम्य हालचाल व्हायला वाव मिळतो. नऊ महिन्यानंतर मात्र Placenta ला काम करणे शक्य होत नाही. म्हणून नऊ महिने सात दिवसांनंतर प्रसूती होऊन बाळ जन्माला येते.

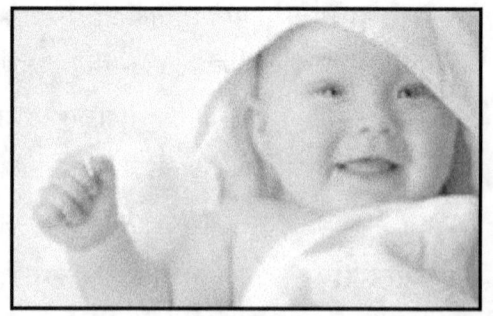

पहिल्या बाळंतपणात नवव्या महिन्याच्या सुरुवातीला बाळाचे डोके पेलव्हीसमध्ये (कटिबंधात) जाते. त्याला Engagement म्हणतात.

या काळात आईला बाळंतपणाचा ध्यास लागतो ते नीट होणार की नाही याची काळजी वाटू लागते. आईच्या रक्तातील हार्मोन्सच्या बदलामुळे मेंदूवर झालेल्या परिणामांची परिणिती असते.

वारेतील हार्मोन्समुळे दूधनिर्मिती सुरू होते आणि ती बाळाच्या जन्मानंतर पूर्णत्वास येते.

शेवटच्या महिन्यात जड व्यायाम जसे दोरीवरच्या उड्या, जोरात पळणे किंवा जड सामान उचलणे या गोष्टी टाळाव्यात.

• गर्भाची उंची साधारणपणे १८ इंच • आईच्या वजनातील वाढ १२ किलो • गर्भाचे वजन २ किलो ५०० ग्रॅमच्या वर.

अशा प्रकारे एका छोट्याशा अंकुराचे आईच्या गर्भात सुंदरशा जीवात रूपांतर होते आणि पुन्हा एकदा नवीन जीव जगण्यासाठी जन्म घेतो.

सुमारे अडीच ते तीन किलो वजनाचे बाळ आता मातेच्या गर्भाबाहेरच्या जगात जगण्यासाठी तयार आहे. रक्ताभिसरण, श्वसन व पचनसंस्था पूर्ण विकसित झालेले आहे.

निगेटिव्ह रक्त गट : गर्भवती स्त्रीचा जेव्हा निगेटिव्ह ब्लड ग्रुप असतो व बाळाचा पॉझिटिव्ह (वडिलांकडून जर ते पॉझिटिव्ह असतील तर) असेल तर बाळाच्या +ve Cells आईच्या रक्तात मिसळतात व Rh Antibodies तयार होतात. अॅबॉर्शन होताना किंवा डिलेव्हरी होताना पॉझिटिव्ह रक्तगटाच्या बाळाचे रक्त स्त्रियांच्या शरीरात निगेटिव्ह रक्तात मिसळते, रक्तगटाच्या पेशी मारून टाकणाऱ्या अँटिबॉडीज तयार होतात व आयुष्यभर तिच्या रक्तगटात राहतात. त्या पुढच्या गर्भारपणात वार पार करून गर्भाच्या रक्तात शिरतात. त्यामुळे काही केसेसमध्ये काहीच होत नाही, क्वचित बाळ पोटात मरते किंवा डिलीव्हरी झाल्यावर बाळाला झपाट्याने कावीळ होते. त्याच्या जीवाला धोका असतो. पहिल्या खेपेस अॅबॉर्शननंतर दीडशे मिलिग्रॅमचे 'अँटी डी'चे इंजेक्शन ताबडतोब देतात. बाळंतपणानंतर बाळाचा रक्तगट पॉझिटिव्ह असेल तर हे इंजेक्शन पहिल्या २४-४८ तासांमध्ये देतात जर पहिल्या खेपेस इंजेक्शन दिले गेले नाही व स्त्रीच्या शरीरात अँटी डी, अँटिबॉडी तयार झाल्या तर पुढच्या गर्भारपणात सहाव्या महिन्यापासून Indirect Coomb Test करावी लागते. अँटी डी चे इंजेक्शन पुढच्या बाळाच्या सुरक्षिततेसाठी गर्भारपणात देतात. सुरक्षिततेच्या दृष्टीने Antil D चे इंजेक्शन गर्भारपणाच्या सातव्या महिन्यातही (२८ आठवड्यातही) देतात.

Rh Negative मातेमध्ये Rh Incompatibility होण्याची कारणे

- एक्टोपिक प्रेग्नन्सी
- प्लासंटा प्रिव्हिया
- प्लासंटल अॅबॉर्शन
- पोटावर किंवा पेल्व्हीसवर मार
- गर्भाशयात गर्भाचा मृत्यू (Intrauterine Death)
- Invasive प्रोसिजर (Amniocentesis Siz)
- एकाएकी गर्भपात होणे. (Spontaneous Abortion)
- प्रथम तिमाही अॅबॉर्शनमध्ये ५० ugm, दुसऱ्या तिमाही अॅर्बाशनमध्ये १५० मि.ग्रॅ.
- प्रसूतीनंतर ३०० ugm अँटि D चे इंजेक्शन I.m. दिले जाते.

☞ गर्भावस्था

आयुष्यातील सर्वांत नाजूक टप्पा

या नऊ महिन्याच्या काळात तुमची आणि बाळाचीही काळजी घ्यायची, याविषयी मार्गदर्शन करीत आहे. यात डॉक्टरांच्या ट्रिटमेंटची अत्यंत गरज असते. पहिल्या तीन महिन्यांमध्ये दर महिन्याला तपासले तरी चालेल. दुसऱ्या तिमाहीत व नंतरही दर १५ दिवसांनी, शेवटच्या महिन्यात दर आठ दिवसांनी तपासावे.

प्रसूतिपूर्व तपासणीमुळे संभाव्य गर्भपात, कमी वजनाचे बाळ, किंवा अपुऱ्या दिवसांचे बाळ किंवा आईला काही इजा असे धोके वेळीच लक्षात येतात आणि योग्य औषध उपचारांनी टाळताही येतात.

गर्भावस्थेदरम्यान बदल

आईला 'वेगळेच' वाटायला लागते. पाळी चुकणे ही महत्त्वाची गरोदरपणाची खूण असते. परंतु ज्यांची पाळी अनियमित असते तिथे थोडी गडबड होते किंवा काही गर्भवती स्त्रियांना पाळीच्या वेळी थोडासा रक्तस्राव होतो त्यामुळे त्यांना परत गर्भ आहे की नाही ? अशी शंका उद्भवते, अशा वेळी लघवीच्या तपासणीत समजते. फक्त पाळीच्या वर सात दिवस झाले तरी ही टेस्ट पॉझिटिव्ह येते. बहुधा सकाळची पहिली लघवी तपासली जाते. (कारण H.C.G. ह्यूमन कोरिऑनिक गोनॅडोट्रॉफीनचे प्रमाण जास्तीत जास्त असते). नंतर ही पॉझिटिव्ह येऊ शकते. सोनोग्राफीनेही निश्चित करून घेता येईल.

गर्भावस्थेतील शारीरिक बदल

स्तनात वाढ : गर्भावस्थेच्या सुरुवातीला बाळाला स्तनपान देण्यासाठी तुमचे स्तन वाढू आणि बदलू लागतात, दुखरे होतात. स्तनांमध्ये चमक येते. ब्रा कॉटनची मऊ आणि सैल अशी असावी आणि सैल ब्लाऊज घालावे. साडेचार ते पाच महिन्यात स्तनाचा आकार तुमच्या तळहाताएवढा होतो. मातेच्या शरीरात होणारा बदल नजरेत भरण्यासारखा असतो. पोटाचा आकार वाढायला सुरुवात होते. पाच महिने झाल्यावर

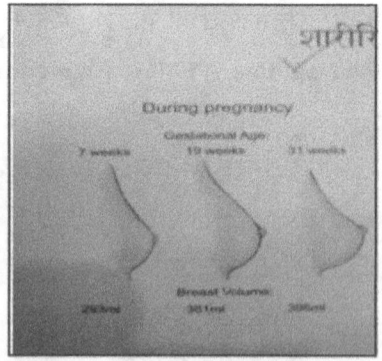

बाळाची हालचाल मातेला समजते. ज्यांना आधीचे मुले आहेत त्यांना (Multipara मध्ये) १७.१८ आठवड्यात गर्भस्थ शिशूची हालचाल समजते. तो एक परमोच्च आनंदाचा क्षणच असतो. पहिल्या तीन महिन्यात गर्भाशय पेल्व्हीसमध्येच असते. म्हणून वरून तपासणीत लागत नाही. हळूहळू गर्भाशय नाभिकेकडे वाढत जाते आणि आकाराने १ सें.मी. प्रत्येक आठवड्याने वाढत जातो.

गरोदरपणामध्ये हार्मोन्समधील बदलांमुळे शरीराच्या इंद्रियांमध्येही बदल होतो. गर्भवती महिलांमध्ये इस्ट्रोजन हार्मोन्समुळे हुंगण्याची क्षमता वाढते. तसेच त्यांच्या स्वाद घेण्याच्या ग्रंथीही प्रभावित होतात.

गर्भावस्थेतील मानसिक बदल : शरीरातील हार्मोन्सच्या बदलामुळे स्त्रीची मानसिकताही बदलते, काहींची चिडचिड होते. कधी आनंद तर कधी घाबरलेली अशी मनाची अवस्था असते.

घरात बाळाची चाहूल लागताच बाळाचे माता-पिताच नाही तर कुटुंबातील सर्वच व्यक्ती आनंदाने मोहरून जातात.

गर्भवती स्त्रीने आपले मन नेहमीच आनंदी व प्रसन्न चित्त तसेच निर्भय ठेवले पाहिजे.

सुरुवातीला मातृत्व मिळणार या अत्युच्च आनंदात मन झोके घेत असते. त्यात सुरुवातीच्या तीन महिन्यात जे हार्मोन्समध्ये बदल होतात त्यामुळे चिडचिड, डोकेदुखी वगैरे त्रास होतात. काही गर्भवती स्त्रिया उलट्या, मळमळ यामुळे घायाळ होतात. तिच्या मानसिक आणि शारीरिक आरोग्यासाठी दोन्ही बाजूंच्या म्हणजे माहेरच्या व सासरच्या सदस्यांनी आधार दिला पाहिजे. पती हा अत्यंत जवळचा माणूस त्याने तिचे मन स्थिर करण्यासाठी सर्वतोपरी प्रयत्न केले पाहिजेत.

गर्भावस्थेतील विसरभोळेपणा : वैज्ञानिक संशोधनानुसार गर्भावस्थेत विसरभोळेपणा फार वाढतो. त्याला वाढलेले हार्मोन्स (ह्युमन कोरिऑनिक गोनेड्रॉपिन व L.H.) कारणीभूत असतात.

गरोदर अवस्थेत पतिराजांनी पत्नीशी वादविवाद, भांडणं, शब्दाशब्दी पूर्णपणे टाळायला हवी. याही अवस्थेत पत्नीला मारहाण करणारे बेजबाबदार पुरुष आहेत. कोणत्याही प्रकारच्या शारीरिक आणि मानसिक अत्याचारामुळे स्त्रीच्या गर्भातील बालकाच्या मेंदूवर विपरीत परिणाम होऊ शकतो.

प्रतिकूल कौटुंबिक वातावरणामुळे मुलांच्या 'एडीएचडी' (अटेन्शन डेफिसिट, हायपर ॲक्टिव्हिटी डिसॉर्डर) केसेस वाढत आहेत. गरोदर स्त्रीला शारीरिक अथवा मानसिक त्रास झाल्यास तिच्या शरीरातील 'कॉर्टिसॉल' हार्मोन्सची पातळी वाढते. त्याचा वाईट परिणाम बाळाच्या मेंदूवर होतो आणि त्याची विकसन शक्ती कमी होते.

एका बाजूला सगळं काही सुखरूप होईल की नाही अशी हुरहुर, तर दुसरीकडे मातृत्वाचा आनंद, मुलगा होणार की मुलगी याची उत्सुकता. (काही घरांमध्ये मुलगाच व्हावा असा घरातील मंडळींचा अट्टाहास असतो ते एक टेन्शन तर कधी-कधी स्त्रीलाच स्वतःला मुलगा हवा असतो.)

गर्भवती महिला, जिला मागच्या गर्भावस्थेच्या कालावधीत गर्भपाताचा वगैरे दुःखद अनुभव आला असेल तर तिला वेगळीच काळजी असते की बाळ नऊ महिन्यापर्यंत टिकेल की नाही, संपूर्ण नऊ महिन्यांचे बाळ पदरात पडेल की नाही, हे टेन्शन तिला असते. पण व्यवस्थित डॉक्टरांच्या सल्ल्याने काळजी घेतली तर तेही शक्य होईल.

जसा गर्भ वाढतो तसे गर्भवती स्त्रीच्या शरीराला जास्त काम करावे लागते. तीचे श्वसन, हृदय रेट वाढतो. या जास्तीच्या लोडमुळे तिला फारच थकवा येतो. सुरुवातीच्या महिन्यातील अशक्तपणा गर्भवती स्त्रीला जन्मभर आठवतो. यासाठी पुरेसा आराम व झोपेची गरज असते. हलके व्यायाम जसे फिरणे किंवा पोहणे यामुळेही थकवा दूर होतो.

पहिलटकरीणीस बाळंतपण कसे होईल याचेच भय असते. प्रसूती नॉर्मल होईल की सिझेरिअन होईल. कित्येकदा आजूबाजूच्यांचे नको ते बोलणे, नको ते अनुभव कानी पडतात. वाचनात नको ते येते, म्हणून डिलेव्हरी या प्रक्रियेची एक भीती मनात तयार होते. प्रसूतीच्या भयंकर कळा सहन होतील की नाही ? ही भीती मनातून काढून टाकावी. प्रसूती ही अगदी नैसर्गिक व सहज प्रक्रिया आहे. डॉक्टरांनीसुद्धा तिचे मनोधैर्य वाढवावे की योग्य वेळ आली की आपोआप सारे व्यवस्थित होईल.

मानसिक ताण हा गर्भावस्थेतील पहिल्या तीन महिन्यात आणि शेवटच्या तीन महिन्यात जास्त असतो असे आढळून आले आहे.

गर्भवती असताना मानसिक तणाव घातक

गर्भारपणाच्या दुसऱ्या किंवा तिसऱ्या महिन्यात जर स्त्री अत्यंत तणावाखाली जीवन जगत असेल तर होणारे बाळदेखील तणावाचा बळी ठरते. एकतर खूप तणावामुळे मिसकॅरेज होऊ शकतो किंवा लवकर बाळंत होऊ शकते. त्यामुळे बाळ प्रीमॅच्युअर जन्माला येते.

तेव्हा उदरात मानवाचा अंकुर घेऊन जगणाऱ्या मातांना संदेश आहे की, कोणत्याही गोष्टीचे टेन्शन घेऊ नका. भोवती उदासी, खिन्नता, काळजी, दुःख, हव्यास, द्वेष, पूर्ण न होणाऱ्या आर्थिक गरजा कशाचेही टेन्शन घेऊ नका. ते आपल्या बाळापर्यंत पोहोचू देऊ नका. आहे त्या परिस्थितीत समाधानाने आणि आनंदाने शांतपणे जगा.

बाळाला त्याच्या गरजेप्रमाणे गर्भात निर्भयपणे वाढू द्या. कशीही स्थिती असो त्यामुळे त्याचा मानसिक व शारीरिक विकास योग्य पद्धतीने होतो.

शारीरिक, मानसिक, कौटुंबिक आणि उपलब्ध असणारे मनुष्यबळ या सर्व बाबतीत पती-पत्नीमध्ये संवाद अगोदरच घडून आल्यास प्रसन्न चित्ताने गर्भ वाढविता येतो. (माझ्या अनुभवातील प्रसंग सांगते. माझी पेशंट दुसऱ्या दिवशी बाळंतपणासाठी माहेरीच जाणार होती पण तिला मुदतपूर्वच कळा सुरू झाल्या म्हणून सासरची मंडळी माझ्याकडे घेऊन आली. पण औषधे आणायची वेळ आली तेव्हा तिची आई येईल तेव्हाच आणतील अशीच लज्जात्मक बातमी त्यांनी मला सांगितली.)

☞ गरोदरपणातील तपासण्या

प्रत्येक गरोदर स्त्रीने काही तपासण्या करायलाच पाहिजे.

(१) Blood group, Hb%, Blood count, रक्तातील साखर, थायरॉईड, (T_3 T_4 TSH test)

• HIV, Hepatitis B (पांढरी कावीळ) • रुटिन युरीन.

Blood Suger ची Fasting (उपाशी पोटी) आणि P/P (जेवणानंतरची) जास्त आली तर G.T.T. (Glucose Tolerence Test) करणे जरूर असते. त्यात मधुमेह आहे हे तपासले जाते.

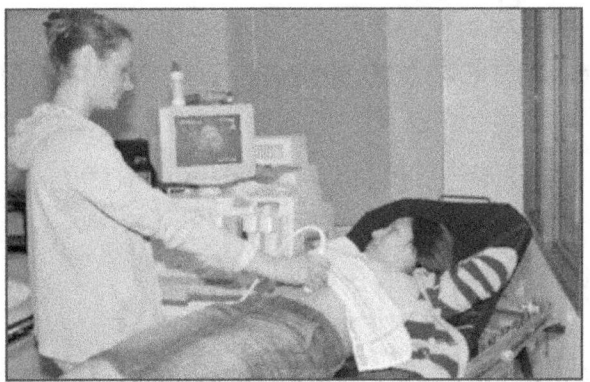

(२) अल्ट्रा सोनोग्राफी (USG) ः High Frequency ध्वनी प्रकंपने म्हणजे सोनोग्राफी या ध्वनीच्या लाटा अवयवांवर आपटून परत येऊन चित्र (Image) तयार होते. त्यामुळे सोनोग्राफीचा शरीरावर काहीच दुष्परिणाम होत नाही. जी सोनोग्राफी केल्यानंतर अवयवांची फक्त लांबी व रुंदी या दोन बाबींबद्दल माहिती मिळते तिला टू.डी. सोनोग्राफी असे म्हणतात. थ्री.डी. सोनोग्राफीमध्ये अवयवांची लांबी, रुंदी किंवा जाडी किंवा खोलीदेखील मोजता येते. फोर-डीमध्ये अर्थातच अवयवांच्या चारही बाजूंचा अंदाज घेता येतो.

ब्लॅक अँन्ड व्हाईटच्या सोबत आता सोनोग्राफी स्क्रिनवर कलरदेखील दिसतात. याला 'कलर डॉप्लर' असे म्हणतात. कलर डॉप्लरचा खरा उपयोग ठरावीक अवयवांचा रक्तपुरवठा कसा आहे हे बघण्यासाठी होतो. सोनोग्राफीमध्ये एखादी गाठ किंवा गोळा दिसत असेल तर त्यात रक्तपुरवठा आहे किंवा कसा आहे हे समजते.

सोनोग्राफी अत्यंत सुरक्षित आहे. गरोदरपणात सोनोग्राफी कमीत कमी तीन वेळा तरी करावी. पहिल्यांदा निदानासाठी पहिल्या तीन महिन्यात, नंतर ५ व्या ते ६ व्या महिन्यात व शेवटच्या महिन्यात करावी.

काही केसेसमध्ये जेव्हा सोनोग्राफी पुनःपुन्हा करावी लागते तेव्हा बऱ्याच पेशंटच्या मनात शंका असतात की, डॉक्टर पैसे मिळविण्यासाठी तर सोनोग्राफी वारंवार सांगत नाही ना ?

बरेचदा पाळी चुकल्यावर लघवीच्या तपासणीत रिपोर्ट चुकीचा येऊ शकतो, अशा वेळी गर्भधारणा झाली की नाही याचे निदान सोनोग्राफीने होऊ शकते. एकदा गर्भधारणा झाल्यानंतर एखाद्या महिलेस रक्तस्राव झाल्यानंतर गर्भपात होईल की काय अशी शंका निर्माण होते. सोनोग्राफी केली की लगेच कळते की गर्भ कसा आहे. गर्भपाताची शक्यता आहे की नाही हेही समजते, गर्भ मृतावस्थेत असल्यास लगेच समजते व लगेच क्यूरेटिन करून मोकळे होता येते. नाही तर पूर्वी रक्तस्राव सुरू झाल्यानंतर पेशंटला अनेक दिवस ॲडमिट करून ठेवावे लागत असे, भारी-भारी इंजेक्शन्स द्यावे लागत होते नंतर रक्त थांबले तर गर्भ वाढेल आणि जास्त झाले तर क्युरेटिन करावे लागत होते. यामुळे हॉस्पिटलायझेशन व नातेवाइकांची ओढाताण वाढत होती. सोनोग्राफीमुळे हा त्रास कमी झाला आहे. सोनोग्राफीमध्ये ४-५ व्या महिन्यांत जर वार पूर्णपणे खाली सर्व्हिक्सवर असेल तर त्याला Placenta Praevia असे म्हणतात. पहिल्या तीन-चार महिन्यात सर्व्हिक्सजवळ आढळलेली वार बहुतेक कालांतराने वार सरकते.

- सोनोग्राफी या तंत्राने बाळाची वाढ बरोबर आहे किंवा नाही.
- गर्भाची वाढ, उदा., बाळाच्या डोक्याचा घेर (B.P.D.), बाळाच्या मांडीच्या हाडांची लांबी (Femur), बाळाच्या पोटाचा घेर (Abdominal Circumference) वगैरे मोजमाप केले जाते. त्यावरून बाळाची वाढ व्यवस्थित आहे की नाही हे समजते. बरेचदा तारखेपेक्षा दोन-तीन आठवड्यांनी वाढ मागे पडते. त्यालाच IUGR - Intra Uterine Growth Retardation असे म्हणतात. वाढ मागे पडल्यास उपचार करून बाळाची वाढ चांगली करता येते.
- त्याचा विकास व त्याच्या अवयवांची सुदृढता तसेच हृदयाचे ठोके (Heart-beats) समजतात.
- बाळाची व वारेची अवस्था (Placental Position), बाळाच्या गळ्याभोवती नाळेचा वेढा वगैरे आहे का ? गर्भजल किती आहे ? कमी असल्यास त्यावर उपाय किंवा उपयुक्त निर्णय घेतला जातो. गर्भजल कमी झाल्यास बाळाच्या जीवाला धोका असतो. काही वेळा अपेक्षित तारीख ओलांडून गेल्यावरसुद्धा स्त्रीला कळा येत नाहीत. (पंधरा दिवस वर झाले तर गर्भजल कमी होते, बाळाचा रक्तपुरवठा कमी होतो व बाळाच्या जीवाला धोका निर्माण होतो. हे सर्व सोनोग्राफीमुळेच आपल्याला समजते. त्यामुळे आपण प्रसूतीचा निर्णय घेऊ शकतो. नॉर्मल बाळंतपण होत नसल्यास सिझर करावे लागते.)

  काही ग्रामीण स्त्रियांमध्ये त्यांच्या शेवटच्या पाळीची तारीख माहितीच नसते अशा स्त्रियांमध्ये सोनोग्राफीमुळे बाळंतपणाची तारीख समजते.
- बाळ एक, जुळे, तिळे, जोडलेले आहे का ? ही माहिती सोनोग्राफीमुळे कळते.

- बाळ पायाळू, आडवे किंवा नॉर्मल (डोक्याने) आहे की नाही हेही सोनोग्राफीने समजते.
- गर्भाशयात गर्भाव्यतिरिक्त अनावश्यक गाठ (Fibroid, Tumour, Ovarian Cyst) वगैरे काही आहे का ?
- सोनोग्राफीमुळे एक्टोपिक प्रेग्नन्सीचे निदान बरोबर करता येते त्यामुळे ताबडतोब ऑपरेशन करून स्त्रीचे जीवन वाचवता येते.
- तसेच द्राक्ष गर्भाचेही (Vesicular Mole) आहे. सोनोग्राफीने निदान झाल्यावर तो गर्भ काढून टाकावा लागतो.
- गरोदरपणात एक्स-रे किंवा क्ष-किरणांचे बाळावर Teratogenic Effects आहेत, म्हणजे बाळ विकृत होण्याची संभावना असते. (पण खूपच आवश्यक असल्यास पोटाला लेडशीटने झाकून एक्स-रे काढता येतो.)
- अनेकदा सोनोग्राफी करणे बरे नसते, असे काही नाही. पेशंट आणि डॉक्टरांसाठी सोनोग्राफी करणे हे वरदान आहे हे निश्चित ! पण त्याचा दुरुपयोग होऊ नये. मुलगा किंवा मुलगी हे जरी सोनोग्राफी केल्यानंतर समजत असले तरी पेशंट, नातेवाइकांनी यासाठी आग्रह धरू नये आणि धरला तरी डॉक्टरांनी त्यासाठी तपासणी करू नये. (निर्दयपणे स्त्री हत्या करू नये.)

''गर्भलिंग चाचणी करणे बेकायदेशीर आहे.''

मुलीचा जन्म होण्यात स्त्री जबाबदार नाही

स्त्री बीजात x हेच क्रोमोसोम असते पण शुक्राणूमध्ये एकतर x क्रोमोसोम किंवा y क्रोमोसोम असते. त्यानुसार गर्भाचे लिंग ठरते. x क्रोमोसेम असलेल्या शुक्राणूंशी संयोग झाला तर मुलीचा गर्भ तयार होतो. म्हणजे मुलगा किंवा मुलगी हे लिंग तयार होण्यासाठी पुरुष पूर्णपणे जबाबदार असतो. तरी जर सुनेला मुलगी झाली तर सासू तिचा छळ करते. स्त्री म्हणजे परक्याचे धन, मुलगा म्हणजे वंशाचा दिवा अशी सर्वसाधारणपणे समजूत होती. परंतु स्त्रीने स्वतःचे अलौकिक असे अस्तित्व निर्माण केले तरी समाजात 'स्त्री-भ्रूणहत्या' मोठ्या प्रमाणावर होत आहेत असे दूरदर्शन व वर्तमानपत्रातून समजते.

आपल्याला आई आवडते, बहीण आवडते, मैत्रीण आवडते, पत्नी आवडते, मग मुलगी का नाही ? मुलगी म्हटली की 'तिचे शिक्षण, लग्न, हुंडा असा खर्च' असे आपल्या समाजातील लोकांचे विचार आहेत आणि मुलगा म्हणजे म्हातारपणाची काठी. ही पुरुषप्रधान संस्कृतीची पाळेमुळे आपल्या समाजात इतकी खोलवर रूतलेली आहेत की ती मुळापासूनच उपटली पाहिजेत.

गर्भातील चिमुकली ही निसर्गाचा अंश आहे, ईश्वराचे अस्तित्व आहे, ममतेचा श्वास आहे, वात्सल्याची खाण आहे, सृष्टीचे रूप आहे. आईचे उदर हे एक तीर्थक्षेत्र आहे. या तीर्थक्षेत्राला स्मशानभूमी बनवू नका. स्त्री जन्माचं स्वागत करा, त्या विषयीची शपथ घ्या.

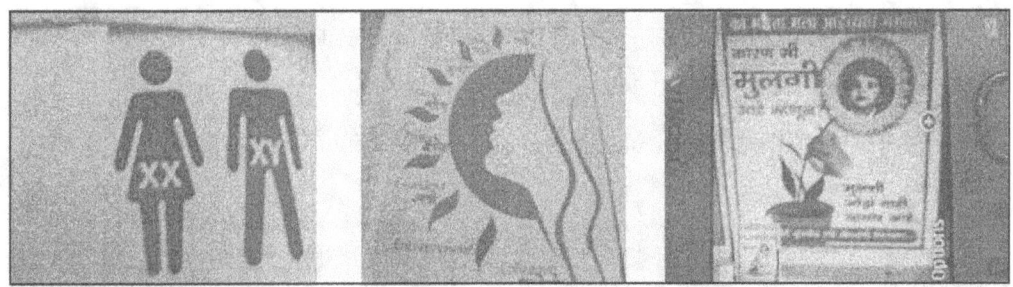

स्त्री म्हणजे सर्व काही, स्त्री पृथ्वीवर असली तर आपली पिढी वाढेल. कळी उमलण्याआधीच चिरडली जाते. त्यामुळे दिवसेंदिवस स्त्रियांचे प्रमाण कमी होत आहे. समाजात या बाबतीत प्रबोधन करणे अत्यावश्यक आहे. नाहीतर लग्नाला मुलगी मिळणे मुश्किल होईल. नंतर वंश कसा चालवाल ?

जर ज्योतच नसेल तर वंशाला दिवा कसा लागणार ? यावर प्रत्येकाने विचार करावा. स्त्रीला सन्मानाने जगू द्या. थांबवा ! ही भ्रूणहत्या, गर्भजल चिकित्सा, कोरीऑन बायोप्सी व सोनोग्राफीने जे लिंग निदान करतात हा सर्व प्रकार कायद्याने दखलप्राप्त गुन्हा आहे.

आपल्या भारतात मुलगा-मुलगी असा भेदभाव केला जात आहे. ज्या महिलांना मुलगा होणार आहे असे प्रसूतिपूर्व चाचणीत दिसून येते अशा महिलांच्या आरोग्याकडे त्या महिलांच्या पतीकडून व नातेवाइकांकडून जरा जास्तच लक्ष दिले जाते. अशा महिलांना डॉक्टरांकडे तपासणीसाठी नियमित नेले जाते. तिच्या औषध उपचारांकडे व खाण्यापिण्याकडे विशेष लक्ष दिले जाते. मात्र मुलगी असल्यास याच्या अगदी विरुद्ध परिस्थिती आढळते.

मुलगा हवाच हा हट्ट मोडीत काढा. 'मी आणि आमच्या कुटुंबातील कोणीही लिंगचाचणी करून घेणार नाही आणि कोणालाही करू देणार नाही. असे करणाऱ्या डॉक्टर व पेशंट या साऱ्यांना भ्रूणहत्येपासून परावृत्त करू' अशी शपथ घ्या.

आता आपण नवीन परिभाषा करुयात.

मुलापेक्षा मुलगी बरी, प्रकाश देते दोन्ही घरी !

कोणताही धार्मिक विधी केल्याने मुलगा होतो या विधानाला पुरावा नाही. गर्भारपणात ठरावीक प्रकारचा आहार घेतल्यावर इष्ट संतानप्राप्ती होते. या विधानातही तथ्य नसते. कारण वैज्ञानिक निष्कर्षानुसार लिंग पहिल्याच दिवशी ठरत असते. मुलगा हवा या हव्यासापायी वेडेपिसे होण्यापेक्षा जे

मूल होईल ते आनंदाने स्वीकारणे व त्याचे उत्तम संगोपन करणे, शिक्षण देणे, स्वतंत्र बनविणे हे शहाणपणाचे. जगात स्त्री आणि पुरुषांची संख्या जवळजवळ सारखीच असायला हवी. यासाठी निसर्ग प्रयत्नशील असतो, आपण त्याच्या विरुद्ध जाऊ नये.

फर्स्ट ट्रायमेस्टर स्क्रीन (११-१४ आठवडे) : गर्भवती स्त्रीच्या रक्त चाचण्यांमध्ये पहिल्या तिमाहीत BhC6 व PAPP-A हे दोन पदार्थ तपासले जातात. त्यामुळे गर्भातील काही दोषांचा अंदाज बांधला जातो.

(३) ट्रिपल टेस्ट (Triple Test/Triple Marker) : जर आईचे वय ३२ वर्षांपेक्षा जास्त असेल किंवा पहिल्या बाळात जन्मजात विकृती असेल (Neural Tube Defect - N.T.D.) तर या तपासण्या केल्या जातात. ट्रिपल टेस्टमध्ये रक्तातील तीन गोष्टी तपासल्या जातात.

- A.F.P. अल्फा फिटो प्रोटीन
- Estriol (अन्काँजुगेटेड इस्ट्रिऑल)
- H.C.G. (Human Chorionic Gonadotrophic)

आईच्या रक्तातील वरील घटकांचे प्रमाण १५ ते १८ आठवड्यांमध्ये तपासले जाते. जर Triple Test मध्ये बाळाला धोका आढळल्यास सोनोग्राफी (Spiral) केली जाते.

- AFP - मानसिक अविकसन
- AFP - Down's Syndrome

गर्भातील विकृती

• **मज्जासंस्था :** मणक्यात गॅप (Spina Bifida), मणक्यात गाठ (Meningo Myelocele), कवटी व मेंदू नसणे (Anencephaly), मेंदूत पाणी होणे (Hydrocephaly). • **अस्थिसंस्थेतील विकार** • **हृदयाचे विकार** • **इतर अवयवांचे विकार.**

Anencephaly यात विकृती व सेरेबल कार्टेक्सच नसते. ही बालके काही तासच जगू शकतात. बाळाचे डोळे बेडकासारखे बाहेर येणारे दिसतात. ९९ टक्के केसेस पाच महिन्यापर्यंत समजतात. म्हणजे निदान झाले तर गर्भ काढून (M.T.P.) घेता येतो.

डाऊन्स सिन्ड्रोम : ही विकृती जनुकीय आहे यात २१ व्या क्रोमोसोमची संख्या दोनऐवजी तीन असते. यात बाळाच्या डोळ्यांभोवती वर्तुळ, भुवयांची विशिष्ट ठेवण (चिनी लोकांसारखी) • पसरट नाकावर (Bridge) • हातावर एकच (Crease), हृदयात विकृती तसेच याबरोबर मतिमंदत्व म्हणजे यांची बुद्धिमत्ता कमी असते. डाऊन्स सिंड्रोममध्ये १४ आठवड्यांनंतर मानेच्या मागील भागात पाणी वाढते व ते (Expert) सोनोलॉजीस्टला सोनोग्राफीत समजते.

८० टक्के किंवा त्यापेक्षाही बुद्धिमत्ता कमी असते. वयाच्या २५ व्या वर्षी ५ वर्षांच्या बालका-एवढीच बुद्धिमत्ता असते. लवकरच स्मृतिभ्रंश होण्याची संभावना असते. त्याबरोबरच जन्मजात हृदय अन्ननलिकेच्या विकृती असू शकतात. तसेच पुढे रक्ताचा कॅन्सर, थायरॉईडचे विकार तसेच मिरगी (Epilepsy) सारखे त्राससुद्धा होऊ शकतात.

(४) ॲम्निऑसेंटेसीस (Amniocentesis) : Down's Syndrome च्या निश्चितीसाठी १६-१८ आठवड्यात गर्भजल काढून त्याची टेस्ट करतात.

कृती : पोटावर पुढील बाजूस थोडे बधीर करून पोटातून Spinal Needle गर्भाशयात टाकून (सोनोग्राफीने बघत) गर्भजल काढून तपासणीस पाठवावे लागते. ७-१४ दिवसाने क्रोमोसोमल रिपोर्ट येतो. ही O.P.D. Procedure आहे. पेशंट काही वेळ आराम करून घरी जाऊ शकतो.

धोके : • या चाचणीदरम्यान गर्भपात होण्याचा खूप कमी धोका आहे. (२०० ते ४०० मधून एकाला) तशी पेशंटला पूर्ण कल्पना दिलेली असते. • जंतुसंसर्ग (Infection) • पोटात दुखणे.

(५) कोरिऑन व्हीलस सॅंपलिंग (Chorion Villus Biopsy - C.V.S.) (गर्भाभोवतीच्या पेशींची तपासणी) : सोनोग्राफीनेच पाहून अकरा आठवड्यांमध्ये (सुई योनिमार्गातून किंवा पोटातून टाकून) गर्भाच्या पेशी काढून त्या तपासणीस पाठविल्या जातात. कमी महिन्यांतच विकृतीचे निदान झाल्यामुळे गर्भपात लवकर करता येतो. पण चांगले असल्यास गर्भपात व्हायची शक्यता ही वाढते. (१:१००) C.V.S. मुळे जंतुसंसर्ग (Infection), पोटात दुखणे, रक्तस्राव किंवा काही बाहूंच्या (Limbs, उदा., अमेलिया) विकृती दिसतात.

वरील दोन्ही Diagnostic Tests, Amniocentesis व C.V.S. बाळात जेनेटिक दोष (क्रोमोसोमल व्यंग) आहे का ? हे पाहण्यासाठी आहेत. पण C.V.S. मुळे न्यूरल ट्यूब डीफेक्ट चे निदान होत नाही. आयुष्यभर व्यंग असणारे बाळ सांभाळण्याचे किती दुःख होते. त्यापेक्षा विकृतीचे लवकर निदान झाल्यास गर्भपात करून मोकळे होता येते. ॲबॉर्शनची रीस्क गृहीत धरूनच या तपासण्या केल्या जातात. त्या फार महागड्या असतात व मोठ्या शहरातच (मुंबई, दिल्ली) होतात.

शारीरिक जन्मदोष घेऊन जन्माला आलेल्या बाळांवर यशस्वी ऑपरेशन करून बाळाचे प्राण वाचविले जाऊ शकतात. अपंगत्व कमी करता येते पण पूर्णपणे नाहीसे करता येत नाही. जन्मतः दुभंगलेले ओठ (Cleft Palate) किंवा टाळू असणाऱ्या बाळाचे ऑपरेशन करून यशस्वीरीत्या दुरुस्ती करता येते. त्यासाठी बाळाचे वय वाढू द्यावे लागते. 'पीडियाट्रिक सर्जन' हे ऑपरेशन करतात. काही T.E.O. 'ट्रॅकियो ईसोफेजीयल फिस्टूला' यासारख्या ऑपरेशनला चार-पाच तासही लागतात. एवढ्या छोट्या बाळाला ऑपरेशन सहन होईलच असे नाही. अपयशदेखील येऊ शकते. बराच पैसा खर्च होतो.

मानसिक जन्मदोषांचे तंत्र अजून तेवढे विकसित झाले नाही.

(६) फीटल एको - कार्डिओग्राफी : गर्भाच्या हृदयातील रचनेचे दोष शोधण्यासाठी अशाच तपासणीचा उपयोग होतो. ही तपासणी सोनोग्राफी सारखीच असते. मात्र सहसा ती विशेष प्रशिक्षित तज्ज्ञांद्वारेच केली जाते. गर्भधारणेच्या २२ ते २४ व्या आठवड्यात ही तपासणी करणे शक्य होते. रंगसूत्रातील दोष, जनुकांचे काही आजार, घराण्यात जन्मजात हृदयरोग असल्यास ही तपासणी सुचवली जाते. ही तपासणीदेखील साधारण ८० टक्के अचूक निदान करू शकते.

(७) फीटल एमआरआय : गर्भारपणात क्ष-किरण, सीटी स्कॅन इ. तपासण्या टाळणे इष्ट, मात्र मॅग्नेटिक रेझोनन्स-चुंबकीय लहरींद्वारे केल्या जाणाऱ्या तपासण्या २० व्या आठवड्यानंतर सुरक्षित समजल्या जातात. सोनोग्राफीत काही वेळा डोक्याच्या मागच्या भागातील मेंदूचे दोष व छातीत मध्यभागी आढळलेल्या दोषाचे नेमके निदान करणे कठीण जाते. अशा वेळी अत्यंत वेगवान एमआरआय तपासणी त्यासंबंधी अधिक माहिती देऊ शकते.

(८) कॉर्डोसेंटेसिस (Cordocentesis) नाळेतील रक्ताची तपासणी

प्रसूतीपूर्व चाचण्यांचे महत्त्व व उपयोग :

(अ) गर्भातील दोष असाध्य असतील तर २० आठवड्यांपर्यंत वैद्यकीय गर्भपात करता येतो.

(ब) गर्भाच्या पेशीतून जतन केलेला डीएनए पुढील गर्भारपणात निदान करण्यासाठी उपयोगी पडू शकतो.

(क) गर्भामध्ये किरकोळ दोष असेल तर जन्मानंतर औषधोपचार किंवा शस्त्रक्रियेने सुधारता येऊ शकतो.

'गर्भावस्था' हा आयुष्यातील सर्वांत नाजूक टप्पा. आईला 'वेगळेच' वाटायला लागते. पाळी चुकणे ही गरोदरपणाची महत्त्वाची खूण असते. परंतु ज्यांची पाळी अनियमित असते तिथे थोडी गडबड होते किंवा काही गर्भवती स्त्रियांना पाळीच्या वेळीच थोडासा रक्तस्राव (Spotting) होतो त्यामुळे त्यांना परत गर्भ आहे की नाही अशी शंकाच उद्भवते. अशा वेळी लघवीच्या तपासणीत समजते. फक्त पाळीच्या वर सात दिवस झाले तरी ही टेस्ट पॉझिटिव्ह येते. नंतर सोनोग्राफीनेही प्रेग्नन्सीचे निदान निश्चित करून घेता येईल.

गर्भावस्थेतील काळजी

गर्भावस्थेच्या पहिल्या तीन महिन्यात फक्त फॉलिक ॲसिड व प्लेन बी कॉम्प्लेक्सचे सिरप किंवा गोळ्या दिल्या जातात. चौथ्या महिन्यापासून लोहयुक्त व कॅल्शियमच्या गोळ्या न चुकता व न कंटाळता घ्याव्यात.

टिटॅनस टॉक्साइड व्हॅक्सीन (T.T.) : गर्भारपणात आता फक्त २ डोसेस T.T. चे एक महिन्याच्या अंतराने, पहिला डोस चौथ्या महिन्यात व दुसरा पाचव्या महिन्यात देतात. त्यामुळे बाळाला जन्मानंतर टिटॅनस (धनुर्वात) होण्याची भीती टळते (फार पूर्वी ७, ८, ९ व्या महिन्यात T.T. चे ३ डोसेस देत होते.)

Td - Vac : या सीरम इन्स्टिट्यूटच्या व्हॅक्सीनमध्ये Diptheria व Tetanus Vaccine एकत्रित केले आहे. तर नुसते T.T. देण्यापेक्षा हे Td - Vac गरोदरपणात देणे चांगले. जर गरोदरपणात स्त्रीला कुत्रा चावला तर त्यावरचे रेबिजचे व्हॅक्सीन द्यायला हरकत नाही.

गर्भवती स्त्री जर 'हिपॅटायटीस'चे इंन्फेक्शन झालेल्या जॉडीस पेशंटच्या संपर्कात आली असेल तर HBsAG हिपॅटायटीस बी इम्युनोग्लोब्युलीन ०.५ ml IM दिले जाते.

हिपॅटायटिस 'बी' चे व्हॅक्सीन गरोदरपणात दिले जात नाही. आई जर HBsAG वाहक असेल तर मूल जन्मल्याबरोबर हिपॅटायटिस 'बी' इम्युनोग्लोब्युलीन ०.५ ml जन्माच्या वेळी, नंतर हिपॅटायटिस बी चे तीन डोसेस (०१, ०६) दिले जाते.

गरोदरपणात कोणत्या लसी देणे अनिष्ट आहे ? : ज्या लसींमध्ये जिवंत जंतू असतात उदा., गोवर, पोलिओ, कांजण्या, एम.एम.आर., जर्मन गोवर (रुबेला) आणि बी.सी.जी. कॅन्सर सर्व्हिक्स अशा काही लसी गरोदरपणात देऊ नयेत; कारण आईला बाधा न होऊनसुद्धा हे जंतू आईच्या वारेमार्फत गर्भाकडे नेले जाऊन गर्भाला इजा पोहोचण्याची शक्यता असते.

बाळ कधी येणार ? : संभाव्य प्रसूतीची तारीख (Expected Date of Delivery - E.D.D.) तुमच्या (मागील) पाळीच्या तारखेत नऊ महिने सात दिवस मिळवून काढली जाते किंवा पाळीच्या पहिल्या दिवसाच्या तीन महिने आधीपासून मोजा व ७ दिवस त्यात मोजा म्हणजे E.D.D. मिळेल. उदा., जर पेशंटच्या पाळीचा १ जानेवारी हा पहिला दिवस असेल तर नऊ महिने ७ दिवस Add करून ८ ऑक्टोबर तिची संभाव्य प्रसूतीची तारीख E.D.D. होईल. साधारण गर्भधारणेच्या क्षणापासून २६६ दिवस किंवा ३८ आठवडे इतका कालावधी जन्म वेळेपर्यंत जातो. गर्भधारणेचा नेमका क्षण माहीत नसल्यामुळे शेवटी आलेल्या पाळीच्या दिवसापासून (L.M.P.) चाळीस आठवडे किंवा २८० दिवस मोजून जन्माची तारीख काढता येते. पण जर स्त्रीची पाळी अनियमित असेल तर वरचे सूत्र लागू पडत नाही. अशा वेळी सोनोग्राफीने E.D.D. काढली जाते. टेस्ट ट्यूब बेबीमध्ये गर्भधारणेच्या क्षणापासून तारीख मोजली जाते.

काल्पनिक/खोटी गर्भधारणा : या मानसिक आजारामध्ये स्त्रीची पाळी चुकते, मळमळते व उलट्याही होतात, बाळ पोटात फिरते, पोटाचा घेर विशिष्ट प्रकारे वाढतो. त्यांना वाटते की, आपण गरोदर आहोत. अपत्य व्हावे अशा आत्यंतिक इच्छेने निराशेमुळे अपत्यहीन स्त्रीमध्ये वरील परिस्थिती

दिसून येते. यात लघवीची प्रेग्नन्सी टेस्ट निगेटिव्ह येते. अल्ट्रासाउंड तपासणीत पोटाच्या पोकळीत वायूचे अस्तित्व दर्शविते. याला Pseudo Psysis असे म्हणतात. जे पेशंट ट्रिटमेंट करीत नाही ते तर बऱ्याचदा प्रसूतीच्या कळा येतात म्हणून ९ महिन्याआधी हॉस्पिटलला भरती होण्यासाठी येतात.

गर्भावस्थेतील सामान्य तक्रारी

गर्भावस्थेच्या या नाजूक काळात काही स्त्रियांना कोणत्या ना कोणत्या आरोग्यविषयक समस्यांना सामोरे जावे लागते. त्याची कारणे व निवारण कसे करावे हे आधी माहीत असेल तर त्या समस्या बऱ्याच सुसह्य होतात.

मळमळ व उलटी : मळमळ व उलटी जास्त करून गर्भावस्थेच्या पहिल्या तीन ते साडेतीन महिन्यांत होतात. यालाच 'सकाळचा आजार' किंवा 'Morning Sickness' असे म्हणतात. यद्यपि तो दिवसातून कधीही होऊ शकतो. या काळात ७० टक्के स्त्रियांना हा त्रास होतो. काहींना इतका तीव्रतेने होतो की, पोटात पाणीही टिकत नाही. त्याला 'Hyperemesis Gravidarum - H.G.' असे म्हणतात.

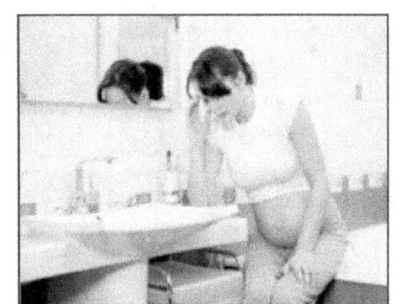

गर्भावस्थेत H.C.G. या प्रेग्नन्सी हार्मोन्सिचे प्रमाण वाढल्यामुळे H.G. चा त्रास होतो. वाढत्या हार्मोन्सबरोबर पोटाचे स्नायू सैल झाल्यामुळे तसेच केमिकल्स (Serotonin) च्या बदलामुळे • गर्भाशयाचे स्नायू ताणल्यामुळे, पोटात आम्ल (ॲसिड जमा झाल्यामुळे), वासांच्या संवेदना वाढल्यामुळे मळमळ व उलट्या होतात. • Hyperthyroidism • Pyridoxine Deficiency • मानसिक समस्यांमध्ये • काही विकृतीमध्ये Triploidy, Trisomy 21 ताणतणावामुळे मळमळ व उलट्यांची तीव्रता वाढते. प्रत्येक स्त्रीमध्ये ही सर्व लक्षणे दिसतील असे नाही. बहुतेक वेळा पहिल्यांदा दिवस गेलेल्या पेशंट्समध्ये ही सर्व लक्षणे अधिक प्रमाणात आढळतात. दुसऱ्या व तिसऱ्या वेळी हा त्रास कमी-कमी होत जातो.

प्रत्येक स्त्रीचे गरोदरपण वेगळे असते. म्हणून कोणी कोणाशी तुलना करू नये.

• जुळी मुले, तिळी मुले व द्राक्ष गर्भ असलेल्या गर्भवती स्त्रीला H.G. चा त्रास होतो. • मोठ्या वयात दिवस गेलेल्या गर्भवती स्त्रियांना H.G. चा त्रास अधिक होतो. • आतड्याचे किंवा यकृताचे विकार (कावीळ) असणाऱ्या गरोदर महिलांना H.G. चा त्रास अधिक होतो.

मॉर्निंग सिकनेसची तीव्रता पहिल्या तीन महिन्यात जास्त असते. हळूहळू ती कमी होते व काही महिलांच्या बाबतीत मात्र संपूर्ण नऊ महिने या समस्येला तोंड द्यावे लागते.

काही स्त्रियांना सातत्याने उलटी होते. त्यामुळे त्या स्त्रीच्या अन्ननलिकेवर ताण येतो. जोरात उलटी झाल्यामुळे कधी-कधी उलटीद्वारे रक्तही पडते. यात घाबरण्याचे कारण नाही. खूप जास्त उलट्यांचे प्रमाण वाढल्यास (Vit. B6) ची कमी झाल्यामुळे Wernick's Encephalopathy होते.

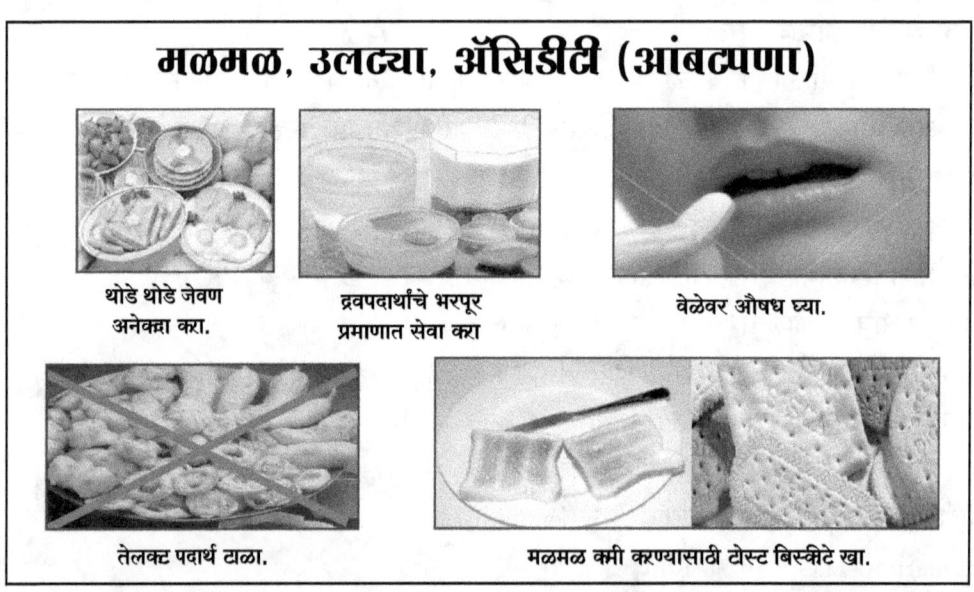

मळमळ, उलट्या, ॲसिडीटी (आंबटपणा)

थोडे थोडे जेवण अनेकदा करा.

द्रवपदार्थांचे भरपूर प्रमाणात सेवा करा

वेळेवर औषध घ्या.

तेलकट पदार्थ टाळा.

मळमळ कमी करण्यासाठी टोस्ट बिस्कीटे खा.

खाण्या-पिण्यावर नियंत्रण ठेवून ही समस्या कमी करता येते. दिवसभर पाण्याचे घोट प्यावे. जड अन्नपदार्थ कमी खाऊन पचनास हलके पदार्थ खाण्यावर भर द्यायला हवा. तळलेले, तेलकट, तिखट, चमचमीत, मसालेदार पदार्थ टाळावेत. थोडक्यात जंकफूड टाळावे. सात्त्विक शुद्ध आहार नियमित व वेळेवर घ्यावा. • प्रोटिनयुक्त पदार्थांमुळे उलट्यांचे प्रमाण कमी होते. • १०-२५ मि.ग्रॅ. व्हिटामिन B6 (Pyridoxine) दिवसातून तीन चारदा दिल्याने उलटी, मळमळ कमी होते. ते मोड आलेल्या कडधान्यांमध्ये, केळ व मांसाहारात आढळते. वारंवार चहा, कॉफी पिऊ नये.

गरोदर स्त्रीने उपवास न करता दिवसातून ४-५ वेळा थोडे-थोडे काहीना काही खात राहावे. एकाच वेळी भरपेट जेवण टाळावे. म्हणजे ॲसिडिटी वाढणार नाही व उलट्या कमी होतील.

डोहाळे लागणे : गरोदरपणी आईच्या शरीरातील विविध प्रकारच्या हार्मोन्सचे प्रमाण वाढल्यामुळे आईच्या तोंडाची चव बदलते. कडवट व मातकट चवही होते. लाळेतील रासायनिक घटकही बदलतात. या काळात आंबट-चिंबट, कैरी-चिंच वगैरे खाण्याची जास्त इच्छा होते. पूर्वीतर असे काही विवाहितेला झाले की स्त्री गरोदर आहे असे समजायचे. व्हीटॅमिन 'C' (सी) च्या कमतरतेमुळे ही इच्छा वाढते.

वास असह्य होणे : रक्तातील वाढलेल्या हार्मोन्समुळे गरोदर स्त्रीच्या नाकातील वासाची जाणीव करून देणाऱ्या पेशी जास्त संवेदनशील होतात. त्यामुळे रोजच्या फोडणीच्या वासाने तसेच जेवणाच्या वासानेही मळमळल्यासारखे होते. अन्नावरची वासनाही उडते. म्हणून घरच्या मंडळींनी तिला स्वतः फोडणी देऊन स्वयंपाक करण्यास मदत केली तर उलटीचे प्रमाण कमी होते. फोडणी दिल्याबरोबर तिने खाऊ नये.

उलट्यांची तीव्रता कमी करण्यासाठी रात्री तोंड धुऊन झोपावे. रात्रीची उलटीची गोळी (डॉक्टरच्या सल्ल्याप्रमाणे घ्यावी.), सकाळी जाग येताच तोंड न धुता ४-५ कोरडी पारलेजीची बिस्किट्स किंवा कोरडे टोस्ट्स, क्रॅकर्स खावेत. त्यामुळे रात्री जमा झालेले पोटातील ॲसिड कमी होते. सकाळी उठल्याबरोबर पातळ पदार्थ जसे चहा, कॉफी वगैरे घेतले तर किंवा ब्रश केला तरी ॲसिड उचंबळून उलट्यांचे प्रमाण वाढते. ३-४ कोरडी पारले-जीची बिस्किट्स खाल्ल्यानंतर सकाळची मळमळीची गोळी घ्यावी. त्यानंतर अर्ध्या तासाने तोंड धुऊन नाष्टा घ्यावा व नंतर एक ग्लास दूध प्यावे.

उलट्यांचा जास्तच त्रास झाला तर डॉक्टरांच्या सल्ल्याने गोळ्या इंजेक्शन (Ondensetron) किंवा सलाईनही लावावी. (म्हणजे शरीरात डी-हायड्रेशन होत नाही.)

छातीत जळजळ होत आहे असे वाटल्यास छाती व डोक्याचा भाग उशीच्या साहाय्याने उंच करून झोपावे किंवा आराम खुर्चीचा वापर करावा. अशा वेळी थंड दूध घ्यावे किंवा घरात अँटासिड असल्यास २ चमचे द्यावे. खाल्ल्याबरोबर लगेच झोपू नये.

Gastro-esophageal Reflex Disease : गर्भारपणात वाढलेल्या प्रोजेस्टरॉनमुळे पोटाचे स्नायू शिथिल होतात. तसेच Gastro-esophageal Sphincter सैल (Loose) झाल्यामुळे पोटातील ॲसिड Oesbphagus मध्ये येते, त्यालाच Heart Burn म्हणतात. तसेच अन्नही वर येते असे वाटते. अशा वेळी ताठ बसावे, झोपू नये.

• नेहमी अँटासिड घेणेही चांगले नाही. गर्भस्थ शिशूवर त्याचे दुष्परिणाम होतात. Sucralfate सुरक्षित असते कारण ते शोषले जात नाहीत. अँटासिडमुळे आयर्न Absorption वरही परिणाम होतो. H_2 रिसेप्टर Blockers जसे रॅनिटिन आणि फॅमोटिडीनमुळे जन्मजात विकृती होतात. तसेच ते Placental Blood Barrier Cross करतात. त्यामुळे दुधातही स्रवतात व बालकावर त्याचे अनिष्ट परिणाम दिसून येतात.

यासाठी कॅल्शियम कार्बोनेटच्या गोळ्या घेणे हितावत ठरेल. Isomeprazole गरोदरपणात सुरक्षित ठरेल.

• मनगटाच्या आतील भागाला इलेक्ट्रिकल स्टिम्यूलेशन दिल्याने उलट्या, मळमळ कमी होते.

काही स्त्रियांना गरोदरपणात वेगळेच पदार्थ खाण्याची इच्छा होते. जसे माती, खडू, पेन्सिल वगैरे खावीशी वाटणे. याला वैद्यकीय भाषेत Pica असे म्हणतात. हे सुद्धा डोहाळे वगैरे नसून कॅल्शियम व मिनरल्सच्या कमतरतेमुळे होते.

पहिल्या तीन महिन्यांत काही स्त्रियांचे उलट्या, मळमळ यामुळे वजन घटते.

आवळा, आले, लिंबू, लवंग, बडीशेप, वेलची यासारखे पदार्थ उलटी, मळमळ कमी करण्यास मदत करतात. वरील पदार्थांनी तोंडातील कडवट चवही घालवता येईल. आल्याच्या रसाने ही मळमळ कमी होते. मोरावळा खाल्ल्यानेही मळमळ कमी होते.

उलटीची भावना असल्यास थंड पाण्याचे घोट घ्या किंवा दीर्घ श्वास घ्या किंवा लिंबूचा, संत्र्याचा वास घ्या. काही वेळा ही भावना मानसिक असू शकते.

चार भाग आवळा पावडर, एक भाग सैंधव मीठ यांचे मिश्रण करून ठेवावे. येता-जाता चिमूटभर तोंडात टाकावे. बोरकुटाच्या पावडरनेही मळमळ कमी होते. खडीसाखरही गर्भवती स्त्रीला मळमळीच्या दृष्टीने हितावह असते. ती पित्तशामक असते.

कोरडे धने किंवा कोथिंबीर वाटून पाणी गाळून ५-५ चमचे वारंवार पिल्यानेही उलटी कमी होते.

सकाळी केशर टाकून पंचामृत घेण्यामुळेही मळमळ कमी होते व ते खूप पौष्टिक असते.

साळीच्या लाह्या पचायला हलक्या असतात. मूठभर कोरड्या लाह्या खाल्ल्या तरी मळमळ कमी होते. गर्भारपणात जर हातापायांची जळजळ होत असेल तर ३-४ तास साळीच्या लाह्या पाण्यात भिजवून ते पाणी पिल्याने आग कमी होते.

काही पेशंटना दुधामुळेच मळमळ होते, अशा वेळी Skimmed Milk, काही पनीर किंवा चीजचे तुकडे द्यावेत.

ताज्या हवेत राहा. सकाळी मोकळ्या हवेत फिरल्यानेही मळमळ कमी होते. घरात खिडकी उघडून झोपावे.

स्वतः धूम्रपान करू नये व आजूबाजूला कोणी करत असेल तर तेथे थांबू नका.

तुमच्या मळमळीचे कारण शोधा. काहींना काही काम केल्याने, काही अन्नपदार्थांच्या वासाने व ताणाने मळमळ होते ते टाळावे.

रात्रीचे जेवण झाल्यावर एक तासाने ब्रश करावा.

मळमळीसाठी ॲक्युप्रेशरच्या पॉईंट्सचा अभ्यास करावा.

गरोदर स्त्रीला जेवणातील तोचतोचपणा कंटाळवाणा होतो. वेगळे काही खावेसे वाटते. यालाच डोहाळे लागणे असे म्हणतात.

मळमळ उलट्यांसाठी त्वरित डॉक्टरांची भेट केव्हा ?

• २४ तास सारख्या उलट्या होत असतील तर • जर पोटात दुखणे, ताप, चक्कर, खूपच अशक्तपणा येत असेल. • जर वजन २ ते ५ किलोने कमी झाले असेल. • जर गर्द पिवळी लघवी होत असेल किंवा लघवीच खूप वेळ झाली नसेल तर • तोंड कोरडे पडत असेल व हात-पाय थंड पडले तर • खूप तहान लागत असेल तर • हृदयाचे ठोके जोरात पडत असतील तर • रक्ताची उलटी होत असेल तर.

गर्भावस्थेतील मानसिक बदल

शरीरातील हार्मोन्सच्या बदलामुळे स्त्रीची मानसिकताही बदलते. काहींची चिडचिड होते. कधी आनंद तर कधी घाबरलेली अशी मनाची अवस्था असते.

थकवा : वाढत्या गर्भाला भरपूर पोषक द्रव्ये मिळावीत, यासाठी आईच्या शरीरातील पचनक्रियेचा वेग वाढतो त्यामुळे शरीरावर ताण पडून थकवा येतो. काही वेळा हा थकवा इतका जास्त असतो की बसल्या जागी झोप लागते.

सुन्नपणा किंवा झिणझिण्या : गर्भावस्थेत काही स्त्रियांना शरीरातील काही भागात वेदना, सुन्नपणा किंवा झिणझिण्या जाणवतात. तुमचे गर्भाशय वाढून ते तुमच्या पायांशी व पाठीच्या कण्यांशी जुळलेल्या काही तंत्रिकावर दबाव टाकते. त्याने नितंब किंवा मांड्यांमध्ये दीर्घकालीन वेदना होऊ शकतात.

गर्भावस्थेत तुमचे पाय सुजल्यासही तंत्रिका दाबल्या जाऊ शकतात. या दाबामुळे पायात किंवा पायांच्या बोटात सुन्नपणा किंवा झिणझिण्या जाणवू शकतात. प्रसूतीनंतर त्या आपोआप निघून जातात.

दम लागणे : ८-९ व्या महिन्यात गर्भाशय एवढे मोठे होते की ते पोटाला आणि डायफ्रामला फुफ्फुसांकडे वर ढकलते, त्यामुळे गर्भवती स्त्रीला दम लागतो. मात्र दम लागण्याची अन्य काही कारणेही आहेत.

• ॲनिमिया (रक्ताल्पता) • श्वसनसंस्थेला जंतुसंसर्ग होणे. (Respiratory Tract Infection) • दमा (Asthma), हृदय रोग (Heart disease) यामुळे स्त्रीला सातत्याने दम लागत असेल तर वैद्यकीय सल्ला व उपचार घेणे आवश्यक आहे.

गर्भावस्था

सुख हे सर्वांत आधी आरोग्यामध्ये असते. त्यामुळेच, तुम्ही गरोदर आहात याची खात्री झाल्यावर तुमच्या आरोग्याची काळजी घेण्यासाठी वेळ काढा आणि नियमितपणे वैद्यकीय तपासणीस जा.

गरोदरपणात डॉक्टरांची भेट :

- महिन्यातून १ वेळा ६ महिन्यांपर्यंत
- पंधरवड्यातून १ वेळा ७ व्या व ८ व्या महिन्यात
- आठवड्यातून एकदा ९ व्या महिन्यात
- गरजेच्या वेळी.

गरोदरपणाच्या प्रत्येक तिमाहीमध्ये बहुतेक महिलांचे सांधे आणि लिगामेंट्स अधिक लवचीक बनतात आणि संप्रेरकांमध्ये (हार्मोन्स) होणारे बदल आणि येणारा अधिकचा थकवा या दोन्हीमुळे तसेच आपले शरीर कसे दिसू लागले आहे याविषयीची उत्कंठा, येणारे पालकत्व यांचाही परिणाम होत असतो. तेव्हा तुमचे आरोग्य चांगले राहण्यासाठी या काळात पौष्टिक अन्न खाणे आवश्यक आहे.

गर्भावस्था तीन-तीन महिन्यात विभागली आहे.

गर्भावस्थेतील पहिले तिमाही सत्र : गर्भावस्थेतील पहिले तीन महिने म्हणजे शेवटच्या पाळीच्या पहिल्या दिवसापासून बारा आठवड्यांचा काळ. या काळात मातेचे शरीर गर्भाच्या वाढीची व्यवस्था नीट व्हावी यासाठी तयारी करीत असते. मानसिक बदलामुळे सतत कुणीतरी जवळ असावे असे वाटू लागते तर कधी कोणाशी न बोलता आपल्याच मानसिक कोषात राहावेसे वाटते. खाण्यापिण्याच्या आवडीनिवडी बदलतात.

बाळाच्या वाढीसाठी रक्तपुरवठा व्यवस्थित व्हावा म्हणून गर्भवती मातेच्या हृदयाच्या स्पंदनाचा वेग वाढतो. शरीरात वाहणाऱ्या रक्ताचे प्रमाणही वाढत जाते. वाढत्या गर्भाला प्राणवायू जास्त लागतो म्हणून आईच्या श्वसनाचा वेग वाढू लागतो.

स्तन : स्तनाचा आकार वाढू लागतो, वजन वाढते, त्यातील चरबी वाढते, स्तन जास्त संवेदनशील होतात. किंचित स्पर्श झाला तरी ते दुखतात. त्यात दूध तयार होणाऱ्या ग्रंथी व दूध स्तनाग्रांपर्यंत वाहून नेणाऱ्या नलिकांची वाढ सुरू होते.

स्तनाग्रांसभोवतीचे वलय काळपट होते. त्यावर छोट्या-छोट्या गाठी येतात (Montgomery tubercles), स्तनावर रक्तवाहिन्यांची संख्या वाढल्यामुळे नीळसर रेषा दिसायला लागतात.

मातेच्या गर्भाशयाचा आकारही वाढतो पण वरून तपासणीत लागत नाही. तिसऱ्या महिन्याच्या शेवटी कमरेचा घेर वाढतो.

गर्भावस्थेतील दुसरे तिमाही सत्र : प्रत्येक गर्भपूर्व तपासणीत डॉक्टरांनी

- HB नीट आहे ना ?
- B.P. ठीक आहे ना ?
- पायावर सूज तर नाही ना ?
- वजन जास्त किंवा कमी तर वाढत नाही ?
- पाणी कमी-जास्त तर वाटत नाही ना ?
- बाळाची वाढ कमी तर नाही ना ?
- ५ व्या महिन्यात बाळाचे ठोके ऐकू येतात की नाही ? हे पाहणे जरुरीचे आहे.

लक्षणे : • मळमळ उलटी कमी होते. • थोडा थकवा व चक्कर येते. • पोट फुगल्यासारखे वाटून बद्धकोष्टता (Constipation) होते. • योनीतून थोडा पांढऱ्या पाण्याचा त्रास होतो हे नॉर्मल असते. त्यामुळे कमजोरी वगैरे काही होत नाही. परंतु जर पाण्याला दुर्गंध येत असेल, प्रमाण जास्त असेल, लघवीच्या जागी खाज येत असेल तर तज्ज्ञांच्या ट्रिटमेंटची गरज असते. योनिमार्गातील P.H. आम्लयुक्त झाल्यामुळे फंगल इन्फेक्शन होते. त्यामुळे पांढरे पाणी व खाज येते. अंडरगार्मेंट्स कॉटनच्या व सैल अशा वापरा व दिवसातून दोन वेळा बदला. अँटिफंगल Clotrimazole च्या पेसरीज योनिमार्गात ठेवा. • पायावर घोट्यावर सूज येते तसेच पिंडल्यामध्ये गोळे येतात. • दात घासताना दातातून रक्त येते. • पोटात आणि पाठीत अस्वस्थता वाटते. • पोटावर व निपलवर काळपटपणा वाढतो. पोटावर डार्क रेषा येतात. (Linea Nigra) कधी-कधी चेहऱ्यावर काळे डाग पडतात. हे सर्व बदल शरीरातील पिगमेंटेशन (Melanocytes) वाढल्यामुळे होतात. • लैंगिक संबंधाची इच्छा वाढते. • बाळाशी संवाद साधताना खूपच उल्हसित वाटते. • काही गर्भवती स्त्रियांना संपूर्ण शरीरात खाज येते. (बहुतेक पाणी साठल्याने)

गर्भावस्थेतील तिसरे तिमाही सत्र (२९ ते ४० आठवडे) : २९-३० आठवडे बाळाचे वजन १.३५ कि.ग्रॅ. पेक्षा जास्त झाले असेल, बाळ वजनाने व आकारमानाने वाढल्यास आतील जागा अपुरी पडल्यामुळे बाळाची हालचाल खूपच कमी वाटायला लागते. शेवटी एकदम जड वाटायला लागते. प्लासंटातील हार्मोन्समुळे दूध यायला सुरुवात होते. स्नायू ताणल्यामुळे पाठीत, कमरेत, खालच्या पोटात दुखते. या महिन्यात सतत डिलेव्हरी कशी होईल याची भीती वाटत असते.

गर्भावस्थेतील आरोग्य

गर्भावस्थेतील वजन वाढणे : पहिल्या तीन महिन्यात तुमचे वजन साधारण दीड किलो आणि संपूर्ण गर्भावस्थेत प्रत्येक महिन्यागणिक एक-दोन किलोने वाढावे असे गृहीत धरले जाते. यापेक्षा वजन जास्त वाढल्यास स्त्रीचे ब्लडप्रेशर वाढण्याची संभावना असते. प्रसूतीपूर्व तपासणीत आईचे वजन नोंद करणे आवश्यक असते. ४-९ महिन्यांत त्यांची नोंद करणे जरुरीचे असते.

गर्भावस्थेतील संपूर्ण वजन वाढ : साधारण १० ते ११ किलो असते.

- प्रथम तिमाही सत्रात (First trimester) १ किलो
- द्वितीय तिमाही सत्रात (Second trimester) ३ ते ४ किलो
- तिसऱ्या तिमाही सत्रात (Third trimester) ५ ते ६ किलो
- नॉर्मल वजन असलेल्या स्त्रीची वजन वाढ ८ ते १० किलो
- कमी वजन असलेल्या स्त्रीची वजन वाढ १० ते १२ किलो
- जुळे बाळ (Twins) असलेल्या स्त्रीची वजन वाढ १२ ते १५ किलो
- जास्त वजन (Overweight) असलेल्या स्त्रीची वजन वाढ ६ ते ८ किलो एवढी साधारण व्हायला पाहिजे.
- गरोदरपणी गर्भ, वार (Placenta), गर्भजल (Amniotic Fluid), स्तनाची वाढ, स्तन रक्त, शरीरातील चरबी इत्यादींमुळे गर्भारपणापूर्वीच्या वजनापेक्षा स्त्रीचे वजन वाढते. मात्र जर गर्भाची वाढ खुंटली तर स्त्रीच्या वजनातील तसेच पोटाच्या आकारातील अपेक्षित वाढ थांबते.

गर्भारपणापूर्वी नॉर्मल वजन असणाऱ्या गर्भवतीचे वजन जवळजवळ ११ ते १२ किलो वाढते. ते खालीलप्रमाणे -

बाळाचे वजन	३ किलो
प्लासंटा	०.५ किलो
शरीरातील पाणी	१.५ किलो
गर्भाशय	१ किलो
स्तन	१ किलो
रक्त	१.५ किलो
शरीरातील चरबी	२.० किलो
गर्भजल	०.५ ते १ किलो
असे एकूण वजन वाढ	**११.५ किलो**

☞ गर्भावस्थेतील मातेचा आहार

गर्भावस्थेच्या वेळी मातेच्या भोजनाचा मुलाच्या विकासावर फार प्रभाव पडतो. आईचा आहारविहार परिपूर्ण असेल तर बाळाची वाढ सर्वांगाने होते. आई कुपोषित राहिली तर बाळाचे वजन कमी होते व जन्मतःच बाळाला अनेक प्रकारच्या लढायांशी सामना करावा लागतो.

''आरोग्यसंपन्न आई म्हणजे आरोग्यसंपन्न मूल.''

तुम्ही तुमच्या बाळाच्या जीवनाची निकोप सुरुवात करून देऊ शकता, समतोल पौष्टिक आहार घेऊन.

तुमचा आहार सकस व समतोल असावा, त्यात भरपूर प्रमाणात ताजी फळे आणि हिरवा भाजीपाला असावा. जेणेकरून शरीराला आवश्यक असलेली जीवनसत्त्वे, खनिजे आणि तंतुमय पदार्थ मिळतील. अति साखर, अति आंबट, थंड, शिळे पदार्थ, रूक्ष अन्न, वातूळ पदार्थ (मटार, चनाडाळ) इत्यादी सेवन करू नये.

तंतुमय पदार्थ (चोथा-Fibre) :

पाच ते पंधरा मिलिग्रॅम तंतुमय पदार्थ दररोज हा आहारातील आवश्यक घटक आहे. ज्यामुळे आपल्याला पोट भरण्याचा आनंद मिळतो तसेच शौच्याच्या तक्रारी कमी होतात.

• फळे - पेरू, संत्री, सफरचंद • हातसडीचा तांदूळ, गहू, ओट, बाजरी • सोयाबीन, राजमा • शेवग्याच्या शेंगा, गवार, हिरवे वाटाणे.

गर्भवती स्त्रियांना रोज २,५०० कॅलरीज अन्नातून मिळायला हव्यात. गर्भवाढीसाठी लागणारे सर्व अन्नघटक आहारातून कमी मिळाल्यास गर्भाला स्त्रीशरीरातून शोषून घ्यावे लागतात. त्याचा परिणाम स्त्रीच्या आरोग्यावर होतो. गर्भवती महिलेला ३५-४० कॅलरी प्रती किलोग्रॅमची प्रतिदिन आवश्यकता असते. संतुलित आहारामध्ये ५० टक्के कार्बोहायड्रेट, ३० टक्के फॅट्स, २० टक्के प्रोटीन असावेत.

भोजनानंतर अतिबोलणे, झोपणे, प्रखर उन्हात बसणे, अधिक व्यायाम, वेगाने चालणे टाळावे आणि कोणत्याही गोष्टींचा अतिरेक टाळावा.

खाण्यापिण्याच्या खराब सवयींचा तुमच्या गरोदरपणावर प्रतिकूल परिणाम होऊन त्यामुळे ॲनिमिया (पंडुरोग), प्रीएक्लाम्पशिया, मन:स्थितीमध्ये बदल, थकवा, पायाला पेटके येणे, बद्धकोष्ठता इत्यादी त्रास होऊ शकतात. जस्त (झिंक) सारख्या काही खनिजांची कमतरता, वेळेआधीच प्रसूती वेदनांसाठी (Premature Delivery) कधी-कधी जबाबदार ठरते.

गरोदरपणातील स्वच्छता : • दररोज अंघोळ करा. (योनीची, स्तनांची स्वच्छता करा.) • नखे वेळेवर कापा. • नियमित दात घासा.

अर्भकाची वाढ : गर्भारकाळात मातेचे जर कुपोषण झालेले असेल तर होणाऱ्या बालकाचा मोठेपणी लठ्ठपणाकडे कल दिसतो. आईच्या आहाराप्रमाणे मुलाच्या सवयी बनतात. गर्भावस्थेच्या काही आठवड्यानंतर ते काही महिन्यांपर्यंत बाळाला जो आहार मिळेल पुढे तीच त्याची आवड बनते. गर्भावस्थेत बाळ हे नाळेद्वारे आईशी जोडलेले असते व आई जो आहार घेईल तो नाळेद्वारे बाळाला मिळत असतो. बाळाच्या मेंदूचा विकास होत असताना त्याला मिळणारा आहार त्याच्या आवडीचा बनतो. जर तुम्हाला तुमच्या बाळाने जन्मानंतर चांगला आहार घ्यावा असे वाटत असेल तर तुम्हीच गरोदरपणात ती सवय लावा.

"जेवण तुमच्यासाठी नाही दोघांसाठी किंवा डबल"

आपला सामान्य पौष्टिक आहार नियमित घ्या. जास्त खाण्याची आवश्यकता नाही. परंतु थोडे-थोडे दिवसातून सहा वेळा पचन होईल तेवढेच अन्न खा. त्यामुळे गरोदरपणात शिथिल झालेल्या जठराला थोडे अन्न पचवायला व शोषून घ्यायला त्रास होत नाही. पुढे गर्भाशयाचा आकार गर्भाच्या वाढीमुळे जसजसा मोठा होतो तसतसे गर्भाशय, जठर व आतडी यांना बाजूला सारते व त्यांच्यावर दाबही टाकते. शेवटच्या महिन्यातही आहार थोड्या प्रमाणात घेणेच योग्य, नाहीतर पचनक्रिया नीट होत नाही व साधे उठणे-बसणेही त्रासदायक होते. आहारात दोन ग्लास दूध (रोजचे अर्धा लीटर), मोड आलेली कडधान्ये (वाफवलेली - फक्त कुकरमध्ये एखादी शिटी करून पचायला हलकी होतात.) घ्यावीत. मोड

आलेल्या कडधान्यांमुळे (Sprouts) चांगले कोलेस्टेरॉल (H.D.L.) वाढते व हानिकारक कोलेस्टेरॉल (L.D.L.) कमी होते. अंकुरित अन्नाला 'अमृतान्न' म्हटले आहे. धान्यांना मोड आल्यानंतर पोषक तत्त्वांमध्ये आश्चर्यजनक वृद्धी होते.

कार्बोहायड्रेट तुटून ग्लुकोज आणि सुक्रोजमध्ये विघटित होतात. यामुळे पचनातील श्रम वाचतात.

प्रोटीन व फॅट्ससारखे जड तत्त्वसुद्धा साध्या फॅटी आम्लामध्ये बदलतात. हे पचनात सोपे तर असतातच, याच बरोबर फायदेशीरही असतात.

अंकुरित केल्यामुळे खनिज क्षारांमध्ये (कॅल्शियम ३५ टक्के, पोटॅशियम ८० टक्के, लोह ४० तर सोडियममध्ये ६९ टक्के वाढ होते. तसेच प्रोटीनमध्ये ३० टक्के आणि आद्रतेमध्ये ८.३ टक्के) वृद्धी होते. अंकुरणामुळे व्हिटॅमिन्स (ए, बी, सी) आणि नायसिन वाढतात. हिरव्या पालेभाज्या, दही, फळे यांचा वापर करावा. शक्यतोवर साखरेऐवजी गूळ वापरावा. जेवणानंतर किंवा अधूनमधून फळे खावीत. पपई चांगली, त्याने अन्न पचन चांगले होते. पपईमुळे जसे आतड्यांचे स्नायू शिथिल होतात तसेच गर्भाशयाचेही (त्यामुळे दोन-तीन महिन्यांचा गर्भ असताना पपई खाऊ नये.) नंतरच्या गर्भावस्थेत पपई चालते. गर्भावस्थेत कच्ची पपई खाणे हानिकारक आहे. कच्च्या पपईतील लॉक्टेक्समुळे गर्भाशय आकुंचन पावतो; परंतु पिकलेली पपई ही व्हिटॅमिन आणि मिनरल्सने समृद्ध असल्याने ती हार्टबर्न व मलावरोध रोखण्यास मदत करते. पपईमधील पॅपेन हे एन्झाइम अन्नपचनासाठी फार जरुरीचे आहे.

तुमच्या गर्भस्थ बाळाच्या विकासासाठी B_{12} जीवनसत्त्व, फॉलिक ॲसिडसह जीवनसत्त्वे आणि खनिज पदार्थ महत्त्वाचे आहेत.

प्रोटीन्स, कार्बोहायड्रेट्स त्याचप्रमाणे जीवनसत्त्वे आणि कॅल्शियम, आयर्न आणि जीवनसत्त्व 'सी' सारखे खनिज पदार्थ महत्त्वाचे असून योग्य पदार्थ खाऊन हे प्राप्त करता येतात. प्रोटीन्ससाठी वाटीभर घट्ट वरण (तुरीचे, मुगाचे) घेणे आवश्यक आहे. ताज्या गावरान मटारची उसळही घेणे चांगले, पण गर्भारपणात सोयाबीन, छोले, राजमा, हरभऱ्यासारखे पचण्यास जड असणारे पदार्थ टाळावे.

मांसाहार तसेच तेलकट मसालेदार पदार्थ पचायला जड असतात. म्हणून शक्यतोवर ते (पहिल्या तीन महिन्यात तरी) टाळावेत.

मांसाहारामध्ये एक सांगण्यासारखे म्हणून कसाई जेव्हा प्राणी कापून मांस तयार करतो तेव्हा त्या प्राण्याला दुःख होते. त्यामुळे भीतीची, रागाची व दुःखाची नकारात्मक प्रकंपने त्यातून आपल्या खाद्यात उतरतात. नकारात्मक हार्मोन्समुळे रक्तपुरवठा कमी होतो व त्यामुळे बाळाच्या शारीरिक, मानसिक व आध्यात्मिक प्रगतीत अडथळा येतो. म्हणूनही मांसाहार टाळणे योग्य. शाकाहारी अन्न १२ तासात पचन होते तर मांसाहारास ३६ ते ७२ तास लागतात. मांस ७२ तास मोठ्या आतड्यात

राहते. त्यामुळे आतड्याचा कॅन्सर (Colon Cancer) होण्याची भीती असते. किडनीवरही विपरीत परिणाम होऊन युरीक ॲसिड वाढण्याचा संभव असतो.

गर्भवती महिलांना शंख जलाचे नियमित रूपात सेवन करवित राहण्याने तिला होणारी संतती सुंदर आणि स्वस्थ असते. तसेच त्यात मूक, बधिर होण्याची भीती राहत नाही.

गर्भवतीने खालील सहा पदार्थ खायलाच हवेत.

(१) गोड दही (Yogert) : या पदार्थातून प्रोटीन आणि कॅल्शियम हे दोन्ही घटक विपुल प्रमाणात मिळतात. दुधापेक्षाही दह्यामध्ये जास्त कॅल्शियम असते. दह्याच्या अन्य गुणधर्मामुळे अन्नातून होणाऱ्या संसर्गाचा धोका टळतो. काही स्त्रियांना दूध आवडत नाही किंवा त्यांना पचन होत नाही किंवा त्याची ॲलर्जी असते. अशा परिस्थितीत दही किंवा योगर्ट उपयुक्त ठरते. ते दुधाची उणिव भरून काढते. चीज व पनीरचे तुकडेही देऊ शकता.

(२) शेंगा : फरसबी, घेवडा, श्रावणी घेवडा, गवार, वाल, शेवगा यांपैकी जी भाजी आवडत असेल ती गर्भवती स्त्रीने नेमाने खावी. जोडीला जेवणात वेगवेगळ्या डाळी असाव्यात. त्यामुळे प्रसूतिपूर्व काळात शरीराची यंत्रणा, खासकरून पचन यंत्रणा, सुरळीत काम करते. शेंगांमधून प्रोटीन्स आणि तंतुमय पदार्थ (फायबर) यांच्याबरोबरच लोह, कॅल्शियम आणि झिंक हे पोषक घटक मिळतात. प्रसूतिपूर्व काळात सॅलड आणि सूप आहारामध्ये ठेवावे आणि सॅलडमध्ये शेंगा अवश्य घालाव्यात.

(३) रताळे : भाजी म्हणून किंवा 'स्नॅक्स' म्हणूनही रताळे हा अतिशय उत्तम असा आरोग्यपूर्ण आहार आहे. तो शिजविण्याप्रमाणेच भाजूनही खमंग लागतो. त्याची खीर किंवा किसदेखील छान लागतात. रताळी उकडून, साजूक तूप लावून खावीत. त्यांच्यातून 'सी' व्हिटॅमिन, फायबर (तंतुमय पदार्थ), फॉलेट जास्त प्रमाणात मिळतात.

(४) अक्रोड : ऑफिसमध्ये नोकरदार गर्भवती महिलांनी खाद्यपदार्थांबरोबर सुकामेवा विशेषतः अक्रोड बरोबर ठेवायला हवेत. अक्रोडमधून ओमेगा थ्री फॅट्टी ॲसिड मिळते. बाळाच्या मेंदूच्या विकासासाठी ते आवश्यक असते. ५-६ बदाम व १ अक्रोड रात्रभर पाण्यात भिजवून त्याचे सेवन करावे.

(५) पालेभाज्या : पालकसारख्या पालेभाज्या प्रसूतीपूर्व काळात गर्भवतीच्या आहारामध्ये अधिकाधिक प्रमाणात हव्यात. त्यामध्ये आयर्न म्हणजेच लोह, जीवनसत्त्वे व पोषक घटक ओतप्रोत भरलेले असतात. ए, सी, के या जीवनसत्त्वांची तर पालेभाज्यांमध्ये लयलूट असते. त्यांच्यामुळे गर्भवती स्त्रीचे सर्वसाधारण आरोग्यमान उत्तम राहाते. त्यामुळे डोळ्याची शक्ती वाढते.

(६) **फळे :** प्रसूतिपूर्व काळातल्या आहारात ३ तरी फळे हवीतच. तो 'एनर्जी'चा (ऊर्जा) श्रेष्ठ स्रोत आहे. कारण त्यात भरपूर पोषणमूल्य, जीवनसत्त्व आणि अँटिऑक्सिडंट्स असतात. 'सी' व्हिटॅमिन भरपूर असलेले संत्री, पेरू तसेच बेरी ही फळे गर्भवतीसाठी सर्वोत्तम म्हणायला हवीत.

जसं फूड तसा मूड !

स्वयंपाक करताना मन प्रसन्न असावे. जे ते अन्न खातात त्यांच्यावर त्या विचारांचा प्रभाव जाणवतो. म्हणून हॉटेलमधील जेवणापेक्षा घरचाच ताजा, सकस रुचकर आहारच चांगला, स्वच्छतेचा संपूर्ण विचारांती, प्रेमाने, आनंदाने केलेला स्वयंपाक चांगला असतो. अन्न शिजवणाऱ्यांचा तसेच खाणाऱ्यांचाही भाव खूप महत्त्वाचा असतो. क्रोध, मत्सर, शोक इत्यादी भाव अन्नावर प्रतिकूल प्रभाव टाकतात.

गरोदर स्त्रीने तामसी अन्नपदार्थ टाळावेत. सात्त्विक व पौष्टिक अन्नपदार्थ सेवन करावेत. उपनिषदात सांगितलेले आहे की आहाराच्या सूक्ष्म भागातून मन बनते.

जेवण करताना आनंदी मनाने परमेश्वराचे नामस्मरण करावे. टी.व्ही. बघत जेऊ नये. कारण त्या खराब प्रकंपनांचा (Vibrations - विध्वंसक) आपल्या खाण्यावर परिणाम होऊ शकतो. याउलट (Divine Music) दैविक संगीत लावून ऐकणे खूप हितावह असते.

प्रोटीन्स :

मांस, चीज, बीन्स, अंडी, मासे व मासळीचे पदार्थ हे सर्व प्रोटीन्सचे सर्वोत्तम स्रोत आहेत. प्रोटीन्सयुक्त आहार म्हणजे चण्याची डाळ, टरफलयुक्त मुगाची डाळ, उडीद, मूग, तूर आदी भरपूर प्रमाणात घ्यावे. डाळ, अंकुरित करून खाण्याने त्यातील पौष्टिक तत्त्वांची मात्रा वाढते. लोहाबरोबर भरपूर प्रोटीन्स असले तर हिमोग्लोबीन चांगले राहते. मानवी पेशी घडवणाऱ्या पदार्थांसाठी प्रोटीन्स जरुरीचे आहे. अंकुरित धान्य खाल्ल्यामुळे त्यातील प्रोटीन्स जास्त प्रमाणात विकसित होतात. त्यामुळे

त्यातील व्हिटॅमीन 'सी' चे प्रमाण हे ६० ते ९० टक्के तर व्हिटॅमीन 'बी' चे प्रमाण १५ ते ४० टक्के एवढे वाढते.

दूध : दूध व दुधाची उत्पादने ही बाळाची हाडे, दात, स्नायू, हृदय आणि मज्जा विकसित करण्यासाठी लागणाऱ्या कॅल्शियमचा पुरवठा करतात. दही, पनीर व १-२ चीजचे तुकडे यामधूनही कॅल्शियम मिळते. अर्धा लीटर दूध रोज सेवन करावे.

दूध चांदीच्या ग्लासमधून (शक्य असल्यास) प्यावे. गरम दूध चांदीच्या ग्लासमध्ये २ तासांपेक्षा जास्त ठेवू नये.

लोह (आयर्न) :

गर्भारपण, प्रसूती आणि स्तनपानामुळे स्त्रीच्या शरीरातील लोहाचा साठा कमी होत जातो.

भरपूर प्रमाणात लोह, फॉलिक ॲसिड, व्हिटॅमिन 'बी-६' असलेला आहार आपण नियमित घेतला पाहिजे म्हणजे हिमोग्लोबीन चांगले राहील.

माता व बाळ या दोघांमध्ये रक्तपुरवठ्यासाठी लोह जरूरीचे असते. दोघांमध्ये ऑक्सिजन वाहण्यासाठी लोहाचा उपयोग होतो. गर्भारपणात २०-३० मि.ग्रॅ. दररोज इतकी गरज वाढते. विशेषतः शाकाहारी आहारात आयर्नची कमतरता होते.

लोह हिमोग्लोबीन रक्तपेशी तयार करण्यात मदत करते. हिमोग्लोबीनचे प्रमाण ११ ते १५ ग्रॅमपर्यंत असते व ते जर ९ ग्रॅमपेक्षा कमी असेल तर ॲनिमिया (रक्ताल्पता किंवा पंडुरोग असे म्हणतात.) होऊ शकतो. भारतातील ७० टक्के महिला ॲनिमिक असतात. आपल्याकडे बऱ्याचशा स्त्रिया स्वतःच्या खाण्याकडे दुर्लक्ष करतात. जंतामुळेही ॲनिमिया होऊ शकतो.

लक्षणे : ॲनिमियामुळे गरोदरपणात स्त्रीला अत्यंत अशक्तपणा जाणवतो, थोड्याशा कामाने थकवा येतो किंवा दम लागतो. छातीत धडधडणे, चेहऱ्यावर-हातापायावर सूज येणे, हातापायाला मुंग्या येणे,

निस्तेजपणा, काम करण्यात उत्साह न राहणे (कामातील परफॉर्मन्स कमी होणे), डोळ्यांखाली काळी वर्तुळे येणे, नखे पांढरी दिसणे, चेहरा फिक्का दिसणे, डोळ्यांच्या पापण्यांचा आतील भाग फिक्का पडणे, भूक नसणे, जास्त झोप येणे, डोळ्यापुढे अंधारी येणे, चेहरा पांढराफटक-निस्तेज दिसणे, कष्ट सहन न होणे, हात-पाय गार पडणे, डोके दुखणे ही लक्षणे दिसून येतात. साधे घरगुती काम करतानासुद्धा धाप लागते.

लोह भरपूर असलेले अन्नपदार्थ

पालेभाज्या : लोहासाठी पालक, पोकळा, मेथी, चवळी, माठ, बिटाची पाने, हिरवा कांदा, पुदिना यासारख्या भाज्या आहारात रोज असाव्यात. क्वचित कोथिंबीर, गाजराची पाने, आंबट चुका, ब्रोकली, मुळ्याची पाने, शेपू, आळू, सरसो वगैरे भाज्या आहारात ठेवता येतील. महत्त्वाचे म्हणजे लोहाच्या पचनासाठी जीवनसत्त्व 'क' (व्हिटॅमिन सी) ची आवश्यकता असल्यामुळे पालेभाज्या खाताना वर थोडासा लिंबू पिळावा.

आळिवाच्या बिया, कॉलिफ्लॉवरचा हिरवा भाग, (कडधान्य, डाळी, मटार, पोहे) यातून पुरेसे लोह मिळते.

गरोदरपणात बटाटा, सुरण, गाजर खाऊ नका. गर्भवतीने या भाज्यांचे सेवन केले तर भविष्यात तिच्या मुलांना मधुमेह होण्याचा धोका असतो असा शास्त्रज्ञांचा इशारा आहे. बाफीलोयेन नावाचे टॉक्सिन या भाज्यांना दूषित करते. भाज्या शिजविल्या तरी त्यातील टॉक्सिन हे तत्त्व नष्ट होत नाही. त्यामुळे गरोदर स्त्रियांनी जर असे टॉक्सिनयुक्त भाज्यांचे सेवन केले तर गर्भातील पॅंक्रियाज विकासात वाईट प्रभाव पडतो.

फळे :

गरोदरपणात रोज तीन वेगवेगळी फळे खावीत. पहिले सफरचंद, दुसरे डाळिंब, तिसरे कोणतेही चिकू, केळी, मोसंबी जे मिळेल ते. गर्भस्थ शिशूसाठी सफरचंद खाणे खूपच फायदेशीर असते. मातेने सफरचंद खाल्ल्यामुळे जन्मानंतर मुलांना दमा व इतर श्वसन नलिकेमध्ये होणारा त्रासही कमी होतो.

संत्री, मोसंबी, किवी, आवळा, बीट, डाळिंब ही फळे भरपूर खावीत. आवळा व केशर यांचा समावेश असावा. बीट आणि डाळिंब दोन्हीही उत्तम रक्तवर्धक आहेत. बिटाचा किस करून, त्यावर

लिंबू पिळून हळद, हिंग, कढीपत्ता टाकून तिळाची फोडणी देऊन चविष्ट कोशिंबीर करता येते किंवा बीट कुकरमध्ये वाफवून काप करून मीठ लावून खाता येतात किंवा बिटाचा ज्यूस करता येतो. बिटामुळे फारच लवकर हिमोग्लोबीन वाढते. कारण यापासून मिळणारे लोहतत्त्व उच्च गुणवत्तेचे असते. सिमला मिरची, लाल टोमॅटो व फळभाज्या याही भरपूर खाव्यात. रोज डाळिंबाचे दाणे एक वाटी खावेत किंवा डाळिंबाचा ज्यूस करावा. लाल टोमॅटो किंवा मिश्र भाज्यांचे सूप करावे.

रताळी, टरबूज, खजूर, काळे मनुके, भिजवलेले अंजीर यानेही लोह मिळते. १० ते १५ ग्रॅम काळे मनुके एका वाटीत पाण्यात भिजवून ठेवावेत. त्यात थोडासा लिंबाचा रस टाकावा. ४ ते ५ तासांनी मनुके खावेत. मनुक्यात लोह व सर्वच जीवनसत्त्वे मुबलक प्रमाणात असतात. त्यामुळे रक्ताल्पतेत सुधारणा होते. फळे नेहमी जेवणाआधी एक तास किंवा जेवणानंतर दीड ते दोन तासांनी खावीत. फळे शक्यतोवर सालीसहित खावीत. कारण सालीलगतच जीवनसत्त्वे असतात. फळांच्या ज्यूसपेक्षा फळेच खाणे चांगले कारण त्यातून फायबर मिळते.

नारंगी फळे, टोमॅटो, आवळा, लिंबू, पेरू इत्यादी आंबट फळे ज्यामध्ये व्हिटॅमीन 'सी' भरपूर मात्रेत आहे अशा फळांचे भरपूर सेवन करावे.

रात्रभर पाण्यात भिजवलेले मूठभर शेंगदाणे सकाळी गुळाबरोबर (रसायनविरहित) खाण्यानेही लोह वाढते.

नाचणी, बाजरी, डाळी, मांस, राजगिरा यात लोह असते. म्हणून राजगिऱ्याच्या लाह्या एक वाटी दुधासोबत रोज खाव्यात किंवा राजगिऱ्याचा लाडू, शेंगदाण्याचा लाडू रक्तवाढीसाठी उपयुक्त असतो.

हिरवा मटार आहारात घेणे आवश्यक आहे. मटारमध्ये असणारे उन्सर फॉलिक ॲसिड व 'बी-६' ही तत्त्वे उपयोगी ठरतात.

मेथीची भाजी गर्भारपणात कटाक्षाने टाळावी. मेथीमध्ये गर्भाशय संकोचन (Contraction) करणारी द्रव्ये असतात.

तोंडले व गवार या तुरट चवीच्या भाज्या गर्भाच्या बुद्धीच्या वाढीच्या दृष्टीने योग्य नाहीत म्हणून टाळाव्यात.

गर्भवती स्त्रीने गाजराचा ज्यूस प्यावा म्हणजे कॅल्शियम व रक्ताची कमतरता निर्माण होणार नाही.

गर्भवती स्त्रीला रोज दोन चमचे मध द्या म्हणजे होणारे बाळ सुंदर तसेच तंदुरुस्त होईल व ॲनिमियाची समस्या कमी होईल.

स्वयंपाकात लोखंडाची कढई, तवा, पळी वापरणे अधिक चांगले. त्यातूनही शरीरात लोह वाढण्यास मदत होते.

मटणामध्ये भरपूर लोह असते त्याबरोबर मासे, कोंबडीचे मांस व प्राण्यांच्या इतर अवयवांमध्ये मुबलक लोह असते.

शरीरातील लोहाचे काम शरीरामध्ये ऊर्जा (Energy) उत्पन्न करण्याचे असते. त्याच्या कमतरतेमुळे ऊर्जा कमी उत्पन्न होते. त्यामुळे शरीर सुस्त बनते. शरीराबरोबर मस्तिष्क कमजोर व शिथिल होते.

आयर्नचा डोस १०० एम.जी. इलेमेन्टल इतका मिळायलाच हवा. काही पेशंटना आयर्नमुळे संडास काळी होते, जीभही काळी होते, काहींना कॉन्स्टिपेशन होऊ शकते. जळजळ अपचन हे कधीकधी होणारे साईड ईफेक्ट्स आहेत. काही गर्भवती स्त्रियांमध्ये आयर्नचा डोस ३० मी.ग्रॅ. पेक्षा जास्त झाल्यास बद्धकोष्ठता होते पण तो डोस जर कमी दिला तर गर्भवती स्त्रीची ती समस्या कमी होते.

- गरोदरपणात बहुतेक ॲनिमिया आयर्नच्या कमतरतेमुळेच होतो, पण फॉलिक ॲसिड व व्हिटॅमिन B_{12} च्या कमतरतेमुळे होतो किंवा जर जास्त रक्तस्राव गरोदरपणात झाला तर होतो.
- Sickle Cell Disease च्या गर्भवती स्त्रियांमध्ये Sickledex Test केली जाते. जर पॉझिटिव्ह टेस्ट आली तर Hemoglobin Electrophoresis केले जाते.

उपचार :

- यात फॉलिक ॲसिडची खूप जास्त प्रमाणात गरज वाढते. जवळजवळ ५ mg दिवशी देतात.
- आयर्न जर गरज असेल तर दिले जाते.

ॲनिमियाचे दुष्परिणाम : गर्भवती स्त्रीला ॲनिमियात संसर्गजन्य रोग किंवा इन्फेक्शन्स सेप्सिस लवकर होऊ शकतात. कारण शरीराची प्रतिकारशक्तीच कमी होते. तसेच थ्राँबोएम्बोलिक परिणाम दिसून येतात.

ॲनिमियामुळे गर्भाचीही वाढ बरोबर होत नाही. त्यालाच I.U.G.R. (Intra Uterine Growth Retardation) बेबी म्हणतात. मूल जन्मतः अशक्त व कमी वजनाचे होण्याची शक्यता असते आणि प्रसूती होतानाही विविध समस्या उद्‌भवू शकतात. जसे प्रसूतीला वेळ लागणे (Prolong-labour), अति जास्त रक्तस्राव P.P.H. (पोस्ट पार्टम हिमोरेज) होऊन स्त्रीचा जीव दगावण्याचा संभव असतो.

तपासणी : पूर्ण ब्लड काऊंट, प्रिन्सिपल ब्लड सीरम एक्झामिनेशन, बोन मॅरो एक्झामिनेशन, फॅमिली हिस्टरी असल्यास जेनेटिक काऊन्सिलिंग करावे.

उपचार : गर्भधारणेच्या कोणत्या महिन्यात ॲनिमिया झाल्याचे लक्षात येते त्यावर उपचाराची पद्धत अवलंबून असते. सुरुवातीलाच लक्षात आले तर औषध गोळ्यांनी व वर सांगितल्याप्रमाणे आहारात सुधारणा केल्यास रक्त वाढते. परंतु हिमोग्लोबीन ५ किंवा ५ पेक्षा कमी असेल तर ताबडतोब रक्तसंक्रमण (Blood Transfusion) करावे लागते. कारण औषधोपचाराने व खाण्याने रक्त खूप हळूहळू वाढते. तसेच ब्लड ट्रान्सफ्यूजनऐवजी आयर्न सुक्रोजचे इंजेक्शन वैद्यकीय सल्ल्याने घ्यावे.

पोटात जंत होणे : हा प्रकारदेखील आपल्याकडे बऱ्यापैकी कॉमन आहे. 'जंत' पोटातील रक्त शोषून घेतात, त्यामुळे ॲनिमिया होतो. प्रत्येक गर्भवती महिलेस एक जंताची गोळी देणे हा एक खबरदारीचा उपाय आहे. परंतु जंताच्या गोळ्या गर्भारपणाच्या पहिल्या तीन महिन्यात देऊ नयेत. गर्भारपणातील ॲनिमिया फक्त खाण्यापिण्याने सुधारत नाही तर आयर्नच्या गोळ्यांची गरज असतेच. गर्भधारणेच्या चौथ्या महिन्यापासून ते बाळ जोवर स्तनपान घेते तोवर आयर्नच्या व कॅल्शियमच्या गोळ्या चालूच ठेवाव्यात. लोहयुक्त गोळ्या घेणाऱ्या काही स्त्रियांना मळमळ व उलटी होण्याची शक्यता असते, या गोळ्या जेवण झाल्यानंतर घ्याव्यात. म्हणजे मळमळ व उलट्यांचे प्रमाण कमी होते. या गोळ्या घेतल्यानंतर काळसर रंगाची शौच होते. त्यासाठी घाबरून जाऊ नये. लोहगोळ्यांच्या सेवनामुळे बद्धकोष्ठता किंवा वारंवार शौचास होणे असा परिणाम दिसतो.

- लोहगोळ्यांचे सेवन चहा, कॉफी, दूध किंवा कॅल्शियमच्या गोळ्यांसोबत घेऊ नयेत. यामुळे लोहतत्त्वाचे शरीरात शोषण व्यवस्थित होत नाही.

बाळंतपणानंतर प्लासेंटा बाहेर पडेपर्यंत व नंतर ३०० ते ५०० मि.ली. रक्त जाते. काही दुर्दैवी केसेसमध्ये गर्भाशय सैल झाल्यामुळे, गर्भाशयाला जखम झाल्यामुळे (Cervical Tear) याहीपेक्षा जास्त रक्त जाऊ शकते. त्यामुळे ॲनिमिया वाढतो.

गर्भारपणी मलेरिया होणे, रक्तस्राव होणे, खाण्यात आयर्न किंवा व्हिटॅमीन्स नसणे व जंताचा आजार ही ॲनिमियाची मुख्य कारणे आहेत.

भाज्या जास्त शिजवल्यामुळे लोह नाहीसे होते.

मातामृत्यूसाठी कारणीभूत असलेल्या प्रमुख कारणांपैकी ॲनिमिया एक आहे.

फॉलिक ॲसिड : पहिल्या तीन महिन्यात फॉलिक ॲसिड आणि प्लेन बी कॉम्प्लेक्स सिरप दिले जाते. गर्भारपणात फॉलिक ॲसिड शिशूसाठी वरदान ठरते. कारण त्यामुळे N. T. D. (Neural Tube Defect), पाठीच्या कण्यातील जन्मदोष, स्पायना बायफिडा नावाचे जन्मदोष होण्याचे प्रमाण कमी झाल्याचे दिसून आले आहे. डोक्याच्या कवटीतील दोष (Anencephaly), फाटकी टाळू, ओठ (Cleft Palate, Lip) किंवा युरीनरी ट्रॅक्ट आणि कार्डीओव्हॅस्क्यूलर सिस्टीममधील दोष फॉलिक ॲसिडने कमी होतात. फॉलिक ॲसिडमुळे जन्मजात हृदयाच्या विकृती कमी होतात.

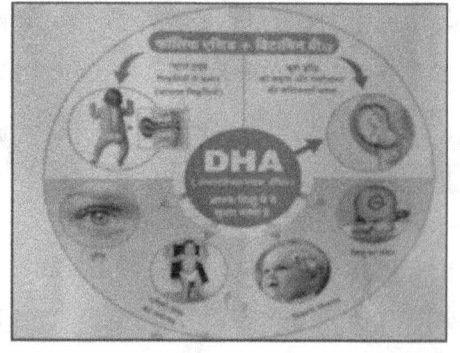

फॉलिक ॲसिड घेतल्यामुळे मुदतपूर्व प्रसूतीला (Premature Delivery) प्रतिबंध होतो.

गर्भारपणात रोज ४०० ते ८०० मायक्रोग्रॅम्स इतके जास्त फॉलिक ॲसिड पहिल्या साडेतीन महिन्यात घेतले पाहिजे. गर्भसंभवातच तीन महिने आधीपासून फॉलिक ॲसिड रोज घेतले तर वरील जन्मजात विकृती टाळण्यात फायदा होतो. गर्भाची न्यूरल ट्यूब पहिल्या २८ दिवसांमध्ये वाढीच्या अत्यंत नाजूक टप्प्यात असते. त्या काळातच फॉलिक ॲसिडची अत्यंत गरज असते. सुरुवातीच्या आहारातच फॉलिक ॲसिड असणे जरूरीचे आहे. पाळी चुकली हे स्त्रीला समजेपर्यंत १४ दिवस उलटलेले असतात. म्हणून गर्भधारणा होण्याच्या अगोदरपासून फॉलिक ॲसिड घेणे संयूक्तिक ठरते. ज्या मातेच्या आधीच्या बालकामध्ये जन्मदोष आढळला आहे तसेच Anticonvulsants Drugs ज्या माता घेत आहेत जर फॉलिक ॲसिडचा जास्तीचा डोस म्हणजे ५ mg दर दिवशी देण्यात येतो. ज्या मातांमध्ये आधीच्या गर्भारपणात पाठीच्या कण्यांचे विकार आढळले त्यांनी तर धान्यांच्या पिठात फॉलिक ॲसिड वापरले पाहिजे.

नवीन रक्ताच्या लाल आणि पांढऱ्या पेशींच्या उत्पत्तीसाठी फॉलिक ॲसिडचा फार महत्त्वाचा सहभाग आहे.

फॉलिक ॲसिडचे स्रोत : • आंबट गोड फळे (संत्री, मोसंबी, द्राक्षे) • सुकामेवा (अंजीर, खजूर, खारीक, बदाम) • भाज्या - फ्लॉवर, कढीपत्ता, टोमॅटो, बीन्स तसेच हिरव्या पालेभाज्या, अख्खी धान्ये, मल्टिग्रेन ब्रेड यामध्ये फॉलिक ॲसिड असते. • भाज्यांचे शिजवलेले पाणी न फेकता ते भाजीसाठी वापरावे.

गर्भारपणाच्या १३ व्या आठवड्यापासून आयर्न आणि कॅल्शियमच्या टॅबलेटची पुरवणी केली जाते. डॉक्टरांनी सांगितलेली औषधे नियमित घ्यावीत. **बऱ्याच पेशंटचा गैरसमज असतो की, कॅल्शियम व आयर्नच्या गोळ्या खाल्ल्यामुळे बाळ चांगले पोसले जाते व त्यामुळे सिझेरियन करावे लागते.**

कॅल्शियम : गर्भवती स्त्रीला किमान १२०० मि.ग्रॅम कॅल्शियम, २ ग्लास दूध म्हणजे रोजचे अर्धा लीटर दूध किंवा तितकेच दही किंवा चीज लागते.

कॅल्शियमचे कार्य : • कॅल्शियमच्या कमी पातळीचा संबंध गर्भावस्थेत वाढणाऱ्या रक्तदाबाशी आहे. (P.I.H.) • गर्भाच्या हाडांची वाढ व विकासासाठी कॅल्शियम महत्त्वाचे आहे. हे बाळाच्या दातांच्या विकासामध्येदेखील साहाय्यक ठरते. पुरेसे कॅल्शियम मिळाल्याने मातेची स्वतःची हाडे ठिसूळ होणार नाहीत. नाहीतर कॅल्शियमच्या कमतरतेमुळे हातापायाची हाडे दुखतात. कंबरदुखीचा त्रास गरोदरपणी तर होतोच आणि पुढील आयुष्यातही होतो. म्हणून गरोदरपणात पायदुखी व कंबरदुखीकडे दुर्लक्ष करू नये. बऱ्याच स्त्रियांचा असा गैरसमज असतो की हा त्रास कामामुळे होतो. पण त्याचा परिणाम बाळावर होतो.

वारंवार गर्भधारणा होणे किंवा दोन मुलांमध्ये खूप कमी अंतर असणे या कारणांमुळे कॅल्शियम कमी होते, यालाच 'ऑस्टिओमॅलेशिया' म्हटले जाते ज्यामुळे हाडाच्या पुंजाचा ऱ्हास होतो.

अतिरिक्त चरबीमुळे (भरपूर तूप वगैरे खाल्ल्यामुळे) कॅल्शियमसारख्या घटकांच्या शोषणात अडथळा येतो.

- कॅल्शियममुळे उच्च रक्तदाब, डायबीटीस, कॅन्सरच्या धोक्यांपासून बचाव होतो.
- नर्व्हस सिस्टिमच्या माध्यमाने आपल्या स्नायूंना क्रियाशील बनविण्यात कॅल्शियम साहाय्यक ठरते. तसेच मेंदूच्या योग्य कार्यप्रणालीसाठीही कॅल्शियम अत्यंत जरुरीचे आहे. स्नायूंच्या आकुंचनासाठी कॅल्शियमची गरज आहे.
- रक्ताची गुठळी होऊन ते साकळण्यासाठी कॅल्शियमची जरूरी असते.
- कॅल्शियम हे काही निष्क्रिय एन्झाईम्सना सक्रिय बनवते.

कॅल्शियमचा स्रोत :

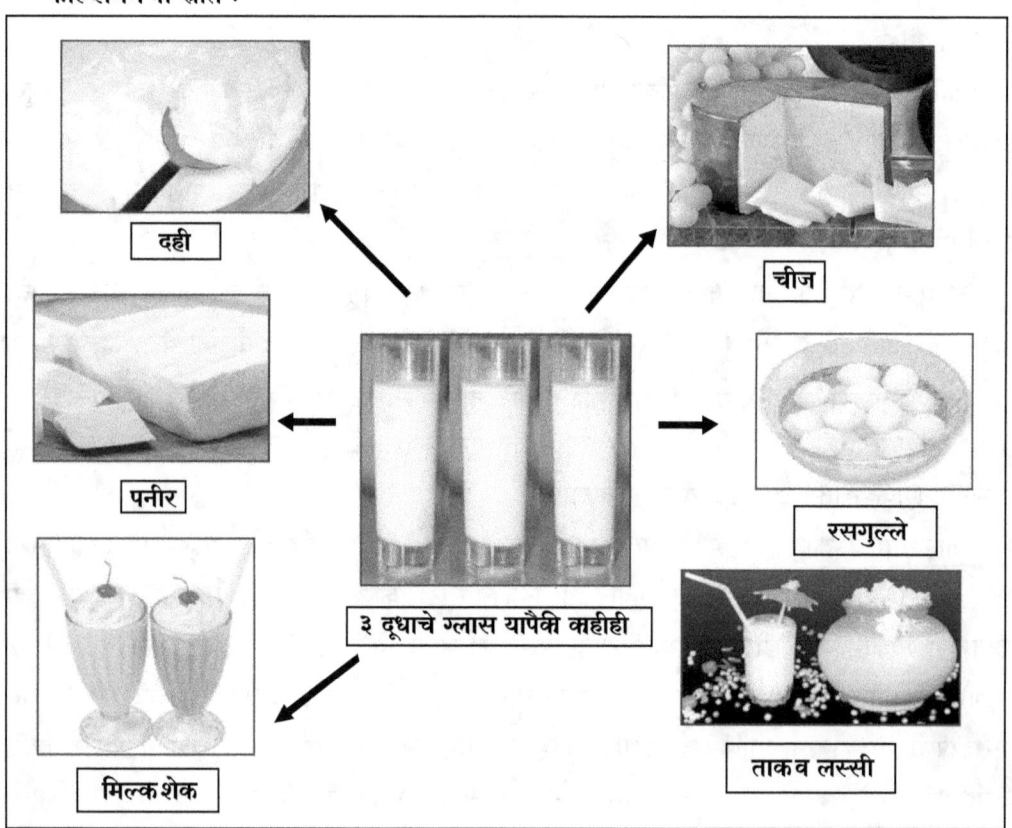

डेअरीतील दुग्धपदार्थ, पनीर, चीज हे कॅल्शियमचा मोठा स्रोत आहेत. याशिवाय हिरव्या पालेभाज्या, मासे, चिकू, अंडी, काजू, बदाम, रागी धान्यात, नाचणीतसुद्धा कॅल्शियम असते. गर्भवती स्त्रीच्या आहारात नाचणीचा समावेश जरूर करावा. गहू आणि तांदूळ यापेक्षा नाचणीमध्येच कोर्बोहायड्रेट्स कमी असतात. पण कॅल्शियम आणि आयर्न भरपूर असते.

दूध उकळल्यानंतर कोमट किंवा सामान्य तापमान असावे. (वावडिंग व सुंठ घालून उकळलेले दूध पचायला हलके असते.) फ्रीजमधील थंडगार दूध न पिणे चांगले.

कॅल्शियमच्या कमतरतेचे दुष्परिणाम : • कॅल्शियमच्या कमतरतेमुळे मुलांमधील हाडे, दातांचा विकास व वाढ रोखली जाते. त्यांच्यात रिकेट्स नावाचा आजार निर्माण होतो. • गर्भवती व स्तनपान करणाऱ्या महिलांमध्ये कॅल्शियमची कमतरता पडली तर गर्भातील बाळ/नवजात बाळ व आईच्या आरोग्यावर दुष्परिणाम होतात. • त्वचा रूक्ष होते. • केस गळू लागतात. • हाडे ठिसूळ होतात त्यामुळे फ्रॅक्चर होण्याची भीती वाढते.

मॅग्नेशिअम : हा सूक्ष्म पोषक पदार्थ गर्भावस्थेमध्ये रक्तदाब सर्वसाधारण (Normal) राखण्यातदेखील मदत करतो. जन्माच्या वेळी बाळाचे वजन योग्य राखण्यास मदत होते.

मँगनीज : हा खनिज पदार्थ पेशींच्या क्रियेमध्ये मदत करतो. थायरॉईड ग्रंथीदेखील यामुळे चांगली कामगिरी करतात. मँगनीजच्या कमतरतेमुळे नवजात बालकाच्या मेंदूमध्ये बिघाड होऊ शकतो.

झिंक (जस्त) : हा खनिज पदार्थ आपल्या रोगप्रतिकारक शक्तीसाठी जबाबदार आहे. याच्या कमीमुळे त्याचा परिणाम मातेच्या रोगजंतूंशी लढण्याच्या क्षमतेवर होऊ शकतो. यामुळे जन्मतः असाधारण दोष, जन्माच्या वेळी कमी वजन आणि वेळेपूर्वीच जन्म होऊ शकतो. याची आवश्यकता एन्झाइमची निर्मिती आणि मेंदू व नसा तयार होण्यासाठी असते.

ओमेगा थ्री फॅटी ॲसिड : गर्भारपणात ओमेगा थ्री फॅटी ॲसिडचा समावेश अन्नात असल्यास बाळात आक्रस्ताळेपणा येत नाही असे एका संशोधनात आढळलेले आहे. यासाठी गर्भवती स्त्रीने आपल्या आहारात मासे, सोयाबीन, पालेभाज्या, फळे, सूर्यफुलाचे तेल, साजूक तूप यांचा समावेश करावा.

DHA डोकोसा हेक्झानॉइक ॲसिड : DHA हे पॉलिअनसॅच्युरेटेड ओमेगा ३ फॅट्टी ॲसिड होय. हे थंड पाण्यातील माशांमध्ये साल्मन (Salmon Fish) मध्ये आढळते.

गर्भारपणात DHA घेतल्यास प्लासंटातून गरोदरपणात बाळाला मिळते.

गर्भारपणात DHA घेतल्यामुळे बाळाचा IQ.१३ पॉईंटने तर वाढतोच तसेच भाषेचे ज्ञानही वाढते.

प्रसूतीनंतर बाळाची मज्जासंस्था वेगाने वाढते त्यामुळे स्तनपान करतानाही DHA ची गरज असतेच. त्यामुळे बाळाचे ॲलर्जीपासूनही संरक्षण होते.

गर्भारपणात DHA हे बाळाची बुद्धिमत्ता, दृष्टी व वजन वाढण्यास मदत करते. DHA मुळे हात व डोळ्यांचा समन्वय साधण्यासाठी मदत होते. म्हणून DHA + Folic Acid + Iodine च्या एकत्रित अशा गोळ्या (Folibrain) गरोदरपणात दिल्या जातात.

DHA मुळे कमी महिन्याची प्रसूती होण्यास प्रतिबंध होतो. तसेच पोस्ट पार्टम डिप्रेशन होऊ नये म्हणून फायदा होतो. त्याचा डोस ३०० मि.ग्रॅ. दर दिवशी असा आहे.

व्हिटॅमीन 'डी' : सूर्यस्नान घ्या ! रोज सकाळ-संध्याकाळ १५ ते २० मिनिटे उन्हात बसा. हात, पाय, पाठ उघडी ठेवा. त्वचेला सूर्यप्रकाश मिळाल्यास शरीराला व्हिटॅमीन 'डी' मिळण्यासाठी भरीव मदत होते. म्हणून बुरखा घेणाऱ्या मुस्लीम स्त्रियांमध्ये व्हिटॅमीन 'डी' ची कमतरता आढळते. गडद रंगाच्या कातडीला व्हिटॅमीन 'डी' ची जास्त आवश्यकता असते. गर्भस्थ शिशूच्या मेंदूच्या विकासावर व्हिटॅमीन 'डी' चा परिणाम होते. व्हिटॅमीन 'डी' मुळे अपत्याची रोगप्रतिकारकशक्ती बळकट होते. बाहेरून किंवा अनावश्यक 'डी' व्हिटॅमिनच्या गोळ्या घेण्यापेक्षा नैसर्गिक सूर्यकिरणातून मिळणारे 'डी' जीवनसत्त्व कधीही श्रेयस्कर. समजा मातेकडे ते पुरेसे असेल तर 'ओव्हरडोस' कारण शरीर ते स्वीकारतच नाही.

गर्भावस्थेच्या सुरुवातीला व्हिटॅमीन 'डी' च्या कमतरतेने गर्भस्थ शिशूमध्ये सिझोफ्रेनियाची संभावना वाढते. त्यामुळे कॅल्शियमचीही कमतरता निर्माण होते. अधिकृत प्रमाणानुसार प्रत्येक दिवशी २००० आ.यू. इतके व्हिटॅमीन 'डी' शरीरात घेणे आवश्यक आहे.

व्हिटॅमीन 'डी' मिळविण्यासाठी आहारात नाचणी, बाजरी, हिरव्या पालेभाज्या, काळा राजमा, मूग, तीळ यांचा समावेश करावा. याबरोबरच दूध, तूप, अंडी, मांस, चरबीयुक्त मासे यामधूनही व्हिटॅमीन 'डी' मिळते. व्हिटॅमीन 'डी' गरोदरपणात दिले तर

- बाळामध्ये रीकेट्स होण्याची भीती कमी होते.
- बाळांमध्ये पुढे डायबीटीस होण्याची संभावना कमी होते.
- Cardio vascular complications कमी होतात.

गर्भवती महिलांमध्ये जर व्हिटॅमीन 'डी' जास्त असेल तर जन्मानंतर मुलामध्ये पहिल्या दोन वर्षांमध्ये खाद्यपदार्थांच्या ॲलर्जीचा जास्त धोका असतो.

व्हिटॅमीन 'ई' : Wheat Germ Grass Juice (गव्हांकुराचा रस) आठवड्यातून एकदा तरी घ्यावा.

व्हिटॅमीन 'क' : जीवनसत्त्व 'क' चे महत्त्व असे की, अन्नातील लोह शोषले जाण्यास मदत करते. याचे स्रोत लिंबू वर्गातील फळे, लिंबू, आवळा, कैरी, टोमॅटोचे रस वगैरे.

व्हिटॅमीन 'अ' : गरोदरपणातील रातांधळेपणा. काही गरोदर स्त्रियांना अंधारात दिसत नाही. हा रोग शरीरात 'अ' जीवनसत्त्व कमी झाले की होतो. दूध, तूप, मलाई, हिरव्या ताज्या पालेभाज्या, ताजी फळे, गहू, ओला वाटाणा, केळी, कोबी, टोमॅटो, पिवळी फळे, गाजर, अंडी, मांस यात 'अ' जीवनसत्त्व भरपूर असते. कमी ताकदीच्या म्हणजे ८००० युनिट 'अ' जीवनसत्त्वाच्या गोळ्या खाल्ल्यास रातांधळेपणा लगेच बरा होतो. आवाजाच्या आणि हवेच्या प्रदूषणामुळे गरोदरपणात व्हिटॅमीन 'अ' ची गरज चौपट वाढते.

व्हिटॅमीन 'बी$_६$' (Pyridoxine) : रक्तवाढीच्या पेशी R.Bcs. तयार करण्यास मदत होते. व्हिटॅमीन 'बी$_६$' ची कमी असल्यास गर्भारपणात ॲनिमिया होतो. • व्हिटॅमीन 'बी$_६$' ची वंध्यत्व सुधारण्यास (Luteal Phase Deficiency) तसेच प्रोलॅक्टिनची पातळी कमी करण्यास मदत होते. • व्हिटॅमीन 'बी$_६$' ची कमतरता Hyperhomocysteinaemia स कारणीभूत होते त्यामुळे गर्भावस्थेत प्रिएक्लाम्शिया होऊ शकतो. • गरोदरपणात हिरड्यांना व तोंडातील पेशींना सूज येते. • गरोदरपणातील मळमळ (Morning Sickness) पायरीडॉक्सीन ने कमी होते. • बी$_६$, फॉलिक ॲसिड, बी$_६$ मुळे वाढलेले होमोसिस्टीन कमी होते व सुखरूप पूर्ण नऊ महिन्यांपर्यंत गर्भ वाढू शकतो. • स्तनपान करताना 'बी$_६$' ची कमी असल्यास बाळ चिडचिडे, झटके येण्याचा धोका व उपचार न केल्यास मतिमंदत्व येते.

व्हिटॅमीन 'बी$_{१२}$' : • नवीन पेशी तयार करण्यात (रक्तपेशी) आणि नर्व्हस सिस्टीम तयार होण्यासाठी जरुरी असते. मास, शेंगवर्गीय भाज्या व अखंड धान्यातून व्हिटॅमीन 'बी' विपुल प्रमाणात मिळते. • 'बी$_{१२}$' च्या कमतरतेमुळे वंध्यत्व तसेच सुरुवातीच्या महिन्यामध्ये परत-परत गर्भपात (Early Recurrent Abortion) होऊ शकतो. • 'बी$_{१२}$' च्या कमतरतेमुळे होमोसिस्टीनची पातळी वाढते. त्यामुळे मुदतपूर्व प्रसूती, कमी वजनाचे बाळ (Low Birth Weight) तसेच प्रिएक्लाम्शिया होऊ शकतो. • स्तनपानात 'बी$_{१२}$' ची कमी पडल्यास - (१) बाळाची वाढ होत नाही. (२) Hypotonia (३) Ataxia (४) ॲनिमिया, जनरल अशक्तपणा, डिमायलीनेशन व मेंदूचा नाश (Atrophy) होतो.

तांबे (Copper) : तांबे मेंदूच्या वाढीसाठी, मज्जातंतूच्या व हाडाच्या (Skeletal System) विकासासाठी जरूरी आहे.

आयोडीन (Iodine) : बाळाच्या मेंदूच्या योग्य विकासासाठी महत्त्वाचे थॉयरॉईड हार्मोन्सच्या उत्पादनात आयोडीन आवश्यक आहे. ताणतणाव, चढाओढ या प्रकारामुळे प्रोटीन्स व कॅल्शियमची गरज वाढते. आयोडीन अतिशय महत्त्वाचे पोषक तत्त्व असून आपल्या शरीराची सर्वांगीण वाढ होण्यास मदत करते. आयोडीनच्या कमतरतेमुळे गर्भपात व उपजत मृत्यू होतो. तसेच मुलांमध्ये खुजेपणा व मतिमंदपणा होतो. म्हणून आयोडीनयुक्त मिठाचा गरोदर स्त्रियांनी वापर केला तर वरील दुष्परिणाम टळतील.

कोलीन : बाळाच्या मेंदूच्या विकासासाठी जरुरीचे आहे. शाकाहारींना वाल, मटकी, भाजलेले वाटाणे तर मांसाहारींना मासे व अंडी यातून मिळते.

लॅक्टोबॅसिलस (Lactobacillus) : रोज वाटीभर दही व ग्लासभर ताकाचे सेवन करावे. हे अन्नपचनासाठी जरुरीचे आहे. गरोदरपणात प्रोबायोटिक्स दिल्याने बाळाची नैसर्गिक प्रतिकारशक्ती वाढते.

फर्मेंटेड अन्न : इडली, डोसा, ढोकळा आठवड्यातून दोनदा चालेल.

एकंदरीत गर्भारपणात हलका, पौष्टिक, सहज पचन होणारा आहार प्रोटीन्स, मीनरल्स आणि व्हिटॅमीनयुक्त असावा.

अशा प्रकारे गर्भवती स्त्रीने योग्य आहार घेतल्यास बाळाचा शारीरिक व बौद्धिक विकास चांगल्या प्रकारे होऊ शकतो.

☞ बाळाच्या मेंदूची पॉवर वाढविणारे पदार्थ

• मेंदूची पॉवर वाढवणारी फळे २ प्रकारची आहेत. एक आहे पेंड खजूर आणि दुसरे आहे वाळलेले अंजीर. आईने तर खावीच नंतर बाळालाही द्यावे. • मासे हे मेंदूसाठी उत्तम खाद्य आहे. • मेंदूसाठी ग्लुकोज हे अन्न आहे. कर्बोदकाच्या रूपातील ऊर्जा हे इंधन आहे. ज्यावर आपले शरीर चालते.

• Pufas LA, ALA.

मेंदू आणि डोळ्यांच्या पेशींचे हे पोषक घटक आहेत. मेंदूच्या प्रक्रियेमध्ये हे महत्त्वाची भूमिका बजावतात.

LA चा स्रोत - (लिनोलिनिक आम्ल) वनस्पती तेले जसे की मका, करडई, सूर्यफूल, सोयाबीन आणि प्राण्यांचे मांस.

ALA - (अल्फा लिनोलिनिक आम्ल) चा स्रोत जवस, कॅनोला तेल, अक्रोड आणि अंडी.

बाळाच्या मेंदूचा ७० टक्के विकास गरोदरपणात होतो. त्यासाठी DHA, फॉलिक ॲसिड, लोह, आयोडीन व कोलीन जरुरीचे असते.

अन्नपदार्थातील पोषक तत्त्वांना नष्ट करू नका : • पदार्थ तळल्यामुळे त्यातील पोषकतत्त्वे कमी होतात. वाफवलेले अन्न खा. • भात शिजवताना मोजकेच पाणी वापरा. जास्त पाणी वापरल्यास भात शिजल्यावर ते फेकून दिले जाते. त्यातील पोषक द्रव्ये वाया जातात. वारंवार धुण्याने तांदळातील पोषक तत्त्वे नष्ट होतात. त्यातील व्हिटॅमीन 'बी' ची ४० टक्के एवढी हानी होते. • पोळीसाठी किंवा भाकरीसाठी पीठ भिजवायच्या आधी पीठ चाळून घेतले जाते व कोंडा फेकून दिला जातो पण या

कोंड्यातच खरी पौष्टिक अन्नतत्त्वे असतात. • पालेभाज्या चिरण्यापूर्वी चांगल्या धुऊन नंतर चिराव्यात. कोबी व बटाटे यातील व्हिटॅमीन 'सी' हे धुण्यामुळे नष्ट होते. • भाज्या जास्त वेळ व जास्त उष्णतेवर शिजवू नयेत. त्यामुळे पौष्टिक द्रव्ये नष्ट होतात. • एकदा शिजलेल्या भाज्या वारंवार गरम करण्यानेही त्यांच्यातील पोषक तत्त्वे नष्ट होतात. • गर्भवतीने मायक्रोवेव्ह, प्रेशर कुकरमध्ये अति शिजवलेले व फ्रीजमध्ये ठेवलेले अन्न ग्रहण करू नये. स्वयंपाकासाठी कास्याची, पितळेची, लोखंडाची किंवा स्टीलची भांडी वापरावीत. अॅल्युमिनिअमच्या भांड्यांचा वापर स्वयंपाकासाठी कदापीही करू नये.

पांढरे पदार्थ टाळावे : • साखर - टाळावी. शक्यतोवर गूळ वापरावा. • मैदा - टाळावा. मैद्यात पोषक तत्त्वे कमी असतात. पांढरा ब्रेड किंवा बिस्कीट्स वजन वाढवतात. त्याऐवजी गव्हाच्या पोळ्या किंवा ब्राउन ब्रेड चांगला. • मीठ - पापड, लोणचे, चटण्या किंवा सॅलडवर वरून शिंपडलेले मीठ टाळावे. मिठामुळे ब्लड प्रेशर वाढण्याचे धोके वाढतात. मिठामुळे रक्ताची आम्लता वाढते, अधिक तहान लागते. भूक मंद होते. हातापायावर सूज येते. सैंधव व काळ्या मिठाचा वापर करावा. • तूप - १-२ चमचे शुद्ध तूप भातावर व चपातीवर घेता येते. वनस्पती तूप टाळावे.

जेवणाबरोबर द्रव पदार्थ घेण्यापेक्षा २ जेवणाच्या मध्ये भरपूर द्रव पदार्थ घेणे आवश्यक आहे.

दोन चमचे तेल व तूप तसेच दोन चमचे रिफाईंड साखर दिवसाला खायला हरकत नाही. पण जरा जपून. कारण तीळ, बदाम, काही डाळी यासारख्या आपल्या जेवणात असणाऱ्या पदार्थातसुद्धा अप्रत्यक्षरीत्या चरबीचे प्रमाण असते. अतिरिक्त चरबीमुळे कॅल्शियमसारख्या घटकांच्या शोषणात अडथळा येतो.

जंकफूड : गर्भावस्थेत जंकफूड घातक ठरू शकते. जितका परिणाम धूम्रपानाने होऊ शकतो तेवढाच परिणाम जंकफूडमुळेही होतो. असे दिसून आले आहे की, बाळाचे वजन कमी होते. जंकफूडमधील एक्रिलामाइट हे रसायन कारणीभूत आहे. जंकफूडमुळे मुलांमध्ये ए.डी.एच.डी. म्हणजेच 'अंटेशन डेफिसीट हायपर अॅक्टिव्हिटी डिसऑर्डर' ही समस्या उद्‌भवते व ती आनुवंशिकही असते. याशिवाय आहार, गर्भावस्थेच्या दरम्यान माता मर्क्युरीच्या संपर्कात येणे, हेअर डाय इत्यादी याची अनेक कारणे मानली जात आहेत.

गर्भावस्थेत डबाबंद पदार्थांपासूनही दूर राहिले पाहिजे.

जंकफूडमध्ये साखर व मीठ इत्यादी अधिक प्रमाणात असतात याबरोबरच यामध्ये प्रिझर्व्हेटिवज आणि केमिकल्ससुद्धा असतात. जंकफूड्समध्ये पोषक तत्त्वे बिलकुल नसतात.

धूम्रपान : गर्भवती स्त्रीने स्वतः धूम्रपान करू नये व धूम्रपानाच्या धुराच्या वातावरणातही राहू नये. या धुराच्या कारणाने गर्भपात होणे, वेळेअगोदर प्रसूती होणे, जन्मतः शिशूचे वजन कमी होणे

यासारख्या समस्या येऊ शकतात. निकोटिनमुळे रक्तवाहिन्या आकुंचन (Vasoconstriction) पावतात. त्यामुळे Placental Insufficiency होते. धूम्रपान करणाऱ्या पालकांची मुले नपुंसक बनू शकतात. ज्या महिला गरोदरपणात धूम्रपान करतात त्यांच्या होणाऱ्या मुलांना किशोरवयापासून धूम्रपानाचे व्यसन जडते. हा मातेच्या गरोदरपणातील धूम्रपानामुळे तिच्या पोटातील बाळावर होणारा दुष्परिणाम आहे.

मद्यपान : गर्भवती स्त्रीने मद्यपान केल्यास शिशूला फेटल अल्कोहोल सिंड्रोममुळे (FAS) अपरिवर्तनीय हानी होऊ शकते. त्यामुळे मुलाची वाढ रोखली जाऊ शकते. अतिमद्यपानामुळे वंध्यत्वासारख्या समस्या उद्‌भवू शकतात. गर्भ राहिल्यास ॲबॉर्शनचा धोका उद्‌भवतो व गर्भ वाढल्यास शारीरिक व मानसिक समस्या बाळाला उद्‌भवू शकतात.

पाच धोकादायक गोष्टी टाळाव्यात :

- बर्गर्स
- वेफर्स (चीप्स)
- डफनट्स
- हॉट डॉग्ज
- कुकीज.

कोणते पदार्थ चांगले :

- मोड आलेली कडधान्ये
- हिरव्या पालेभाज्या
- फळे
- संपूर्ण धान्य
- भरपूर पाणी
- ताक, दही
- काही ड्रायफ्रूट्स
- मध
- खजूर
- बेदाणे
- चिकू.

काही प्रमाणात कमी पदार्थ घेणे :

- साखर
- मीठ
- मैदा
- लोणी, तूप व तेल
- कॉफी व चहा
- शीतपेय.

स्निग्ध पदार्थ :

- तेल, तूप, गोड पदार्थ कमी प्रमाणात खा.
- स्निग्ध पदार्थ 'अ', 'ड', 'ई', 'क' ही जीवनसत्त्वे शोषून घेतात.
- १ चमचा तूप - १५ ग्रॅम - १३५ कॅलरीज
- स्निग्ध पदार्थाचे सेवन गरोदरपणात ३० ग्रॅम व प्रसूतीनंतर ४५ ग्रॅमपर्यंत वाढवा.
- योग्य वेळी जेवण करा.
- उपवास किंवा मेजवानी टाळा. (मिठाई कमी प्रमाणात खा.)
- थोडे-थोडे अन्न अनेकदा खा.
- संतुलित आहार घ्या.

माशाचे तेल : गर्भवतीने माशाच्या तेलाचा आहारात समावेश आवर्जून करावा. त्यामुळे गर्भाचा मेंदू, हात आणि डोळे या अवयव व इंद्रियांची झपाट्याने परिपूर्ण वाढ होते. अशी मुले निरोगी व गुटगुटीत आढळली. (माशाचे तेल ओमेगा थ्री फॅटी ॲसिडचा मुख्य स्रोत)

गर्भारपणी घ्यावयाचा आदर्श आहार

सकाळी साडेसहा ते सात वाजता : उठल्याबरोबर तीन-चार कोरडे ग्लुकोज बिस्किट्स/मारी बिस्किट्स किंवा एक-दोन सुके टोस्ट्स, दोन सोया खाकरा खावेत. त्यामुळे रात्रभर आम्ल ॲसिड जठरात जे जमा झालेले असते ते समाप्त होते व मळमळ कमी होते. दुसऱ्या-तिसऱ्या तिमाहीत याबरोबर एक कप चहा घेऊ शकतात.

साडेआठ वाजता : थालिपीठ : भाजणीचे वेगवेगळ्या भाज्या घालून केलेले थालिपीठ उत्तम. भाजणीत वेगवेगळ्या डाळी भाजलेल्या असल्याने पचण्यास हलके असते.

न्याहारी : एक कप दूध किंवा चालत असल्यास एक कप चहा, ब्राऊन ब्रेडचे दोन तुकडे, दुसऱ्या कोणत्याही कोरड्या फराळाची छोटी एक प्लेट, जसे उपमा, इडली, डोसा, उत्तपा, पोहे, शेवया किंवा एक दोन सुके खाकरे. (तळलेले किंवा मसाल्याचे पदार्थ वगळून)

मेथी थेपले २, दही एक वाटी किंवा मिश्र भाज्यांचे दोन पराठे, एक वाटी दही, मोड आलेल्या कडधान्यांची उसळ एक वाटी.

साडेनऊ वाजता : सीझनप्रमाणे एक फळ किंवा एक ग्लास फळांचा रस/गोडे ताक/जलजिरा/जिरा पाणी/थंड मिल्क शेक/खजुरासह दूध एक ग्लास.

दुपारचे जेवण साडेबारा वाजता : पहिल्या सहा महिन्यांपर्यंत दोन पोळ्या किंवा फुलके. नंतर तीन पोळ्या नऊ महिन्यापर्यंत + दोन पालेभाज्या, कोशिंबीर, सॅलड, धट्ट वरण-भात, दुधी सूप किंवा टोमॅटो अगर काकडीचे सूप, टोमॅटो-पुदीना सूप एक वाटी घ्यावे. सोबत मिश्र भाज्यांचे रायते किंवा एक वाटी दही सेवन करावे.

रोज हिरव्या भाजीपाल्यांची भाजी, आठवड्यातून तीनदा मोड आलेल्या कडधान्यांची उसळ असावी. जेवणानंतर पाच ते दहा मिनिटांनी ताक प्यावे. साधारण दुपारचे जेवण साडेअकरा ते बारा आणि रात्रीचे सात ते आठ यामध्ये घ्यावे. म्हणजे चांगले पचन होते. कारण या वेळात पचनाचे ज्यूस जास्तीत जास्त तयार होतात. जेवण घाईघाईने न करता चांगले चावून-चावून तीस मिनिटांपर्यंत करावे. म्हणजे ते अन्न लाळेबरोबर मिसळून पचनास मदत होते.

साडेचार वाजता दुपारी : एक कप चहा + एक प्लेट पोहे, चिवडा, बिस्किटे, हलके सुके खाद्यपदार्थ (दलिया किंवा बदामाचा शिरा एक वाटी) खावेत. शेंगदाणा, चणा, राजगिरा, चिक्कीचा तुकडा किंवा लाडू खावा. एक ग्लास केशरी दूध + भाज्यांचे कटलेट्स, एक किंवा अर्धा ग्लास दूध + साबुदाण्याची खिचडी.

संध्याकाळी पाच-सहा वाजता : एक फळ किंवा एक कप आईस्क्रीम किंवा एक ग्लास मिल्क शेक किंवा एका नारळाचे पाणी घ्यावे.

रात्रीचे जेवण - आठ ते साडेआठ वाजता : दुपारच्या जेवणाप्रमाणेच (शक्य तितका हलका आहार) रात्रीच्या जेवणामध्ये मांसाहारी पदार्थ खाऊ नयेत. रात्री जेवण शक्यतोवर झोपण्याच्या तीन तास आधी घ्यावे. म्हणजे चांगले पचन होते. जर तुम्हाला काही कारणास्तव घरी यायलाच उशीर झाला तर आल्यावर जेवण करावे व आपल्या पतीसमवेत पंधरा ते वीस मिनिटे फिरावे व नंतर झोपावे. आता झोपते वेळी एक ग्लास दूध म्हणजे २५० मि.ली. गरम दूध प्यावे. दुधात ड्रायफ्रूट पावडर (बदाम, पिस्ता, काजू, खारकेचे तुकडे) घालून घ्यावे. लोह व कॅल्शियमचा हा चांगलाच स्रोत आहे.

जेवणाच्या वेळामध्ये फळांचा रस, ताक, नारळ पाणी, भाताची पेज, क्लिअर सूप्स, डाळीचे पाणी, साधे पाणी, जिरे किंवा धने पावडर, तुळशीचा काढा आपल्या आहारात भरपूर प्रमाणात समावेश करणे आवश्यक आहे.

सॅलड्स :

- काकडी टोमॅटो आणि मोड आलेले मूग.
- हिरवी सिमला मिरची, बेबी कॉर्न, टोमॅटो आणि कोणतीही मोड आलेले कडधान्ये (Sprouts).
- किसलेला मुळा किंवा चोचलेली काकडी + कोथिंबीर + दही किंवा बारीक किसलेला पानकोबी.
- पालक, गाजर, कांदा, खसखस, तीळ, दही किंवा लिंबू पिळून.
- किसून बीट + तीळ त्यात लिंबू पिळून किंवा दही टाकून, जिरा पावडर व काळे मीठ चवीला. हिंग, कढीपत्त्याची फोडणी देऊन चविष्ट कोशिंबीर तयार होते.
- गंगाफळ (लाल भोपळा शिजवून) दही मिसळून कढीपत्त्याची हिंगाची फोडणी देऊन चविष्ट कोशिंबीर तयार होते.

कधी-कधी दुधात केळी किंवा चिकू सेवन करावे. कोमट दुधात वीस मिनिटे तरी भिजवलेले खजूर खावेत.

दुधात चंदनाचा तुकडा उगाळून ती पेस्ट दुधात मिसळावी त्यामुळे उष्णताही कमी होते व कांतीही उजळते.

दुधात केशर व चिमूटभर हळद घेतल्याने बाळाची कांती गोरी होते. हळदीमुळे घशाची समस्या, सर्दी, पडसे व खोकला कमी होतो. केशरच्या २-३ काड्या काही वेळ थोड्या गरम दुधात भिजवाव्या व नंतर दुधात टाकाव्या म्हणजे छान विरघळतील.

गव्हांकुराचा रस : सात कुंड्यांमध्ये गहू पेरा व रोज एका कुंडीतील गव्हाची पाने काढून पाणी टाकून रस तयार करा व संध्याकाळी प्यावा. हा फारच पौष्टिक असतो.

आहाराबद्दल गैरसमज

बऱ्याच स्त्रियांचा गैरसमज असतो की, काही अन्न गरम किंवा थंड असते. काहींचा असा समज असतो की आईने काही अन्न खाल्ले की बाळाच्या पोटात आट मारून दुखते. परंतु तसे नसते तर जे पौष्टिक आहे ते बंद करायची काहीच गरज नाही. फक्त जरा काही पदार्थ जपून खायचे.

जसे - (१) बेसनापासूनचे पदार्थ (२) शेंगदाणा (३) मोड आलेले मूग (४) अंडे, मांसाहार.

- काही पदार्थ जसे पालेभाज्या व तिखट पदार्थ दुधाबरोबर खाऊ नयेत.
- समप्रमाणात मध व तूप कधी घेऊ नये.

गर्भारपणी घ्यावयाचा आदर्श आहार

जेवणाची वेळ	पहिली तिमाही	दुसरी आणि तिसरी तिमाही
पहिला चहा	२-३ ग्लुकोज/मारी बिस्किटे किंवा १-२ सुके टोस्ट (सकाळची मळमळ थांबते.)	१ कप चहा + बिस्किटे/टोस्ट
न्याहरी	१ कप दूध (चालत असल्यास) किंवा १ कप चहा, ब्रेडचे २ तुकडे किंवा चालत असल्यास पोहे. उपमा/किंवा दुसऱ्या कोणत्याही कोरड्या फराळाची १ छोटी प्लेट किंवा १/२ सुके खाकरे (तळलेले किंवा तेलकट पदार्थ वगळून) उपमा/इडली/	१ कप दूध + चालत असलेला कोणताही फराळ किंवा ३/४ तुकडे पावाचे सँडविच किंवा २-३ पावाचे तुकडे + ऑम्लेट किंवा पोहे/ उपमा/शेवया.
सकाळी ९ - १० वाजता	१ ग्लास फळांचा रस/गोडे ताक/ जलजिरा/जिरा पाणी/थंड मिल्क शेक किंवा १ फळ (मळमळ आणि वांतीची भावना होत असल्यास पोषक द्रव्ये, जीवनसत्त्वे आणि खनिज द्रव्यांची उणीव भरून काढते.)	फळे (१-२) वांत्या चालू राहिल्यास फळाचे फ्रूट सॅलड किंवा फ्रूट आइस क्रीम देण्यास हरकत नाही. (मलावरोध दूर होतो.)
दुपारच्या जेवणापूर्वी	२ चपात्या/फुलके + भाजी किंवा डाळ + भाजी	२ चपात्या/फुलके/भाकरी + भाजी किंवा मांसाहार
दुपारचे जेवण	भात + डाळ + भाजी, मांसाहार	भात + भाजी + डाळ

थोड्या थोड्या वेळाने विभागून घेतलेल्या जेवणाने पचनक्रिया सुधारण्यास मदत होते आणि वांत्या/पोटात अपानवायू साठणे/आम्लपित्त आदीपासून आराम मिळतो.

दुपारच्या जेवणानंतर	दही/ताक	दही/ताक
दुपारच्या जेवणानंतर अर्ध्या तासाने, चवीसाठी साखर/मीठ/जिरा पावडर घालण्यास हरकत नाही.		
चहाची वेळ	१ कप चहा + पोहे, चिवडा, बिस्किटे यासारखे हलके / सुके खाद्यपदार्थ + शेंगदाणा / चणा / राजगिरा चिकीचा एक तुकडा किंवा लाडू / खजूर	१ कप चहा + हलके/सुके खाद्य-पदार्थ किंवा छोट्या प्रमाणातील कोणतीही न्याहरी + शेंगदाणा/ चणा/राजगिरा चिकीचा एक तुकडा किंवा लाडू/खजूर
संध्याकाळी ५-६ वाजता	१ फळ किंवा १ कप आईस क्रिम	१-२ फळे किंवा १ ग्लास मिल्क शेक किंवा फळासहित आईसक्रीम
रात्रीचे जेवण	दुपारच्या जेवणाप्रमाणेच (शक्य तितका हलका आहार)	दुपारच्या जेवणाप्रमाणेच (मांसाहारी पदार्थ टाळावेत.)
झोपते वेळी	१ कप दूध + बिस्किटे	१ कप दूध + बिस्किटे
(रात्रीचे जेवण शक्य तितक्या लवकर, झोपण्यापूर्वी सुमारे ३ तास आधी घ्यावे.)		

- जेवणाच्या वेळामध्ये फळांचा रस/ताक/नारळ पाणी/भाताची पेज/क्लिअर सूप्स/डाळीचे पाणी/साधे पाणी/जिरे किंवा धणे पावडर यांचा किंवा तुळशीचा काढा आदींचा आपल्या आहारात भरपूर प्रमाणात समावेश करणे आवश्यक आहे.

☞ पाककृती

बंगाली खिचडी

बंगालमधील ही खास खिचडी तुम्हाला निश्चित आवडेल. भूक भागवणारी, तांदूळ, मसूर डाळ आणि भाज्यांचे योग्य मिश्रण असणारी. यात भरपूर प्रथिने, तंतू, लोह आणि कमीत कमी स्निग्धांश आहेत. ही खिचडी म्हणजे वजन कमी करण्याचा चविष्ट मार्ग आहे.

भिजवण्याचा काळ - १५ मिनिटे

बनविण्याचा काळ - १५ मिनिटे

शिजण्याचा काळ - ३५ मिनिटे

चार जणांसाठी.

साहित्य : २५ मि.मि. (१ इंचाची) दालचिनीची काडी, २ लवंगा, २ वेलची, १ चमचा तूप, १/२ कप बारीक चिरलेला कांदा, २ तमालपत्र, २ चमचे किसलेले आले, २ चमचे ठेचलेला लसूण, १ कप तांदूळ (भिजवून निथळलेला), ३/४ कप मसूर डाळ, धुऊन निथळलेली, १ कप बटाट्याचे काप, १० ते १२ बारीक चिरलेली फरसबी, १/३ कप ताजा वाटाणा, १ चमचा बारीक चिरलेली मिरची, १/२ चमचा हळद, चवीपुरते मीठ, वरून टाकण्यासाठी आल्याचे बारीक तुकडे.

कृती : (१) दालचिनी, लवंग आणि वेलची एकत्र करून खलबत्त्यामध्ये जाडसर वाटून घ्या. बाजूला ठेवा. (२) खोलगट नॉनस्टिक भांड्यात तूप तापवा. त्यात जाडसर वाटलेला मसाला, कांदा, तमालपत्र, आले, लसूण घाला. मध्यम आचेवर २ मिनिटांसाठी नीट परता. (३) तांदूळ, मसूर डाळ, बटाटे, फरसबी, वाटाणा, हिरवी मिरची आणि हळद त्यात घाला. चांगले मिक्स करा आणि आणखी दोन मिनिटांसाठी मध्यम आचेवर परता. (४) त्यात ४ कप गरम पाणी आणि मीठ घाला. नीट मिक्स करा आणि झाकण ठेवून मध्यम आचेवर १० ते १२ मिनिटे शिजवा. गरमगरम वाढा, वरून आल्याचे बारीक तुकडे घाला.

स्प्राउट्स मिसळ (Sprouts Misal)

कृतीची वेळ - १० मिनिटे शिजविण्याचा वेळ - ५ मिनिटे

चार जणांसाठी

साहित्य : २ कप मिक्स स्प्राउट्स (मूग, मटकी, चणा, हिरवा वाटाणा, पांढरा वाटाणा) उकळलेले, २ चमचे जिरा, १ चमचा हिरवी मिरची व आल्याची पेस्ट, १/४ चमचा लवंग पावडर, १/४ चमचा दालचिनी पावडर, साखर चवीपुरती, १ चमचा तेल, मीठ चवीला, वरून टाकण्यासाठी

एक कप दही घोटलेले, १/४ कप कांदा कापलेला, १/४ कप चिरलेले टमाटर, २ चमचे चिरलेली कोथिंबीर.

कृती : तेल गरम करावे, मोहरी, आले-मिरचीची पेस्ट टाकून एक मिनिट फ्राय करा. त्यात वरील मिक्स स्प्राउट्स, लवंग पावडर, दालचिनी पावडर, साखर व मीठ टाकून दोन मिनिटे शिजवा.

पौष्टिकता/कप : ऊर्जा १३६ कॅलरीज, प्रोटीन ९.३ ग्रॅम, कार्बोहायड्रेट २१ ग्रॅम, फॅट १.७ ग्रॅम, कॅल्शियम १२८ ग्रॅम.

बिटाचे सूप

साहित्य : १ मध्यम आकाराचे बीट, अर्धी वाटी ओले खोबरे, २ हिरव्या मिरच्या, मीठ, साखर, कोथिंबीर, हिंग, जिरे, ४ टोमॅटो.

कृती : बिटाची साले काढावीत. ते बारीक चिरून पाणी घालून शिजवून घ्यावे. टोमॅटोही बारीक चिरुन शिजवून घ्यावेत. गार करून बीट आणि टोमॅटो मिक्सरमधून बारीक करावेत. मिश्रण चाळणीवर ओतून गाळून घ्यावे. ओले खोबरे, हिरव्या मिरच्या आणि जिरे वाटून घ्यावे. गाळलेल्या पाण्यात वाटण, मीठ, साखर आणि हिंग घालावे. सुपाला चांगली उकळी आणावी. सुपात बारीक चिरलेली कोथिंबीर घालून ते गरमागरम सर्व्ह करावे.

कोकम अमृत

साहित्य : ८-१० आमसुले, काळी मिरी, १ हिरवी मिरची, १ वाटी नारळाचा चव, मीठ, ४-५ लसूण पाकळ्या आणि चवीपुरती साखर.

कृती : आमसुले पाण्यात भिजत घालावीत. नारळात हिरवी मिरची, लसूण, काळी मिरी घालून ते मिक्सरमधून वाटून घ्यावे. आमसुले भिजल्यावर ते मिक्सरमधून वाटून नारळाच्या मिश्रणात मिक्स करून हे मिश्रण गाळणीतून गाळून घ्यावे.

गाळलेल्या पाण्यात मीठ आणि चवीपुरती साखर घालून मिश्रणाला चांगली उकळी आणावी. हे कोकम अमृत गार किंवा गरम कसेही घ्यावे.

स्वीट कॉर्न सूप

साहित्य : १ गाजर, ८-१० फरसबीच्या शेंगा, १ सिमला मिरची, १ वाटी स्वीट कॉर्नचे दाणे, २ टे. स्पू. कॉर्नफ्लोअर पावडर, १ टे. स्पू. सोयासॉस, १ टे. स्पू. व्हाईट व्हिनेगर, चिलीसॉस, १ टी. स्पू. साखर, मीठ, १ कप दूध.

कृती : सर्व भाज्या बारीक चिरून घ्याव्यात. नंतर ४-५ वाट्या पाणी घालून मऊसर शिजवून घ्याव्यात. स्वीट कॉर्नचे दाणे वेगळे करून वाफवून घ्यावेत. शिजवलेल्या भाज्या घोटून मोठ्या गाळण्यातून गाळून घ्याव्यात. भाज्यांचे गाळलेले पाणी, मक्याचे दाणे एकत्र करावे. दुधात कॉर्नफ्लोअर पावडर कालवून त्यात टाकावी. मीठ, साखर, सोयासॉस, चिलीसॉस, व्हिनेगर टाकून सूप जरा वेळ उकळून घ्यावे आणि गरमागरम सूप सर्व्ह करावे.

टोमॅटोचे सूप

साहित्य : २५० ग्रॅम चांगले पिकलेले लालबुंद टोमॅटो, १ बीट, अर्धा चमचा तिखट, लहानसा आल्याचा तुकडा, १ चमचा तांदळाचे पीठ/कॉर्नफ्लोअर, १ टे. स्पू. लोणी, २/४ पुदिन्याची पाने, १ चमचा साखर, चवीपुरते मीठ व मिरपूड.

कृती : टोमॅटो व बीट बारीक चिरून घ्यावे. आल्याचा तुकडा बारीक चिरून घ्यावा. नंतर त्यात ३ कप पाणी घालून शिजत ठेवावे. शिजल्यानंतर सूप गाळून घ्यावे. त्यात तिखट, मीठ, मिरपूड व साखर घालावी. थोड्या पाण्यात तांदळाचे पीठ हाताने सारखे करून घ्यावे व ते सूपमध्ये ओतावे. उकळी आल्यावर त्यात लोणी टाकून उतरावे.

सूप सर्व्ह करताना त्यात पुदिन्याची पाने टाकून सर्व्ह करावे. हे सूप आजारी माणसालाही दिले तरी चालेल.

खजूर व शेंगदाण्याचा लाडू

साहित्य : खजूर (बिया काढून बारीक केलेला), शेंगदाण्याचा कूट, तूप.

कृती : खजूर बारीक केलेला व दाण्याचा कूट एकत्र करून चांगले मऊ करावे व तुपाचा हात घेऊन त्याचे झटपट लाडू वळावेत.

मसूर व पालक सूप

कृती वेळ - १० मिनिटे

शिजवण्याचा वेळ - २० मिनिटे

चार जणांसाठी

साहित्य : १/२ कप मसूर दाल, १ कप कापलेले पालक, १/२ कप चिरलेला कांदा, १ $\frac{१}{२}$ कप मोठे कापलेले टोमॅटो, १ कप दूध, २ ठेचलेल्या लसणाच्या पाकळ्या, १/४ चमचा तिखट, चवीला मीठ, थोडा लिंबू रस.

कृती : कांदा, टोमॅटो, मसूर दाल, लसूण एकत्र करा. त्यात दोन कप पाणी टाकून प्रेशर कुकरमध्ये १० मिनिटे शिजवा. शिजल्यानंतर मिक्सरमध्ये घोटा व गाळा. दूध गरम करा व सूपमध्ये टाका. त्यात पालक, तिखट व मीठ टाकून दहा मिनिटे उकळा, थोडा लिंबू पिळून गरमागरम प्यायला द्यावे.

पौष्टिकता/कप : ऊर्जा १४० कॅलरिज, प्रोटीन ८.२ ग्रॅ., कार्बोहायड्रेट १८ ग्रॅ., फॅट ३.६ ग्रॅ., कॅल्शियम १६३.३ मि.ग्रॅ.

नाचणीचा डोसा (रगी डोसा)

तयारीची वेळ - ५ मिनिटे   शिजविण्याचा वेळ - ५ मिनिटे

१५ छोटे डोसे

साहित्य : २ कप नाचणी पीठ, १/२ कप तांदळाचे पीठ, १/२ वाटी आंबट दही, ३ ते ४ बारीक चिरलेल्या मिरच्या, १ कप चिरलेली कोथिंबीर, १/२ कप बारीक कापलेला कांदा, चवीला मीठ, फोडणीसाठी एक चमचा मोहरी, एक चमचा जिरे, थोडा हिंग, कढीपत्त्याची पाने, एक चमचा तेल.

कृती : नाचणी पीठ, तांदळाचे पीठ, दही, मीठ, कोथिंबीर, हिरवी मिरची आणि कांदा एकत्र करा. त्यात पाणी टाकून मिश्रण तयार करावे. दोन तास असेच भिजू द्यावे. तेल गरम करून फोडणीचे सामान टाकून मिश्रण करावे.

नॉनस्टीक तवा गरम करून थोडेसे तेल लावून गरम झाल्यावर वरील मिश्रण गोल-गोल तव्यावर पसरवावे. थोडेसे तेल कडांनी सोडावे. डोसा कुरकुरीत झाल्यावर पुदीन्याच्या चटणीबरोबर द्यावे.

पौष्टिकता/डोसा : ऊर्जा १०२ कॅलरीज, प्रोटीन २.२ ग्रॅ., कार्बोहायड्रेट १५.९ ग्रॅ., फॅट ३.१ ग्रॅ., कॅल्शियम ९६.८ ग्रॅ.

नाचणीचे लाडू

साहित्य : नाचणीचे पीठ २० ग्रॅम, तीळ १० ग्रॅम, दुधाची पावडर २० ग्रॅम, तूप १० ग्रॅम, साखर (दळलेली) २० ग्रॅम.

कृती : एका कढईत तीळ भाजावेत. एका कढईत तूप टाकून त्यात नाचणीचे पीठ चांगले काळपट तपकिरी होईपर्यंत परतावे. नंतर भाजलेले तीळ, दुधाची पावडर आणि दळलेली साखर भाजलेल्या नाचणीच्या पिठात मिसळावे आणि लाडू वळावेत.

पौष्टिकता : ऊर्जा ४०८ कि.कॅ., प्रोटीन्स १३.४ ग्रॅ., कॅल्शियम ३७७ ग्रॅ.

कद्दू पालक पराठा

तयारीची वेळ - १० मिनिटे शिजविण्याची वेळ - १० मिनिटे

साहित्य : ५ पराठ्यांसाठी, १ कप लाल कद्दू (साल काढून किसलेले), १ कप बारीक चिरलेले पालक, १ कप गव्हाचे पीठ, १ चमचा तिखट, १-२ हिरवी मिरची चिरलेली, १/४ चमचा हळद, १ चमचा तेल, मीठ चवीला.

कृती : तेल गरम करून त्यात पालक घालून दोन मिनिटे शिजवा. नंतर थंड करून वरील सर्व एकत्र करून पाण्याने गोळा भिजवावा. तवा गरम करून छोटे-छोटे पराठे दोन्हीही बाजूला छान सोनेरी ब्राउन होईपर्यंत शेकून लाल टमाटरच्या चटणीबरोबर गरमागरम खावे.

पौष्टिकता/पराठा : ऊर्जा ११९ कॅलरीज, प्रोटीन ३.२ ग्रॅ., कार्बोहायड्रेट १६.५ ग्रॅ., फॅट ४.५ ग्रॅ., कॅल्शियम २२.८ ग्रॅ.

केशरी दूध

तयारीची वेळ - ५ मिनिटे दोन जणांसाठी

साहित्य : एक कप उकळून थंड केलेले दूध, एक चमचा साखर, तीन चमचे बदाम (बारीक कापलेले), दोन चमचे पिस्ता (बारीक कापलेले), १/४ चमचा केशर, १ चमचा वेलची पावडर, चार बर्फाचे तुकडे.

कृती : कोमट दुधात केशर भिजवून ठेवावे. दूध, साखर, बदाम, पिस्ता, केशर, वेलची पावडर एकत्रित घोटा. बर्फाचे तुकडे चुरा करून दोन ग्लासमध्ये ठेवा व त्यावर वरील दूध ओता. त्वरित प्यावे.

पौष्टिकता : ऊर्जा १८३ कॅ., प्रोटीन ५.५ ग्रॅ., कार्बोहायड्रेट १३.५ ग्रॅ., फॅट ९.५ ग्रॅ., कॅल्शियम २२२ मि.ग्रॅ.

मिक्स व्हेजिटेबल सूप

तयारीची वेळ - १५ मिनिटे शिजविण्याचा वेळ १० ते १५ मिनिटे

साहित्य : १ बारीक कापलेला कांदा, १ बारीक कापलेला बटाटा, १ बारीक कापलेले गाजर, ६ ते ८ बारीक कापलेले बटन मशरूम्स, बारीक कापलेला पानकोबी, किसलेला फुलकोबी, १ सिमला मिरची बारीक कापलेली, १ चमचा तेल, २ तेजपाने, २ चमचे गव्हाचे पीठ, चवीसाठी मीठ, मिऱ्याची पावडर, २ कप स्किम्ड मिल्क, २ कप पालेभाज्या.

कृती : एका जाड बुडाच्या भांड्यामध्ये तेल गरम करून त्यात तेजपाने आणि कांदा २ मिनिटे परतवून घ्या.

बटाटा, गाजर, मशरूम, पानकोबी, फुलकोबी त्यात टाका आणि ३ ते ४ मिनिटे जास्त उष्णतेवर शिजवा व हलवा. नंतर मध्यम उष्णतेवर गव्हाचे पीठ छान वास येईपर्यंत भाजा. त्यात मीठ, मिऱ्याची पावडर टाका. भाजीपाला टाकून उकळा. त्यात सिमला मिरची टाकून मंद आचेवर पालेभाज्या शिजेपर्यंत उकळा म्हणजे सूप घट्ट होईल. त्यात हळूहळू स्किम्ड मिल्क टाकून हलवा. ३ ते ४ मिनिटे उकळू द्या. तेजपाने काढून सूप गरम-गरम प्यावे.

सोया फुटाणे-खजूर मिक्स लाडू

साहित्य : २ वाट्या सोया फुटाणे, १ पाटी पोहे, १ वाटी मुरमुरे, १ ते २ वाट्या शेंगदाणे (भाजलेले), १ ते २ वाट्या खिसलेले खोबरे, २ वाट्या खजूर, १ वाटी गूळ, ४ चमचे साजूक तूप, ४ चमचे भाजलेली चारोळी, १ ते २ चमचे विलायची पूड, तळण्यासाठी तूप.

कृती : गॅसवर पॅनमध्ये मुरमुरे थोडे गरम करा. नंतर सोया फुटाणे गरम करा (कोरडे). त्याच पॅनमध्ये तुपात मका पोहे तळा. तळलेले पोहे थंड होईपर्यंत सोया फुटाणे, मुरमुरे, शेंगदाणे मिक्सरमधून वेगवेगळे बारीक करा. हे सर्व साहित्य परातीत ठेवा. मका पोहे हातानेच कुस्करा. खजूर मिक्सरमधून वाटा, खिसलेले खोबरे, चारोळी, गूळ, तूप, वेलदोडा पूड व पोह्यांचा कुस्करा परातीत घालून चांगले मळून छोटे-छोटे लाडू बनवा. अतिशय पौष्टिक खिरापत तयार.

गाजर हलवा

तयारीची वेळ - १० मिनिटे शिजवण्याचा वेळ १५ मिनिटे

चौघांसाठी

साहित्य : ३ कप खिसलेले गाजर, अर्धा कप साखर, ५ चमचे स्किम्ड मिल्क पावडर, थोडीशी वेलची पूड, १ चमचा कापलेले बदाम, १ चमचा साजूक तूप.

कृती : खिसलेले गाजर उकळत्या पाण्यावर ३ ते ५ मिनिटे वाफवून घ्या. एका पॅनमध्ये तूप गरम करून त्यात वाफवलेले गाजर मंद गॅसवर २ मिनिटे परतवा. त्यात साखर टाकून २ ते ३ मिनिटे शिजवा. नंतर त्यात स्किम्ड मिल्क पावडर टाकून सारखे हलवून काही मिनिटे शिजवा. त्यात वेलची पावडर व बदाम टाकून हलवा. चविष्ट गरम हलवा खायला द्या.

गव्हाची खीर

साहित्य : १ कप दलिया, ३ टे.स्पू. तूप, १ टे. स्पू. खसखस, १ टे. स्पू. बारीक केलेले काजू, ११/२ कप दूध, पाव चमचा वेलदोडा पूड, १ कप बारीक केलेला गूळ.

कृती : पॅनमध्ये तूप गरम करा. त्यात दलिया घाला. चांगला वास येईपर्यंत परता. खसखस व काजूचे तुकडे घालून परता. दूध घाला. दलिया शिजेपर्यंत ठेवा. खीर घट्ट होईपर्यंत ठेवा. वेलदोडा पूड घाला. गॅसवरून उतरवा. गूळ घाला आणि गूळ विरघळेपर्यंत हलवा, गॅसवर खीर असताना गूळ घालू नका. कदाचित दूध नासण्याची शक्यता असते. कोमट वाढा.

चविष्ट ड्रायफ्रूट शिरा

साहित्य : पाव वाटी चिरलेले बदाम, पाव वाटी काजूचे तुकडे, पाव वाटी कोरड्या खोबऱ्याचा खिस, १५-२० बेदाण्याचे काप, अर्धा वाटी कणीक, वेलची पूड, २ चमचे पिस्त्याचे काप, अडीच वाटी गूळ, अर्धा वाटी साजूक तूप, २ वाट्या पाणी, चेरी.

कृती : प्रथम पाण्यात गूळ भिजवून नंतर गाळून घ्या. एका कढईत तूप टाकून सर्व मेवा तळून घ्यावा व साधारण जाडसर बारीक मिक्सरमधून काढा. उरलेल्या तुपात कणीक भाजा. नंतर पॅनमध्ये एक मोठा चमचा तूप गरम करून त्यात एक वाटी पाणी टाकून ते उकळा. त्यात गुळाचे पाणी मिसळा. उकळी आल्यावर त्यात परतलेली कणीक, जाडसर सुका मेवा, वेलची पूड व खोबऱ्याचा खिस एकत्रित मिसळा. चांगली वाफ आल्यावर गॅस बंद करून शिरा बाऊलमध्ये काढा व पिस्ता, चेरी व खोबऱ्याचा खिस टाकून सजवून सर्व्ह करा. हा गुळाचा व सुक्या मेव्याचा शिरा पौष्टिक व चवदार होतो.

पालक-मेथी मुठे

तयारीची वेळ - १० मिनिटे   शिजवण्याचा वेळ - २५ मिनिटे

चौघांसाठी

साहित्य : ३ कप बारीक चिरलेला पालक, दीड कप बारीक चिरलेली मेथी, १ चमचा आले व हिरव्या मिरचीची पेस्ट, ३ टे. स्पू. गव्हाचे पीठ, २ टे. स्पू. बेसनाचे पीठ, १ टे. स्पू. रवा, १/२ चमचा जिरे, चिमूटभर खाण्याचा सोडा, २ चमचे साखर, १ चमचा लिंबू रस, १ चमचा तेल आणि मीठ चवीला.

कृती : पालक आणि मेथीची पाने एकत्र करून एक चमचा मीठ टाकून ५ मिनिटे बाजूला ठेवून द्या. मेथी-पालक दाबून त्यातील सर्व पाणी काढून एका वाटीत ठेवा.

वरील सर्व साहित्य एकत्र करून एक मऊ पिठाचा गोळा (एक-दोन चमचे पाणी लागल्यास) तयार करा. थोडेसे हाताला तेल घेऊन याचे छोटे-छोटे लांब गोळे तयार करून चाळणीवर वाफेत ठेवा. वाफवल्यावर त्याचे छोटे-छोटे तुकडे करून ठेवा.

मोठ्या पॅनमध्ये तेल गरम करून मोहरी व तिळाची फोडणी दिल्यावर थोडेसे हिंग टाकून कापलेले तुकडे मंद गॅसवर दोन-तीन मिनिटे परतवा. हिरव्या चटणी बरोबर गरम-गरम सेवन करावे.

पौष्टिकता : ८३.० मि.ग्रॅ.

सोया उपमा

तयारीची वेळ - २० मिनिटे

शिजवण्याचा वेळ - १० मिनिटे

चौघांसाठी

साहित्य : ३/४ कप सोया ग्रॅनुल्स, १ चमचा जिरा पावडर, १ चमचा उडीद डाळ (कुटलेली), १/४ चमचा हिंग, १ चमचा किसलेले आले, १-२ कापलेल्या हिरव्या मिरच्या, १/२ कप कापलेला कांदा, १/२ कप खिसलेले गाजर, १/२ कप कापलेला पानकोबी, २ चमचे तेल, चवीला मीठ, २ चमचे चिरलेली कोथिंबीर, ४ लिंबाच्या फोडी.

कृती : सोया ग्रॅनुल्स १५ मिनिटे गरम पाण्यात भिजवा, त्यातील सर्व पाणी काढून टाका.

नॉनस्टिक पॅनमध्ये तेल गरम करून जिरे टाकून उडदाची डाळ लाइट ब्राउन होईपर्यंत परतवा. त्यात हिंग आणि हिरवी मिरची, आले व कांदे टाका. मंद गॅसवर परतवा. मग त्यात पानकोबी व गाजर टाकून ४ ते ५ मिनिटे परतवा. त्यात सोया ग्रॅनुल्स व मीठ टाकून हलवा. कोथिंबीर व लिंबू घालून गरम-गरम सेवन करावे.

तुरी व मेथीचा ढोकळा

तयारीची वेळ - २० मिनिटे

शिजवण्याचा वेळ - १० ते १५ मिनिटे

६ जणांसाठी

साहित्य : १ कप तुरीची डाळ, ५ हिरव्या मिरच्या, २ कप ताजे दही, १/४ चमचा हिंग, २ कप चिरलेली मेथी, १ चमचा साखर, १ चमचाभर इनो, २ चमचे तेल, चवीला मीठ.

कृती : ४ ते ६ तास डाळ पाण्यात भिजवा. पाणी काढा.

मिक्सरमध्ये भिजलेली डाळ व हिरव्या मिरच्या फिरवा व त्यात दही टाका. त्यात हिंग, साखर, मीठ आणि तेल टाका व २-३ तास बाजूला ठेवा. त्यात मेथीची पाने व इनोसॉल्ट टाकून हळूहळू हलवा. हे सर्व मिश्रण एका तेल लावलेल्या थाळीत ओता व १० मिनिटे वाफवा. नंतर चौकोनी तुकडे करून हिरव्या चटणीबरोबर सेवन करावे.

☞ गरोदरपणात कोणत्या गोष्टी कराव्यात आणि कोणत्या टाळाव्यात

भरपूर पोषकमूल्य असलेल्या ताज्या फळांची जागा सरबत किंवा गोड पदार्थांनी करू नये. त्याने फक्त चव वाढते पोषकमूल्य तेवढे मिळत नाहीत. फायबर पण मिळत नाही.

गर्भावस्थेत चहा व कॉफी या गोष्टींपासून दूर राहणे अनिवार्य आहे. दिवसातून १-२ वेळा लाइट चहा अथवा कॉफी घेतली जाऊ शकते. परंतु अधिक मात्रेत घेतल्यास हे नुकसानदायक असते.

लेड : गर्भावस्थेमध्ये लेडपासून जितके दूर राहाल तितके चांगले. कारण याने ब्रेन डॅमेज होण्याचा तसेच स्नायूंची वाढ थांबण्याचा धोका असतो. लेडच्या कारणाने मुलाचा बौद्धिक विकास कमी होतो व गर्भपाताचीही (मिसकॅरेज) संभावना राहते. याखेरीज लेडने प्रिमॅच्युअर डिलेव्हरी अथवा वजन कमी होते.

पेट्रोलचा धूर, असे पेंट की ज्यामध्ये लेड मिसळलेले असते तसे व बिझी हाय वे यापासून दूर राहावे.

चहामध्ये टॅनिन व कॉफीमध्ये कॅफीन नावाचे घटक असतात. याच कारणाने ही पेये मूत्रवर्धक असतात. याखेरीज कॉफीमुळे रक्तदाब आणि हृदयाची धडधड दोन्हीही वाढतात की, जे गर्भावस्थेमध्ये धोकादायक असते.

कॅफीनमुळे लोहाचे शोषण कमी होते. चहा-कॉफी जास्त प्रमाणात घेतल्यास मानसिक अस्वस्थता, नर्व्हसनेस, निद्रानाश होते.

कोकोकोला, पेप्सी अशी वायुयुक्त पेये (Ariated), मादक पेये, अल्कोहोलयुक्त मादक पेये, अल्कलीयुक्त पेये घेण्याचे टाळावे. शीतपेय टाळावे, शीतपेयांपेक्षा ताजे लिंबू सरबत, कोकम सरबत किंवा नारळाचे पाणी चांगले.

गर्भवती स्त्रीने घट्ट कपडे घालणे टाळावे कारण रक्ताभिसरणात अडथळा येऊ शकतो. पोटावर दाब येईल असे कपडे घालू नयेत.

गर्भावस्थेत उपवास नको : गर्भावस्थेत उपवास नऊ महिन्यांसाठी सोडून द्या. कारण तुम्ही जे खाल तेच बाळाला मिळणार आहे. जर तुम्ही उपवास केलात तर मुलालाही उपवास घडेल. बाळाच्या पेशींचा, स्नायूंचा, हाडांचा, केसांचा, त्वचेचा विकास तुमच्या खाण्यातून होत असतो. जर तुम्ही समतोल पौष्टिक आहार घेतला म्हणजे बघा तुमचे बाळ कसे सुंदर आणि सुदृढ होते ते !

उन : सकाळचे कोवळे उन गर्भवती स्त्रीला व्हिटॅमिन 'डी' पोषणाच्या दृष्टीने चांगले व सूर्याची अतिनिल किरणे गर्भावर दुष्परिणाम करतात. म्हणून अति उष्णतेच्या ठिकाणी गर्भवतीने उन्हात जाऊ नये.

गरोदरपणात परफ्यूम टाळा : गरोदरपणात परफ्यूमचा वापर हा माता आणि गर्भ या दोघांसाठीही हानिकारक असतो. यामुळे कोणत्याही प्रकारची ॲलर्जी व इन्फेक्शन होण्याचा धोका असतो. परफ्यूममध्ये असणारी केमिकल्स त्वचेवर काळे डाग पाडू शकतात. जास्त सुवासिक साबणांचाही वापर करू नये. सर्व प्रकारचे परफ्यूम्स आणि डिओड्रंट यात टेट्रामिथाईल टेट्रालिन नावाचे रसायन वापरले जाते. त्यामुळे गर्भातील बालकाच्या नाजूक मेंदूवर परिणाम होऊ शकतो. बौद्धिक विकास मंदावू शकतो. केवळ ॲल्युमिनियम फ्री डिओड्रंट्स सेफ असतात.

गरोदरपणातील मालिश : गरोदरपणात पायाच्या अंगठ्यापासून हळूहळू सर्व शरीरावर हात, मान, चेहरा यावर मालिश करा. शांत संगीतमय, मंद प्रकाश असलेली खोली निवडणे, अधिक चांगले मालिश केल्यामुळे मेंदूतून एंडॉर्फिन्स मुक्त होतात व स्त्री तणावमुक्त होते म्हणून गरोदरपणात स्त्रीने किमान दिवसातून एक वेळा तरी मालिश करावी. कोणी मदतनीस नसल्यास स्वतःही केली तरी चालेल.

ॲरोमा थेरपी मसाज : गर्भावस्थेत इसेंशियल ऑइलच्या मालिशपासून दूर राहा. कारण ही तेले गर्भाशयाचे संकुचन वेगाने करतात. त्यामुळे वेळेअगोदर डिलेव्हरी व्हायची संभावना असते. रिसर्चनुसार नेर ऑईल (ऑरेंज बॉसम फ्लॉवर) तसेच मेनडेन हे दोन असे ऑईल आहेत जे आरामदायी तसेच सेफ आहेत. जे गर्भावस्थेत घेतले जाऊ शकतात. लेवेंडर ऑईल प्रेग्नन्सीच्या सुरुवातीच्या दिवसात उपयोगात घेऊ नये. याचा तीन महिन्यांनंतर उपयोग केला जाऊ शकतो.

लाळग्रंथीची मालिश (Salivary Glands) : कानासमोर पॅरॉटिड ग्रंथी व जबड्याखाली Submandibular Glands असतात. त्यांना बोटाच्या टोकाने हलकी मालिश केली तर लाळ वाढते. चांगल्या लाळीमुळे पचन चांगले होते. त्यामुळे लठ्ठपणा वाढत नाही. मुखाची स्वच्छता व्यवस्थित ठेवायला पाहिजे. नीट चाऊन-चाऊन जेवले पाहिजे. रात्री ब्रश करून रोज माउथ वॉशने तोंड धुवावे.

गर्भावस्थेत हेअरडायने हानी : पहिल्या तीन महिन्यात हेअरडायमधील केमिकल शिशूसाठी हानीकारक आहे. केमिकलरहित मेंदीचा उपयोग करावा. ३ महिन हेअरडायचा धोका नसतो.

☞ गरोदरपणातील समस्या

गर्भवती स्त्री तिची रोजची कामे करू शकते. फक्त पहिल्या तीन महिन्यांमध्ये व शेवटच्या दीड महिन्यात जडकाम, भागदौड, दूरचा प्रवास टाळावा. प्रत्येकाची आरामाची गरज वेगवेगळी असते. तरी रात्री आठ तास व दिवसा दोन तास आराम पुरेसा असतो. ज्या गरोदर स्त्रियांची नोकरीमुळे जागरणे होतात त्यांना प्रसूतीमध्ये बरेच अडथळे येतात.

बऱ्याच जणांचा गैरसमज आहे की सारखे काम केल्याने नॉर्मल प्रसूती होते. उताणे झोपणे टाळा. कारण त्यामुळे पाठदुखीचा, अपचनाचा, श्वासोच्छ्वास आणि रक्ताभिसरण नीट न होण्याचा त्रास होतो

कारण तसे झोपल्यामुळे संपूर्ण गर्भाशयाचा भार तेथील मुख्य रक्तवाहिनीवर पडतो. शेवटच्या महिन्यामध्ये डाव्या कुशीवर बाजूला उशी घेऊन त्यावर पाय टाकून झोपले तर सुखावह वाटते. डाव्या कुशीवर झोपल्याने रक्ताभिसरण चांगले होते. गर्भवेस्टनाचे चांगले पोषण होते, किडनीचे कार्य चांगले होते आणि शरीराचे एकंदर कार्य सुरळीत सुरू राहिल्याने मलनिस्सारणही चांगले होते.

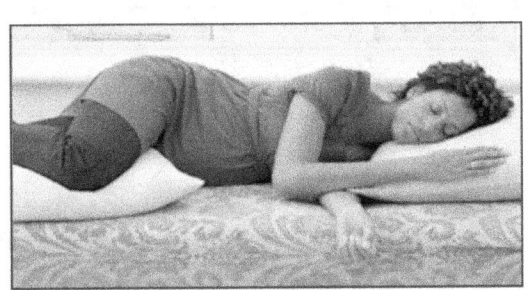

झोपेतून उठताना आधी डाव्या कुशीवर झोपावे व मग हातावर जोर देऊन हलकेच उठावे, एकदम तडकाफडकी उठू नये.

योनिमार्गातून पांढरे पाणी वाहणे : गर्भारपणात योनीतून प्रोजेस्टरॉन या हार्मोनमुळे पांढरे पाणी वाहते. यासाठी औषध घ्यायची गरज नसते व त्या पांढऱ्या पाण्यामुळे स्त्रीला अशक्तपणा वगैरे वाटत नाही. तो स्राव नैसर्गिकच आहे. मात्र जर योनिमार्गाच्या स्रावात दुर्गंध असेल, खूप खाज येत असेल, लघवीला खूप जळजळ होत असेल तर स्त्री-रोगतज्ज्ञांकडून तपासणी आवश्यक असते.

गर्भावस्थेत त्वचेबद्दल काळजी : गर्भावस्थेत शरीरात होणाऱ्या हार्मोन्सच्या बदलामुळे त्वचेवरसुद्धा परिणाम होतो. त्यातील काही बदल शरीरासाठी अनुकूल नसतात. त्यामुळे पहिल्यापासून आपल्याला जर त्यांची माहिती असली तर आपण त्या सर्वांबद्दल जागरूक राहतो.

प्रेग्नन्सी ग्लो : गर्भावस्थेत शरीर नेहमीपेक्षा ५० टक्के जास्त रक्त तयार करत असते. याचबरोबर तैलग्रंथीचेसुद्धा स्रवण वाढते. त्यामुळे चेहऱ्यावर चमकदारपणा दिसतो. यालाच 'प्रेग्नन्सी ग्लो' असे म्हणतात. वयस्क बायका एखादी स्त्री गर्भावस्थेत आहे की नाही हे तिच्या चेहऱ्यावरून ओळखू शकत होत्या.

गर्भावस्थेच्या दरम्यान शरीरातील रक्तप्रवाह वाढणे अथवा घटणे, तसेच इस्ट्रोजनच्या प्रमाणात असंतुलन होते. त्यामुळे गडद डाग येतात. विशेषत: चेहऱ्यावर दोन्ही गाल, नाक यावर (फुलपाखराच्या आकृतीशी मिळतेजुळते) गडद डाग पडतात. यालाच 'Cloasma' असे नाव आहे. काहींना काखेत व जांघेतही काळपटपणा (Melasma) येतो. प्रसूतीनंतर ३-४ महिन्यांमध्ये हे डाग बहुतेक वेळा कमी होतात. गर्भावस्थेत पोटाच्या खालच्या भागात मध्यभागी एक डार्क लाइन (बेंबीपासून ते खाली

गुप्तांगापर्यंत) उमटते. तिला 'Linea Nigra' असे म्हणतात. चौथ्या किंवा पाचव्या महिन्यापासून दिसायला लागते. प्रसूतीनंतर ती हळूहळू कमी होते.

उपचार : काही पिगमेंटेशन कमी करणारे क्रीम्स मार्केटमध्ये उपलब्ध आहेत. जसे Eukroma Oint, Euglobe वगैरे. कोरफडीचा रस काढून (Alovera Gel) दिवसातून २-३ वेळा चेहऱ्याला लावावा. काकडी रस, टोमॅटोचा रस किंवा लिंबाचा रसही दुधाच्या मलईत मिसळून लावावा.

चुकूनही गरोदरपणात कोरफड सेवन करू नये.

बाहेर जाताना चांगला उच्च घटक असलेले सनस्क्रीन लोशन वापरा. जास्त वेळ उन्हात राहू नका. मासे, दाणे आणि बिया असे ओमेगा ३ फॅट्टी ॲसिड असलेला अन्न खाण्याने शुष्क, खाजणाऱ्या त्वचेला मदत होईल.

स्ट्रेच मार्क्स :

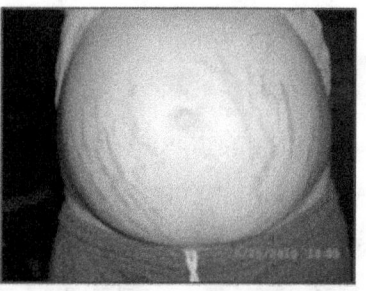

गर्भाचा आकार जसजसा वाढत जातो तसतसा पोटाच्या त्वचेवर ताण यायला लागतो व परिणामतः त्वचेवर स्ट्रेच मार्क्स दिसायला सुरुवात होते. त्याबरोबरच त्वचा कोरडी पडून खाजही येते. मात्र नखाने जर खाजवले तर हे मार्क्स वाढून कायमचे काळे डाग पडण्याची शक्यता असते. खाज सुटली तरी मऊ वस्त्राने हलकेच चोळावे. अगदीच असह्य झाले तर एव्हील (Avil - 25 mg) च्या गोळ्या घ्याव्यात. या खाजेसाठी घरगुती उपचार म्हणजे लिंबाची फोड आंबेहळदीमध्ये बुडवून पोटाला लावावी.

बाजारात स्ट्रेच मार्क्ससाठी बरेच कोरफड व व्हिटॅमीन 'E' असलेले क्रिम्स उपलब्ध आहे. जसे Aloederm oint, Delivera Get, Allovera Gel, Luciara, Pregnancreme या नावांनी उपलब्ध आहे. हे क्रिम चौथ्या महिन्यानंतर लावायला सुरुवात करावी. सहाव्या महिन्यानंतर दिवसातून दोन-तीनदा लावावी. ऑलिव्ह ऑईलचा हलका मसाज पोटावर केल्यानेही स्ट्रेच मार्क्सला प्रतिबंध होतो. अंघोळ झाल्यावर सकाळी पोटाला तसेच स्तनाच्या निपललासुद्धा लावावे व निपल बाहेर ओढावीत (स्ट्रेच करावीत) म्हणजे स्तनाग्रे मऊ व टोकदार झाल्यामुळे स्तनपानास त्रास होत नाही व बाळ चांगले दूध ओढते.

बऱ्याच स्त्रियांना मांड्यांवर, नितंबांवर व स्तनांवरही स्ट्रेच मार्क्स येतात, तिथेही क्रिम लावून दोन मिनिटे हलका मसाज करावा.

स्ट्रेच मार्क्स म्हणजे त्वचा ताणली जाते. त्यामुळे तिथे पांढरट उभे डाग पडतात. कातडीला आर्द्रता व शीतलता राहावी म्हणून कोरफडीचा रस (Aloevera Gel) चोळावा. चंदन, गुलाब पावडर

एक चमचा प्रत्येकी, अर्धा चमचा पपई पावडर, १० थेंब बदामाचे तेल, दोन थेंब लव्हेंडर तेल हे सर्व दुधात किंवा साईत मिसळून पोटावर आणि मांड्यांवर लावावे. दहा मिनिटांनंतर चोळून-चोळून काढावेत. नंतर अंघोळ करावी, अंघोळीसाठी फार गरम पाणी वापरू नये.

खाज : गरोदरपणात त्वचा ताणल्यामुळे, कोरडी झाल्यामुळे सर्व शरीरावर खाज येण्याची शक्यता असते. यासाठी तेलाची मालिश केल्याने बरे वाटते किंवा कॅलॅमीन लोशनने खाज कमी होते. कधी-कधी खूपच खाज येत असेल तर औषधे व इंजेक्शन्स घ्यावी लागतात.

रूक्ष त्वचा : गरोदरपणात त्वचा रूक्ष होते म्हणून घरच्या घरी तेल तयार करून सर्वांगाला हलकी मालिश करावी. ५० मिलिग्रॅम तीळ तेलात चंदन व जिरॅनियम तेलाचे प्रत्येकी १० थेंब मिसळून तेल तयार करावे. याच तेलाने स्तनाग्रांनाही (Nipples) चोळावे.

जनायटल वॉर्टस् (Genital Warts) : काळसर किंवा त्वचेच्या रंगाचे खरपूस फोड गुप्तांगावर दिसून येतात. त्याची वाढ झपाट्याने होते. त्यात कधी-कधी खाज येते. तज्ज्ञ डॉक्टरांकडून याचे उपचार वेळीच घ्यावे अन्यथा बाळामध्ये त्यांची लक्षणे दिसू शकतात.

गरोदरपणात केसांची काळजी : गरोदरपणात कधी-कधी केस जास्त गळतात. कित्येक जणींना उष्णता व रूक्षतेमुळे कोंड्याचा त्रास जाणवतो. साबण व शांपूचा वापर कमीत कमी (या काळात तरी) करावा. त्वचेला पोषण मिळावे म्हणून नियमितपणे (निदान आठवड्यातून १-२ वेळा) केसांना तेलाचा मसाज करावा. रात्री मसाज करून सकाळी केस धुवावेत.

तेलकट केस : वारंवार शांपू व साबणाने धुतल्यामुळे डोक्याच्या त्वचेवरील आम्लयुक्त संरक्षक आवरण नष्ट होऊन केसात खाज सुटणे व कोंडा होणे इत्यादी तक्रारी उद्‌भवतात. अशांनी पाव वाटी मुलतानी मातीत अर्धा लिंबू पिळून त्याची पाण्यात पेस्ट करून ती केसांना सर्वत्र लावावी व १५-२० मिनिटांनी चोळून धुवावे. तसेच आवळा पावडर व संत्र्याच्या सालीची पावडर केस धुण्यासाठी वापरावी. नागरमुथा पावडरच्या पेस्टने उष्णता कमी होते.

केस गळणे : गरोदरपणात हार्मोन्सच्या बदलामुळेही केस गळतात. ॲनिमियामुळे (रक्ताल्पता), अंगात जास्त उष्णता असल्यामुळे, आहारातील चुका, काही औषधांचा दुष्परिणाम किंवा केसांमध्ये कोंडा, उवा, लिखा, शांपू किंवा तेलाची ॲलर्जी या कारणांमुळेही केस गळतात. जास्वंदीच्या फुलांची पावडर, ब्राह्मी, जटामांसी या पावडरचे मिश्रण कोरफड चिकात मिसळून केसांच्या मुळाशी लावून २० मिनिटांनी धुऊन टाकावे. आठवड्यातून २ वेळा असा उपचार करावा.

गर्भावस्थेदरम्यान जास्त प्रमाणात वाढलेल्या इष्ट्रोजन व प्रोजेष्टरॉन या हार्मोन्समुळे केसांना वेगळीच चमक येते. त्वचाही गरोदरपणात चमकदार होते. काही पेशंट्समध्ये गर्भावस्थेत केसांची अधिक वाढ

होण्याची शक्यता आहे. प्रसूतीनंतर तुमचे केस खूप गळतात असे लक्षात येईल. खरेतर गर्भधारणेच्या काळात वाढलेले अतिरिक्त केसच फक्त गळत असतात.

नखे : गर्भधारणेत नखे ठिसूळ बनतात त्यामुळे ती लवकर तुटतात.

लघवीची समस्या :

तुमच्या गर्भाशयाचे वजन मूत्राशयावर पडत असल्यामुळे तुम्हाला वारंवार लघवीला जावे लागते. काहींना शिंका आल्यावर किंवा खोकतानासुद्धा थोडी लघवी होते. कारण लघवीवर नियंत्रण राहत नाही. यावर 'केजेल' हा व्यायाम आहे.

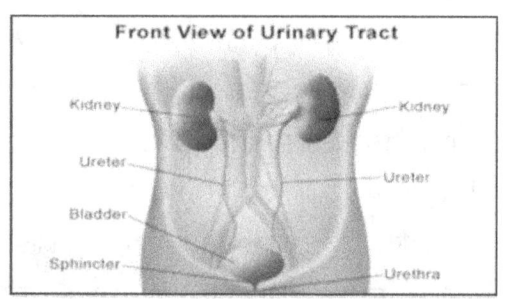

लघवी लागली की लघवी थांबवू नये. म्हणजे इन्फेक्शनची भीती कमी होते व गर्भाशयाच्या पिशवीवरील लघवीचा दाब कमी होतो. लघवीत जळजळ किंवा आग होत असेल याचा अर्थ मूत्रमार्गातील जंतुसंसर्ग किंवा सूज यावर गरोदरपणात तातडीने डॉक्टरी सल्ल्याने उपाययोजना कराव्यात.

छातीत जळजळ होणे : गरोदरपणात छातीत जळजळ होणे किंवा अपचनाचा त्रास ही नित्याचीच बाब आहे. १४ आठवड्यांनंतर गर्भाशय मोठे होते आणि पोटाचा घेर आकुंचन पावतो. आतड्यांची हालचाल मंदावल्यामुळे अन्न जास्त वेळ पोटात राहिल्यामुळे जळजळ होते. एकदा भरपेट खाण्यापेक्षा थोडे-थोडे अन्न चार-पाच तासांनी खाणे चांगले. चमचमीत, मसालेदार पदार्थ टाळा व अशा वेळी छातीत जळजळ झाल्यास अँटासिड्स किंवा थंड दूध पिणे उपयुक्त ठरते. अशा वेळी चहा-कॉफीचे प्रमाण कमी करावे.

भोवळ येणे : तुम्ही बसलेल्या असाल किंवा पडलेल्या असाल तर हळूहळू उठा. स्तब्ध उभे राहताना भोवळ येईलसे वाटले तर, पटकन बसायची जागा शोधा आणि बसून घ्या, भावना दूर होऊ द्या. ती तशी झाली नाही तर कुशीवर आडव्या व्हा. पाठीवर पडून राहताना तुम्हाला भोवळ येईलसे वाटले तर कुशीवर वळा. पलंगावर बसा. नंतर सावकाश उभे राहा. लक्षात ठेवा की, गर्भधारणेच्या अखेरच्या दिवसात किंवा कळा येत असताना तुम्ही कधीही तुमच्या पाठीवर सरळ आडव्या होऊ नका.

खाज सुटणे : सैल कपडे वापरणे आणि सिंथेटिक मटेरियल्स टाळणे उपयुक्त ठरू शकेल. कॉटनसारखे नैसर्गिक धाग्यांनी बनविलेले सैल कपडे वापरा, कारण ते शोषक असतात आणि सिंथेटिक धाग्यांपेक्षा अधिक हवा शोषून घेतात. तुमची खोली हवेशीर, ऊबदार ठेवा आणि वारंवार स्नान करा कारण त्यामुळे तुम्हाला ताजेतवाने वाटण्यास मदत होईल.

बद्धकोष्ठता (Constipation) : गर्भाच्या वाढीबरोबर गर्भाशयाचा आकार मोठा होतो व त्याचा परिणाम बाजूच्या अवयवांवर होऊन आतडी दाबली जातात. पण एकूणच आजकालच्या खाण्यात येणारे ब्रेड, बिस्किट्स, फरसाण, चिवडा, वेफर्स यासारखे पदार्थ, साल नसलेली धान्ये (तांदूळ, डाळी वगैरे), पालेभाज्या शिवाय इतर भाज्या आणि साखरेचे प्रमाण जास्त यामुळे मलसंचय होतो. याशिवाय गर्भारपणात वाढलेले प्रोजेस्टरॉन हार्मोन, कॅल्शियम, पोटॅशिअम व झिंकची कमतरता स्नायूंना शिथिल बनवते. आकुंचन-प्रसरण करण्याची त्यांची शक्ती मंदावते. या सर्व कारणांमुळे झालेला परिणाम म्हणजे बद्धकोष्ठता. काहींमध्ये आयर्न व कॅल्शियमच्या टॅब्लेटमुळेही बद्धकोष्ठता होते.

गर्भातील बाळाच्या वाढीसाठी आईकडून पोषक द्रव्ये व आईच्या शरीरातील अन्न बाळाकडे जाते. त्यामुळे आईकडे डेफिशीयन्सी होते व त्यामुळे संडासला खडा होतो. हा त्रास वाढू नये यासाठी स्त्रियांनी भरपूर पाणी प्यायला पाहिजे.

गरोदरपणात चिंता, काळजी, टेंशन, शारीरिक हालचाल कमी, कमी Fiber Diet मुळेही बद्धकोष्ठता येते. त्यामुळे पोटात दुखणे, नियमित संडास साफ न होणे, जोर लागणे किंवा खडा संडासला होणे ही लक्षणे दिसून येतात.

भरपूर तंतुमय पदार्थ (High Fiber Diet) : खरेतर रोज २५ ते ३० ग्रॅ. तंतुमय पदार्थ आहारातून • फळांपासून • पालेभाज्यांपासून • नाश्त्याच्या कडधान्यांपासून • भूसी.

अन्पूरक तंतू (Supplements Fibre) : जसे Psyllium किंवा मीथील सेल्युलोजमुळे बद्धकोष्ठतेचे निवारण व प्रतिबंधही होतो. प्रून्स (Prunes) किंवा Prunes Juice आणि अंजीर यानेसुद्धा बद्धकोष्ठता कमी होते.

हलका व्यायाम : गरोदरपणात हलका व्यायाम जसे चालणे, पोहणे यामुळे बद्धकोष्ठता निवारणास मदत होते. २०-३० मि. व्यायाम किंवा आठवड्यातून २-३ वेळा उपयुक्त ठरतो.

गर्भारपणात स्त्रीला काही प्रमाणात आराम हवाच पण अतिआराम काही वेळेस हानिकारक ठरतो. म्हणून रोजचे दैनंदिन काम करायला हरकत नाही. उलट त्यामुळे शरीर फिट राहते. जेवणानंतर थोडेफार फिरायला गेले तर पचनही नीट होते. त्यामुळे कॉन्स्टिपेशनचा त्रास कमी होतो.

आजकाल स्त्रिया नोकरी-व्यवसायात गुंतलेल्या आहेत त्यामुळे रोजच्या घाई-गडबडीत वेळेवर व व्यवस्थित जेवण-खाण होत नाही. खूप वेळा जंकफूड भूक भागविण्यासाठी खाल्ले जाते. त्याने कॉन्स्टिपेशनचा त्रास होतो.

सातव्या किंवा आठव्या महिन्यात हा त्रास जास्त जाणवतो.

स्त्रीला जर आधीपासून पाईल्स किंवा आकुंचित (नॅरो) ॲनस किंवा ॲनल फिशरचा (भगंदरचा) त्रास असेल तर गर्भारपणामध्ये त्याचा त्रास वाढतो. अशा वेळी Constipation चा त्रास वाढतो व प्रसूतीनंतर कमी होतो. म्हणून जेवणात भरपूर तंतुमय पदार्थ (फायबरयुक्त) चे सेवन म्हणजे मुळा, काकडी, टोमॅटो, फळे, हिरव्या पालेभाज्या, बीट अशा सॅलडचे भरपूर सेवन करावे. भरपूर पाणी प्यावे. स्निग्ध पदार्थ टाळा. दिवसातून निदान ८-१० ग्लास पाणी प्यावे. लिंबू पाणी, नारळाचे पाणी प्यावे. ताज्या फळांचा ज्यूस प्यावा. पण टिन्ड फळांचे (प्रीझर्वेटिव्हज टाकलेले) ज्यूस घेऊ नये. रात्री जेवण झाल्यावर हलके फिरायला जावे. जेवणात आले, लसूण यांचा वापर करावा.

तीव्र लॅक्सेटिव्हस जशा Dulcolax सारख्या गोळ्या गरोदरपणात टाळा. पण सौम्य लॅक्सेटिव्हसारख्या (Cremallax) २ गोळ्या रात्री जेवण झाल्यावर घेण्यास हरकत नाही.

सौम्य लॅक्सेटिव्हस जसे मिल्क ऑफ मॅग्नेशिया किंवा क्रिमॅफीन चार चमचे रात्री झोपताना किंवा १ चमचा इसपगोल गरम दुधात घ्यावे. किंवा एरंडेल तेलामुळे मुदतपूर्व गर्भाशयाच्या कळा सुरू होऊ शकतात म्हणून टाळावे.

- कोंडायुक्त पिठाची रोटी सेवन करावी.
- रात्री झोपताना कोमट दुधाबरोबर गुलकंद १०-२० ग्रॅम घेण्याने सकाळी शौचास साफ होते.
- इसपगोलच्या भुशाचा उपयोग करण्याने तसेच लवण भास्कर चूर्णाचा उपयोग केल्याने मलावरोध दूर राहतो. पोटात गॅसेस होत नाहीत.

गर्भावस्थेतील पायांच्या समस्येपासून बचाव : काही महिलांना रात्री झोपण्यापूर्वी पाय अखडल्यासारखे होणे, झिणझिण्या येणे अशा समस्या होतात. त्यासाठी नियमित पायी फिरणे आणि पायांचा हलकाफुलका व्यायाम करणे जरुरीचे आहे. नोकरी करणाऱ्या गर्भवती महिलांनी एकाच स्थितीत सारखे उभे राहणे टाळावे. अधिक वेळ पाय लटकवून बसू नये. अधूनमधून पायांची हालचाल करावी व उठून फिरावे.

दररोज सकाळी डॉक्टरांच्या सल्ल्याने स्टॉकिंग्ज घालावे.

पायामध्ये अचानक सूज आल्यावर त्वरित अशा हॉस्पिटलमध्ये जावे की, जिथे व्हॅस्कूलर अथवा कार्डियो व्हॅस्कूलर २४ तास उपलब्ध असतील. तसेच एंजियोग्राफी, एम.आर. विंनोग्राम व डॉप्लर स्टडी यांची सुविधा असेल.

पायावरील व्हेरिकोज व्हेन्स : पायावर ठळकपणे दिसणाऱ्या निळ्या नसा म्हणजेच व्हेरिकोज व्हेन्स. दाबामुळे जसे दिवस वाढतात तशा या व्हेन्स वाढतात. बाळंतपणानंतरही पाच-सहा महिने त्या तशाच राहतात. काही स्त्रियांमध्ये तर कायमस्वरूपी राहतात. त्याच्यासाठी थोडा वेळ तरी पाय वर

करून बसा किंवा डॉक्टरांच्या सल्ल्याने स्टॉकिंग्ज वापरा. व्हेरिकोज व्हेन्स टाळण्यासाठी • जास्त वेळ एकाच स्थितीत उभे राहू नका. • बसताना पाय खाली लोंबत ठेवू नका. खुर्चीसमोर स्टूल ठेवून त्यावर पाय ठेवा. • बैठी कामे जास्त करू नका. • शरीराचे वजन अनावश्यक वाढू देऊ नका. • व्हिटॅमीन 'सी' युक्त आहार घ्या. • झोपताना पायाखाली उशी ठेवा. • बसताना पायाची घडी करू नका.

फिशर : बद्धकोष्ठतेमुळे संडासला जोर केला गेल्याने गुदभागी व्रण (Fissure) निर्माण होऊ शकतो आणि त्यामुळे भयंकर वेदना व दाह होतो. गुदभागी फुगलेल्या रक्तवाहिन्या (Vericose Veins) जोर केल्याने फुटून संडासच्या वेळी रक्तस्राव होतो त्यालाच आपण मूळव्याध (Piles, Haemorroids) म्हणतो.

आहारात साध्या-साध्या गोष्टींचा अवलंब केला तर वरील गोष्टी आपण टाळू शकतो.

१. आहारात हिरवी मिरची व काळा मसाला वापरणे पूर्णपणे बंद करावे त्याऐवजी चवीसाठी लाल (कमी) तिखट, धने, जिरे याची पूड स्वयंपाकात वापरावी.

२. आहारात काळा मनुका व फळांचा भरपूर वापर करावा.

३. कोरडे पदार्थ, टिन्डफूड, शिळे अन्न, फास्टफूड खाणे टाळावे.

४. जेवणात ताक, लोणी, साजूक तुपाचे प्रमाण भरपूर असावे.

५. कडक जागी बसणे टाळावे.

जास्त दुखत असल्यास गरम पाणी टबमध्ये किंवा पसरट टोपल्यात घ्यावे. त्यात हळद किंवा पोटॅशिअम परमँगनेटची पावडर टाकून बसावे. शेकामुळे सूज कमी होऊन दुखणे कमी होते.

पायातील पेटके (Cramps) : कॅल्शियम व व्हिटॅमीन 'इ' च्या कमतरतेमुळे पायाच्या पिंडल्यांमध्ये पेटके येतात. म्हणून जेवणात कॅल्शियमयुक्त पदार्थ भरपूर घ्या. तसेच डॉक्टरी सल्ल्याप्रमाणे कॅल्शियम, व्हिटॅमीन 'इ' पूरकाचे नित्यनियमाने सेवन करा. बरेचदा कॅल्शियम, क्षार, व्हिटॅमीन्सच्या कमतरतुमुळे पायात Cramps येतात. मसाज करा. नियमित व्यायामाने मदत होऊ शकते. आहारात कॅल्शियमयुक्त पदार्थांचे प्रमाण वाढवा. उदा., दूध आणि दुधाचे पदार्थ. मीठ टाकून लिंबू सरबत किंवा इलेक्ट्रॉल पावडर व खाण्याचा सोडा पिल्यानेही ताबडतोब पेटके कमी होतात.

नाक दाटणे किंवा नाकातून रक्त येणे : नाक दाटण्यापासून आरामासाठी सलाईन ड्रॉप्स (मिठाचे पाणी) वापरून पाहा. घरातील हवेत गर्मी आणण्यासाठी ह्यूमीडीफायर वापरणेही मदतीचे ठरू शकते.

पायावर व हातावर सूज येणे : हात, चेहरा, पाय, घोटे आणि तळपायावर काही प्रमाणात सूज (Oedema) गर्भावस्थेत सामान्य असते. ही सूज शरीरातील अतिरिक्त द्रव्यांमुळे येते. जास्त वेळ उभे राहिल्यास पायावरची सूज वाढू शकते. आराम पडण्यासाठी पाय शक्य तितके वर ठेवा आणि झोपताना पायाखाली उशी घ्या. यामुळे द्रव शरीराच्या खालच्या भागात एकत्र होणे टाळले जाते.

सूज फार वाढल्यास किंवा हात किंवा चेहरा अचानक सुजल्यास तुमच्या डॉक्टरांना कळवा. (इशारा : तुमच्या अंगठ्या घट्ट होतील) हा एखाद्या समस्येचा, जसे उच्च रक्तदाबाचा संकेत असू शकतो. अन्नातील मीठ कमी करण्याचा सल्ला दिला जातो. (फक्त भाजीत चवीपुरते मीठ घ्यावे.)

● पाय टांगत ठेवू नका. ● बसताना पाय स्टूलवर ठेवा. ● लघवीची तपासणी करून घ्या. ● झोपताना सर्व दागिने काढून झोपा.

गर्भावस्थेत जास्त वेळ उभे राहणे चांगले नाही : गर्भावस्थेत जास्त वेळ उभे राहिल्यामुळे किंवा जास्त वेळ कामाचा त्रास असल्यास बाळात जन्मदोष, प्रीमॅच्युअर बर्थ, गर्भात मृत्यू किंवा कमी वजनाचे बाळ असे परिणाम घडतात.

गर्भावस्थेत जास्त वेळ उभे राहणे, पाय मोकळे लोंबकळत ठेवून बसणे टाळावे. झोपून उठल्यावर पायावर घट्ट पट्टी बांधावी. प्रसूतीनंतर सहा आठवड्यात व्हेरीकोझ व्हेन्स कमी होतात. कमी न झाल्यास वैद्यकीय सल्ला घ्यावा.

गर्भावस्थेत जिना चढताना पाय उचलून शरीराचा भार उचला. स्वतःला ओढून-ताणून चालू नका. चालताना प्रत्येक पायरीवर जपून किंचित ओणवे होऊन चाला.

गर्भवतीच्या पोटावर कोणत्याही प्रकारचा आघात बाळाच्या दृष्टीने अपायकारक आहे.

प्युबिक सांध्यातील वेदना : तुमच्या डॉक्टरांचा सल्ला घ्या, ते/त्याला आधाराचा पट्टा लावण्यासाठी क्वचित तुम्हाला फिजिओथेरपीस्टकडे पाठवतील.

पाठदुखी : गर्भवती स्त्रियांना सर्वांत अधिक होणारा त्रास म्हणजे पाठदुखी, विशेषतः शेवटच्या महिन्यात होते.

कारणे :

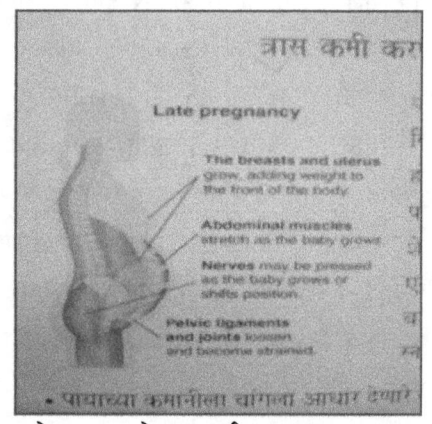

- एक कारण म्हणजे अधिक वजन झाल्याने पाठीच्या स्नायूंवर पडलेला ताण. जर गर्भवती स्त्री आधीच लठ्ठ असेल तरीही पाठदुखी होते.

- गरोदरपणात वाढलेल्या हार्मोन्समुळे प्रसूतीसाठी पेल्व्हीक एरियाचे स्नायू व जॉईंट्स मऊ आणि सैल होतात. त्यामुळे गरोदरपणात पाठदुखी होते.

- सारखे उभे राहणे, चुकीचे उभे राहणे किंवा बसणे, कमरेतून वाकणे पाठदुखी वाढवतात.

- ताणामुळे (Stress) पाठदुखी वाढते.

- गर्भपूर्व संभवात पाठीच्या व पोटाच्या स्नायूंना सशक्त करणारे व्यायाम डॉक्टरी सल्ल्याने केल्यास पाठदुखी नंतर कमी होते.

- गरम पाण्याच्या बाटलीने किंवा गरम पाण्याच्या बॅगने (टॉवेलमध्ये गुंडाळून) जिथे दुखते तिथे शेका. तसेच एकदा गरम पॅक्स व थंड पॅक्स अल्टरनेट वापरा.
- आधार बेल्ट - पोटाखाली बांधल्यास बराच फायदा होतो.
- औषधे - डॉक्टरांच्या सल्ल्याशिवाय पाठदुखीसाठी औषधे घेऊ नका नाहीतर बरेच पेशंट घरात काँबीफ्लेमच्या गोळ्या आहेत म्हणून घेतात. त्याचे बाळावर अनिष्ट परिणाम होऊ शकतात. म्हणून डॉक्टरांच्या सल्ल्याने जास्त पाठदुखी असेल तरच गोळ्या घ्याव्यात.
- पायाच्या कमानीला चांगला आधार देणाऱ्या हलक्या व कमी उंच टाचेच्या चपला वापरणे योग्य कारण उंच टाचेच्या चपलांमुळे तोल (Balance) जाऊन पडण्याची भीती असते. उंच टाचेच्या चपलांमुळे पाठीला ताण पोहचतो.
- जड वस्तू उचलणे टाळा.
- वस्तू उचलण्यासाठी गुडघ्यातून वाका, कमरेतून ओणवे होऊ नका.
- जमिनीवरील वस्तू उचलताना खाली बसा आणि मग उचला.
- पाठीवर झोपण्याऐवजी कुशीवर झोपा.
- गर्भारपणात उभे राहण्याची पोझिशन अशी असू द्या, पोट फार पुढे काढू नका. पाठीचा कणा शक्यतोवर सरळ रेषेत राहील असे बघा. फार मऊ नसलेल्या पृष्ठभागावर विश्रांती केल्याने-झोपून पाठदुखी निश्चित कमी होते. कॅल्शियमच्या गोळ्यांचाही फायदा होतो.
- शरीराला अचानक झटका देऊन उठू नका.
- गरोदरपणात सैल कपडे घालावे व घट्ट कपडे घातल्यामुळे, दाबामुळे रक्तप्रवाहात अडथळा येऊ शकतो.
- ऑफिसमध्ये कॉम्प्यूटरसमोर बसताना खुर्चीच्या पाठीला ताठ टेकून बसा. म्हणजे त्रिकोणी जागा खुर्चीत आणि तुमच्या पाठीत सोडू नका. सोफ्यावरसुद्धा पाठीमागे ऊशी ठेवून ताठ बसावे. खूप तास काम करायचे असल्यास पायाखाली छोटा स्टूल ठेवून आधार द्या. थोडा वेळ मध्ये-मध्ये हलके फिरून या.

खूप वेळ बूसन काम करावे लागत असेल तर मध्ये-मध्ये पाय घोट्यामध्ये गोल-गोल फिरवावेत. तसेच एका खुर्चीवर बसून दुसऱ्या खुर्चीवर आरामात पाय ठेवावेत आणि पिंडरीच्या स्नायूंना खालून वर मसाज करावा. त्यामुळे पिंडरीतील स्नायूंचा रक्तपुरवठा वाढतो. पायातील कळा (Cramps) कमी होतात. तसेच Vericose Veins चा काही त्रास टाळता येतो.

शेवटच्या महिन्यात कंबरेतून लयबद्ध कळा येत असतील तर प्रसूतीची वेळ आली असे समजावे व हॉस्पिटलला ताबडतोब जावे.

झोप न येणे (अनिद्रा) : बऱ्याच गर्भवती स्त्रिया गोंधळलेल्या, घाबरलेल्या असतात. आपली डिलेव्हरी कशी होईल. बाळंतपणाच्या कळा सहन होतील की नाही या काळजीने स्त्रीला झोप येत नाही. काहींना गर्भाची हालचाल अति प्रमाणात जाणवते व त्यामुळे झोप येत नाही. काहींना रात्री लघवीसाठी वारंवार उठावे लागले तरी झोप येत नाही. त्यासाठी संध्याकाळी/रात्री जास्त पाणी पिऊ नका किंवा जास्तच त्रास असेल तर वैद्यकीय सल्ला घ्या. तुमच्या पतीबरोबर किंवा घरातील वडीलधाऱ्या स्त्रीबरोबर तुमच्या शंका-कुशंकांचे समाधान करून घ्यावे, मनातल्या मनात प्रार्थना मेडिटेशन करा म्हणजे रात्री शांत झोप येईल.

रात्रीच्या वेळी झोप येत नसल्यास प्राणायाम, योगनिद्रा यांचाही चांगला उपयोग होतो. मेधाविनी दोन-तीन गोळ्या रात्री झोपताना घ्याव्यात. त्यातील ब्राह्मी व जटामांसी यामुळे छान झोप येईल. अनिद्रा हे लक्षण अति प्रमाणात असल्यास आयुर्वेदिक वैद्यांकडून शिरोधारा घ्यावी.

• एकंदरीत मानसिक ताण कमी करा. • सायंकाळी चहा-कॉफीचे सेवन टाळा. • झोपण्यापूर्वी कोमट दूध प्या. • दुपारी झोपू नका.

गर्भवती स्त्रीला गर्मी रोगामुळे कोणत्या आरोग्य समस्या ? : गरोदर स्त्री गर्मीच्या रोगाने बाधित असेल तर तिच्या पोटात असलेल्या गर्भास त्याचा संसर्ग होतो. परिणामी गर्भपात किंवा भ्रूणाचा गर्भाशयात मृत्यू किंवा अपुऱ्या दिवसांची प्रसूती होऊन अपुऱ्या दिवसांचे बाळ जन्मणे किंवा बाळास जन्मजात गर्मी होणे अथवा बालकात जन्मजात विकृती (व्यंग) होऊ शकते.

गर्भावस्थेत ताप : गर्भावस्थेत ताप आला तर दुर्लक्ष करायला नको. कारण थंडी-ताप खूप जास्त असला तर पहिल्या तीन महिन्यांमध्ये गर्भ मृत होऊ शकतो, गर्भपातदेखील होऊ शकतो. पहिल्या तीन महिन्यांमध्ये गर्भाचे महत्त्वाचे अवयव तयार होण्याची नैसर्गिक प्रक्रिया चालू असते. या प्रक्रियेत बिघाड होऊन क्वचितप्रसंगी बाळामध्ये जन्मदोष किंवा विकृती (Congenital Anomaly) होण्याचा धोका असतो. म्हणून पहिल्या तीन महिन्यात ताप आल्यास पाचव्या महिन्यात सोनोग्राफी करून जन्मदोष आहे की नाही हे पाहणे जरुरीचे आहे. जन्मदोष लक्षात आल्यास गर्भपात करून घेता येतो.

साधा ताप आल्यास क्रोसिन (पॅरासिटॅमॉल) गोळी चालते व त्यानेही ताप कमी न झाल्यास थंडी वाजून येत असल्यास डॉक्टरांच्या सल्ल्याप्रमाणे रक्त-लघवी तपासण्या करून योग्य ते उपचार करावेत.

थंडी वाजून ताप येणे हे

- मलेरिया
- टायफॉईड किंवा विषमज्वर
- कावीळ
- न्यूमोनिया
- शरीरात कोणत्याही भागात पू किंवा पस झाला तर
- लघवीचे इंन्फेक्शन होणे इत्यादी आजारांचे लक्षण असू शकते.

तरी मलेरियाचे ब्लड रिपोर्ट चकवे असतात. कधी-कधी मलेरिया असतानाही रिपोर्ट निगेटिव्ह येतात. थंडी वाजत असतानाच मलेरियाचे जंतू रक्तात दिसतात अन्यथा नाही म्हणून बरेचदा डॉक्टर रिपोर्ट न करता किंवा रिपोर्ट निगेटिव्ह असतानाही मलेरियाची ट्रीटमेंट सुरू करतात. मलेरियासाठी दिल्या जाणाऱ्या क्लोरोक्विनच्या गोळ्या योग्य डोसमध्ये गरोदरपणात चालतात. त्यामुळे बाळावर कोणताही अनिष्ट परिणाम होत नाही हे सिद्ध झालेले आहे. गर्भवती स्त्री व एक वर्षाखालील बालके यांना प्रायमक्विन देऊ नये.

गरोदरपणातील फॅल्सीपेरम हिवताप स्त्रीस व तिच्या होणाऱ्या संततीस धोकादायक आहे. तिला आर्टिसुनेट-पायरेमेथामाईन न देता त्वरित तज्ज्ञ डॉक्टरांकडे पाठवावे. गरोदरपणात हिवतापसुद्धा दुर्लक्षित करू नये, तोसुद्धा गर्भवती मातेच्या मृत्यूसाठी कारणीभूत होऊ शकतो. त्याचप्रमाणे हिवतापामुळे गर्भपात व बाळाचा उपजत मृत्यू होऊ शकतो. हिवतापामुळे अपुऱ्या दिवसांचे बाळंतपण होते. तसेच कमी वजनाचे बाळ जन्माला येऊ शकते.

टायफॉईडचा व्यवस्थित कोर्स पूर्ण केला तर गर्भाला काहीही होत नाही.

गरोदरपणातील रोगजंतूचे संक्रमण :

- **Vaginosis** : Bacterial Vaginosis Gardnera Vaginalis मुळे होते.

धोके : ९ व्या महिन्यात गर्भजलात इन्फेक्शन होते. त्यामुळे P.R.O.M. (Premature rupture of membranes), कमी वजनाचे बाळ होणे.

उपचार : Clindamycin 300 mg B.D., Metonidazole 500 mg B.D. × 7 दिवस (दिवसातून दोनदा)

- **Gonococcal Infections** : Dysuria वारंवार लघवी होणे किंवा उन्हाळे लागणे किंवा युरेथ्रामधून पस येणे. जर योग्य इलाज झाला नाही तर ताप येणे, स्नायूंचे दुखणे, Migratory Polyarthralgia संधिवातासारखा त्रास होतो. त्याला 'Glisseminated Gonococcal Infection' असे म्हणतात.

- **Culture** : - Nisserial Gonorrhoeae, - Chlamydia, - Syphilis साठी पहिल्या भेटीतच करायला पाहिजे.

उपचार :

- Ceftriaxone 125 gm   OR   • Cefixime 400 g - orally

- Spectinomycin 2 gm

(जी गर्भवती स्त्री पेनिसिलीनला सेन्सीटिव्ह असेल)

Chlamydial Infections साठी

- Erythromycin 500 mg दिवसातून चारदा - ७ दिवस

- Azythromycin, 1 mg orally.

Chlamydial Infection लैंगिक संबंधातून होतात.

Herpes Infections : Harper simplex virus (HSV) २ प्रकारचे असतात.

(१) तोंडाभोवती फोड येतात.   (२) दुसऱ्यात गुप्तांगाभोवती.

सुरुवातीच्या महिन्यात Herpes infection झाले तर Acyclovir दिवसातून पाच वेळा ५ ते ७ दिवस दिले जाते. (बाळावर त्याचे काहीच दुष्परिणाम होत नाही.)

जर Herper Simplex ची लक्षणे दिसत असतील तर सिझेरिअन सेक्शन करावे लागते. शेवटच्या महिन्यात जर Herper Simplex Infection झाल्यास सर्व्हिक्स (Cervix) मधून हे Viruses स्रवित होतात, तेव्हा बाळालाही ते (Infection) संक्रमीत करू शकते.

गालगुंड, गालफुगी (Mumps) : हे इन्फेक्शन हवेतून म्हणजेच खोकल्यातून किंवा सर्दी-पडशाच्या स्रावामधून संसर्गजन्य आहे.

- Mumps (पहिल्या ३-४ महिन्यात झाले तर) गर्भपाताची भीती असते.

- Mumps मुळे बाळात कोणतीही विकृती होत नाही.

- Mumps चे Vaccine द्यायचे असले तर गर्भपूर्व संभवातच द्यावे. गरोदर असताना देऊ नये. कारण त्यात जीवंत Virus असतात. त्यामुळे उलट गर्भाला इन्फेक्शन होते.

गोवर (Measles) : मीझल्सचे इन्फेक्शन ही वरीलप्रमाणेच हवेतील खोकल्याच्या व सर्दी-पडशाच्या स्रावामधूनच होते. हे खूपच जास्त संसर्गजन्य असते.

लक्षणे : सुरुवातीला सर्दी, पडसे, ताप, खोकला आणि तोंडात छोटे-छोटे बिंदू (Koplik's Spots) होतात.

उपाय : Measles चे Vaccine

- Human normal immunoglobulin

Toxoplasmosis : हे पॅरासाइट मांजरीच्या मलातून (Faeces), बगीच्याचे काम करताना मातीतून संक्रमित होतात.

गरोदरपणात हे ४० टक्के बाळांमध्ये संक्रमित होते. यामुळे गर्भपात होऊ शकतो, गर्भाचा गर्भाशयात मृत्यू होऊ (Still Birth) शकतो, शिशूच्या मेंदूवर परिणाम होऊ शकतो किंवा बाळ आंधळे होऊ शकते.

बाळ झाल्यावर दर महिन्याने त्याच्या Blood Test कराव्या लागतात. जर Infection असले तर त्यालाही अँटिबायोटिक्स द्यावे लागतात. (पुढील समस्या उद्‌भवू नये म्हणून)

उपाय : सुरुवातीला • Pyrimethamine, Sulfadiazine दिल्यामुळे बाळातील Infection कमी होते. • Spiramycin मुळे बाळाला होणारे Infection कमी होते.

Cytomegabvirus (C.M.V.) : हे रक्तातून, लाळेतून, स्तनातील दुधातून किंवा इतर शारीरिक स्रावातून जाते.

C.M.V. बाळाला प्लासंटातून होते. सुरुवातीच्या महिन्यात झाले तर गर्भपात होतो. नंतरच्या महिन्यात झाले तर त्याचा कर्ण व डोळ्यांवर परिणाम होतो. जर Infection नंतरच्या महिन्यात झाले तर मुदतपूर्व प्रसूती होऊ शकते किंवा मृत गर्भ (Still Birth) होतो. जर बाळाला जन्मजात Cytomegalovirus, Infection असेल तर कावीळ, लिव्हरच्या इतर समस्या, ऐकण्यात व बघण्यात तसेच शिकण्यात कठीणपणा (Difficulty) दिसून येते.

Rubella (German Measles) : रूबेलाचे संक्रमण खोकला आणि शिंका यामधून होते. हे अत्यंत संसर्गजन्य असून बाळासाठी खूपच खतरनाक असते.

लक्षणे : फारच सौम्य असतात. जसे हलकासा ताप, डोके दुखणे, जोड दुखणे आणि घसा खवखवणे. गुलाबी लालसर रॅश येते. त्यामुळे तो बऱ्याचदा दुर्लक्षित होतो.

पहिल्या तीन महिन्यात इन्फेक्शन झाले तर ९०% त्याचे बाळावर परिणाम होतात. १० आठवड्यांनंतर त्याचा ऐकण्यावर व दृष्टीवर परिणाम होऊन बाळ मोठे झाल्यावर लक्षात येते.

१६ आठवड्यानंतर रूबेलाचे बाळावर परिणाम कमी होतात.

एकदा इन्फेक्शन झाल्यावर Vaccine देऊनही उपयोग होत नाही. म्हणून रूबेलाचे Vaccine कुमारी असतानाच किंवा लग्नानंतर गर्भसंभवापूर्वीच द्यावे. Rubella साधारण ११-१९ वर्षांपर्यंतच्या मुलींना दिलेले चांगले.

गर्भावस्था व दातांची काळजी : गर्भावस्थेत ७ व्या आठवड्यापासून दात बनण्याची प्रक्रिया सुरू होते. त्यामुळे प्रत्येक गर्भवती स्त्रीने आपला आहार संतुलित घेतला पाहिजे. जेवणामध्ये कॅल्शियम, फॉस्फरस, जीवनसत्त्व अ, क, ड यांचा समावेश जरुरी आहे. कॅल्शियम आणि फॉस्फरस दाताचे कठीण आवरण बनविण्याकरिता फारच गरजेचे असतात. जर वरील घटकांची आहारात कमी असेल तर बाळाचे येणारे दात ठिसूळ बनतात. फ्लोराईडचे प्रमाण कमी असेल तर दातांची प्रतिकारशक्ती कमी होते व दात सहजपणे किडतात, पण याच फ्लोराईडचे प्रमाण जास्त असेल तर फ्लोरोसीस नावाचा आजार होतो. ज्यामध्ये दात पिवळे व विचित्र दिसतात.

दात व्यवस्थितपणे सकाळी व रात्री झोपण्याच्या आधी टूथपेस्ट व टूथब्रशने साफ करावेत. नंतर माऊथवॉशने व्यवस्थित चूळ भरावी.

गर्भारपणात डॉक्टरांच्या सल्ल्याशिवाय कुठलीही औषधे घेऊ नयेत. नाहीतर बाळाच्या दातांवर त्याचा विपरीत परिणाम होऊ शकतो. जसे टेट्रासायक्लीन, मोनोसायक्लीनसारख्या अँटिबायोटिक औषधांमुळे बाळाचे दात पिवळे होऊ शकतात.

हिरड्यांतून रक्त येणे, हिरड्या सुजणे यांसारखे आजार हार्मोन्सच्या बदलामुळे होऊ शकतात, असे झाल्यास डॉक्टरांचा त्वरित सल्ला घ्यावा.

दाताची छोटीशी कीड पण गर्भारपणात दुर्लक्षित करू नये, कारण ही छोटी कीड जर दाताच्या पल्पपर्यंत म्हणजे खूप खोलवर गेली तर दाताच्या नसेचा उपचार (Root Canal Treatment) करावा लागतो किंवा दात काढावा लागतो. हे उपचार शक्यतो गर्भावस्थेच्या पहिल्या किंवा शेवटच्या सत्रात टाळावेत. दंतोपचार करण्याकरिता ४, ५, ६ वा महिना सुरक्षित आहे. गर्भावस्थेत दंतोपचार करताना एक्सरे (X-ray) काढू नये.

Acute Pulpitis या दाताच्या आजारात दाताला असह्य वेदना होतात. या वेदनांची तुलना प्रसूतिवेदनेशी केली जाते. खूपदा अशा असह्य वेदनांमुळे पहिल्या तीन महिन्यात उद्भवली तर गर्भपाताचा धोका संभवू शकतो.

शक्यतो गर्भपूर्व संभवातच दाताच्या डॉक्टरांचा सल्ला घेतल्यास अति उत्तम.

स्वाईन फ्लू : ४ ते ९ महिन्यांच्या गर्भवती महिलांना स्वाईन फ्लू होऊ नये म्हणून विशेष काळजी घेण्याची गरज आहे असे स्वाईन फ्लू तज्ज्ञ डॉ. कमलेश उपाध्याय यांनी दिला आहे. गर्भवती महिलांना गर्दीच्या ठिकाणी नेऊ नये व कुटुंबातील इतरांनीही गर्दीच्या ठिकाणी जाण्याचे टाळावे. डॉक्टर, नर्स व आंगणवाडी कर्मचाऱ्यांना सर्दी, पडसे, खोकला, गळा दुखणे यांसारखी लक्षणे आढळल्यास या लोकांनी गर्भवती स्त्री पासून दूर राहावे.

पाणी पिणे : गरोदरपणात पाणी भरपूर प्यायला पाहिजे (रोज १०-१२ ग्लास). अधिक पाणी पिल्याने बरेच त्रास जसे मलबद्धता, जळजळ, उलटी, डोक्याचा जडपणा, मूळव्याध तसेच मूत्राशयाचा जंतुसंसर्ग (U.T.I.) इत्यादी आपण टाळू शकतो.

पावसाळ्यात डेंगू, मलेरिया, गॅस्ट्रो, एन्फ्ल्युएंझासारख्या संसर्गजन्य आजारांचे प्रमाण जीवघेणे ठरू पाहत आहेत. हे आजार गरोदर स्त्रियांमध्ये अधिक व्याधी व कॉम्प्लिकेशन्स निर्माण करतात. म्हणून प्रतिबंध हाच यावर एकमेव उपाय आहे.

टायफॉईड, कावीळ, गॅस्ट्रोएंटरायटीस यासारखे संसर्गजन्य रोग होऊ नयेत म्हणून पाणी उकळून नंतर थंड करून प्यावे.

पाणी निर्जंतुकीकरणासाठी • क्लोरीन टॅब्लेट्स • पाणी उकळून गाळून • पाण्याच्या टाकीत टीसीएल पावडर • मेडिक्लोरचे द्रावण किंवा विहिरीत ब्लिचिंग पावडर टाकावे. तसेच उघड्यावरचे, गाडीवरचे, शिळे अन्न, हॉटेलमधील पदार्थ व पाणी, रस्त्यावर उभ्या असलेल्या गाड्यांवरील उसाचा रस, फळांचा ज्यूस पिऊ नये. फ्रीजचे थंड पाणी सेवन केल्यावर पचण्यास जास्त ऊर्जा लागते व त्याने पचन मंदावते म्हणून शक्यतो माठातीलच पाणी प्यावे. पाण्यालाही पचन (Digestion) लागते. रूम टेंपरेचरचे पाणीही पचनास काही तास घेतात.

१५-३० मिनिटे जेवणात व पाणी पिण्यात अंतर ठेवावे.

पाणी हे तरल तत्त्व आहे. पाण्याबरोबर सकारात्मक ऊर्जा (Vibrations) आत घ्या व नकारात्मक ऊर्जा लघवीवाटे बाहेर निघून जातात. म्हणून स्वतःच स्वतःच्या मनाचे सशक्तीकरण करा. (Self Empowerment of Mind) देवाचे तीर्थ घेण्यामागे हेच तत्त्व असते.

घराच्या सभोवतालचा परिसर स्वच्छ ठेवा. वैयक्तिक व सामाजिक स्वच्छतेवर भर देण्याची गरज आहे. गुडनाईटसारखी उपकरणे वापरण्यापेक्षा मच्छरदाणी आरोग्यासाठी हितावह आहे. डासांपासून संरक्षणाला मच्छरदाणी पुरेशी आहे.

मध्यंतरी जेव्हा चिकुनगुनियाची साथ पसरली होती तेव्हा गरोदर मातांमध्ये गर्भजल (Oligohydramnios) कमी होण्याचे प्रमाण वाढलेले तसेच प्रसंगी बाळ दगावण्याच्याही घटना घडल्या म्हणून प्रतिबंधात्मक बाबींची गरज आहे.

पावसाळ्यात श्वसनाचे त्रास वाढतात व पचनक्रिया बदलते. गरोदर स्त्रियांनी डॉक्टरांच्या सल्ल्याशिवाय कोणतीही औषधे घेऊ नयेत. तसे केल्यास गर्भस्थ बाळाला हानिकारक ठरते.

पाणी उकळताना त्यामध्ये सोने, चांदी, तांबे यांची नाणी किंवा तुकडे टाकतात. (किंवा रोजच्या माठातील पाण्यातही सोन्याचा किंवा चांदीचा तुकडा टाकतात, दागिना नाही) त्यामुळे आवश्यक ते मायक्रोन्यूट्रीयंट मिनरल्स, खनिजे गर्भाला मिळतात. सुवर्ण प्राशनामुळे स्मरणशक्ती, बुद्धिमत्ता वाढते. त्वचेचा वर्ण सुधारतो व शारीरिक बळ वाढते.

गर्भवर्ण सुधारक योग : त्वचेचा रंग चांगला व्हावा म्हणून ५ व ६ व्या महिन्यात चिमूट-चिमूट औषधी सकाळ-संध्याकाळ अर्धा कप दुधाबरोबर घ्यावी.

वायुप्रदूषण : गर्भाचा संपर्क वायुप्रदूषणाशी झाला असता किंवा एक वर्षाच्या मुलाचा संपर्क आल्यास त्याला स्वमग्नतेचा विकार (Autism - ऑटिझम) आश्चर्यकारकपणे दिसून येतो. रहदारीच्या रस्त्याजवळ राहणे म्हणजे मुलांना ऑटिझमचा धोका दुप्पट !

ग्रहण (Eclipse) : ग्रहणाचा गरोदर स्त्रीवर वेगळा असा दुष्परिणाम नाही फक्त बिनागॉगलने ग्रहण पाहिल्यास डोळ्यांवर परिणाम होऊ शकतो. बाकी गर्भवती स्त्रीला ग्रहणात वेगळी काही बंधने नसतात.

मायक्रोवेव्ह : मायक्रोवेव्हच्या किरणांचा (उत्सर्जित उष्णतेचा) गर्भावर अनिष्ट परिणाम होऊ शकतो. म्हणून एक तर तो उंच ठेवावा किंवा चालू असताना त्याच्या समोर उभे राहू नये. मायक्रोवेव्हमधील अन्न न खाणेसुद्धा हितावह असते.

गर्भारपणात डॉक्टरी सल्ल्याशिवाय औषधे घेऊ नका : आजकाल इंटरनेटवर अनेक वेबसाईट्स आहेत की ज्यात औषधांची माहिती कळू शकते. प्रत्येक साईटवर मिळणारी माहिती परस्परविरोधी असते. ऐकीव, वाचीव वा टी.व्ही., इंटरनेटच्या माहितीवरून औषध घेणे धोकादायक असते. प्रत्येक स्त्रीची प्रकृती वेगळी असते. गर्भवती स्त्रीने तिच्या तज्ज्ञ डॉक्टरांकडूनच औषधे घ्यावीत. कारण त्यांना तिची प्रकृती माहिती असते. तिच्या प्रत्येक महिन्याच्या तपासणीनुसार आणि इतर शारीरिक अवस्थेनुसार तिला औषध व मार्गदर्शन मिळायला हवे.

गर्भावस्थेत जी काही औषधे घ्यायची ती डॉक्टरांच्या सल्ल्यानुसारच घ्या. कारण बऱ्याच औषधांचा गर्भावर परिणाम होतो. पहिल्या तीन महिन्यांत जेव्हा बाळाचे अवयव तयार होतात त्याला 'Organogeneisis' असे म्हणतात. त्या वेळी घेतलेल्या औषधांमुळे (Teratogenic Drugs) बाळामध्ये विकृती निर्माण होऊ शकते.

• टेरामायसीनसारख्या औषधांमुळे दातांवर डाग येतात व बाळाची हाडे नीट वाढत नाहीत. • ६० च्या दशकात ‘थॅलिडोमाईड’ या झोपेच्या गोळ्यांनी (स्लीपिंग टॅब्लेट्स) हाहाकार उडवला. हजारो मातांच्या मुलांच्या कोणत्या ना कोणत्या अवयवात व्यंग निघाले. एखादा हात व पाय नसणे (Amelia). गर्भारपणाच्या ४ ते ८ आठवड्यात जर हे ड्रग घेतले गेले तर गंभीर परिणाम दिसतात. • LSD मुळे क्रोमोसोमल Damage • Streptomycin मुळे ८ व्या नर्व्हला इजा होऊन बाळात बहिरेपणा येतो. • Sex hormones मुळे Virilism पौरुषिक बदल होतात. • ॲनेस्थेटिक एजंट्स तसेच Sedative Drugs जर प्रसूती होताना आईला दिले तर बाळाच्या श्वसनावर (Depressive) परिणाम होतो. • जर गर्भवती स्त्रियांनी दमा व इतर शारीरिक व्याधींसाठी कॉर्टेकोस्टिरॉईड व सल्फा ड्रग्ज घेतले तर त्यांच्या बाळांमध्ये डोळ्याच्या विकृती जसे मोतीबिंदू झाला तर, एकात एका डोळ्याची वाढच झाली नाही.

प्रतिजीवी औषधे जसे - जेंटामायसिन, टेट्रासायक्लिन, स्ट्रेप्टोमायसीन, ॲस्पिरीन, क्विनाईन, हार्मोन्स, स्टिरॉइड्स (प्रेडनिसोलोन), रेचक, रॅनिटिडीज, जंतांवरील गोळ्या, वेदनाशामक गोळ्या घेणे गरोदरपणात टाळावे. जास्त वेदना झाल्यास पॅरासिटॅमॉल (क्रोसीन) सारखी गोळी घ्यावी. हार्मोन्स घेतलेल्या मातेच्या मुलांमध्ये विकृती आढळली. बऱ्याच अशिक्षित गर्भवती स्त्रिया पाळी चुकल्यावर गर्भपात करण्यासाठी कुणाचे तरी ऐकून अर्धवट औषधे घेतात. गर्भपात तर होतच नाही, नंतर म्हणतात की, या बाळाला जन्माला येऊ द्या. त्यामुळे मूल मात्र विकृत जन्माला येऊ शकते.

कोणत्याही डॉक्टरांकडे दुसऱ्या त्रासासाठी गेल्यास आपण गर्भवती असल्याचे त्यांना आवर्जून सांगावे म्हणजे ते विचारपूर्वक औषधे देतील.

☞ गरोदरपण व काही गैरसमज

गैरसमज क्र. १

आपल्या घरी वृद्ध आजी वा आत्याकडून तुम्ही असा अंदाज ऐकलेला असतो. खालच्या बाजूस झुकलेले पोट हे मुलगा होणार याचे, तर वरच्या बाजूस झुकलेले पोट हे मुलगी होणार याचा संकेत मानले जाते. परंतु याला कोणताही शास्त्रीय आधार प्राप्त नाही. कित्येक वेळा जुळ्या मुलांच्या गर्भावस्थेत पोटाचा आकार बदलू शकतो किंवा गर्भजल जास्त असल्यासही बदलू शकतो.

गैरसमज क्र. २

तुम्ही बऱ्याचदा वृद्ध व जाणकार स्त्रियांकडून अशा वार्ता ऐकल्या असतील. ज्या गरोदर स्त्रियांचा चेहरा जास्त तेजस्वी दिसतो त्यांना बहुधा मुलगी होते तर जिचा चेहरा निस्तेज व ओढल्यासारखा दिसतो तिला मुलगा होतो, असा निष्कर्ष अगदी निराधार व चुकीचा आहे. गरोदरपणातील आहार व हार्मोन्समधील बदल या कारणाने गरोदर स्त्रिच्या चेहऱ्यावरील तेज कमी-जास्त दिसते एवढेच.

गैरसमज क्र. ३

बहुधा गरोदर स्त्रीला दुधात केशर टाकून दूध प्यायला दिले जाते व त्यामुळे मुलं गोरे होईल व शक्यतो मुलगाच होईल असा दिलासा दिला जातो. खरेतर गर्भाचे लिंग हे गर्भधारणेच्या वेळीच निश्चित होते. त्याचा रंग हा आनुवंशिकतेवर अवलंबून असतो.

गैरसमज क्र. ४

गरोदरपणातील स्त्रिच्या चेहऱ्यावर मुरमे उमटली तर होणारे बाळ मुलगीच असते, हा निष्कर्ष निराधार आहे. गरोदरपणातील हार्मोन्सचे बदल व जास्त तेलकट आहार यामुळे ही स्थिती उद्‌भवते. बाळाच्या लिंगाचा व मुरमांचा कोणताही संबंध नाही.

गैरसमज क्र. ५

नातेवाईक मंडळी ऑपरेशन नंतर असा चुकीचा सल्ला देतात - जास्त पाणी देऊ नका बरं, टाक्यात पाणी होईल, टाके ओले निघतील किंवा जास्त पाणी पिल्यास पोट सुटेल वगैरे .... भात खाल्ल्याने टाके पिकतात हा आणखी दुखरा गैरसमज.

गैरसमज क्र. ६

गरोदर नसताना किंवा गरोदरपणात जे पांढरे पाणी जाते त्यामुळे अशक्तपणा येतो किंवा अशक्तपणामुळे पांढरे पाणी जाते. असा बऱ्याच स्त्रियांचा गैरसमज आहे.

☞ गर्भसंस्कार

गर्भसंस्कार ही एक आज काळाची गरज आहे. हुशार, निरोगी व संस्कारसंपन्न बाळ सर्वांनाच हवे असते. त्यासाठी आई-वडिलांनी वेळ द्यायला पाहिजे.

गर्भ वाढत असताना चांगल्या दर्जाचा तयार व्हावा म्हणून त्याच्या मनाच्या व शारीरिक, आध्यात्मिक (Spiritual) वाढीसाठी केलेले प्रयत्न म्हणजे गर्भसंस्कार. त्यात नुसतेच मंत्र, स्तोत्र वगैरे नसतात. यात बाळाचा सर्वांगीण विकास येतो.

दुर्दैवाने आपल्याकडे अशी लोकांची सोईस्कर समजूत आहे की गर्भसंस्कार वगैरे गोष्टी म्हणजे स्त्रियांचा बिझिनेस. अरे, त्यात माणसाचा काय संबंध ? वस्तुस्थिती तर ही असते की स्त्रियांपेक्षा पुरुषांनाच वंशवृद्धीची आवश्यकता अधिक भासते. गर्भाधानाच्या अगोदर, गर्भाधनाच्या वेळी आणि गर्भाधानाच्या नंतर जे काही स्त्रियांच्या बाबतीत होते ते उत्तम प्रकारे, सुसंस्कारितपणे आणि पद्धतशीरपणे व्हावे यासाठी त्याला खूप काही करणे आवश्यक असते. आजच्या स्पर्धेच्या युगात आपले अपत्य टिकले पाहिजे ही जबाबदारी आई-वडिलांवर असते. त्यासाठी अपत्य सुदृढ, बुद्धिवान आणि सुसंस्कृत असणे गरजेचे आहे. ही तयारी दांपत्याने लग्न झाल्यापासून गर्भधानाचा निर्णय करेपर्यंतच्या काळापासूनच सुरू करावी लागते आणि या प्रक्रियेत पतीने पत्नीच्या बरोबरीने प्रयत्न करावे लागतात.

'खाण तशी माती' या निसर्गाच्या नियमाप्रमाणे आपले अपत्य बुद्धिमान, निरोगी आणि संस्कारक्षम व्हावे असे वाटत असेल तर (शिक्षितांनी तरी) लग्न झाल्याबरोबर या गोष्टीचा सर्वतोपरी विचार करावा. आपल्या पत्नीला पूर्णपणे समजून घ्यावे. तिची भीती/बुजरेपणा, संवेदनशीलता याची काळजी घ्यावी. तिच्यात व आपल्यात पूर्ण सख्य, प्रेम आणि मानसिक संतुलन प्रस्थापित करावे, आपल्या आचार-विचारांचे जाणीवपूर्वक आत्मपरीक्षण करून त्यात एकमेकांना साजेसा बदल करावा. अशी संतुलित अवस्था निर्माण झाल्यावरच गर्भाशयात उत्तम प्रकारचा गर्भ स्थापन करण्यास मदत होईल. शास्त्रीयदृष्ट्या शिशूच्या मेंदूची वाढ ७० टक्के गरोदरपणाच्या शेवटच्या टप्प्यात होते व ३० टक्के वाढ वयाच्या पहिल्या ५ वर्षांत होते. या दोन्ही काळात मुलांवर योग्य संस्कार झाले नाही तर अपत्य बुद्धिवान सुदृढ व संस्कारी निजपण्याची शक्यता कमी होते.

गर्भस्थ बाळाच्या मेंदूची वाढ

The Dana Guide

To Brain Health

By Flayd E Bloom, M.D.

M. Flint Beal, M.D. & David J Kupfer M.D.

बाळाच्या मेंदूची वाढ दुसऱ्या ते तिसऱ्या आठवड्यापासून सुरुवात होते व ती पूर्णत्वाला प्रौढत्वाच्या सुरुवातीपर्यंत येते.

• गर्भावस्थेच्या **पहिल्या** महिन्यात - दुसऱ्या आठवड्यात न्यूरॉन्स व नर्व्ह पेशी (न्यूरल ट्यूब) चा गट तयार होतो. त्यातून पुढे मज्जासंस्था व मेंदू विकसित होईल. गर्भावस्थेत आवश्यक असणारी **स्मृती** या न्यूरॉन्समध्ये असते. त्यांना येत असलेला अनुभव साठविण्यासाठी त्यांची एक प्रकारची जोडणी (Synapsis) सुरू होते.

• **दुसऱ्या** महिन्यात मेंदूचा मुख्य भाग म्हणजे सेरेब्रल कॉर्टेक्स तयार होतो.

• **तिसऱ्या** महिन्यात मेंदूत नवीन पेशी तयार होऊन त्या एकमेकांशी जोडल्या जातात (सायनॅप्स). त्यामुळे गर्भाला फिजीकल रिफ्लेक्सेस तयार होतात. जसे लवकरच बाळाचा मेंदू शरीराचे नियंत्रण करतो. संवेदनांना बाळ हातापायाच्या किक्स (झाडणे) च्या स्वरूपात येतो.

• गर्भावस्थेच्या **चौथ्या** महिन्यात गर्भ (Foetus) कानांतून व डोळ्यांतून येणारे सिग्नल्स ग्रहण करू शकतो. चौथ्या महिन्यात डोळे, कान व नाक पूर्णपणे विकसित झालेले असतात. जसे तीव्र प्रकाश किंवा आईचा आवाज ओळखू शकते. बाळ आईच्या हृदयाचे ठोके ऐकायला लागते. बाळाला गर्भजलाची चव घेता येते. चौथ्या महिन्यात बाळ पहिल्यांदा डोळे उघडते. चेहऱ्याचे स्नायू वाढलेले असल्यामुळे राग वगैरे दर्शवू शकते. गर्भाच्या सुखदुःखाच्या संवेदना 4D स्कॅनिंगमुळे पाहणे सहज शक्य झाले आहे.

• गर्भावस्थेच्या **पाचव्या** महिन्यात मेंदूत जास्तीत जास्त कनेक्शन्स तयार होतात. त्यामुळे मेंदू अधिक नियंत्रण स्थापित करतो. तसतसे तुमच्या बाळाचे हालचालीचे कौशल्य विकसित होते. ज्याचा परिणाम म्हणजे पहिल्या लाथेसारख्या हालचाली ! बाळ वळणे व शरीर ताणणे करू शकते. बाहेरील आवाजाला म्हणजेच संगीताला प्रतिसाद देऊ शकते.

• गर्भावस्थेच्या **सहाव्या** महिन्यात सेरिबेलमचा विकास होतो व सेरिबल कॉर्टेक्सचा मुख्य भाग तयार होतो आणि विभागून त्याचे लोब्स तयार होतात. हे मेंदूचे लोब्स शरीराच्या संवेदनांचे नियंत्रण करते. आता मेंदूला ओब्लोंगेटा पूर्ण तयार झालेला आहे. अधिकाधिक सायनॅप्सेसचा विकास होणे चालू होते. यावेळेपर्यंत ते तुमचा स्पर्श ओळखू शकते. (उदा., तुम्ही जेव्हा पोटावर टिचक्या मारता.) त्यामुळेच बाळ बाहेरील आवाजाला तसेच संगीताला प्रतिक्रिया देते.

• गर्भावस्थेच्या **सातव्या** महिन्यात गुळगुळीत मेंदूवर खाचखळगे (गायरा) मोठ्यांच्या मेंदूप्रमाणे तयार होतात. EEG - Electroencephalogram मुळे गर्भाच्या ब्रेन वेव्हज काढू शकतो. मायलिनचे संरक्षण कवच मज्जातंतूवर तयार होते.

सातव्या महिन्यात बाळ बघायला, ऐकायला, चव घ्यायला व स्पर्श संवेदना घ्यायला तयार होतो. त्याची मज्जासंस्था (Nervous System) पूर्णपणे विकसित होते. त्यामुळे श्वसन व तापमान यांचे नियमन होते.

- गर्भावस्थेच्या **आठव्या** महिन्यात ऑडिटरी कॉर्टेक्स, व्हीज्यूअल कॉर्टेक्स आणि ब्रोकाज एरिया कार्य करायला लागतात. त्यामुळे गर्भ जागा, आवाज आणि भाषा समजायला लागते. आठव्या महिन्यात मज्जासंस्था जोडण्या (सिनॅप्स) वाढविते. मेंदूची हालचाल आणि सेंसरी नियंत्रण अधिक असते. चवीच्या ग्रंथी विकसित होतात आणि त्याला गोड व आंबट चवीतील फरक समजू लागतो. आठव्या महिन्यात बाळ विचार करू शकते, आठवू शकते तसेच निर्णयसुद्धा घेऊ लागते. तसेच स्वप्नेसुद्धा पाहू लागते. बाळ भाषेचे ज्ञान लवकर शिकते म्हणून गर्भस्थ शिशूशी सर्व भाषांमध्ये बोलावे. सर्व सिडीज, कॅसेट, नर्सरी कविता सर्व धर्माच्या त्याला ऐकवाव्यात. पाश्चात्त्य भाषेतील म्हणजे फ्रेंच, इटलियन, जर्मन भाषासुद्धा शिशूला गर्भस्थ असताना शिकवाव्यात.

गर्भस्थ बाळ आता अन्नाची चव, तुम्ही त्याच्यासाठी गात असलेली अंगाई गीतेसारखी स्मृती विकसित करते. त्यामुळे जन्मानंतर ते स्वस्थचित्त राहील.

- गर्भावस्थेच्या **नवव्या** महिन्यात मेंदूची वाढ झपाट्याने होते. प्रौढांच्या १/४ वजनाचा तो असतो. साधारणपणे मेंदूचे वजन ४१० ग्रॅम असते. आता त्याच्या मेंदूत १०० बीलीयन्स न्यूरोन्स, १००-५०० बीलीयन्स सायनॅप्सेस असतात. जन्मानंतर मायलिनेशनमध्ये अचानक वाढ झालेली असते. ज्याची मेंदूच्या जलद प्रतिसादांमध्ये मदत होते. या मायलिनेशन्सपैकी ८० टक्के वयाच्या पाचव्या वर्षापर्यंत होते.

तुमच्या बाळाच्या जवळजवळ ७० टक्के मेंदूची वाढ ते जन्माला येण्याअगोदरच होते.

"सत्ववैशेष्यकराणि पुनस्तेषां तेषां प्राणिनां मातापितृसत्वान्यन्तर्वतया श्रृतयश्चाभीक्ष्णं स्वोचितं च कर्म सत्वाविशेषाभ्यासश्चेति ।"

चरक, शारीरस्थान अध्याय ८/१६

गर्भवती महिलेने वारंवार सात्त्विक उपदेशपर कथा ऐकणे, पूर्वजन्मी माता व पित्याने केलेले शुभ-अशुभ वर्तन, सत्वाविशेष यांच्या परिणामी गर्भाचे मन व्यक्त होते.

गर्भस्थ बाळावर बाहेरून येणारे आवाज-ध्वनी व विचार यांचे पडसाद उमटतात. त्याचप्रमाणे जिच्या उदरात हा गर्भ वाढत असतो त्या गर्भवती स्त्रीचे विचार, मनोगत, इच्छा-आकांक्षांचे पडसादही त्यावर होतात.

नऊ महिन्याच्या गर्भावस्थेत, आपल्या बाळाच्या खुशीसाठी त्याच्या सुदृढ तब्येतीसाठी तरी लहानसहान गोष्टींमुळे चिडचिड करू नये. उदास व्हायचेच नाही. नेहमी आनंदी राहावे. आपल्या आजूबाजूला कोणीही चुकीचे वागत असेल तरी त्याकडे हलके बघून मनावर न घेता दुर्लक्ष करावे. मातेचे संस्कार जसे असतील तसेच बाळाचे होतात. गर्भस्थ संस्कारच बाळाचे भावी आयुष्यातील संस्कार होतील. हेच संस्कार जन्मानंतरच्या संस्कारांपेक्षा प्रभावी ठरतात ते पुसले जाऊ शकत नाहीत.

गर्भस्थ बाळाला आईच्या उदरात असतानाही जे-जे ऐकायला मिळते ते-ते तो ग्रहण करीत असतो. म्हणूनच गर्भावर सदाचार, सद्वर्तन आणि सुविचारांचे शिक्षण आपण सुरू करू शकतो. यालाच गर्भसंस्कार करणे म्हणतात.

मूल डावखोरे असणे : पुरुष हार्मोन टेस्टोस्टरॉनच्या प्रभावामुळे आईच्या गर्भात वाढणारी मुले डावखुरी बनतात. ब्रिटनमधील अभ्यासकांनी म्हटले आहे की, विशिष्ट प्रकारची जनुके कारणीभूत असतात. वातावरणातील रासायनिक बदलाचा गर्भावर होणारा परिणाम डावखुरीपणाला कारणीभूत असतो. यात मोठ्या मेंदूचे प्राबल्य कारणीभूत ठरते. हिंदू संस्कृतीतील कर्मकांड डाव्या हाताने करणे अपवित्र मानले जाते म्हणून घरातले मोठे लोक त्या मुलाला जबरदस्ती उजवा हात वापरायला सांगतात पण त्यामुळे अप्रत्यक्षपणे त्याच्यावर खूप दडपण येते. म्हणून पालकांनी मुलांना जबरदस्ती उजवा हात वापरायला सांगू नये. उजवा हात वापरण्याची त्याच्यावर सक्ती केली तर तो लिहावयास उशिरा लागेल व लिहिताना चुका करील.

डावखुऱ्यांना आतड्याचे रोग होण्याची शक्यता उजव्या हाताने काम करणाऱ्यांपेक्षा दुपटीने वाढते.

गर्भावस्थेत चोखणे ही क्रिया चौथ्या महिन्यात सुरू होते. 4D स्कॅनिंगमध्ये असे आढळले आहे की, मूल ज्या हाताचा अंगठा प्रथम चोखते त्यावरून ते डावखुरे होणार का उजवे हे निश्चित होते.

आईच्या गर्भातच बाळ शिकायला सुरुवात करते

फिनलंडमधील युनिव्हर्सिटी ऑफ हेलसिंकी या विद्यापीठातील संशोधकांनी गरोदर मातांवर असा शैक्षणिक प्रयोग केला की, त्यांना काही विशिष्ट शब्द सांगितले गेले, काही कल्पना सांगितल्या गेल्या आणि नंतर त्या शब्दांचा आणि कल्पनांचा उच्चार केला गेला नाही. मात्र गर्भाशयातील मुलांनी ते शब्द स्वीकारले आणि बोलायला लागल्यानंतर ते शब्द उच्चारून दाखवले असे आढळले आहे. हे प्रयोग गर्भारपणाच्या २९ व्या आठवड्यानंतर केले आहेत.

चौथ्या महिन्यापासून गर्भातील बाळाच्या ऐकण्याच्या संवेदना तयार होतात. बाळ आईचा आवाज, आईच्या हृदयाचे ठोके, आईच्या पोटातील गडबड, गर्भाशयातील रक्ताचे वहन यांच्या संवेदना समजू शकते. जर आई-वडिलांमध्ये वैवाहिक Disharmony असेल व जोरात वादविवाद होत असतील तर सुरुवातीला बाळ शांत राहते नंतर हात-पाय जोरात हालवायला लागते. या संवेदना डॉप्लर मशिनने, बाळाचा हृदयरेट मोजला तर सोनोग्राफी मशीनने बाळाची हालचाल बघता येते.

सोळा संस्कार (षोड्श संस्कारांचे)

भारतीय संस्कृतीत सोळा संस्कार ही एक सर्वश्रेष्ठ जीवनव्यापी संकल्पना आहे. त्यापैकी पहिले तीन • गर्भाधान • सीमंतोन्नयन • पुसंवन संस्कार जन्मपूर्व काळात केले जातात.

सीमंतोन्नयन संस्कार : गर्भवती स्त्रीवर सीमंतोन्नयन संस्कार हा गर्भाला दीर्घायुषी आणि आरोग्यसंपन्न करण्यासाठी करतात. पतीने हा संस्कार चौथ्या महिन्यात करावा. हा संस्कार गर्भशुद्धीसाठी म्हणजे मूल अव्यंग, निरोगी आणि बुद्धीने तल्लख होण्यासाठी केला जातो.

सीमंतोन्तयन संस्कार म्हणजे डोहाळेजवणच. यात गर्भवतीचे मन प्रसन्न होईल व तिच्या इच्छा पूर्ण होतील अशा सर्व गोष्टी केल्या जातात.

पुसंवन संस्कार : जिनेटिक विज्ञानानुसार स्त्री-बीज व पुरुष-बीजावरील Chromosomes च्या मिलनाने गर्भात आनुवंशिक लक्षणे निश्चित होतात. ही प्रक्रिया गर्भधारणेच्या दुसऱ्या महिन्यात सुरू होते. याच काळात पुसंवन केल्याने स्वस्थ जीन्स प्रभावी बनतात व रोगी जीन्स गौण बनतात. त्यामुळे दमा, डायबीटीससारख्या आनुवंशिक रोगांपासून बालकाचे संरक्षण करता येते. म्हणजे जीन्सची रचना ज्या वेळी चालू असते अशा वेळी पुसंवन केल्यास गर्भस्थ शिशू शारीरिक, मानसिक, प्रामाणिक, बौद्धिक व आध्यात्मिकदृष्ट्या समर्थ होतो.

गर्भधारणा झाल्यावर दुसऱ्या महिन्यात गर्भाचे स्पंदन चालू होण्यापूर्वी हा संस्कार करावा. तसेच त्याचे लिंग व्यक्त होण्यापूर्वी हा संस्कार करावा. मुलगा किंवा मुलगी होण्यासाठी प्रजापतीला आवाहन करतात आणि त्याची पूजा करून हा संस्कार करतात. त्यात आयुर्वेदिक विशिष्ट औषधे (वडाचे कोवळे कोंब, लक्ष्मणा, सहदेवा, विश्वदेवा, श्वेतदेवा यांची मुळे दुधात वाटून) मुलगा हवा असल्यास ३ ते ४ थेंब उजव्या नाकपुडीत टाकावे. तसेच दुर्वांचा वस्त्रगाळ रससुद्धा उजव्या नाकपुडीत टाकतात (मुलासाठी).

मुळात पुसंवन संस्कार ज्या कुटुंबामध्ये हार्मोनल असंतुलनामुळे होणाऱ्या व्याधी आहेत अशा कुटुंबातील गर्भवती स्त्रीने हा अवश्य करावा. गर्भाच्या तयार होणाऱ्या अंतस्रावाचे नियमन व्हावे म्हणून हा संस्कार आहे. त्याने सुदृढ व बुद्धिमान गर्भ निपजतो. पुसंवन संस्काराचा दुरुपयोग मुलगा किंवा मुलगी होण्यासाठी करू नये. (कायद्याने तो गुन्हा आहे).

आई-वडील व घरातील मंडळींच्या सात्त्विक विचारांचाही गर्भाच्या मनावर परिणाम होतो. या सात्त्विक वातावरणाचे मुलाच्या पुढील शारीरिक व मानसिक वाढीवर चांगले परिणाम होतात. एकनाथी भागवत, ज्ञानेश्वरी, दासबोध, भगवद्गीता यापैकी चांगल्या पुस्तकांचे वाचन करावे. संतांची, देवांची चरित्रे, मनाचे श्लोक, रामरक्षा, काही स्तोत्रे मोठ्याने म्हणावीत.

मनक्षोभ होईल अशा रहस्यमय कथा वाचू नयेत. दूरदर्शनच्या वाहिन्यांवरील मारामाऱ्या, खून यासारखी भीती, दुःख व क्षोभ निर्माण करणारी दृश्ये बघू नयेत.

ॐकार : गर्भस्थ बाळाची चौथ्या व पाचव्या महिन्यात बुद्धी व हृदयक्रियेची वाढ होत असते. त्या वेळी ॐकाराचा जप (जोरात) जाणीवपूर्वक करावा. त्यामुळे आत्म्याचा विकास होतो. मूल चपळ व आत्मनिर्भर होते. बाळाची स्मरणशक्ती वाढते. दुष्ट, वाईट प्रवृत्तींचा नाश करण्याची ताकद ॐकार जपात आहे. गर्भपूर्व संभवात व गर्भधारणेनंतरही ॐकार जप अगदी नियमित पालकांनी केला तर जन्माला येणारे बाळ हुशार, चुणचुणीत, बुद्धिमान व प्रामाणिक होऊ शकेल. ज्या मातांना व्यवस्थित गर्भसंस्कार केले जातात त्यांच्या मुलांची जन्मानंतर चांगली प्रगती होते.

गायत्री मंत्र : गायत्री मंत्राचा जप करावा. याद्वारे सूर्योपासना होते. त्यातून सूर्याला आमच्या बुद्धीला सत्कर्माची प्रेरणा देण्याची विनंती करीत असतो. गायत्री मंत्रोच्चारातून हाच संस्कार गर्भस्थ शिशूवर होत असतो त्यामुळे मूल तेजस्वी होते.

पसायदान : गर्भवती मातेने ज्ञानेश्वर माउलींनी सांगितलेले पसायदान नित्य म्हटल्यास गर्भावर चांगले परिणाम आणि संस्कार होतात. त्यामुळे मनात कधी दुष्टपणा येणार नाही. चांगलेच विचार येतील. या संस्कारामुळे बाळाचे भावी जीवन तणावमुक्त व चिंतामुक्त होते.

श्रीकृष्ण : कृष्णाचा महामंत्र म्हणावा.

आईचा मूड

गरोदर माता आनंदी तर बाळ निरोगी !

गर्भवतीने नेहमी आनंदी, चिंतामुक्त व सकारात्मक भावनेने परिपूर्ण असे असावे. स्त्रिच्या विचारांचा आणि भावनांचा परिणाम गर्भावर होत असल्याने स्त्रीने शक्यतोवर हेवेदावे, इर्षा, राग, मत्सर वगैरे मानसिक दोषांपासून दूर राहावे. कठोर बोलणे, वाद घालणे, भांडणे या गोष्टी टाळा, थोडेही काही जरी

विपरीत घडले तरी मनावर घेऊ नका, निवांत राहा. म्हणजे नकारात्मक ऊर्जा जमा होणार नाही. घरातील सर्वांनी, तिच्या पतीने तिचे मन प्रसन्न राहील यासाठी प्रयत्न करावेत.

गर्भारपण जरी आजारपण नसले तरी आईच्या प्रत्येक अवयवावर गर्भारपणात ताण पडत असतो. आपण हे सर्व व्यवस्थितपणे पार पाडू शकू का ? माझा गर्भपात तर होणार नाही ना ? माझ्या बाळाला काही धोके तर नाहीत ना ? नॉर्मल प्रसूती होईल की सिझेरिअन होईल ? अशा टेन्शनमुळे किंवा हिंसा असलेले चित्रपट पाहिले, मानसिक ताण येणाऱ्या घटना घडल्यास, ती चिंताग्रस्त असेल तर त्या निमित्त निर्माण होणाऱ्या रसायनांचा (न्यूरोट्रान्समीटर्स) चा विपरीत परिणाम बाळावरही होतो. याउलट ती आनंदात व तणावविरहित असली तर तिच्या शरीरात एन्डॉर्फिन्स हे रसायन तयार होते व ती प्रसन्न राहते याचा परिणाम बाळावरही होतो.

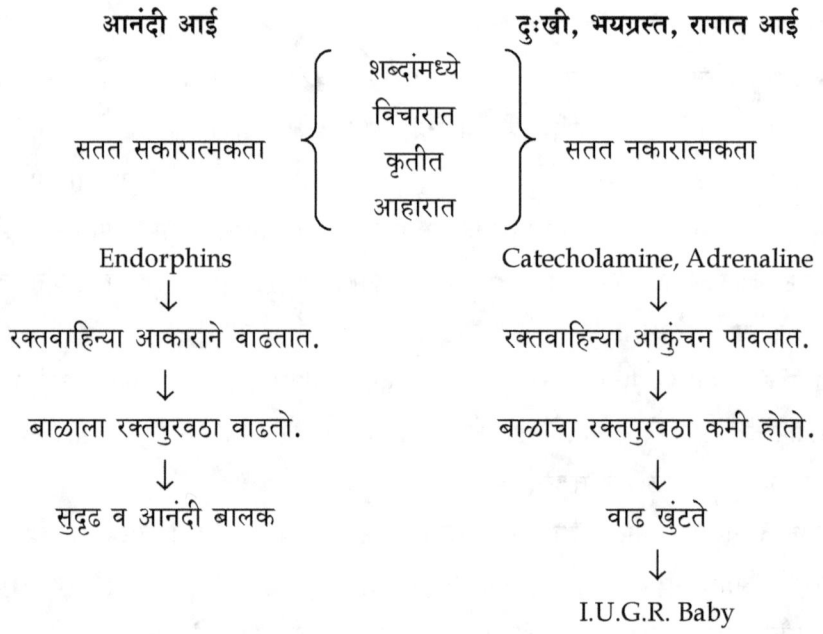

आनंदी आई		**दुःखी, भयग्रस्त, रागात आई**
सतत सकारात्मकता	शब्दांमध्ये विचारात कृतीत आहारात	सतत नकारात्मकता
Endorphins		Catecholamine, Adrenaline
↓		↓
रक्तवाहिन्या आकाराने वाढतात.		रक्तवाहिन्या आकुंचन पावतात.
↓		↓
बाळाला रक्तपुरवठा वाढतो.		बाळाचा रक्तपुरवठा कमी होतो.
↓		↓
सुदृढ व आनंदी बालक		वाढ खुंटते
		↓
		I.U.G.R. Baby

आनंदी आई असेल तर ती तिच्या प्रत्येक गोष्टीमध्ये म्हणजे शब्दामध्ये, विचारात, कृतीत व आहारात सकारात्मक असल्यास तिचा हृदयरेट ६० ते ८०, आवाज सौम्य शांत राहतो. त्यामुळे चांगली रसायने न्यूरोपेप्टाइड्स (Neuropeptides) आईच्या रक्तातून बाळाला प्लासंटामार्फत मिळतील. रक्तवाहिन्यांचा आकार वाढून बाळाचा रक्तपुरवठा वाढतो. त्यामुळे बाळ चांगल्या वजनाचे व सुदृढ असे होते. सकारात्मक विचार आईने धारण केले तर त्याचा गर्भाच्या अणू-अणूवर चांगला परिणाम होतो. त्याउलट रागामुळे अॅड्रीनॅलिन, भीतीमुळे कॅटॅकोलामीन्स स्रवीत होतात. त्यामुळे रक्तवाहिन्या

आकुंचित पावतात व बाळाला कमी रक्तपुरवठा होऊन बाळाची वाढ कमी होते. त्यालाच Intra Uterine Growth Retardation - I.U.G.R. म्हणतात.

आई दुःखी, संतापलेली असेल तर बाळ खुरटलेले म्हणजेच वाढ न झालेले होते. बरेचदा बालक डिप्रेशनमध्ये जाते व त्याला सायकॉलॉजीस्टची गरज पडते आणि पुढे प्रौढावस्थेमध्ये • ब्लड प्रेशर • डायबीटीस • हार्ट डीसीजसारख्या रोगांना बळी पडते.

गर्भवती स्त्रीने लहानसहान गोष्टींनी मन नाराज होऊ द्यायचे नाही. प्रसन्न राहायचे, घरात या कालावधीत अपमृत्यू, भीषण अपघात किंवा प्रचंड आर्थिक नुकसान झाले तरी सर्व दुःख पचवून प्रसन्न राहायचे. हेच संस्कार बाळावर कोरले जातात व पुढील संघर्षमय जीवनात तेही धैर्याने सामोरे जाऊ शकेल.

तुळस :

रोज तुळशीजवळ रांगोळी काढावी. तुळशीच्या सान्निध्यात शुद्ध हवा मिळते. रांगोळीमुळे कलेचा संस्कार होतो. बसण्याच्या पद्धतीमुळे शरीराला आवश्यक व्यायाम मिळतो. तुळशीला जल अर्पण करून नमस्कार करून प्रदक्षिणा घालावी.

सूर्य : रोज सूर्योदयाच्या वेळी सूर्यदर्शन करावे - तेजाची पूजा म्हणून.

मनपसंत मधुर संगीत ऐकणे (Divine Music), घरात हास्यविनोदाचे वातावरण असणे, भजने व श्लोक म्हणणे, बाळाशी संवाद साधणे, ध्यान किंवा मेडिटेशन करणे यात आईचे मन प्रसन्न राहील व त्यांचा परिणाम बाळावरही होईल. वरील गोष्टींमुळे Endorphins जे स्रवित होतात ते मन शांत व आनंदित करणाऱ्या अल्फा मेंदू लहरी निर्माण करतात. तिचे मनोबल वाढते. तिच्या मेंदूवर असे बिंबवले पाहिजे की प्रसूती ही एक नैसर्गिक व सहज प्रक्रिया आहे. वेळ आली की सगळे व्यवस्थित होईल. डिलेव्हरीची भीती मनातून काढून टाका.

• दिवसातून किमान १० मिनिटे तरी देवपूजा, प्रार्थनेकरिता, मेडिटेशनसाठी गर्भवतीने काढलाच पाहिजे फक्त श्रद्धायुक्त मनाने देवाचे नामस्मरण करणे यातून आत्मानंद मिळतो. स्व-अनुभवता येते. तीच भावना गर्भस्थ बाळाचीही असते. • आपण पूर्ण जीवनभर संस्कार करण्याचा प्रयत्न करतो. परंतु खऱ्या संस्कारांची सुरुवात तर बाळ मातेच्या उदरात असतानाच झालेली असते. आम्हाला ना नवीन

संस्कार तयार करायचे ना बदलायचे. जे मातेचे संस्कार तेच शिशूचे होतील. • गर्भावस्थेत माता तणावग्रस्त असेल तर मात्र तिच्या होणाऱ्या अपत्याला श्वसनासंबंधी समस्या उद्भवू शकतात. परिणामी अशा बाळाला काही तासांनीच व्हेंटिलेंटरवर ठेवण्याची वेळही येऊ शकते असे संशोधनातून निष्पन्न झाले आहे.

गर्भवती आईचे मन दुःखी, अशांत अस्थिर असेल तर मानसरोग तज्ज्ञ म्हणतात की वयाच्या दुसऱ्या वर्षीच मुलांना मानसिक समस्या येतात. Agitated किंवा Hyper होतात, Dyslexia सारखे विकार होतात. बाळाचे वजन कमी होते. गर्भजल कमी होते नंतर असे बाळ नकारात्मक हार्मोन्स घेऊन मोठे होतात व त्यांना भावी जीवनात Type 2 diabetes, ब्लडप्रेशर, हृदय रोगासारख्या भयंकर रोगांना सामोरे जावे लागते. म्हणून गर्भवती स्त्रियांना माझे असे सांगणे आहे की कमीत कमी आता नऊ महिने तरी खूप खुश राहा. दुःख घेऊ नका, देऊ नका. गरोदरपणाच्या ९ महिन्यांच्या प्रवासात एकही क्षण तणावाखाली येऊ देऊ नका. प्रत्येक क्षण खुश राहा. आईवरील ताणामुळे गर्भाला उचक्या लागून त्या आईला जाणवू शकतात ! कारण नकारात्मक प्रकंपने (Vibrations) आपण नकळत उदरातील बाळाला भेट करतो, म्हणजे आईच्या भावनांचा गर्भस्थ शिशूवर खूप परिणाम होतो.

वाद्य : एखादे वाद्य वाजवता येत असल्यास ते वाजवावे.

मेंदू व्यायामाच्या पद्धती : मेंदू व्यायामाच्या पद्धतींचा वापर गर्भारपणात केल्यास त्याचा आईला फायदा होतो. तसाच गर्भातील बाळाच्या मेंदू विकासासाठीही होतो. बुद्धीला चालना देणारी शब्दकोडी, पझल्स सोडवावीत.

Telepathy : बाळाची ऐकण्याची क्षमता वाढायला गरोदरपणातील चौथ्या महिन्यापासून सुरुवात होते. गर्भावस्थेच्या शेवटच्या आठवड्यात गर्भ केवळ ऐकू शकतो, एवढेच नाही तर तो माहिती (कॉम्प्युटरप्रमाणे) साठवू शकतो. ती पुन्हा आठवू शकतो. हे निरीक्षण ४ डायमेंशन सोनोग्राफी 4D द्वारे सिद्ध झाले आहे. त्यात गर्भाच्या सूक्ष्म प्रतिसादाचेसुद्धा परीक्षण करता येते.

महाभारतात अर्जुनाची पत्नी सुभद्रा गर्भवती असताना अभिमन्यूने चक्रव्यूह भेदण्याची अर्धी विद्या ऐकलेली असते. मोठेपणी तेच लक्षात ठेवून महाभारतीय युद्धांमध्ये तो अभिमन्यू चक्रव्यूह भेदतो, पण अर्धेच काम करतो.

शास्त्रज्ञांच्या मते बाळाचे मन खूप संवेदनशील असते. तुम्ही द्याल ते ग्रहण करण्याची अफाट क्षमता त्याच्याठायी असते.

गर्भसंवाद

आजच्या धावपळीच्या युगातही गरोदर स्त्रिच्या मनातील बाळाविषयी भावना, इच्छा गर्भापर्यंत पोहोचविण्याची शास्त्रशुद्ध पद्धती म्हणजेच गर्भसंवाद होय.

पद्धत : पोटातील गर्भ चार महिन्यांचा झाल्यावर गर्भसंवाद साधण्यासाठी स्वतःचे मन शांत करून, शांत हवेशीर आणि मंद प्रकाशीत जागेवर बसावे. सुरुवातीला अनुलोम-विलोम प्राणायाम ३-४ वेळा सलग करावेत. नंतर डाव्या कुशीवर (Left Lateral Position) मध्ये झोपावे. डोळे बंद करून पूर्ण शरीर पायापासून डोक्यापर्यंत सैल ठेवावे (Relaxed). दोन्ही हात पोटावर ठेवून पूर्ण लक्ष गर्भाकडे केंद्रित करावे.

तुमच्या बाळाशी बोला : गर्भातील बाळ अधूनमधून लाथा मारीत असते त्याची मातेला जाणीव होत असते. त्याने अशी लाथ मारली की, 'किक बेबी किक' वाक्य रिपीट करीत जा त्याला अशा ठरावीक आवाजाची सवय करा आणि त्याने प्रतिक्रिया दिली तर त्याला बाहेरचा आवाज कळतो असे समजा.

मातेबरोबर पित्यानेसुद्धा रोज छान संवाद साधला पाहिजे. बाळाला पण त्या आवाजाची ओळख होईल. बाळाचे अंतर्मन आईच्या मनाशी जोडलेले असते म्हणून त्याच्याशी मातेने बोलले पाहिजे. यालाच 'गर्भसंवाद' असे म्हणतात.

गर्भचिंतन

तुम्हाला जसे बाळ हवे तसेच वैचारिक चित्रण नजरेसमोर आणा. त्याला म्हणा माझ्या बाळा तू आरोग्यसंपन्न, बुद्धिवान, धैर्यवान, नीतिवान, चारित्र्यसंपन्न, स्मृतिसंपन्न, क्षमाशील आणि कीर्तिवान व्हावेस अशी सर्व सकारात्मक स्पंदने बाळाला अर्पण करते. हे बाळा ! तुझे या जगात मनःपूर्वक स्वागत आहे. आम्ही दोघेही खूप आतुरतेने व प्रेमाने तुझी वाट पाहत आहे.

तू आमच्यासाठी परमेश्वराची एक अनमोल भेट आहेस. तुझे माता-पिता बनण्याचे सौभाग्य त्याने आम्हाला दिलेले आहे. तुझ्यावर प्रेमाचा, सुखशांतीचा वर्षाव करणाऱ्या त्या क्षणाची आम्हाला खूपच उत्सुकता आहे. ईश्वराच्या आशीर्वादाने तुझेही जीवन सर्वश्रेष्ठ व महान बनव.

आईने मन:पूर्वक परमात्म्याचे आभार मानून प्रार्थना करायची, 'हे परमात्मा हा गर्भस्थ शिशू तुमचेच स्वरूप आहे. माझ्या उदरात तुमचीच शक्ती ब्रह्मा-विष्णु-महेश स्थित आहेत.'

घरामध्ये जो चांगला व्यवसाय, ज्या काही चांगल्या परंपरा याबद्दल गर्भस्थ बाळाला सांगा. घरात विशेष सणसमारंभ असतील त्या आनंदात त्याला सहभागी करून घ्यावे. संशोधनाअंती असे सिद्ध झाले आहे की जे पालक मुलांशी गर्भावस्थेपासून अत्यंत प्रेमाने आपुलकीने वागतात त्या मुलांमध्ये आत्मविश्वास मोठ्या प्रमाणात दिसून येतो.

Visualisation : गर्भवती स्त्रीने बाळाची स्पष्ट कल्पना करावी. बाळ शरीराने सुदृढ, सुंदर, गोरे व उंच असावे म्हणजे जशी तिची इच्छा असेल तसेच मनात चित्रीकरण करा.

अब्दुल कलामसारखे सायंटिस्ट, ऐश्वर्या रॉयसारखी सौंदर्यसम्राज्ञी, लता मंगेशकरसारखा आवाज किंवा मदर टेरेसासारखी सेवा यातील जे गुण तुम्हाला आवडत असतील तेच गुण तुमच्या बाळात बघा. संकल्पशक्ती इतकी जबरदस्त (Powerful) असते की, जसे आपण विचार करू तसेच होईल.

संपन्न, क्षमाशील आणि कीर्तिवान व्हावेस अशी सर्व सकारात्मक स्पंदने बाळाला अर्पण करते. हे बाळा तुझे या जगात मन:पूर्वक स्वागत आहे. आम्ही दोघेही खूप आतुरतेने तुझ्या आगमनाची वाट पाहत आहे.

एखाद्या गोंडस बाळाचा फोटो भिंतीवर लावावा. म्हणजे जाता-येता किंवा झोपेतून उठल्याबरोबर दिसेल असे.

बहुतेक घरांमध्ये असा अट्टाहास असतो की, मुलगाच झाला पाहिजे त्याचे नावसुद्धा ठरवून ठेवतात. त्याच्या सर्व तयाऱ्या (कपडे वगैरे) करतात आणि जर गर्भात मुलगी असेल तर तिच्या मनावर खोल मानसिक दडपण येते. तिला खूप उपेक्षित (Unwanted Feel) वाटते की यांना मी नको. यांना तर मुलगा हवा आहे. हा मानसिक विचार त्या आत्म्याबरोबर जीवनभर राहतो. नंतर तुम्ही त्याला कितीही सांगितले की मी तुझ्यावर खूप प्रेम करतो तरी तेच बाळाचे खोल संस्कार बनतात. ताणतणाववाले, बाळाच्या पुढच्या काळजीचे (आर्थिक वगैरे) विचारच करायचे नाही, ना तर लिंगसापेक्ष संवाद (Gender Preference), मुलगा/मुलगी या भेदभावातून बाहेर या. मुलगा असो की मुलगी असो फक्त सुदृढ व आनंदी बाळ होवो असेच संकल्प करावेत.

मुलांना सुसंस्कृत बनविण्यासाठी आईने व वडिलांनी प्रथम सुसंस्कार स्वतःच्या अंगी बाणायला पाहिजेत.

गर्भसंवाद रोज साधता आला तर गर्भवती स्त्रीचे शरीर व मन स्थिर राहते. यामुळे बऱ्याच स्त्रियांना प्रसूतीतील त्रासाविषयी खूप चिंता असते ती बरीच कमी होते. भय कमी होते व आत्मविश्वास वाढतो.

आईचा आवाज बाळ ओळखतो. सर्वांत पहिला आवाज आईच्या हृदयाचा बाळाला ऐकू येतो.

गर्भात असतानाच शाश्वत मूल्ये शिकवावीत, चांगले वाचन करावे, बाळ चांगला वक्ता व्हावा, हसतमुख आनंदी व्हावे असे विचार करावे. बाळ व्यवस्थित स्तनपान घेणारे असावे.

बाळाचा बुद्ध्यांक वाढविण्यासाठी भक्ती आणि श्रद्धायुक्त प्रेरणादायी विचार असलेली पुस्तके वाचणेही आईसाठी आवश्यक आहेत. त्यामुळे गर्भावर चांगले संस्कार होतील.

स्वप्रतिमा

गर्भवती स्त्रीने जे स्वतःच्या शरीरात बदल होतात ते आनंदाने, सकारात्मक दृष्टीने स्वीकारायला पाहिजेत. तिने असे विचार करावेत की माझी प्रसूती नऊ महिन्यांनंतरच होईल म्हणजे गर्भपात किंवा कमी महिन्याची प्रसूती होणार नाही. दवाखान्यात ॲडमिट केल्यावर मला प्रसूतीच्या व्यवस्थित कळा येतील. तसेच गर्भाशयाचे तोंडही व्यवस्थित उघडेल, बाळ खाली सरकेल व प्रसूती कळा येतील. पण मला जास्त दुखणार नाही कारण दैदीप्यमान ज्या सोनेरी क्षणाची वाट बघत होतो तो क्षण लवकरच येणार, नंतर प्लासंटा बाहेर येतो. आई गर्भस्थ बाळाबद्दल विचार करते की तो तर इवलासा सानुला जीव पण माझ्याबरोबर कळा सहन करीत आहे. नेहमी नॉर्मल डिलेव्हरीचेच चिंतन करा. जसा आपण विचार करतो तसेच होते. जन्मानंतर बाळ छान रडेल. नंतर बाळ माझे स्तनपान व्यवस्थित घेईल. मला छान सुदृढ व सुंदर बाळ होईल असेच विचार मनात आणा. प्रसूती छान व सुखरूप होईल त्याबद्दल चिंता करू नये. ज्या देवतेचे किंवा वीर पुरुषांचे गुण आपल्या मुलात यावेत असे वाटत असेल त्यांची मूर्ती किंवा छायाचित्रे समोर ठेवून त्यावर ध्यान करावे. ध्यानाच्या शेवटी गर्भवती स्त्री आवश्यक त्या सूचनाही स्वतःला देऊ शकते. त्याने मातेचे मानसिक सशक्तीकरण (Empowerment of Mind) होते.

गरोदरपणात संगीत ऐका

वैद्यकीय संशोधन सांगते की गर्भावस्थेत भरपूर संगीत ऐका व गाणी म्हणा. संगीत ऐकल्यामुळे व गायनामुळे 'सिरोटोनिन' हे आनंद भावनेची निर्मिती करणारे हार्मोन वाढते. त्यामुळे आईचे मन नेहमी आनंदी व संतुष्ट राहते. ती अवस्था पोटातील बाळही अनुभवते, गर्भावस्थेत मातेने गाणी म्हटली तर बाळ तिचा आवाज ओळखू लागते. त्यामुळे आई आणि मूल यांच्यातील नाते बाळ जन्मण्याआधीपासून

दृढ होते, सतत विकसित होत जाते. जेव्हा आई गाणे म्हणते तेव्हा तिचा आवाज आतून पोटातून निघतो. त्याचे तरंग गर्भोदकाद्वारे गर्भापर्यंत पोहोचतात. आईच्या मनातील भाव व गाण्यातील भाव बाळापर्यंत प्रत्यक्ष पोहोचतो. नीट ऐकणे हा शिक्षणाचा प्रमुख भाग आहे. विषय नीट ऐकला तरच तो समजतो आणि लक्षात राहतो, त्यामुळे मुलाच्या बौद्धिक प्रगतीच्या दृष्टीनेही आईने गरोदरपणात गाणे ऐकणे व म्हणणे चांगले.

तुम्ही गरोदरपणात ऐकलेली व म्हटलेली गाणी बाळाला त्याच्या जन्मानंतर ऐकवा. त्याला जर काही शारीरिक त्रास होत असेल अथवा ते रडत असेल तर ओळखीच्या सुरांमुळे त्याचे मन शांत होते व रडणे थांबते. जन्मानंतर त्याला सतत सुरांच्या सहवासात ठेवा, त्याची शारीरिक व मानसिक वाढ चांगली होईल.

गर्भस्थ बाळ संगीताच्या तालावर सहाव्या महिन्यापासून हालचाल करायला लागतो. संगीतामुळे गर्भाचे कान, मेंदू, मन यांचा विकास होतो; श्रवणशक्ती, ग्रहणशक्ती वाढते, त्याचे मन प्रसन्न राहते त्यामुळे आपोआपच शारीरिक विकास होऊन बाळाचे वजनसुद्धा वाढते.

कर्कःश व तीव्र स्वरूपाचे संगीत न ऐकणे चांगले. गर्भसंस्कार संगीत गर्भवतीने गर्भधारणेपासून ते गर्भजन्मापर्यंत रोज नियमित ऐकणे चांगले, गर्भस्थ शिशूने ऐकलेले संगीत पुढे आयुष्यभर त्याचा सोबती बनते. आईने चांगले संगीत शांतपणे दुपारी किंवा संध्याकाळी मोठ्या आवाजाने ऐकावे. त्यातून बाळाच्या बुद्धीचा विकास होतो.

मन प्रसन्न करणारे संगीत ऐकले तर मेंदूतून निर्माण होणाऱ्या अल्फा लहरींमुळे रक्तदाब कमी होतो. मस्तक ग्रंथीतून निघणारा ताणविरोध अंतःस्राव आईच्या रक्तातून बाळालाही मिळतो. असे बाळ जन्मानंतर सतत रडणारे किंवा किरकिरे होऊच शकत नाही. उलट शांत, हसरे व आनंदी बनते. दर्जेदार शास्त्रीय संगीतामुळे मुलांची बुद्धी सुधारते.

अंगाई गीत गा : गर्भात ऐकलेली गाणी मुले ओळखतात असे संशोधन आहे. अंगाई गीत ऐकताना ते शांत असोत किंवा उत्तेजित होऊन लाथा मारो.

छान संगीत किंवा मंत्रउच्चार जसे -

ॐनमः शिवाय

सत्यम् शिवम् सुंदरम्

बुद्धम् शरणम् गच्छामी (बुद्धांचा मंत्र)

बीसमील्ला हिरहमान नीर रहीम (मुस्लीम लोकांचा मंत्र)

आपापल्या धर्माप्रमाणे मंत्र निवडून वारंवार म्हटले तर आपल्याभोवती एक सकारात्मक वलय (Aura) तयार होतो. भीती किंवा Tension कमी होते, आत्मविश्वास वाढतो. प्रसूतीच्या कळा सहन करण्याची मानसिक तयारी होते.

योगा, ध्यान, प्राणायाम, संगीत ऐकणे यामुळे मन शांत होते, हृदयाची गती कमी होते. ब्लड प्रेशर कमी होते.

ध्यानधारणा (Meditation)

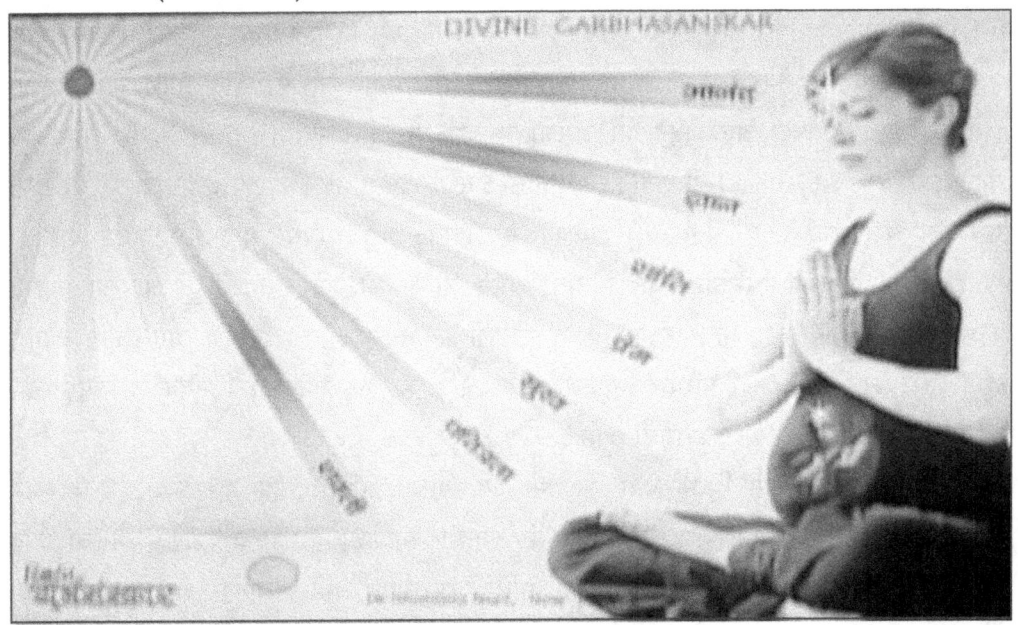

ध्यान म्हणजे शांतचित्ताने रिलॅक्स होऊन मन श्वासावर केंद्रित करणे. रोज सकाळ-संध्याकाळी १० मिनिटे तरी ध्यान केले पाहिजे म्हणजे आई आणि बाळ दोन्ही शांत होते व त्यामुळे मेंदूची कार्यक्षमता वाढवता येते.

मनाचा प्रभाव शरीरावर होतो व त्याचा उदरातल्या बाळावरही होतो.

साधनेमुळे • अतिरिक्त लॅक्टेटची रक्तातील पातळी कमी होते. त्यामुळे चिंता, काळजी कमी होते. • साधनेमुळे DHEA डिहायड्रोएपी अॅड्रोस्टिरॉनच्या पातळीत वाढ होते, हे मेंदूच्या सामर्थ्यासाठी, चेतनेसाठी आवश्यक आहे. • साधनेमुळे कोलेस्टेरॉल व रक्तदाब कमी होतो.

पुनर्जन्माविषयी पाश्चात्य विद्वानाचे मत :

➤ ''पुन्हा जन्म घेणे, मृत्यूनंतर नवीन जीवनाचा प्रारंभ होणे आणि मृत आत्मे नित्य अस्तित्वात असतात यावर माझा पूर्ण विश्वास आहे.'' **- सॉक्रेटीस**

▲ ''ज्याप्रमाणे मनुष्य जुन्या वस्त्रांचा त्याग करून नवीन वस्त्र धारण करतो, त्याप्रमाणे आत्माही जुन्या आणि निरुपयोगी शरीराचा त्याग करून नवीन भौतिक शरीर धारण करतो.''

- भगवद्‌गीता २.२२

ज्या आत्म्याने तुमच्या गर्भात प्रवेश केलेला आहे अशा (मृत्यूनंतर पहिले शरीर, नाते परिवार, प्रॉपर्टी सर्व सोडून आलेला आहे म्हणून दु:खी आहे) त्या आत्म्याला शक्तिशाली बनविण्यासाठी ध्यानधारणेचा फायदा होतो. जो आत्मा ऑलरेडी तुमच्या गर्भात आलेला आहे. रोज सकाळ-संध्याकाळ २-३ मिनिटांसाठी शांतपणे बसून सर्व आजूबाजूच्या गोष्टी विसरून परमात्म्याची पवित्रता, शक्ती, प्रेम, शांती, आनंद व सुख किरणे लेसर बीमप्रमाणे परमात्म्याकडून तुमच्या आत्म्यात प्रवेश करतात. ती शक्तीची किरणे मातेच्या आत्म्यातून जो आत्मा तुमच्या पोटातील गर्भात आलेला आहे त्याला ही स्पंदने (ही सर्व Vibrations) मिळतात. गर्भातील आत्म्याची ग्रहणशक्ती खूपच प्रभावी असते. त्या आत्म्याला परमात्म्याची (Vibrations) प्रकंपने मिळावीत अशी प्रार्थना करावी. त्यामुळे गर्भावर (Power Full) **दिव्य गर्भसंस्कार** तयार होतात. आता जो आत्मा जुने शरीर सोडून आपल्या उदरात वाढणाऱ्या गर्भात आलेला आहे. उदरात येऊन मातेशी नवीन सुंदर नाते निर्माण होत आहे. त्याला नवीन शरीर, नवा रोल, नवा परिवार मिळाला आहे. आता हळूहळू त्याला सर्व भूतकाळ विसरायचा. नव्याने जीवन जगायची तयारी करायची आहे.

हे ध्यान करताना असे चिंतन करा की, मी एक आत्मा आहे. दोन्ही भृकुटीच्या (भुवयांच्या-Eyebrows) मध्यभागी माझे आसन आहे. मी आत्मा आकाशातील ताऱ्याप्रमाणे चमकता बिंदू (सितारा) आहे. परमात्मा शांतीचा, प्रेमाचा, पवित्रतेचा सागर आहे. त्याच्या शक्तीची, प्रेमाची, पवित्रतेची, शांतीची किरणे प्रत्येक क्षणी मला मिळतात व ही सर्व प्रकंपने मी माझ्या पोटातील बाळाला देत आहे. यालाच 'राजयोग मेडिटेशन' म्हणतात.

''देवता ब्राह्मण परा: शौचाचार हिते रता: !
महो गुणांप्रसूयते, विपरतास्त् निर्गुणान''

गर्भसंस्कार सातत्याने बाळाच्या नसानसांमधून, रक्तातून भिनला जातो.

स्वामी विद्यानंदांच्या लोणावळा येथील मन:शक्ती केंद्रात १९६१ सालापासून गर्भसंस्कारवर रिसर्च वर्क सुरू आहे व ते आंतरराष्ट्रीय परिषदेत मान्यता मिळालेले आहे. त्यानेही गर्भसंस्कार केलेल्या मातांच्या मुलांवर चांगले परिणाम झाले आहेत.

गर्भाच्या मागण्या जन्मातील चांगल्या-वाईट संस्कारांचे परिणाम दिसतात. आई-वडील, त्यांचे पूर्वज यांचे गुण आपल्यात गुणसूत्राच्या रूपाने येतातच. एकाच घरात दोन मुलांमध्ये वेगवेगळे गुण दिसून

येतात, कारण काही गुण Dominant (प्रभावी) व काही Recessive (सुप्त) असतात. गर्भसंस्कारामुळे जीन्सचेही शुद्धिकरण होते. बरेच विकार कमी किंवा विकाराची तिव्रता कमी केली जाऊ शकते.

जुळ्या बाळांमध्ये दोन वेगवेगळी व्यक्तिमत्त्वे पुढे तयार होतात. जरी नऊ महिने ते एकाच उदरात एका संस्काराखाली वाढत असतात तरी तेथे त्यांच्या वेगळेपणाला पूर्वसंचित संस्कारही कारणीभूत होतात. तुमच्या मुलाच्या यशाची बीजे गर्भसंस्कारातच दडलेली आहे.

आजच्या विज्ञानाच्या जेट युगात स्त्रीने शिक्षण घेणे व करियर करणे जेवढे महत्त्वाचे आहे तेवढेच किंवा त्यापेक्षाही कित्येक पट जास्त महत्त्वाचे आहे जेव्हा ती आई होते. पालकांची भूमिका संपूर्ण निष्ठेने बजावणे ही आईची जेवढी जबाबदारी आहे तेवढीच वडिलांचीही. आई-वडिलांच्या योग्य मार्गदर्शनाने एक अपत्य उत्तम नागरिक होऊ शकते.

मुलांवर सर्वांत पहिले संस्कार आईचेच होत असतात. त्यामुळेच आईला मुलाची पहिली शिक्षिका समजले जाते. मुलांना सुसंस्कृत बनविण्यात आईचा सर्वांत मोठा वाटा असतो. मुलांवर फक्त आईचाच नव्हे तर तिच्या गुणांचा आणि आचरणाचाही खोल परिणाम होत असतो. जेव्हा महिला गर्भवती असते तेव्हा त्या नऊ महिन्यात आईचे गुण, आचार व विचार मुलामध्ये उतरत असतात, यालाच आनुवंशिकता म्हणतात.

आई जेव्हा गर्भवती असते तेव्हा तिच्या प्रत्येक क्रियेचा परिणाम तिच्या गर्भात वाढणाऱ्या मुलावर होत असतो.

गर्भस्थ शिशू ओल्या मातीप्रमाणे असते. त्यांना गर्भारपणात जसा आकार देऊ तसेच त्याचे भविष्य बनते. त्याच्या जीवनाच्या इमारतीची पायाभरणी गर्भारपणातच होत असते.

दिव्य गर्भसंस्कार

संस्कारांचे संक्रमण हीच खरी संस्कृती. संस्काराचे महत्त्व विचारात घेऊनच सध्याच्या जेट युगात गर्भसंस्काराचेदेखील महत्त्व वाढले आहे.

संस्काराचे ढोबळमानाने पाच प्रकार आहेत.

(१) आत्म्याचे मूळ संस्कार : ज्ञान, पवित्रता, शांती, प्रेम, सुख, आनंद व शक्ती हे आत्म्याचे मूळ सात गुण आहेत व ज्या व्यक्तीत हे गुण आढळतात त्याला सतोप्रधान किंवा सात्त्विक म्हणतात.

(२) वारसारूपाने पूर्वजांकडून मिळालेले संस्कार : जसे एखाद्याच्या वर्तणुकीवरून आपण लगेच म्हणतो की, हा अगदी आपल्या वडिलांवर गेला आहे.

(३) पूर्वजन्मीचे संस्कार : एखादा मुलगा लहानपणीच गणितात किंवा दुसऱ्या विषयात उत्तम गती दाखवतो हे गुण त्याच्या घराण्यात नाहीत पण तरीही त्याच्यात येतात. एकदा आमच्याकडे एका ६ वर्षाच्या मुलीने भगवत गीतेचे श्लोक अस्खलीतपणे व त्याचा अर्थ प्रौढ काय सांगतील इतका सुंदर सांगितला. (तिच्या सध्याच्या घरात कुणालाच त्याचा अभ्यासही नव्हता.)

(४) मुद्दाम धारण केलेले किंवा दृढनिश्चयपूर्वक धारण केलेले संस्कार : जसे घरची प्रतिकूल परिस्थिती असूनही काही व्यक्ती दृढनिश्चयाने समाजात मोठ्या होतात.

(५) संगतीने किंवा बाह्य वातावरणातील परिणामांमुळे निर्माण होणारे संस्कार : कधी शरीराद्वारे तर कधी गुण-अवगुणांद्वारे प्रगट होतात. २१ व्या शतकातील सर्वांत जास्त प्रभावी संस्कार आहेत ते संगतीने निर्माण झालेले संस्कार. आजचा समाज निरनिराळ्या माध्यमांद्वारे हिंसाचार, भ्रष्टाचार, पापाचार तसेच विकृत गोष्टींशी परिचित झाला आहे. या सर्व भडिमारात आपली विचारधारा बदलत चालली आहे.

डोहाळे जेवण

डोहाळे जेवण म्हणजे आईची काही खाण्याबद्दलची इच्छा पूर्ण करणे. डोहाळे पूर्णपणे पुरवले गेल्यास जन्मणाऱ्या बाळाच्या शारीरिक व बौद्धिक विकासासाठी अत्यंत उपयोगी ठरते.

आईच्या मानसिक व शारीरिक अवस्थेचा परिणाम बाळावर बरा-वाईट होतो हे नक्की. म्हणून घरातील सर्वांनी तिचे मन प्रसन्न राहील यासाठी प्रयत्न करावेत.

गर्भवती मातेला फुलांनी सजवून, एखाद्या बागेत किंवा चांदण्यात किंवा नदीकिनारी किंवा हॉलमध्ये फुलांनी सजवलेल्या झोपाळ्यावर बसविले जाते.

डोहाळे जेवणाच्या वेळी छान-छान गीते गातात. रुक्मिणीच्या डोहाळे जेवणाचे गीत गायले तर त्या गाण्यातील भावना ऐकताना गर्भवती स्त्री आनंदून जाते आणि कल्पनेत का होईना रुक्मिणीचे भाग्य अनुभवते. जणू हे सारे सोपस्कार आपल्यावरच या घटकेला होत आहेत आणि आपले बाळही असेच देखणे व प्रतिभाशाली होणार ही कल्पनाही तिला प्रमुदित करते. या मंगल भावनांची पोच गर्भापर्यंत पोहचते.

महाराष्ट्राला सोन्याचे दिवस दाखवणाऱ्या छत्रपती शिवाजी महाराजांच्या मातोश्री जिजाबाई यांना लागलेले डोहाळे पराक्रमी पुरुषाच्या आईला शोभेसे होते. गर्भातील आत्माही संतुष्ट होऊन हे यशोगान ऐकतो.

डोहाळे जरूर पुरवावेत कारण त्यामुळे गर्भवती सुखावते. आपले खूप लाड व कौतुक होत आहेत या विचारांनी ती प्रसन्नचित्त असते. त्यामुळे संततीही दीर्घायुषी आणि आरोग्यसंपन्न होते. मात्र एक लक्षात ठेवावे की हे डोहाळे पुरविताना खाण्यापिण्याचा संयम पाळणे आवश्यक आहे. जास्त तेलकट, तूपकट, जंकफूडचा अति आग्रह तिला करायला नको. तिला जे आवडेल ते पौष्टिक व सुपाच्य अन्नच खाऊ द्यावे.

डोहाळे जेवणाच्या निमित्ताने शुभचिंतक, नातेवाईक जमा होतात. गर्भस्थ शिशूला थोरा-मोठ्यांचे आशीर्वाद मिळतात.

☞ बाळाचा बौद्धिक विकास

पूर्वी उल्लेखल्याप्रमाणे आहारविहार व गर्भसंस्कारामुळे बाळाचा बौद्धिक विकास तर होतोच पण खालील काही कारणांमुळेही होतो.

(१) **सुगंध** : आईभोवती दरवळणाऱ्या सुगंधामुळेही बाळाचा विकास होतो.

(२) **निसर्गसौंदर्य** : निसर्गसौंदर्य किंवा आजूबाजूच्या प्रसन्न वातावरणात गर्भवती रममाण झाल्यास बाळाची बुद्धी तल्लख होते. म्हणून निसर्गरम्य ठिकाणी गर्भवती स्त्रिला फिरायला न्यावे.

(३) **सूर्यप्रकाश** : गर्भवती स्त्रीने सकाळी व संध्याकाळी सूर्यप्रकाशात १०-१५ मिनिटे बसल्यानेही बाळाच्या बुद्धीला चालना मिळते.

(४) **जीवनसत्त्वे** : आईच्या आहारातील B_1, B_3, B_6, B_{12}, Vit. C ही जीवनसत्त्वे बाळाच्या मेंदूला तरतरीत बनवतात.

आरोग्यासाठी हानिकारक (Health Hazards)

एखाद्या ॲटोमिक एनर्जी प्लँटमध्ये गर्भवती स्त्री जर नोकरी करीत असेल तर तिने नोकरीमध्ये बदली करून घ्यावी.

गरोदर डॉक्टरांसाठी धोके

गर्भावस्थेत (लहान मुलांच्या डॉक्टरांसाठी) पहिल्या तीन महिन्यात मुले ज्यांना ताप आणि अंगावर रॅश आहे (गोवर, गालफुगी, रुबेला) असे पेशंट्स तपासायचे नाहीत. जर अगदी जरुरीचे असेल तर मास्क लावावे व हात स्वच्छ धुवावेत.

भूल देणाऱ्या डॉक्टरांसाठी भूलीचे गॅसेस विषारी असतात (इथरसारखे).

Veternary Doctors (पशुवैद्य) मांजरी, कुत्र्यापासून, टोक्सोप्लास्मोसिसचा प्रादुर्भाव होऊ शकतो.

गरोदरपणात मोबाईल फोन्स

गरोदरपणात मोबाईलच्या पावरफुल रेडिएशन्स (विद्युत चुंबकीय लहरी - Electromagnetic Waves) मुळे बाळावर मुख्यत्वेकरून ब्रेन ट्यूमर होण्याचा संभव आहे. या लहरी मेंदूपेशींना इजा करतात. त्यामुळे मेंदूच्या कार्यक्षमतेवर परिणाम होतो. सतत संपर्कामुळे मेंदूचा कर्करोग (कॅन्सर) होण्याचीही संभावना वाढते. मोबाईल फारच आवश्यक असेल तर कमी वेळेसाठी वापरावा, दूर ठेवावा, गळ्यात टांगून ठेवू नये (ज्यामुळे तो पोटाजवळ येईल). जास्त वेळ बोलायचे असेल तर पी.एन.टी.चा किंवा एस.एम.एस.चा उपयोग करावा. शक्य असेल तर इअर फोन वापरा. कमी रेंजच्या झोनमध्ये बोलू नका (कारण जास्तीत जास्त विद्युत चुंबकीय वेव्हज असतात.).

गरोदरपणात मोबाईल वापरल्यामुळे अपत्याच्या नातेसंबंधात कमतरता, उदासीनता दिसून येते. मोबाईलच्या व्हायब्रेशन्समुळे गर्भावस्थेमध्ये गर्भाच्या मानसिक विकासावर अनिष्ट प्रभाव पडतात.

☞ गरोदर स्त्रीच्या पतीचे कर्तव्य

गर्भसंभवापूर्वी पती-पत्नीने सुसंवाद साधून तिच्या करियरचा व मानसिकतेचा विचार करून पालकत्व स्वीकारण्याची गरज आहे. जर तिला हे मातृत्व जबरदस्ती स्वीकारावे लागले तर शारीरिक व मानसिक ताणामुळे तिला नैराश्य किंवा Depression येण्याची संभावना असते.

गरोदर स्त्रीच्या शरीरातील हार्मोन्सच्या बदलामुळे स्त्रीची मानसिकताही बदलते, काहींची चिडचिड होते, अस्वस्थता वाढते व कधी आनंदी तर कधी घाबरलेली असते. गर्भाबद्दल ममता व जिव्हाळा या भावनांबरोबर त्याची काळजी, वाढ व्यवस्थित व्हावी. ही इच्छा स्त्रिच्या मनात असते. त्यामुळे अशा वेळेस तिला मानसिक आधाराची गरज असते. तो आधार फक्त पतीच देऊ शकतो.

पूर्वी एकत्र कुटुंब असायचे. घरात वडीलधारी माणसे उपदेश करायला असायची. परंतु विभक्त कुटुंबात पतीनेच आपल्या गर्भवती पत्नीची उत्तम देखभाल करावी. तुमच्या जीवनातील सर्वश्रेष्ठ आनंद जोडीदाराच्या उदरात वाढत आहे. म्हणून मोठ्या उत्साहाने आनंदोत्सव साजरा करा. नऊ पहिने आपल्या परीने शारीरिक, मानसिक, भावनिक व आध्यात्मिक पातळीवरही बाळावर सुसंस्कार होतील असे वागा.

गर्भवती स्त्रीची शारीरिक व मानसिक अवस्था नाजूक असते. या स्थितीत पतीने तिच्याकडून पूर्वीप्रमाणे शरीरसुखाची अपेक्षा करू नये. मात्र या अवस्थेत पत्नीला हवा असलेला भावनिक आधार तुमच्या प्रेमळ आणि आश्वासक स्पर्शातून द्यावा. गरोदरपणातील पहिले तीन महिने (गर्भ अत्यंत नाजूक व अस्थिर असतो) व शेवटच्या महिन्यात संभोग शक्यतोवर टाळावा किंवा आपल्या डॉक्टरांकडून सल्ला तरी घ्यावा. त्या वेळी इन्फेक्शनची भीती व त्यामुळे कमी महिन्याचे बाळंतपण होण्याची भीती असते.

शक्य असेल तर दोन्ही वेळा पत्नीबरोबर जेवण करावे. गर्भावस्थेत संभोग करणे तुमच्या पत्नीच्या स्वास्थ्यावर अवलंबून असते. म्हणून तुमच्या स्त्री-रोगतज्ज्ञांच्या सल्ल्यानुसारच करावा.

पतीने पत्नीला आनंदी ठेवण्यासाठी तिच्या योग्य आणि शक्य तितक्या इच्छा पुरवाव्यात. घरातील तणाव दूर झाला तर आनंदी वातावरणाची स्पंदनेही बाळाला लाभदायक असतात.

• गर्भवती क्लासेस पती-पत्नी दोघांनी मिळून करावेत. • तिला नियमितपणे चेकअपसाठी दवाखान्यात घेऊन जाणे, सोनोग्राफीच्या वेळी आपले बाळ सोनोग्राफीत स्वतः पाहा. डॉक्टरांनी सांगितलेल्या तपासण्या करून घेणे व औषधे आणणे हे पतीचेच कर्तव्य आहे. • तिच्या आहाराबद्दल काळजी घ्यावी. सर्व भाज्या, फळे वगैरे आणून द्यावीत.

बऱ्याच स्त्रियांना पाणीपुरी, चिंच, बोर असे आंबट पदार्थ, पेढे, कुणाला तिखट खाण्याची इच्छा होते ते पाहता पतीने योग्य-अयोग्य ठरवून डोहाळे पूर्ण करण्याचा प्रयत्न करावा.

घरात पत्नीला रोज योगासने, प्राणायाम, ध्यान यासाठी आठवण करून द्या. तिच्याबरोबर स्वतः केल्यास तिलाही उत्साह येईल.

सकाळ-संध्याकाळी दोघांनीही मोकळ्या हवेत फिरायला जावे. घरी दोघांनी मिळून स्तोत्र, मंत्रपठण, गर्भप्रार्थना म्हणाव्यात. गरोदरपण, बाळंतपण आणि बालसंगोपन यावरील पुस्तके दोघांनी मिळून वाचावीत. म्हणजेच मनातील भीती, चिंता व चुकीच्या समजुती दूर होतील.

- गर्भावस्थेच्या वेळी दोघांनी मिळून प्रशिक्षण वर्गास जावे.
- नवीन माहिती घ्यावी शंका वाटल्यास अनुभवी व्यक्तींकडून किंवा तुमच्या डॉक्टरांकडून शंका निरसन कराव्यात.
- यावेळी डॉक्टर आणि तुमच्या महत्त्वपूर्ण व्यक्तींचे फोन नंबर्स तुमच्या जवळ ठेवावेत.

दोघांनी बाळाशी संवाद साधावा. पाचव्या महिन्यात शेवटी बाळाची हालचाल आईला जाणवू लागते. त्या आनंदात सहभागी व्हा.

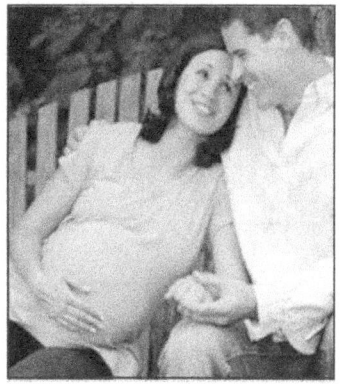

वैवाहिक जीवनाच्या वेलीवर फुललेले एक फूल ही भावना वाढीस लागते. उदरात बाळाने मारलेल्या प्रत्येक ढुशीचा स्पर्श तुमच्या यजमानांना होऊ द्या. तुमच्या पोटावर हात फिरवून, सुगम संगीताद्वारे, योग्य वाचनामुळे त्यांना बाळाशी संवाद साधू द्या. सहाव्या महिन्यानंतर पोटावर हात फिरवल्यास हालचाल जाणवेल.

पतीने स्वतःची कामे स्वतःच करावी व घरातील कामात पत्नीला हातभार लावावा. पहिले मूल असल्यास त्याच्या संगोपनाकडे लक्ष द्यावे म्हणजे पत्नीला जास्त विश्रांती मिळू शकेल. तिची मानसिक स्थिती पतीनेच सांभाळायला पाहिजे. तिला तणाव होईल अशा बातम्या पतीने सांगू नयेत. तिच्याशी येणाऱ्या बाळाबद्दल गप्पा माराव्यात. त्याची पण येणाऱ्या बालकाबरोबर खेळण्याची, राहण्याची मानसिक तयारी करून ठेवावी. ती जवळ असताना धूम्रपान करू नये. तसेही पत्नी गर्भवती होण्याच्या ३ महिने आधीपासूनच सिगारेट, दारू, नशिल्या औषधांचे सेवन बंद करायला पाहिजे. दोघांनीही सदाचार, सद्विचार अंगी बाणवावेत. तिला धैर्य देण्यासाठी पोटातील बाळाच्या पित्याने प्रसूतीसमयी तिच्या समवेत असावे.

पितृत्व हा फक्त पुरुषार्थ नाही, जबाबदारीसुद्धा आहे. तिच्यासाठी तयारी करा. (सर्व आर्थिक वगैरे)

बाळाच्या आईबरोबर त्याच्या पित्यानेही बाळाच्या संगोपनात वाटा उचलायला हवा. पत्नीला शिशु-संगोपनासाठी वेळ देण्याकरिता स्वावलंबन व घरकाम शिकावे. पुरुषाचा जन्म स्वतःच्या सोईने बाळाशी खेळा व स्वतःचे मनोरंजन करून घेण्यासाठी नाही, बाळाने शू किंवा शी केली तर दरवेळी पत्नीला हाक मारण्याचे कारण नाही. तुमचे नाव लावणाऱ्या तुमच्या वंशाच्या दिव्याचं हे डायपर बदलण्याची किंवा ओले कपडे बदलण्याची लाज कसली ?

स्त्रिला आधी प्रसववेदना आणि नंतर बाळाची चाकरी (रात्रंदिवस जागरण) यांच्यामुळे वैफल्य येण्याची शक्यता असते. तुमच्या जोडीदाराला अशा वेळी शारीरिक स्वास्थ्याची व भावनिक आधाराची नितांत गरज आहे, हे ओळखून स्वतःच्या स्वच्छंदी वागण्याला मुरड घालायला हवी आणि पत्नीच्या सहवासात जास्तीत जास्त वेळ घालवायला हवा.

प्रसूतीनंतर स्त्री माता बनते. तिला बाळाबद्दल प्रेम व जिव्हाळा निर्माण होतो. त्यामुळे तिचे पतीकडे थोडेफार दुर्लक्ष होऊ शकते. अशा वेळी पतीने तिला समजून घेणे व सशक्त मानसिक आधार देणे अत्यंत आवश्यक असते.

प्रत्येक नवऱ्याचे एकच ब्रीद हवे, डोंट वरी ..... आय ॲम ऑलवेज देअर विथ यू ..... त्यात खरी मर्दुमकी आहे.

☞ भावंडांतील तेढ

मोठ्या मूलाला समजू लागण्याच्या आधीच घरात दुसरे बाळ येणार असेल तर त्याला त्याची आधीच कल्पना दिलेली बरी. त्याला दुसऱ्याच्या आगमनाची मानसिक तयारी ठेवावी म्हणून समजून सांगावे. बाळ झाल्यावर पहिल्या अपत्याकडे दुर्लक्ष न करता त्यालाही नवीन बाळावर प्रेम करायला शिकवावे. दोघांचेही सारखेच लाड-कौतुक करावे. त्याला सांगा की, तू मोठा ताई किंवा दादा आहेस म्हणजे तो बाळाशी प्रेमाने वागेल नाहीतर बाळ जन्मण्यापूर्वी पूर्ण वेळ मला देत होती आता मला जवळसुद्धा घेत नाही असे मत्सराचे किंवा आसूयेचे बीज लहान वयातच पेरले जाऊन त्याचा पुढे आयुष्यभर त्रास होऊ शकतो. सध्याही बाळाला ढकलणे, मारणे, ओढणे असे उपद्व्याप करू शकते. म्हणून मोठ्या अपत्याला जास्त सांभाळण्याची आवश्यकता असते.

आई-बापांनी नकळतसुद्धा मुलगा व मुलगी यांच्या दरम्यान आवडता-नावडती असा भेदभाव करू नये.

वास्तविक प्रत्येक मुला-मुलींचे व्यक्तिमत्त्व आयक्यू (बुद्धिमत्ता) वेगवेगळा असतो. म्हणून प्रत्येक बालकाला हाताळण्याची पद्धत वेगवेगळी असू शकते.

कधीच मुलांकडून कृतज्ञतेची अपेक्षा ठेवू नका. बाळ होऊ देणे ही तुमची इच्छा होती. ती पूर्तता झाल्याबद्दल त्याची जबाबदारी सांभाळा, त्याने म्हटले नव्हते की मला या दुनियेत आणा.

म्हातारपणाची काठी असा दृष्टिकोन ठेवून त्यांना वाढवू नका.

★★★

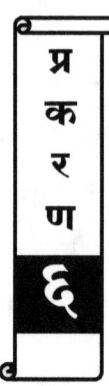

प्रकरण ६

गर्भपात–मिसकॅरेज

- नैसर्गिक गर्भपाताची कारणे
  - जेनेटिक फॅक्टर
  - ताणतणाव
  - हार्मोन्सची कमतरता
  - इन्फेक्शन
  - एनव्हॉरमेंटल फॅक्टर
  - इम्युनॉलॉजिक कारणे
  - गर्भाशयातील विकृतीविषयक कारणे
- वारंवार गर्भपात केल्यास/झाल्यास होऊ शकणारे दुष्परिणाम

स्त्रीच्या उदरातील बाळाची वाढ होणे आणि नऊ महिने पूर्ण होऊन एका गोंडस बाळाने जन्म घेत त्या स्त्रीचा आई म्हणून जन्म होणे ही एक नितांत सुंदर व आनंददायी घटना आहे.

तरी गर्भारपण आणि प्रसूती यातील कोणत्याही टप्प्यामध्ये गुंतागुंत निर्माण होऊन मातेच्या व बाळाच्या जीवाला धोका पोहोचू शकतो. गर्भपात होणे पती-पत्नीसाठी व त्यांच्या घरच्यासाठी दु:खदायक असते. म्हणून गर्भपाताची कारणे माहीत असतील तर ती काळजीपूर्वक टाळता येऊ शकतात.

☞ नैसर्गिक गर्भपाताची कारणे

जेनेटिक फॅक्टर

पहिल्या तीन महिन्यांत वारंवार गर्भपात होत असेल तर पेशंट विचारतात की काय कारण आहे. तसा विचार केला तर नेमके कारण सांगता येत नाही. तपासणीअंती काही अंदाज बांधता येतात. कदाचित असे होण्यामागे जेनेटिक (जनुकीय) किंवा क्रोमोसोमल (गुणसूत्र) स्तरावर दोष असण्याची शक्यता जास्त असते. त्यासाठी स्पेशल लॅबॉरेटरी तपासण्या कराव्या लागतात व त्या फक्त मोठ्या शहरांच्या ठिकाणीच होत असून खर्चीकही असतात. एखाद्या स्त्रीचा गर्भ मृत झाला तर त्याची तपासणी २४ तासांच्या आत गर्भ पुणे किंवा मुंबईला पाठवून केली जाते.

एवढा आटापीटा करूनदेखील गर्भपाताचे कारण समजेलच असे नाही, गुणसूत्रातील दोष असल्यास पुढच्या खेपेला पहिल्या तीन महिन्यांत गर्भपात होण्याची शक्यता ५०% असते. चौथ्या किंवा पाचव्या महिन्यात ही शक्यता २०% असते.

ज्या गर्भामध्ये वारंवार गर्भपात होतो त्यांनी जेनेटिक टेस्टिंग करून त्या दोघांपैकी एका पालकामधून जेनटिकली अॅबनॉर्मल घटक संक्रमित झाल्याने गर्भामध्ये व्यंग आढळते. गर्भामध्ये गुणसूत्रीय दोष आढळल्यास गर्भपात केला जातो.

ताणतणाव (Stress)

गर्भारपणातील पहिल्या तीन महिन्यांत सर्वांत जास्त ताण असतो. त्यामुळे Stressfull Placental Harmones मुळे पहिल्या तीन महिन्यांतील गर्भपात होतात. पहिले तीन महिने गर्भ अत्यंत नाजूक अवस्थेत असतो.

हार्मोन्सच्या कमतरतेमुळे

काही स्त्रियांमध्ये सुरुवातीलाच गर्भपात होतो. गर्भावस्थेमध्ये भ्रूणाची वाढ होण्यासाठी विविध प्रकारचे (हार्मोन्स) अंत:स्राव निर्माण होतात. परंतु काही महिलांमध्ये मासिक पाळीची अनियमितता आणि बीजकोषासंबंधित विकास असल्यास लवकर गर्भपाताची शक्यता वाढते.

प्रोजेस्टरॉन हार्मोनची कमतरता

(१) Placenta कडून (२) Corpus luteum मधून असल्यास लवकरच गर्भपात होतात. प्रोजेस्टरॉनची कमी हे सुरुवातीच्या महिन्यातील गर्भपाताचे मुख्य कारण आहे. यालाच Luteal Phase Defect म्हणतात. हे P.C.O.S. मध्ये होऊ शकते. इम्यूनोमोड्यूलेशन ज्या महिलांमध्ये असंतुलित डायबीटिस, थायरॉईडचे विकार जास्त (Hyper), कमी (Hypothyoidism) असेल तर त्यांच्यामध्येही गर्भपाताचा धोका वाढतो. प्रोलॅक्टीनची पातळी वाढली तरी गर्भपात होतो. (Implantation मध्ये अडथळा येतो.)

इन्फेक्शन्स

जंतुसंसर्ग सूक्ष्म जंतू विषाणू (Virus) हेदेखील गर्भपाताचे कारण असल्याचे आढळलेले आहे, जसे सिफीलीस, मायकोप्लाझमा (Micoplasma), मलेरिया, टॉर्च इन्फेक्शन्स, रुबेला इन्फेक्शन्समुळेही गर्भपात होऊ शकतो आणि गर्भपात झाला नाही तर बाळात विकृती (डोळ्यांची, मेंदूची, हृदयाची) होते. म्हणून ते टाळण्यासाठी गर्भ राहण्याअगोदरच रुबेला व्हॅक्सीन घेतले तर गर्भारपणी रुबेला होणार नाही आणि बाळात विकृती होणार नाही. म्हणून तरुण मुलींनी लग्नाआधीच रुबेला व्हॅक्सीन घ्यायला पाहिजे. साधारण या व्हॅक्सीनचा परिणाम पंधरा वर्षे राहतो. पण एकदा व्हॅक्सीन घेतल्यावर चार महिने तरी स्त्री गरोदर राहायला नको. Herpes Simplex जर गरोदरपणात सुरवातीलाच संक्रमित केलेला असेल तर तसेच HIV इन्फेशनमुळेसुद्धा गर्भपात होऊ शकतो.

MTP नंतर गर्भशयात इन्फेक्शनमुळे Fibrotic Bands तयार होतात त्यामुळे गर्भाला रक्तपुरवठा कमी होतो व गर्भपात होतो.

हायग्रेड ताप, हिपॅटायटीस, मलेरियामुळेसुद्धा गर्भपात होऊ शकतो.

एम्ब्रिओ रीडक्शन, कोरिऑन व्हीलस बायोप्सी व ॲम्निओसेंटेसिसमुळेसुद्धा इन्फेक्शन होऊन गर्भपात होऊ शकतो.

Environmental फॅक्टर - रेडियेशनमुळे ही गर्भपात होऊ शकतो.

रक्तातील अँटिबॉडीज (इम्युनॉलॉजिक) Immunologic Causes

शरीराच्या संरक्षण व्यवस्थेत बिघाड झाल्यानेदेखील वारंवार गर्भपात होऊ शकतो. शास्त्रीय भाषेत अशा कारणांना Immunological Causes असे म्हणतात.

काही स्त्रियांमध्ये त्यांच्या रक्तातील अँटिबॉडीज गर्भनाळेवर हल्ला करू शकतात किंवा त्यांच्यामुळे रक्तात गुठळी (Thrombosis) होऊ शकते. त्यामुळे गर्भाची वाढ मंदावते आणि परिणामी गर्भपात

होतो. हा Antibodies मुळे होणारा गर्भपात सर्वसाधारणपणे गर्भधारणेच्या तिसऱ्या महिन्यात किंवा त्यानंतर होतो.

• Antiphospholipid antibody syndrome - APLA • Anticardiolupin antibody - A.L.A. • Thyroid antibodies - APLA मध्ये अँटिबॉडीज गर्भाच्या रक्तपुरवठ्यात अडथळा आणतात. तसे अंडबीज तयार होण्याच्या प्रक्रियेत व रुजण्याच्या प्रक्रियेत (Implantation) अडथळा आणतात.

APLA मध्ये ॲस्पिरीन, लो मॉलेक्यूलर वेट हिपॅरीन (L.M.W.) आणि प्रेडनीसोलॉन ही फारच उपयुक्त औषधे आहेत. या औषधांमुळे गर्भाशयाचा रक्तपुरवठा वाढतो. त्यामुळे Thrombosis ला प्रतिबंध होतो. ॲस्पिरीनमुळे Prostacycline - Thromboxane Ratio बरोबर होतो. Prednisolone (Steroid) मुळे अँटिबॉडीजची मात्रा कमी होते. L.M.W. हिपॅरीनमुळे गर्भाशयातील रक्तपुरवठा वाढतो व अँटिबॉडीज कमी होतात. APLA मध्ये स्टिरॉइडस, इम्युनोग्लोब्यूलीन्सचा चांगला रोल आहे.

वारंवार होणारे गर्भपात (Recurrent abortion)

जर तीन किंवा जास्त गर्भपात (२० आठवड्यांच्या आतील) झाले तर त्याला वारंवार होणारे गर्भपात (Recurrent Abortion) म्हणतात. जसे स्त्रीचे वय वाढते (३५ शी नंतर अंडबीजाचा विनाश व्हायला सुरुवात होते) तसे गर्भपात होण्याची शक्यता वाढते.

गर्भाशयातील विकृतीविषयक कारणे

काही स्त्रियांच्या गर्भाशयात जन्मजात विकृती असते, त्यांत सेप्टम (पडदा) किंवा मोठ्या आकाराचा फायब्रॉईडमुळे गर्भाशयाच्या पोकळीत आक्रमित असला (Intramural Fibroid) तर गर्भपात होऊ शकतो. तसेच गर्भाशयाचे मुख (Cervix) अशक्त असल्यासही गर्भपात होऊ शकतो. तो गर्भपात गर्भधारणेच्या तीन महिन्यानंतर होतो. गर्भाशयाच्या मुखाला टाका दिल्यास तो अपघात टळतो.

गर्भपिशवीच्या रचनेमध्ये काही दोष किंवा कमतरता, गर्भाशी जोडल्या गेलेल्या नाळेमध्ये किंवा वारेच्या रचनेमध्ये दोष असणे, यामुळेही गर्भपात होऊ शकतो.

Tightening of Os म्हणजे टाका देणे ही प्रोसिजर साधारणपणे १६-२४ आठवड्यांपर्यंत केली जाते. नंतर काही दिवस आराम दिला जातो. नवव्या महिन्यात प्रसूतीच्या तारखेच्या १५ दिवस आधी टाका काढला जातो म्हणजे तिची डिलेव्हरी होऊ शकते.

भिन्न रक्तगट

पती-पत्नीचे असलेले भिन्न रक्तगटदेखील वारंवार होणाऱ्या गर्भपाताचे कारण असू शकते. उदा., पत्नीचा रक्तगट 'ओ' आणि पतीचा 'ए' असल्यास गर्भपाताची शक्यता अधिक असते. पत्नीचा

रक्तगट निगेटिव्ह आणि पतीचा पॉझिटिव्ह असेल तर गर्भपाताची शक्यता असते. पत्नीचा रक्तगट 'बी' आणि पतीचा रक्तगट 'एबी' असेल तर गर्भपाताची शक्यता खूप कमी असते.

आहारविषयक कारणे

आईचा आहार नाळेद्वारे बाळापर्यंत पोहोचतो. फॉलिक ॲसिडच्या कमतरतेमुळेही गर्भपात होऊ शकतात. (फॉलिक ॲसिड बाळाच्या वाढीसाठी अत्यावश्यक आहे.) विशिष्ट औषधे, अमली पदार्थ, अल्कोहोल, धूम्रपान जास्त प्रमाणात, कॅफीन (दिवसातून चार वेळापेक्षा कॉफी पिणे) व तणाव यामुळेही गर्भाला धोका होऊ शकतो.

नैसर्गिक गर्भपाताची लक्षणे

• नैसर्गिक गर्भपातामध्ये स्त्रीच्या ओटीपोटात तीव्र स्वरूपाच्या वेदना होतात. • योनिमार्गातून रक्तस्राव व रक्ताच्या गाठीच्या गाठी निघतात. • स्त्रीला सारखी चक्कर येते, उलट्या होतात.

गर्भपात झाल्यास घ्यावयाची काळजी

एकदा गर्भपात झाल्यास पुनःपुन्हा गर्भपात होण्याची शक्यता दुपटीने-तिपटीने वाढत जाते. तरी गर्भपात हा शाप नव्हे, सुखाचा शेवट नव्हे, तो अपघात आहे. गर्भपात झाल्यावर त्या स्त्रीला, डॉक्टरला अथवा नशिबाला दोष देऊ नये. सर्वप्रथम त्या पीडित स्त्रीला मानसिक धक्क्यातून बाहेर पडण्यासाठी मदत करावी. काही महिलांना डिप्रेशन (नैराश्य) व थकवा येतो. अशा वेळी पतीचे प्रेम व घरातील नातेवाइकांचा आधार अत्यावश्यक असतो.

गर्भपातानंतर दोन ते तीन आठवडे शारीरिक संबंध टाळावेत.

गर्भपातानंतर ३ - ४ महिन्यांचा गॅप घेऊनच दोघांनी मानसिक व शारीरिकदृष्ट्या तयार झाल्यावर पुढचा चान्स घ्यावा. तोपर्यंत कुटुंबनियोजनांच्या साधनांचा वापर करण्याची काळजी घ्यावी. या काळात वैद्यकीय चाचण्या करून त्याचा इलाज करावा.

सकस व चौरस आहार घेण्यावर भर द्यावा. निराश न होता मनोबल वाढवून डॉक्टरांच्या सल्ल्यानुसार व्यवस्थित तपासण्या करून उपचार घेतले तर पूर्ण नऊ महिन्यांपर्यंत गर्भाची वाढ होऊन-सुद्धा सुदृढ असे बाळ मिळू शकते. ७-८ वेळा गर्भपात झालेल्या महिलांना उपचाराने छान नऊ महिन्याचे बाळ झालेले आहे.

वैद्यकीय गर्भपाताची कारणे

• कुटुंबनियोजनाची साधने न वापरल्याने झालेल्या गर्भधारणेत अथवा कुटुंबनियोजन पद्धत निष्फळ (Fail) ठरलेल्या केसेसमध्ये • गर्भामध्ये विकृती असल्याने • मेलेला गर्भ (Missed Abortion), विकृत गर्भ (Blighted Ovum), द्राक्ष गर्भ (Vesicular Mole) • गर्भवती स्त्रीच्या शारीरिक अथवा मानसिक

आरोग्यावर गंभीर परिणामांची शक्यता असल्यास • बलात्कारामुळे गर्भ राहिल्यास. • कायद्याने ५ महिन्यांपर्यंतच गर्भपात करता येतो.

गर्भपात करण्याचे उपाय

(अ) MTP pills - गर्भपाताच्या गोळ्या.

कमी दिवसाचा गर्भ (१०-१२ दिवसांचा असल्यास) या गोळ्यांनी गर्भपात करता येतो आणि आधी सिझेरिअन झालेले असेल तर या गोळ्या चालत नाहीत.

(ब) DNE Dilatation and Evacuation

☞ बारंबार गर्भपात केल्यास/झाल्यास होऊ शकणारे दुष्परिणाम

- जननेंद्रियाला जंतुसंसर्ग (Septic) होण्याचा धोका वाढतो.
- वारंवार गर्भपातामुळे गर्भाशयाच्या मुखाला, गर्भाशयाला जखमा होऊ शकतात. जंतूंचा प्रवेश होतो, ओटीपोटात सूज येऊ शकतो. गर्भाशय कमजोर होऊ शकते.
- पुन्हा गर्भधारणा राहण्यास अडचण येऊ शकते.

कित्येक वेळा भोंदू डॉक्टरांच्या हातून गर्भपात करताना गुंतागुंत निर्माण होऊन त्या स्त्रीच्या जीवाला धोका पोहोचतो. अशा स्त्रियांच्या मृत्यूच्या कारणांमध्ये प्रामुख्याने धनुर्वात, जंतुसंसर्ग, तीव्र स्वरूपाचा रक्तस्राव, ॲनिमिया ही कारणे ठळकपणे दिसतात.

★★★

प्रकरण ७

गर्भावस्थेतील रक्तस्राव

- सुरुवातीच्या महिन्यात होणारा रक्तस्राव
  - अर्धवट गर्भपात
  - एक्टोपिक गर्भावस्था
  - द्राक्ष गर्भ
- गर्भावस्थेच्या शेवटच्या काही महिन्यांत होणारा रक्तस्राव
  - प्लासेंटा प्रिव्हिया
  - *Accidental Hge Hemorrhage*
- प्रसूतीनंतर होणारा रक्तस्राव
  - रक्तदान व त्याचे महत्त्व
- धोक्याचे कंदील

☞ सुरुवातीच्या महिन्यात होणारा रक्तस्राव

(अ) अर्धवट गर्भपात (Incomplete Abortion) : अर्धवट गर्भपात झाल्यास ओटीपोटात खूप दुखते व इतका रक्तस्राव होतो की पेशंट शॉकमध्ये जाते. क्युरेटिंग करून राहिलेला गर्भ पूर्णपणे काढावा (D & C) तरच रक्तस्राव कमी होतो.

(ब) एक्टोपिक गर्भावस्था : गर्भ गर्भाशयात न वाढता इतर अवयवांमध्ये वाढतो त्याला Ectopic Pregnancy असे म्हणतात. गर्भ गर्भाशयात न वाढता गर्भनलिकेत वाढतो, त्याला ट्यूबल प्रेग्नन्सी म्हणतात. तो आतमध्ये फुटतो आणि गर्भाशयाच्या बाजूला पोटात रक्तस्राव सुरू होतो. मासिक पाळी चुकून, भयंकर पोटात दुखते, चक्कर येते, चालतासुद्धा येत नाही. सोनोग्राफी केल्यावर त्याचे निदान होते. गरजेप्रमाणे ब्लड ट्रान्सफ्यूजन देऊन ताबडतोब ऑपरेशन करावे लागते. रक्तस्राव बंद केल्यावर पेशंटची स्थिती चांगली होते. यात गर्भनलिका काढावी लागते. त्यामुळे पुढील होणाऱ्या गर्भधारणेची शक्यता थोडी कमी होते.

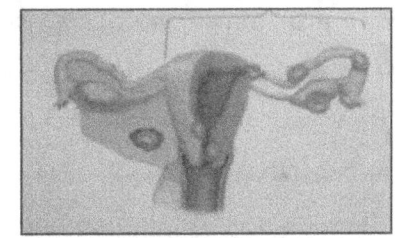

गर्भाशयाबाहेरील गर्भावस्था
बहुतेक वेळेस गर्भनलिकेत असते.

आजकाल व्हीडिओ लेपरोस्कोपीचे तंत्रज्ञान विकसित झाल्यामुळे पोट न उघडता दुर्बिणीद्वारे (Laporoscopy) नळीत असलेला गर्भ काढून घेता येतो. त्यामुळे एक्टोपिक गर्भधारणेचा उपचार सोपा झाला आहे. छोटा गर्भ असल्यास इंजेक्शन मेथोट्रेक्सेटने इलाज होतो. (मेथोट्रेक्सेट जोरात वाढणाऱ्या पेशींचा नाश करते.)

सरव्हायकल, ओव्हॅरियन एक्टोपिक प्रेगनन्सी अतिशय धोकादायक असते.

पोटात गर्भधारणा (Abdominal Pregnancy) : क्वचितप्रसंगी निसर्गाची किमया अशी काही घडते की, गर्भनलिका फाटून बाहेर पडलेला गर्भ जिवंत राहतो व ८ व्या ते ९ व्या महिन्यापर्यंत वाढतो.

मी कॉलेजमध्ये पोस्ट ग्रॅज्युएशन करतानाच अशी इंटरेस्टिंग केस पाहिली होती व ज्या स्त्रीची २ वर्षांपूर्वी आमच्याच कॉलेजमध्ये Abdominal Pregnancy साठी शस्त्रक्रिया झाली होती.

Abdominal Pregnancy मध्ये गर्भ आजूबाजूच्या अवयवांकडून (आतड्यांकडून किंवा ओमेंटम) रक्तपुरवठा घेतो व वाढतो.

एका स्त्रीचे (२००६ मध्ये) कामा हॉस्पिटलमध्ये गर्भाशय व अंडाशय काढलेले असून ती स्त्री ७ महिन्यांची गर्भवती झाली. तिला पोटात दुखायला लागले. तेव्हा लघवीची तपासणी व सोनोग्राफीत ती गर्भवती असल्याचे निदान झाले तर सर्व वैद्यकीय क्षेत्रात खळबळ माजली होती. ती Ectopic abclominal Pregnancy होती. अशा केसेस खूपच कमी बघायला मिळतात. अशा स्त्रीला शस्त्रक्रियेने गर्भ काढून मोकळे केले जाते.

(क) द्राक्ष गर्भ (Vesicular Mole) : प्रमाण हजारात एक गर्भ जर नार्मल नसेल तर अशी विकृती असते की द्राक्षांसारखा गर्भ रुजतो व तो जास्तीत जास्त ४ महिन्यांपर्यंतच वाढू शकतो. नंतर बाहेर पडतो. बाहेर पडताना भरपूर रक्तस्राव होऊ शकतो.

▸ **द्राक्ष गर्भाची कारणे :** • जिनेटिक कारण • Low socioeconomic condition • Malnutrition • वय - ४५ नंतर, १९ च्या आधी • इम्म्युनॉलॉजीकल फॅक्टर पत्नीचा ग्रुप 'A' व पतीचा ग्रुप 'O' असल्यास.

द्राक्ष गर्भाचे कोरिओव्हीलस कार्सिनोमा (कॅन्सर) मध्ये रूपांतर होऊ शकते. म्हणून नंतरच्या तपासण्या महत्त्वाच्या असतात.

▸ **द्राक्ष गर्भ झाल्यानंतर खबरदारी :** • नंतर एक वर्ष निरोध वापरून गर्भधारणा टाळावी. OCpills किंवा CuT (कॉपर-T) वापरू नये. • HCG ची रक्तातील तपासणी करून खात्री करायला पाहिजे. कधी-कधी द्राक्ष गर्भाचे काही अंश उरलेले आहेत का हे पाहण्यासाठी डॉक्टरांच्या सल्ल्याप्रमाणे क्युरेटिंनही करावे लागते. (लाखात एखाद्या केसमध्ये कॅन्सरसारखी वाढ होते म्हणून दुर्लक्ष करू नका)

उपचार

सोनोग्राफीत निदान झाल्याबरोबर भूल देऊन क्युरेटिन फारच लक्ष देऊन करावे लागते.

१. Blighted Ovum (Unembryonic Pregns) : यात बाळच नसते, नुसती रिकामी सॅक असते. हा गर्भ वाढतच नाही.

२. Missed Abortion यात हृदयाची हालचाल नसते. गर्भ मृत असतो.

३. अपूर्ण गर्भपात व वरील तीनही सोनोग्राफीत निदान केले जाते. यामध्ये बाहेर रक्तस्राव जास्त होतो यासाठी गर्भाशयाची सफाई (D & C) Dialatation & Curettage केली जाते.

४. सभोंगानंतरचा रक्तस्त्राव सुद्धा गरोदर असतांना होऊ शकतो.

५. इतर कारणे • मार लागला तर • योनिमार्गात जखमा झाल्या तर • इंफेक्शन्समुळेसुद्धा रक्तस्राव होऊ शकतो.

☞ गर्भावस्थेच्या शेवटच्या काही महिन्यांत होणारा रक्तस्राव

(अ) Placnta Praevia : वार गर्भाशयाच्या वरच्या भागात असण्याऐवजी खाली गर्भपिशवीच्या मुखाशी असल्यास जसे (L.U.S.) गर्भाशयाचा खालचा भाग रुंदावतो तसा प्लासंटा सुटून तेथील रक्तवाहिन्या तुटल्यामुळे रक्तस्राव होतो. अशा प्रसंगी आराम देऊनही थांबले नाही तर ब्लड ट्रान्सफ्यूजन (रक्त संक्रमण) करावे लागते. आणि ही स्थिती सोनोग्राफीत समजू शकते.

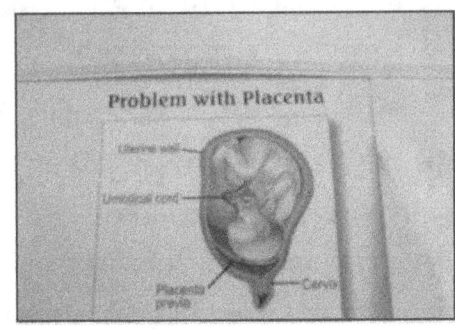

(ब) Accidental Heamorrhage (Abruptio Placenta) : (प्लासंटा) वार गर्भपिशवीच्या वरच्या बाजूसच असताना, गर्भवती महिलेचे बी.पी. वाढल्यामुळे किंवा अन्य कारणाने वार गर्भपिशवीपासून सुटते, त्यामुळे रक्तवाहिनी तुटल्यामुळे वारेच्या खाली रक्तस्राव होतो (Retroplacental clot). या परिस्थितीत मातेच्या शरीरातील रक्त गोठण्याच्या प्रक्रियेत बिघाड होऊन रक्तस्राव सतत होतच राहतो.

Abruptio Placenta ची कारणे : • धुम्रपान • मद्यपान • कोकेनचे सेवन • उच्च रक्तदाब • डायबीटीस.

ही स्थिती गर्भावस्थेच्या दरम्यान हाय ब्लड प्रेशर, नैराश्य अथवा कधी-कधी अकारणही होते. यात बाहेरच्यापेक्षा गर्भाशयातच रक्तस्राव गाठीच्या स्वरूपात जमा होतो. रक्तस्राव सुरू झाल्यापासून प्रसूतीला जास्त वेळ लागल्यास बाळ व आईच्या जीवाला घातक असते. काही वेळाने आईची रक्त गोठण्याची क्षमताच कमी होते. (D.I.C. Disseminated Intravascular Coagulation) त्यात कधी-कधी यमसदनी जायची वेळ येते. पेशंटला रक्त देणे आणि आईचा जीव वाचवण्यासाठी सिझेरिअन करणे हा उपाय असतो. अति रक्तस्रावामुळे काही केसेसमध्ये किडनीवरदेखील परिणाम होऊ शकतो. किडनी फेल झाल्यामुळे क्वचितप्रसंगी डायलेसिसदेखील लागू शकते.

(क) गर्भाशयाच्या मुखाचा कॅन्सर (Cervical Cancer), कोरिओकार्सिनोमा व Cervicitis या स्थिती गरोदरपणात असल्या तरी रक्तस्राव होऊ शकतो.

(ड) Uterine Rupture : जेव्हा गर्भाशयच फाटते तेव्हा पोटात खूप तीव्र स्वरूपाच्या वेदना होतात आणि योनीतून जास्त प्रमाणात रक्तस्राव होतो. सुरुवातीला खूप दुखते व एकदा फाटल्यावर दुखणे कमी होते.

(इ) गर्भाची रक्तवाहिनी फाटणे : (Rupture of foetal vessel)

(फ) Cx व योनीत इजा किंवा Polyp कॅन्सर व Varicose veius मुळे ही रक्तस्राव होऊ शकतो.

☞ प्रसूतीनंतर होणारा रक्तस्राव

प्रसूतीनंतर वार बाहेर आल्यावर थोडा (अर्धा लीटर) रक्तस्राव अपेक्षित असतो. निसर्गाची किमया पाहा गर्भधारणेनंतर गर्भाशय इतके मोठे होते की त्यात २ ते ३ कधी-कधी चार ते साडेचार किलो वजनाचे बाळ मावते. प्रसूतीनंतर बाळ व वार बाहेर पडल्यानंतर ते झपाट्याने लहान व्हायला सुरुवात होते. त्यामुळे गर्भशयाच्या भिंतीवरील रक्तवाहिन्या दाबल्या जाऊन गर्भाशय घट्ट व टणक झाल्यामुळे रक्तस्राव थांबतो. पण कधी काही कारणाने असे न झाल्यामुळे गर्भाशय ढिले पडल्यामुळे काही मिनिटांतच खूप रक्तस्राव होऊन पेशंटच्या जीवाला धोका होतो.

वार ताबडतोब किंवा अर्ध्या तासाच्या आत सुटून बाहेर पडली पाहिजे. जास्त वेळ आत राहिल्यास (Retained placenta) रक्तस्राव चालूच राहतो. कधी-कधी सगळे ठीक असते. बाळ आणि वार (पूर्ण) व्यवस्थित बाहेर पडलेली असते. गर्भाशय घट्ट आणि बॉलसारखे कडक झालेले असूनही रक्तस्राव चालूच असतो. याचा अर्थ योनिमार्गात कुठेतरी जखम झालेली असते. बाळंतपणाच्या शेवटच्या जोरदार कळेमुळे गर्भाशयाचे मुख फाटू (Cervical tear) शकते अथवा योनिमार्गात जखमा होऊन तिथून रक्तस्राव होऊ शकतो. अशा वेळीस पेशंटला भूल देऊन पाहावे लागते आणि जखमेवर टाके देऊन रक्तस्राव बंद केला जातो.

प्रसूतीनंतर उशिरा होणारा रक्तस्राव : जर काही वारेचा तुकडा किंवा रक्ताच्या गाठी आत राहून त्यात रोगजंतूंचे संक्रमण (Infection) झाल्यानेही रक्तस्राव होऊ शकतो.

रक्तदान व रक्त संक्रमणाचे महत्त्व

गर्भावस्थेत किंवा प्रसूतीनंतर कोणत्या पेशंटमध्ये केव्हा रक्तस्राव होईल ही वेळ सांगून येत नाही. म्हणून स्त्रीच्या रक्ताच्या तपासण्या डॉक्टरांनी सांगितल्याप्रमाणे जरुर करून ठेवा. तुमच्या ब्लडग्रुपच्या नातेवाइकांची लिस्ट तुमच्या जवळ ठेवा म्हणजे वेळप्रसंग आला तर ते रक्तदान करतील. आजकाल ब्लड बँकेतही रक्त नसते. ऐनवेळी भागदौड होते. बऱ्याचदा पेशंटबरोबर फक्त एखादी बाई येते. पेशंटच्या पतीला रक्तदानास सांगितले तर त्याची आई म्हणते की तो अशक्त आहे. त्याला कामावर जावे लागते. रक्त न मिळल्यामुळे स्त्रीला जीवास मुकावे लागते. सुदृढ माणसाने रक्तदान केले तर त्याचे कोणत्याही प्रकारचे शारीरिक नुकसान होत नाही तर रक्तदान केल्याबरोबर त्याच्या शरीरात ताजे रक्त तयार होण्याची प्रक्रिया सुरू होते.

गर्भावस्थेत, बाळंतपणात होणारा अतिरिक्त रक्तस्राव मातामृत्यू होण्यासाठी कारणीभूत ठरतो.

☞ धोक्याचे कंदील

१. गरोदरपणात खूप जास्त उलट्या होत असल्यास Dehydration होऊ नये म्हणून लगेच डॉक्टरांकडे जाणे आवश्यक आहे.

२. गर्भवती स्त्रीला अंगावर रक्त जाऊ लागले तर.

३. बाळाची हालचाल कमी-अधिक जाणवत असेल.

४. योनीतून पाण्यासारखे पाणी/लघवी जाऊ लागली तर (अकाली मूत्रण फुटल्यास)

५. कंबरेत किंवा पोटात दुखू लागल्यास.

६. पॅरासिटॉमॉल टॅबलेट घेऊनही ताप कमी होत नसेल तर

७. डोके तीव्रतेने दुखू लागल्यास, पायावर, चेहऱ्यावर सूज येत असल्यास, झटके येऊ लागल्यास (अतिरक्तदाब झाल्यास P.E.T.) चक्कर येणे अंधुक दिसणे किंवा डोळ्यांसमोर काळोख पसरणे.

८. प्रसूतीची संभाव्य तारीख उलटून गेल्यास, तसेच बाळंतपणाच्या कळा सुरू झाल्यास लगेच दवाखान्यात भरती व्हावे, जास्त दुखण्याची वाट पाहू नये. (नाहीतर रस्त्यातच, रिक्षातच प्रसूती व्हायची.)

९. गर्भजल पिशवी फुटल्यानंतर २४ तासापर्यंत प्रसूतिवेदना न होणे. (२४ तासांच्या आतच प्रसूतिवेदना सुरू होणे आवश्यक असते.

१०. गर्भजलाचा रंग हिरवा किंवा भुरकट असणे.

११. पहलटकरणीमध्ये १२ तास किंवा अधिक काळ प्रसूतीच्या वेदना होत असूनही प्रसूति न होणे किंवा ज्या स्त्रीला आधीचे अपत्य आहे. तिला ८ तासापासून कळा येत असूनही प्रसूती न होणे.

★★★

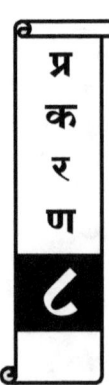

प्रकरण ८

विशेष काळजी घेण्याजोगे गर्भारपण

बाळंतपण म्हणजे स्त्रीचा पुनर्जन्मच ! गरोदरपणात व बाळंतपणात स्त्रियांना बऱ्याच धोक्यांना तोंड द्यावे लागते; परंतु काही प्रेग्नन्सीच फार धोकादायक असतात. खास करून जेव्हा गरोदर स्त्रीला पूर्वीपासून एखादा विकार असतो.

जर तुम्हाला उच्च रक्तदाब, मधुमेह, रुमॅटॉईड, अर्थाईटीस, अपस्मार, कावीळ, वय ३५ पेक्षा वर असेल, बऱ्याच वेळा गर्भपात झाला असेल, एकापेक्षा जास्त गर्भ राहणे (जुळे, तिळे), गर्भारपणात रक्तस्राव होणे किंवा मुदतीअगोदरच कळा येणे असा इतिहास असेल तर खूपच काळजी घ्यायला हवी आणि वेळोवेळी डॉक्टरांचा सल्ला घ्यावा. अशा गरोदरपणाला 'High Risk Pregnancy' म्हणजे विशेष काळजी घेण्याजोगे गर्भारपण असे म्हणतात.

***प्री एक्लेम्शिया* (Preclampsia or Toxaemia of Pregn)**

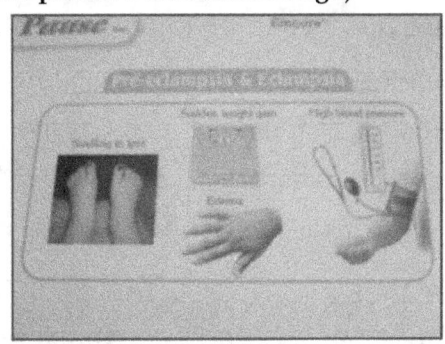

☞ गरोदरपणात उच्च रक्तदाब

नॉर्मल बी.पी.	Systolic १२० mmHg पेक्षा कमी	Diastolic ८० mmHg पेक्षा कमी
गर्भावस्थेतील हायपरटेंशन मध्ये	१३० mmHg पेक्षा जास्त	९० mmHg किंवा त्यापेक्षा जास्त

हे बी.पी. सहा तासांच्या अंतराने दोनदा तपासल्यावर जास्त आले तर उच्च रक्तदाब किंवा बेसलाइनपेक्षा १५ मि.ली. बी.पी. २० आठवड्यांनंतर वाढले तर उच्च रक्तदाब आहे, असे समजले जाते.

Low Blood Pressure नॉर्मल बी.पी. १२०/८० असते व त्यापेक्षा जर बी.पी.कमी झाले म्हणजे साधारण ९०/६० झाले तर 'लो ब्लड प्रेशर' आहे असे आपण म्हणतो. गंमत अशी आहे की 'लो ब्लड प्रेशर' असा जगात काही रोग नाही. पण बरेच वैद्यकीय प्रॅक्टिशनर्स सलाईन्स व इंजेक्शनचा कोर्स देतात पण पेशंटला गर्भारपणामुळेच चक्कर येत असते. त्यामुळे त्यांना लो ब्लड प्रेशर ही टरमिनॉलॉजी खूपच

आवडते. बरेच पेशंटस् आम्हाला सांगत असतात की मी 'लो ब्लड प्रेशरची' पेशंट आहे म्हणून. जर नॉर्मल बी.पी. १२०/८० असून उलट्या, जुलाबांनी शरीरातले पाणी कमी होऊन बी.पी. ८०/६० झाले तर तेव्हा सलाईन्स व इंजेक्शनची गरज पडते.

गरोदर स्त्रीचे बी.पी. १३०/९० पेक्षा जास्त दोनदा किंवा जास्त वेळा, वीस आठवड्यानंतर आढळले तर त्याचे निदान PI.H. (Pregnancy Induced Hypertension) असे होते.

बऱ्याच गर्भवती स्त्रियांमध्ये, बहुधा पहिलटकरीणमध्ये पाचव्या महिन्यानंतर अंगावर, विशेषतः पायावर सूज दिसू लागते. रक्तदाब सातत्याने जास्त म्हणजे १३०/९० च्या वरती असतो. लघवीच्या तपासणीत प्रोटीन्स दिसतात आणि बरोबरीने स्त्रीचे वजन झपाट्याने वाढते. अशी लक्षणे दिसल्यास P.E.T. असे म्हणतात. जर डायस्टोलिक (खालचे) ब्लड प्रेशर ११० वर गेले तर स्त्रीला झटके येण्याचा संभव असतो. त्याला Eclampsia असे म्हणतात. यात स्त्रीच्या व बाळाच्याही जीवाला धोका असतो.

बी.पी. वाढल्याने स्त्रीच्या लिव्हर (यकृत) व किडनी (मूत्रपिंड) वर परिणाम होतो. वाढलेल्या बी.पी.मुळे प्लॅटलेट या पेशींची संख्या कमी झाल्यामुळे रक्त गोठण्याच्या प्रक्रियेत बिघाड होऊन त्या महिलेस प्लासेंटाच्या (वारेच्या) खाली रक्तस्राव होतो. या सर्व घडामोडींमुळे मातेच्या व बाळाच्या जीवाला धोका निर्माण होतो. त्या महिलेच्या लघवीतून प्रथिने किंवा प्रोटीन्स बाहेर टाकली जातात.

वाढलेल्या बी.पी.मुळे बाळाच्या वाढीस धोका निर्माण होतो. गर्भाभोवतालचे पाणी (गर्भजल) कमी होऊ शकते. बाळाचे वजन ज्या प्रमाणात वाढले पाहिजे त्या प्रमाणात वाढत नाही. त्याला I.U.G.R. (Intra Unterine Growth Retardation) असे म्हणतात.

IUGR

वाढ कमी झालेली बेबी • बी.पी. वाढून/प्रीएक्लेम्प्शिया वाढलेले वय/कमी आहार घेतल्यामुळे/स्मोकिंगमुळे/गुणसूत्रातील दोषांच्या/कधी-कधी कारणच समजत नाही.

काळजी

High Protein Diet विश्रांती/आहार/काही गोळ्या औषधे

- B.P. वर लक्ष
- I.V. 5% glucose (Fast) + अमायनो ॲसिड्स (Astymin Sn, Aminowel) तीन दिवस लागोपाठ द्यावे.
- Low Dose Aspirin
- Spirilium

- इंजेक्शन्स Betnesol (Steroid) २४ मिलिग्रॅम - (१२ मिलिग्रॅम एकदा व बारा तासारनंतर १२ मिलिग्रॅम) I.M.
- शेवटच्या २ महिन्यात वारंवार सोनोग्राफी
- डॉप्लर
- नॉन स्ट्रेस टेस्ट. NST
- यात बाळ गुदमरलेले वाटले तर लगेच सिझर करून बाळ वाचविण्याचा प्रयत्न करतात.

दर महिन्याच्या नेहमीच्या तपासणीत वाढलेले बी.पी. वेळीच लक्षात आले आणि वेळेवर डॉक्टरांचे उपचार मिळाले तर मातेवर व बाळावर होणारे दुष्परिणाम टाळता येतात. पहिल्या गरोदरपणात असा त्रास झालेल्या स्त्रियांनी तरी पुढच्या गर्भारपणात योग्य खबरदारी व नियमित प्रसूतीपूर्व चेकअप करावे. अशा पेशंटस्मध्ये Delispirin नावाची गोळी (गर्भावस्थेच्या चौथ्या महिन्यापासून) बी.पी. वाढू नये म्हणून चालू करावी.

डॉक्टरांनी दिलेल्या बी.पी. च्या गोळ्या, आराम केल्याने, कमी मीठ खाल्याने बी.पी. कमी होऊ शकते. गर्भावस्थेत वाढलेले बी.पी. कधी-कधी डॉक्टरांच्या उपचाराला रिस्पॉन्स देत नाही तेव्हा सिझर करण्याचा निर्णय डॉक्टरांना घ्यावा लागतो. त्यात बाळापेक्षाही गर्भवती महिलेचा विचार केला जातो. प्रसूतीनंतर स्त्रीचे बी.पी. साधारणपणे २४ ते ४८ तासात नॉर्मल होते. क्वचितप्रसंगी एखाद्या गर्भवती महिलेचे बी.पी. बाळंतपणानंतर लवकर कमी होत नाही किंवा तिला उच्च रक्तदाबाचा त्रास हा नंतरदेखील चालूच राहतो. कधी-कधी रक्तदाब नियंत्रणात असूनही, इलाज चालत असूनही सातव्या महिन्यानंतर बी.पी. एकाएकी वाढते. त्यासाठी नियमित डॉक्टरांकडे तपासणी करणे जरुरीचे आहे. बरेच ग्रामीण पेशंटस् एकदम खूप महिन्यांनंतर तपासणीस येतात व म्हणतात की, हिला काहीच त्रास नव्हता म्हणून आणले नाही आणि जीवास मुकतात.

गर्भावस्थेच्या पहिल्या तिमाहीपासूनच आहारात मिठाचे प्रमाण कमी ठेवणे उपयुक्त ठरते. प्रथिनांचे प्रमाण जास्त, चरबीचे प्रमाण कमी ठेवल्यास बाळ व आईच्या आरोग्यासाठी हितकारक ठरते. हिरव्या पालेभाज्या, मोड आलेली कडधान्ये, लाल रंगाची फळे आणि मांसाहार घेत असल्यास काही विशिष्ट मासे रक्तदाबावर नियंत्रण ठेवण्यासाठी मदत करतात.

आहाराबरोबर वैद्यकीय सल्ल्यानुसार व्यायाम करणे फायदेशीर ठरते. योगासने, प्राणायामाचे विशिष्ट प्रकार, ओंकार साधना, योगनिद्रा, मेडिटेशन हे योग्य पद्धतीने केल्यास आईच्या रक्तदाबासाठी व बाळाला रक्तपुरवठा व वाढ होण्यासाठी मदत करतात.

उच्च रक्तदाबामुळे आईच्या मूत्रपिंडावर, यकृतावर, रक्ताभिसरणावर आणि अति वाढल्यास मेंदूवर परिणाम होतो. उच्च रक्तदाबामुळे फिट्स किंवा झटके (Ecclampsia) येण्याची शक्यता असते. अपुऱ्या दिवसात प्रसूती होणे अथवा आईला किंवा बाळाच्या जीवाला धोका असल्यास सिझेरिअनने प्रसूती करून घ्यायची वेळ येऊ शकते.

P.I.H. ची कारणे

P.I.H. चे नक्की कारण कोणालाच माहिती नाही पण खालील कारणांमुळे होऊ शकते.

- P.I.H. बहुतेक पहिलटकरीणींमध्ये होतो.
- आहारातील कमी (Nutritional Deficiency)
- आईला किंवा बहिणीला P.I.H. असेल तर
- आईची इम्युनॉलॉजिकल सिस्टीम गर्भावर प्रतिकृती (React) होते.
- प्लासेंटाची नीट वाढ न होणे.
- गर्भावस्थेपूर्वीच उच्च रक्तदाब असणे.
- लठ्ठपणा (Obesity), डायबीटीस, पॉलिसिस्टीक ओव्हॅरिअन सिंड्रोम असलेल्या केसेसमध्ये
- जर गर्भावस्थेपूर्वी Kidney disease असेल.
- जर जुळी किंवा तिळी बाळे असतील.
- जर पूर्वीच्या गर्भावस्थेमध्ये बी. पी. वाढले असेल तर, गर्भवती स्त्रीचे वय २० वर्षाखाली किंवा ३५ व्या वर असेल तर जास्त उच्च रक्तदाब व्हायची शक्यता वाढते.
- जर नवीन साथ असेल. Preeclampsia बहुतेक शेवटच्या तीन महिन्यात होतो. २० आठवड्याच्या आधी उच्च रक्तदाब असल्यास तो Chronic hypertension असतो.

P.I.H. ची लक्षणे

- उच्च रक्तदाब
- अचानक वजनवाढ
- पावलावर, घोट्यावर, हातावर, चेहऱ्यावर, पोटावर सूज

गर्भावस्थेत सूज

बऱ्याच गर्भवती स्त्रियांच्या पायावर ७ व्या महिन्यानंतर सूज येत असते. काही महिलांच्या चेहऱ्यावर सकाळी उठल्यावर सूज दिसते आणि काही वेळाने ती कमी होते. काही महिलांच्या पायावर संध्याकाळच्या सुमारास सूज येते. पायावर किंवा चेहऱ्यावर येणारी सूज ही बऱ्याचदा नॉर्मल असू शकते. गर्भावस्थेत जे ते बदल होतात त्यात पाणी साचून राहण्याची नैसर्गिक शक्यता असते. ५ ते

६ लीटर पाणी वाढू शकते. ते नॉर्मल असते त्याला उपचाराची गरज नसते. जर बी. पी. वाढलेले असून सूज असल्यास ठरावीक उपचार करावे लागतात. विशेषतः सहाव्या महिन्यापासून खूप वेळ उभं राहिल्यास सूज येते व झोपल्यावर सूज जाते. हे नॉर्मल आहे.

बोटाने दाबले असता खड्डा पडणारी व झोपल्यावरसुद्धा टिकणारी सूज ही धोक्याचे लक्षण आहे. लघवीतील रिपोर्टमध्ये प्रोटीन (Urine albumin), येणे बी.पी. जास्त होणे व पायावर सूज येणे यालाच प्रीएकलांम्प्शीया (Preclampsia Eclampsia) असे म्हणतात.

जर रक्त कमी असेल म्हणजे ॲनिमिया झाला असेल तरीही पायावर सूज येते. ॲनिमियासोबत लघवीवाटे शरीरातून प्रोटीन्स बाहेर टाकली जात असतील तर पायावर व चेहऱ्यावर सूज येते. वाढलेले बी.पी., सूज, प्रोटीनयुरिया या तिन्ही गोष्टींमुळे त्या गर्भवती महिलेच्या जीवास धोका वाढतो. काही वेळा या अवस्थेतून झटके येण्याचा प्रकार उद्‌भवू शकतो.

लक्षणे

- अशक्तपणा, चक्कर येणे.
- पोटात दुखणे (Epigastric Pain)
- मळमळ व उलट्या होणे.
- डोकेदुखी
- श्वसनाचा त्रास

☞ डायबीटीस (Diabetes - मधुमेह)

काही दशकांपूर्वी डायबिटीसमध्ये गर्भ राहणेच कठीण होते पण आता पूर्णपणे नॉर्मल बाळ होणेही शक्य आहे.

डायबीटिक स्त्रियांनी ज्यांना बाळ पाहिजे त्यांनी पहिले तीन महिने साखर चांगली संतुलित करायला पाहिजे आणि $Hb_१$ AC चांगले ६.५ ते ७ झाल्यानंतर गर्भधारणा झाली पाहिजे.

गर्भावस्थेत डायबीटीस पेशंटने पहिल्या तीन महिन्यांत दृष्टिपटलाची तपासणी, डोळ्यांच प्रेशर मोजणे, काचबिंदू आहे का तपासणे अत्यंत महत्त्वाचे आहे.

गर्भावस्थेत डायबीटीसचे दोन प्रकार आहेत.

(१) सामान्य स्त्री जिचे गर्भावस्थेत पहिल्यांदाच निदान झाले तर त्याला Gestational Diabetes Mellitus किंवा ''जी.डी.एम.'' असे म्हणतात. तो ३-४% स्त्रियांमध्ये होतो म्हणून प्रत्येक स्त्रीची ब्लड शुगर तपासलीच पाहिजे (विशेषतः ज्यांची डायबीटीसची फॅमिली हिस्टरी आहे) ज्या स्त्रीची सुरुवातीला नॉर्मल शुगर असते त्यांचीही ६ व्या व ७ व्या महिन्यात पुन्हा ब्लड शुगर Test करायला पाहिजे. जर शुगर जास्त असेल तर Insulin ची इंजेक्शन सुरू करावी लागतात. RCOG प्रमाणे दोन

वर्षांपासून Insulin ऐवजी गोळ्याही घेऊ शकतात. नवीन संशोधनानुसार G.D.M. Safe Sachets मार्केटमध्ये उपलब्ध आहेत. त्यात Vitamin D_3 - १००० Iu आणि मायोइनोसिटॉल २००० mg आहेत. ते जर सुरवातीपासून G.D.M. पेशंटमध्ये दिल्यास इन्सुलीनचा डोससुद्धा कमी होतो व साखर संतुलित ठेवण्यास खूप मदत होते. तुम्हाला साखर संतुलित करायला फिजिशियनची मदत घ्यावी लागते.

बहुतेक G.D.M बहुधा गर्भारपणापुरताच मर्यादित असतो. आहार व व्यायाम याने तो काबूत राहतो.

अशा ५०% स्त्रियांना नंतर पुढे डायबीटीस होतो.

जेवढी साखर व्यवस्थित नियंत्रित राहील तेवढीच बाळांमध्ये विकृती होण्याची संभावना कमी होईल.

(२) दुसरा डायबीटीसचा प्रकार म्हणजे स्त्रीला पहिल्यापासूनच डायबीटीस असणे. अशा स्त्रियांनी साखर संतुलित झाल्यावरच गर्भवती व्हायचे ठरवायला पाहिजे.

डायबीटीसमध्ये

(१) सिझेरिअन सेक्शनची शक्यता वाढते. या केसेसमध्ये बाळाचे वजन जास्त होते. जर वजन जास्त वाढत असेल तर अकाली सिझेरिअन करावे लागते. डायबीटीसमध्ये बाळ वजनाने जास्त असल्यामुळे नॉर्मल प्रसूती करताना खांदा (Shoulder) अडकू शकतो. त्याला Shoulder Dystocia असे म्हणतात.

शेवटच्या दोन-तीन महिन्यांत बाळ गर्भाशयातच अकस्मात दगावण्याची (I.U.D. - Intrauterine Death) खूप भीती असते. म्हणून बाळाचे तीव्र स्वरूपाचे मॉनिटरिंग लागते. Biophysical Test NST, Sonography वारंवार कराव्या लागतात. नवव्या महिन्यात असंतुलित साखरेमुळे व ॲसिडोसीसमुळे I.U.D. व्हायच्या संभावना वाढतात. ज्या गरोदर स्त्रियांमध्ये रक्तवाहिन्यांमध्ये बदल होतात तेथे बाळाची वाढ होत नाही. I.U.G.R. (Intrauterine Growth Retardation).

(२) प्रिएक्लम्पिशया, पॉलिहायड्राम्नियॉसमुळे अकाली प्रसूतीपूर्व Premature डिलेव्हरी करावी लागते. या बाळाचे फेफडे Lungs पूर्णपणे विकसित नसतात. भ्रूणाच्या वाढत्या इन्सुलीनमुळे

- Respiratory Distress Syndrome
- Macrosomic Foetus २०-३०% (वाढलेल्या साखरेमुळे)

त्यामुळे कमी वजनाचे किंवा Overweight चार किलो किंवा अधिक वजनाचे बाळ जन्माला येते. डायबीटीक आईचे बाळ अतिरिक्त चरबी आणि सूज (Subcutaneous Oedema). जर मुदतपूर्व प्रसूती

असेल तर सर्वांगावर व्हर्निक्समुळे बाळ चबी चबी व सुदृढ दिसते. प्लासंटा व नाळसुद्धा मोठा व जाड असतो. डायबीटीक स्त्रियांमध्ये रक्तातील साखरेचे प्रमाण जास्त असते. त्यामुळे त्यांच्या गर्भाला गर्भावस्थेत जास्त साखर मिळत असते. म्हणून या मुलांचे वजन जास्त असते. अशा मुलांना जन्मल्याबरोबर त्यांच्यातील साखरेचे प्रमाण अचानक कमी झाल्यामुळे (Hypoglycaemia) बाळाला झटके, कोमामध्ये जाण्याची तसेच बाळाच्या मेंदूवर परिणाम होण्याची भीती असते. म्हणून बाळ जन्मल्याबरोबर स्तनपान केलेच पाहिजे व जर हायपोग्लायसेमिया जास्त प्रमाणात असेल तर शिरेतून (I.V.) ग्लुकोज दिले जाते.

बाळाच्या हृदयात छिद्र (व्ही.एस.डी. किंवा ए.एस.डी.) हृदयातून निघणाऱ्या मोठ्या रक्तवाहिन्यांची खराबी, मेंदू किंवा मज्जातंतूंचे विकार, एक किडनी नसणे किंवा युरेटर डबल असणे, मॅक्रोसोमीया अशा जन्मजात विकृती आढळतात. जन्मतः बाळात हायपोकॅलसेमीया किंवा पॉलिसायथेमीया होण्याचा संभव जास्त असतो.

डायबीटीसमध्ये बी.पी. वाढण्याचा व गर्भाशयातील ॲम्निऑटिक फ्ल्युड वाढायचा संभव असतो. त्याला Hydramnios असे म्हणतात. साखरेचे संतुलन चांगले झाल्यास गर्भजल कमी होते. वाढलेल्या साखरेमुळे किडनीवर ताण पोहोचतो. स्त्रीचे वजन खूप जास्त वाढते.

डायबीटीसचा नवजात बालकावर परिणाम

- मुदतपूर्व प्रसूतीमुळे - प्रिमॅच्युअर बाळ
- जास्त वजन Overweight Baby
- जन्मल्याबरोबर रक्तातील साखर कमी होणे. (Hypoglycemia)
- कावीळ होते.
- श्वसनाचे विकार जास्त (Asphyxia, RDS)
- इन्फेक्शन
- काही वेळा अचानक नवजात बालक दगावते. या प्रकाराला Sudden Infant Death Syndorome (SIDS) असे म्हणतात. हायपोग्लायसेमिया (अर्भकाच्या हायपर इन्सुलेनिमिया - Foetal Hyperinsulinaemia) जन्मजात विकृतीमुळेही नवजात बालकाचा मृत्यू संभावतो.

सुरुवातीला काहीही त्रास नसला तरी सुरुवातीचे तीन-चार दिवस तरी बाळ लहान मुलांच्या तज्ज्ञ डॉक्टरांकडे ॲडमिट करून ठेवावे.

जेस्टेशनल डायबीटीस होण्याची संभावना पुढील केसेसमध्ये जास्त

१. लठ्ठ स्त्रिया ज्यांचा B.M.I. ३० आहे.

२. पूर्वीच्या गर्भारपणात GDM

३. ज्या गर्भवती स्त्रियांच्या लघवीत साखर असते.

४. ज्या घरात डायबीटीसची फॅमिली हिस्टरी आहे.

५. अगोदरच्या बाळंतपणात ४ किलोपेक्षा बाळाचे जास्त वजन असेल तर

६. अगोदरच्या बाळंतपणात बाळ पोटातच मेलेले असल्यास ज्याचे कारणही सांगता येत नाही किंवा अगोदरच्या बाळात जन्मदोष असल्यास (Conginital Anomoly)

डायबीटीक डायट चार्ट

डायबीटीक गर्भवती स्त्रीने आपल्या आहाराचे विशेष लक्ष राखले पाहिजे. सामान्यतः गर्भवती स्त्रीच्या कॅलरीच्या आवश्यकतेचे अनुमान तिचे वय, सक्रियता, वजन आणि गर्भाची अवस्था हे पाहून केले जाते. सामान्यपणे गर्भवतीच्या वजनाला ३५ ने गुणून जो अंक येईल, तितक्या कॅलरीज त्यांना दररोज दिल्या पाहिजे. परंतु डॉक्टरांच्या सल्यानुसार इतक्या कॅलरीज एकाच वेळी न घेता सात-आठ वेळा थोड्या-थोड्या घ्याव्यात.

दिवसातून सात वेळा

सकाळी ६ वाजता : बिनासाखरेचा १ कप चहा, कॉफी, दूध याबरोबर २ मारी बिस्किट्स

नाश्ता : गव्हाचा ब्रेड, चपात्या भाजीबरोबर (बटाटा सोडून)

- उकळलेले एखाद अंडे (अंड्यातील पिवळा बलक खाऊ नये)
- अंकुरित (मोडाच्या) हरभऱ्याची, मुगाची, मटकीची उसळ (४०-५० ग्रॅम)
- गव्हाच्या सोजीचा उपमा, भाज्या, इटली-सांबार, आप्पे, पराठे - (कणीक, बेसन, मेथी किंवा इतर भाज्या घालून सुखे पराठे दह्याबरोबर द्यावे.) धपाटे, थालीपीठ, ढोकळे, सोयाबीन घातलेल्या कणकेचे सुखे पराठे दह्याबरोबर.

९ ते १० वाजता : १ संत्रे, मोसंबी, काकडी, एखादा पेरू.

दुपारचे जेवण : Lunch १२ वाजता दुपारी

(१) २ चपात्या (बिनातेला तुपाच्या), (२) घट्ट वरण, (३) शिजवलेली भाजी (शेवगा, कारले, टोमॅटो, पानकोबी, फुलकोबी, वांगे, भेंडी, हिरवा मटार, पालक पोकळा, चवळी) (४) छोटी वाटी भात (मधुमेहीसुद्धा भात खाऊ शकतो. मात्र तो हातकुटाईच्या तांदळाचा असावा. पॉलीश केलेल्या तांदळाच्या सेवनाने रक्त शर्करा वाढते.)(५) सॅलड, (६) कोशिंबीर, एक वाटी दही, मांसाहारी पेशंटसाठी एखाद्या माशाचा किंवा चिकनचा तुकडा.

संध्याकाळी ५-६ वाजता : बिनासाखरेचा चहा, कॉफी, काकडी, पिकलेली पपई, टरबूज, खरबूज, नारळाचे पाणी किंवा एक ग्लास ताक.

संध्याकाळच्या नाश्त्याकरता सातू, गोपाळकाला, आंबिल, भाज्यांचे सूप, मुरमुरे, फुटाणे, राजगिरा लाही असे हलके पदार्थ उत्तम.

रात्री ७-८ वाजता-Dinner : लंचसारखेच-२ चपात्या, डाळ भाजी पण दुपारपेक्षा हलकेच जेवण.

रात्री १० वाजता : झोपताना कोमट दूध एक मोठा ग्लास (२५० मि.ली.) जेवणानंतर १०-१५ मिनिटे फिरायला जावे.

सोयाबीन, रेशेदार भाज्या, शेंगाच्या भाज्या, अंकुरित धान्याचे ग्लायसेमिक निर्देशांक कमी आहेत म्हणून दिवसभराच्या आहारात त्याचा समावेश असावा.

पालेभाज्या, शेंगा, ताक, सूप, पाणी, लिंबूपाणी, सॅलेड, पुदीना, कोथिंबीर, कढीलिंब, लसूण, लाह्या खावे. **फळे :** सफरचंद, जांभूळ, पेरू, संत्रा, मोसंबी.

आहारात चोथ्याचे (Fibre) प्रमाण जास्त असावे. तांदूळ पॉलीश न केलेला घ्यावा. रिफाइन्ड व प्रक्रिया केलेले पदार्थ वर्ज्य करावेत. भाताचे पाणी फेकू नये.

दिवसभरात ३-४ चमचे (चहाचे) तेल व अर्धा ते १ चमचा साजूक तूप खावे. याचे प्रमाण वाढवल्याने किंवा तळलेले पदार्थ खाल्ल्याने रक्तवाहिन्यांचे विकार उत्पन्न होतात. सोयाबीन, सूर्यफूल, ऑलिव्ह ऑईल, तीळ आणि मोहरीचे तेल वापरावे.

दूध : स्कीम्ड, मील्क, तोंड वापरावे.

मांसाहार : मधुमेहींनी चिकन, अंडी, मासे खाल्ले तर चालते. पण तळलेले मासे खाऊ नयेत.

कोणते पदार्थ टाळावे

- गोड गुलाबजाम, रसगुल्ला, आयस्क्रीम, चॉकलेट, गोड पेय, पेस्ट्रीज मैद्यापासून बनवलेले पदार्थ जसे पास्ता, न्यूडल्स, साबुदाणा, पांढरा ब्रेड.

तळलेले पदार्थ : बटाट्याचे चीप्स, कटलेट्स, पफड भात, तेलकट, तुपकट वर्ज्य, तळलेले, सामोसा पुरी.

फळ : आंबा, द्राक्ष, सीताफळ, चिकू, अननस, फणस, फ्रूट ज्यूस.

जमिनीखालील अन्न : बटाटा, गाजर, बीट, रताळी, अळूकंद.

फॅट - वनस्पती तुप (डालडा), मलई (साय) लोणी वर्ज्य.

मांसाहार : मधुमेहींना ऑर्गन मीट, रेड मीट, उदा., मटण, अंड्यातील पिवळा बलक.

जंक फूड : पिझ्झा, बर्गर.

तंबाखू : कोणत्याही प्रकारात वर्ज्य - सिगारेट, बिडी वर्ज्य करावी. अल्कोहोल वर्ज्य.

☞ गरोदरपणात काविळ

पिवळी कावीळ (Hepatitis A)

कावीळ : हा दूषित पाण्यातून होणारा आजार होय.

काविळीत स्त्रीचे डोळे पिवळे होतात, लघवीही पिवळी होते. भूक मंदावते, थकवा येतो आणि उलट्या सुरू होतात. या केसेसमध्ये ताबडतोब वैद्यकीय सल्ला घ्यावा. गरोदरपणात कावीळ फारच घातक असतो. बाळाला आणि आईच्या जीवाला धोका असतो. यात स्त्रीला आराम द्यावा.

कावीळमध्ये काय खावे ?

कावीळमध्ये लिव्हर रोगग्रस्त असल्यामुळे स्त्रीला भूक बिल्कूल लागत नाही. यात रुग्णाला कार्बोहायड्रेट, खनिजे आणि पाण्याची फार आवश्यकता असते. भोजनातील प्रोटीनची मात्रा कमी करावी लागते.

तेलांची चयापचायाची प्रक्रिया लिव्हरद्वारे होण्यास लिव्हर असमर्थ असते, म्हणून तळलेले पदार्थ (पुरी, कचोरी) कमी द्यावे. केळाचे शेक, गोड लिंबू-पाणी, डबल रोटी-जॅम, फळ, कस्टर्ड नॉनस्टिकमध्ये कमी तेलात बनवलेल्या भाज्या, उकडलेले बटाटे व केळाचे सार रुग्णाला देता येईल. रुग्णाला चण्याची रोटी द्यावी. पीठ कोंड्यासह जाड असल्यास लाभकारी ठरते. मूग, तूर, मसूर अथवा कुळथीचे सूप, स्निग्धता काढलेले तसेच लोखंडाच्या कढईमध्ये गरम केलेले गाईचे दूध, पातळ दलिया, पातळ खिचडी, पालेभाज्या, पातळ मठ्ठा अथवा दही व फळ लाभकारी आहे. दूधी भोपळा, पडवळ इ. खावे. मनुके व आवळा खावेत. तळलेले, पचायला जड पदार्थ खाऊ नयेत (पनीर, मांसाहार). सफरचंद, फळे, उसाचा रस द्यावा. जेवणात साखर व भात द्यावे. ग्लुकोज पावडर (१०० ग्रॅम) पाण्याबरोबर द्यावे.

कावीळमध्ये काय खाऊ नये ?

मांस, मासे, मिरची, तेल, गरम मसाला, तळलेले खाऊ नये. टोमॅटो, आंबट फळे, ब्रेड, इडली, तसेच सुके मेवे बदाम, अक्रोड, इत्यादींचे सेवन कदापी करू नये.

Hepatitis B (पांढरी कावीळ)

पांढरी कावीळ दूषित (Australian Antigen HbsAg) रक्तामुळे (संक्रमित रक्त/सुई) व लैगिंक संबंधातून होतो. तो व्हायरसमुळे होतो. त्यावर खास इलाजही नाही. ज्यांना Hepatitis B ची लागण

झालेली असते त्यांना सुरुवातीला काहीच त्रास नसतो, कावीळसुद्धा नसते. अशी स्त्री गर्भवती झाली तर तिच्या बाळालाही हा त्रास होऊ शकतो. मूल जन्म घेताना हे घडते. प्रेगन्सीमध्ये काहीही करता येत नाही.

तिच्या पतीच्या रक्ताच्या चाचण्या कराव्यात तो निगेटिव्ह असेल तर त्याला Hepatitis B चे व्हॅक्सीन द्यावे. काही महिने त्या जोडप्याने कंडोम वापरावा.

बाळाला पहिल्या १२-२४ तासांत इंजेक्शन देतात. इम्युनोग्लोब्युलीन व Hepatitis B Vaccine द्यावे.

१०% स्त्रिया मात्र कधी तरी पुढील आयुष्यात लिव्हरच्या आजाराने त्रस्त होतात.

एड्स आणि गर्भावस्था

गर्भवती महिलेस एड्स असेल तर एड्स विषाणू गर्भापर्यंत पोहोचतात आणि गर्भावस्थेत बाळाला एड्स होण्याची शक्यता ३०% असते. एड्सची लागण आईपासून गर्भाला होते. मोठ्या माणसांपेक्षा लहान बालकांत एड्स अधिक वेगाने फैलावतो.

गर्भावस्थेच्या सुरुवातीला एड्स झाला आहे असे लक्षात आल्यास गर्भ ठेवायचा की काढायचा ? याचा निर्णय त्या जोडप्याने डॉक्टरांच्या सल्ल्याने घ्यावा. HIV बाधित स्त्रीने शक्यतो गर्भधारणाच होऊ देऊ नये. प्रसूतीनंतर स्तनपानातूनही बाळाला HIV संक्रमीत होऊ शकतो म्हणून मातेने बाळाला दूध पाजावे की नाही याबद्दल द्विधा मते आहेत. पहिले ६ महिने बाळाला स्तनपान करा. त्यापुढे स्तनपान थांबवा व बाळाला वरचे दूध (गाई किंवा म्हशीचे किंवा पावडरचे दूध) स्वच्छतेची काळजी घ्या. कुठल्याही परिस्थितीत कधी स्तनपान कधी वरचे असा मिश्रित आहार देऊ नका.

हल्ली ART नावाची प्रभावी औषधे घेतल्यास HIV ताब्यात येतो. आयुष्यभर ART न चुकता घेतल्यास HIV बाधित व्यक्तीला AIDS होत नाही.

जर गरोदरपणात/बाळंतपणात आईला व जन्मल्यानंतर बाळाला ART औषधे दिली तर बाळाला HIV इन्फेक्शन होण्याची शक्यता ५% ते १०% कमी होते.

स्तनपानातूनसुद्धा बाळाला HIV चे संक्रमण होऊ शकते.

गर्भधारणा झाल्यानंतर (साडेतीन महिने) १४ आठवड्यांपासून एड्सवर उपलब्ध असलेल्या गोळ्या तज्ज्ञ डॉक्टरांकडून सुरू करता येतात.

आईपासून मुलाला एड्स होण्याची शक्यता नवव्या महिन्याच्या शेवटी-शेवटी आणि बाळंतपणाच्या वेळेस सर्वांत जास्त असते. त्यावरील उपचार अगोदरच सुरू झाले तर बाळाला एड्स होण्याची शक्यता

खूप कमी (१०० तल्या एखाद्या बाळाला) होते. आईकडून बाळाला एच.आय.व्ही. होण्यापासून वाचविण्यासाठी आईला प्रसूती दरम्यान व बाळाला जन्मानंतर डॉक्टरांच्या सल्ल्याने लगेच औषधांचा (नेविरॅपीन) एकच डोस द्यावा. हे औषध वैद्यकीय महाविद्यालये, जिल्हा रुग्णालयांमध्ये निःशुल्क उपलब्ध असते. यास पालकाकडून शिशूकडे प्रसार प्रतिबंधन (PPTCT- Parent to child toransmission) उपाय असे नाव आहे.

आईच्या रक्तात व गर्भजलात एड्सच्या विषाणूंची संख्या खूप जास्त असते. अशा मातेपासून बाळाला एड्स होण्याची शक्यता असते. अशा स्त्रीचे बाळंतपण करताना त्या डॉक्टर, नर्सेस किंवा दायांनादेखील एड्स होण्याचा धोका असतो.

प्रसूती नॉर्मल की सीझर ? जसे मातेने एड्सचे व्यवस्थित सुरुवातीपासून उपचार केले असतील तर नॉर्मल बाळंतपण होताना (योनिमार्गातील पाण्यात विषाणूंची संख्या जास्त असते) बाळाला इन्फेक्शनची भीती असते म्हणून प्लॅन्ड सिझेरिअन केलेले चांगले.

☞ जुळे बाळ

जुळ्या बाळामुळे गर्भावस्थेत व बाळंतपणात येणाऱ्या अडचणी

गर्भात जुळी बाळे असल्यामुळे सुरुवातीच्या तीन महिन्यात उलट्यांचे प्रमाण नॉर्मलपेक्षा खूपच जास्त असते. इलाज करूनही लवकर कमी होत नाही.

गरोदरपणात आहाराकडे विशेष लक्ष द्या. ॲनिमिया होऊ शकतो. पोटाचा आकार अपेक्षेपेक्षा जास्त मोठा असतो. पुढे बी.पी. वाढण्याचाही धोका असतो.

कमी महिन्याची प्रसूती होण्याची संभावना असते. दोन बाळांमधील पहिले बाळ पायाळू किंवा आडवे असेल तर सिझेरिअन करावे लागते. (कारण बरेचदा पहिल्या बाळाचे डोके व दुसऱ्या बाळाचे डोके एकमेकांत अडकून पडते). जर पहिले बाळ डोक्याने असेल तर दोन्ही बाळांची वजने कमी असल्यामुळे नॉर्मलही होऊ शकतात.

वारंवार डॉक्टरांच्या व्हिजीट्स कराव्या लागतात. गरोदरपणात स्टिरॉइडस् (Immunosuppresants) देतात. त्यामुळे R.D.S. (Respiratory Distress Syndrome) व Intra Ventricular Haemorrhage (मेंदूत रक्तस्राव) यासारखे Complications कमी होतात.

जुळ्यांचे बाळंतपण अनुभवी स्त्रीरोग तज्ज्ञांकडूनच करावे. कारण ते गुंतागुंतीचे होऊ शकते. ग्रामीण भागात किंवा जेथे कुशल स्त्रीरोग तज्ज्ञ नाहीत अशा ठिकाणी बाळंतपण करू नये.

बाळंतपणानंतर वार निघाल्यावर गर्भाशय जास्त मोठे असल्यामुळे नॉर्मलपेक्षा जास्त रक्तस्राव होतो. त्यामुळे स्त्रीला अशक्तपणा येतो. दोन बाळांना स्तनपान करावे लागल्यामुळे अशक्तपणा अजून वाढू लागतो. दोन्ही बाळांचे संगोपन करण्यात आईची फारच ओढताण होते.

जुळे दोन प्रकारचे असतात.

१. Monozygotic एक बीज जुळे : हे जुळे समान लिंग व सारखे दिसणारे असतात. एकाच फलित स्त्री-बीजाचे

२. दोन भाग वेगवेगळे असतात.

Dizygotic द्विबीज जुळे

दोन स्त्री-बीज एकाच वेळी फलित होतात व एकत्र वाढतात. हे जुळे वेगळी दोन मुले, वेगवेगळ्या लिंगाची एकाच गर्भाशयात वाढतात.

जुळे होण्याची कारणे

- कृत्रिम गर्भधारणेसाठी, जी स्त्री-बीज वाढविणारी औषधे आहेत ती एकाच वेळी दोन वा जास्त स्त्री-बीजे तयार करतात.
- O.C. बंद केल्यावर पहिल्या एक-दोन महिन्यांत जुळे होण्याची शक्यता असते. असे काही संशोधनांचे रिपोर्टस् सांगतात.
- जुळी आणि तिळी वेगवेगळ्या स्त्री-बीजांपासून झालेली जुळी किंवा तिळी मुले जन्मण्यामध्ये आनुवंशिकतेचा भाग असू शकतो.

बऱ्याच वेळा जुळ्या मुलांपैकी एक मूल आकाराने लहान व वजनाने कमी असते. ज्या गर्भाला अन्नघटक चांगले मिळाले असतील तो गर्भ चांगला पोसला जातो.

जुळ्या मुलांची दुखणी सारखीच असतात का ?

गुणसूत्रामुळे झालेले दमा, हिमोफिलिया यासारखे आनुवंशीक रोग एकाच स्त्री-बीजापासून निर्माण झालेल्या जुळ्या मुलांना होऊ शकतात. निरनिराळ्या स्त्री-बीजांपासून झालेल्या मुलांत तोच आनुवंशिक रोग होण्याची शक्यता नसते.

हल्ली तिळे असल्यास सोनोग्राफीत मॉनिटर करून गर्भधारणेच्या १० व्या आठवड्यात गर्भ पिशवीत एक इंजेक्शन देऊन दोन्हीपैकी एका गर्भाची वाढ थांबवता (Deletion of Foetus) येते. पण यात क्वचित गर्भपाताची व गर्भ मृत होण्याचीही शक्यता असते.

☞ गर्भधारणेबर ३५ शी नंतर आई होण्याचा परिणाम

वयाच्या ३५ शी नंतर अंडकोषातल्या सक्षम बीजाचं प्रमाण कमी होत असते. त्यामुळे गर्भधारणेत अडथळे निर्माण होऊ शकतात. म्हणून या वयात लग्नानंतर गर्भनिरोधक गोष्टी न घेता लवकरच चान्स घ्यावा. गर्भधारणेनंतर नियमित तपासणी व डॉक्टरांच्या सल्ल्यांचे अत्यंत काटेकोर पालन करावे.

३५ वयानंतर गर्भारपणापूर्वी घ्यावयाची काळजी

- स्थूलपणा कमी करणे.
- बी.पी., डायबीटीस असेल तर आधी ते संतुलित करणे.
- फॉलिक ॲसिड (फोलवाईटच्या) गोळ्या तीन महिने आधी सुरू करणे.
- तंबाखू, स्मोकिंगची सवय असल्यास कमी करणे.
- झोप व्यवस्थित घेणे, ताणतणाव दूर करणे.
- नोकरी-करिअर-गर्भारपण याचे संतुलन कसे होईल हे पाहावे.
- कॉफी कमी प्रमाणात घ्यावी. कॉफीत ३०० mg दिवशी पेक्षा जास्त घेऊ नये.
- आहार पौष्टिक असावा. अन्न हे स्टार्च व फायबर ने संपन्न असावे. ज्यात पुरेसे व्हिटॅमिन्स व मिनरलस मिळतील.
- नेहमीच व्यायाम नियमित करावे.

गर्भावर ३५ वयानंतर धोके !

वयाच्या ३५ शी नंतर बी.पी. व डायबीटीससारखे अगोदर असलेले विकार बळावतात.

वयाच्या ३५ शी नंतर Ovulation Induction साठी जी औषधी वापरली जाते त्यामुळे जुळे किंवा तिळे होण्याची शक्यता वाढते. जरी वंध्यत्वाच्या गोळ्या घेतल्या नसल्या तरी जसे वयाच्या उशिरा गर्भधारणा झाल्यास जुळे किंवा तिळे होण्याची शक्यता वाढते. एवढेच नाही तर वेळेआधी प्रसूती होणे किंवा कमकुवत बाळ जन्माला येण्याचासुद्धा धोका असतो.

बाळाच्या नाळेतून येणारा रक्तप्रवाह उच्च रक्तदाबामुळे कमी झाल्याने गर्भाशयातच बाळ मृत होण्याचे प्रकारही जास्त प्रमाणात आढळतात.

या वयामुळे अनेक गुंतागुंतीच्या समस्यांचा सामना करावा लागू शकतो. तज्ज्ञांच्या म्हणण्यानुसार प्लासंटा प्रिव्हीया (Placenta Praevia) ही समस्या उदभवू शकते. या स्थितीत प्लासेंटा (वार) आपल्या जागेपासून थोडसे खाली येते. ज्यामुळे रक्तस्राव होण्याचा धोका वाढतो. कधी-कधी उच्च रक्तदाबामुळे वार गर्भाशयातच सुटतो व रक्तस्राव गर्भाशयातच साचतो. त्याला Accidental Haemorrhage असे म्हणतात. ही फारच धोक्याची घटना असते.

तो रक्तस्राव सुरू झाल्यावर चार तासांच्या आत स्त्रीला वाचवण्यासाठी सिझेरिअन करणे अत्यंत आवश्यक असते नाही तर ती Coagulation Failure मध्ये जाऊ शकते.

गर्भावस्थेत व प्रसूतीनंतर या बाळांमध्ये व्यंग असण्याची शक्यताही जास्त असते. विशेषकरून मेंदू, मज्जारज्जू आणि हृदयाचे विकार हे प्रामुख्याने दिसतात. त्याबरोबरच आई-वडिलांच्या वयामुळे व त्यांच्या बीजाच्या क्षमतेत घट झाल्यामुळे जनुकांचे दोष असल्याचा धोका या बाळांना असतो.

Downs syndrome ज्यामध्ये बाळांच्या बुद्धिमत्तेपासून ते विविध व्यंग असण्याची भीतीही संभवते. ३५-३९ या वयोगटात १:५००, ४०-४४ ला १:२५०, तर वय ४५ नंतर २:७० या प्रमाणात Downs असलेल्या बाळांची शक्यता आढळते.

निदान : यासाठी चौथ्या आणि पाचव्या महिन्यातील आईची रक्ततपासणी ही Triple Test साठी केली जाते. वरील गरोदरपणातील चाचण्यांमध्ये याबद्दल डिटेल्स दिले आहे. नंतर Anomaly Scan सोनोग्राफीद्वारेही छोटे-छोटे बदल (Markers) आपल्याला या धोक्याच्या बाबतीत सावध करतात. सोनोग्राफीत Nuchal Thickness (N.T.) जाड मानेची घडी दिसणे हे डाऊन्स सिड्रोमचे लक्षण आहे. अशा वेळी गर्भजल तपासणीची (Amniocentesis) आवश्यकता भासते. या तपासण्या १००% बरोबर नसून धोक्याची शक्यता वर्तवणाऱ्या असतात आणि त्यांनाही काही मर्यादा असतातच. Test मध्ये काही धोकादायक दिसले तर गर्भपात करून घेता येतो.

या विविध तपासण्या वय वर्षे ३५ नंतर करण्याची जरुरी व अपरिहार्य असाव्यात जेणेकरून प्रसूतीनंतरची निराशा व आयुष्यभर विकृत बाळ उराशी सांभाळण्याचे दुःख टाळता येते.

गर्भाशयात असताना गर्भस्थ शिशूचे ऑपरेशन

भ्रूणाच्या हृदयाचे ऑपरेशन Intrauterine Sonographic Monitoring ने आता यशस्वीरीत्या करता येते. अमेरिकेत ही ऑपरेशन यशस्वीरीत्या पार पाडली आहेत.

अल्ट्रासाउंड इंमेजिंगवर भ्रूणाचे ऑपरेशन करताना केसापेक्षाही बारीक तार, मिनीएचर सुई व छोट्या-छोट्या फुग्यांचा वापर करून व धमनींचा व्हॉल्व्ह दुरुस्त करता येतो.

Hydrocephalus मध्येही मेंदूत जास्त पाणी झाल्यास गर्भस्थ असतानाच ऑपरेशन्स करतात. (Shunts वगैरे)

वयाच्या ३५ शी नंतर प्रसूतीत येणारे अडथळे

स्त्रीला गर्भावस्थेआधी किंवा गर्भावस्थेत उद्‌भवलेले आजार (उच्च रक्तदाब, डायबीटीस), गर्भाला असणारे व्यंग, गर्भाचे वजन खूप कमी किंवा खूप जास्त असण्याची वाढलेली शक्यता, वयोमानाने शारीरिक स्नायूंची कमी झालेली लवचीकता अशा कारणांमुळे प्रसूती ही सिझेरिअनने होण्याची शक्यता वाढते.

वयाच्या ३५ शी नंतर बाळसंगोपन

वयाच्या ३५ शी नंतर धावपळ करणे तरुण वयापेक्षा अवघड असते. कारण शारीरिक क्षमता कमी होते. पण वयोमानाने परिपक्वता आल्यामुळे ते व्यवस्थितही करू शकतात.

उशिरा मातृत्व, मुलांना हमखास मधुमेह

नवीन संशोधनानुसार, जास्त वय झाल्यानंतर गरोदर राहणाऱ्या महिलांची मुले मधुमेहग्रस्त असण्याचा प्रथम संतानाला सर्वाधिक धोका असतो; परंतु त्या नंतरच्या संतानांमध्ये हा धोका १५ टक्क्यांच्या प्रमाणात घटत जातो.

☞ गर्भारपण आणि किडनीचा रोग

गर्भवती स्त्रीला किडनीचे विकार झाले तर त्याचा विपरीत परिणाम गर्भावर होऊ शकतो. अगोदरपासूनच किडनीचे विकार असणाऱ्या स्त्रीला गर्भावस्थेत गंभीर परिणामांना सामोरे जाऊ लागण्याची शक्यता असते; तर निरोगी स्त्रीला गर्भावस्थेत किडनीचे कायमस्वरूपी विकार सुरू होण्याची शक्यता असते.

किडनी विकार असणाऱ्या स्त्रीने गर्भधारणा होण्यापूर्वी स्त्रीरोगतज्ज्ञ आणि किडनीतज्ज्ञ यांचा सल्ला घेणे आवश्यक आहे.

किडनी रोगाची अवस्था थोडी गंभीर झाल्यास गर्भावस्थेच्या दरम्यान उच्च रक्तदाब, प्रि-एक्लेम्पशिया, गर्भपात, वेळेअगोदर प्रसूतीपीडा, जन्माच्या वेळी बाळाचे वजन कमी होऊ शकते. अशा स्थितीत किडन्यांची कायमची हानी होऊ शकते.

किडनी रोगांची लक्षणे

- कमी प्रमाणात लघवी होणे.
- हात-पायावर सूज येणे, डोळ्यांच्या आसपास सूज येणे.
- तोंडाचा स्वाद खराब होणे, तोंडातून दुर्गंधी येणे, भूक कमी होणे.
- रक्तदाब वाढणे.
- त्वचा पिवळी होणे, त्वचा रखरखीत होणे, खाज येणे.

काय करावे ?

- दररोज भरपूर प्रमाणात पाणी व अन्य द्रव पदार्थ पिणेही अत्यंत जरुरीचे आहे.
- फायबरयुक्त भोजन घ्यावे.
- मीठ कमीत कमी घ्यावे.
- वेदनानिवारक औषधे आणि स्टिरॉइड्स दीर्घकाळ घेतल्यास किडन्यांचे नुकसान होऊ शकते. अशी औषधे डॉक्टरी सल्ल्याने घ्यावीत.
- तंतुमय पदार्थ जास्त घ्यावेत कारण ते मीठ आणि खनिजतत्त्वे शोषून घेतात.

☞ थॅलॅसिमीया

हा गर्भाला होणारा आनुवंशिक व जनुकीय आजार आहे. यात नवरा-बायको दोघेही आजारमुक्त असू शकतात. (जर थॅलॅसिमीया ट्रेट असेल तर)

जर दोघांमध्ये एक जीन मेजर असेल तर गर्भ राहिल्यावर कोरिऑन बायोप्सीने त्या बाळात दोन्ही मेजर की एकच मेजर आहे असे तपासता येते. जर दोन्ही मेजर आले तर गर्भपात करावा लागेल.

विवाहापूर्वीच जर दोघांनी खात्री केली की स्त्री व पुरुष या दोघांमध्ये मेजर थॅलॅसिमीया नाही तर बाळाला थॅलॅसिमीया होणारच नाही.

यात सतत रक्त कमी होते व वारंवार रक्त द्यावे लागते (आयुष्यभर). अशा बाळाला बोन मॅरोट्रान्सप्लांटसारखी अत्यंत खर्चीक उपाययोजना करावी लागते.

☞ सिकल सेल डिसीज

हा आजार अनुवंशिक आहे. या महिलांना उशिरा गर्भधारणा होते, वारंवार गर्भपात होणे, मूत्र मार्गाचा संसर्ग होणे, अपुऱ्या दिवसांचे बाळंतपण होणे, बाळंतपणात तीव्र रक्तस्राव होणे व गर्भधारणेत वारंवार क्रायसीस होणे असे दुष्परिणाम दिसून येतात. वरील कारणांमुळे सिकल सेलची रुग्ण दगावूसुद्धा शकते.

रक्ततपासणीनंतर दोघेही स्त्री-पुरुष सिकलसेलचे वाहक असतील तर त्यांनी लग्न करण्याचे टाळावे. अगदी झालेच तर गर्भजल परीक्षा करून येणारे बाळ निरोगी असेल तरच जन्माला घाला. नाही तर गर्भपात करून घ्यावा. वारंवार गर्भपात करावा लागत असेल तर अनाथलायातील मूल दत्तक घेऊन संतती प्राप्तीचे सुख पदरात पाडून घ्या आणि पुढची येणारी पिढी रोगमुक्त करा.

☞ लठ्ठपणा आणि गर्भारपण

बाळंतपणातील धोके

गरोदर स्त्री जर लठ्ठ असेल तर तिच्या आहाराविषयी जास्त जागरुकता दाखवायला हवी. संपूर्ण गरोदरपणात तिचे वजन फक्त ६ ते ८ किलोने वाढणे योग्य आहे आणि ही वाढ गर्भाची असावी मातेच्या शरीरात चरबीचा जास्त संचय झाल्यास ते दोघांनाही घातक ठरू शकते. म्हणून तिच्या आहारात उच्च प्रतीचे प्रथिने जसे मलईविरहित दूध (Skimmed milk) व दुधाचे पदार्थ, डाळी, कडधान्ये व धान्याचा एकत्रित वापर करून बनणारे पदार्थ, मासे इ. जास्त प्रमाणात असावेत व कार्बोहायड्रेट्स कमी करण्यासाठी नुसती धान्ये कमी करावीत. भरपूर प्रमाणात सॅलेड्स फळे, भाज्या, सूप्स, फळाचे रस इ. घ्यावे.

गरोदर राहण्याच्या आधीच लठ्ठ असेल तर तिला जेस्टेशनल डायबीटीस, उच्च रक्तदाब, संधिवातासारखे आजार होऊ शकतात.

लठ्ठ स्त्रियांमध्ये P.C.O.S. मुळे गर्भ राहणेही कठीण होते.

लठ्ठ स्त्रियांमध्ये सिझेरिअन करून बाळंतपण होण्याची शक्यता जास्त असते. तसेच गरोदरपणात रक्तदाब वाढला किंवा डायबीटीस असला तर विशेषतः सातव्या महिन्यात वेळोवेळी दवाखान्यात चेकअपला जावे लागते. उपचार करावे लागतात.

१. लठ्ठपणामुळे बाळंतपणाची गती मंदावते. त्यामुळे जास्त वेळ लागतो.

२. काही लठ्ठ स्त्रियांमध्ये डिलेव्हरीची तारीख उलटून गेली तरी कळा येत नाहीत. त्याला पोष्ट मॅच्युरिटी (Post Maturity) म्हणतात. त्यामुळे बाळाला धोका होऊ शकतो.

३. बाळंतपणात काही वेळा बाळाचा खांदा अडकतो (Shoulder Dystocia).

४. लठ्ठपणांमुळे बाळाच्या हृदयाच्या ठोक्यांवर लक्ष (Monitoring) अवघड जाते.

५. लठ्ठपणामुळे बाळंतपणात वेदनाशमन (पेन रिलिफ) करणे अवघड जाते.

६. सिझेरिअनमध्ये भूल Anaesthesia Spinal किंवा Epidural द्यायलाही त्रास होतो. लठ्ठ स्त्रीमध्ये जास्त चरबी असल्यामुळे टाके घालायलासुद्धा त्रास होतो. त्या चरबीच्या जखमा भरण्यातही अडथळा येऊ शकतो. लठ्ठपणामुळे पोटाचा खालचा थर टाक्यांवर लोंबल्यामुळे भरलेली जखम नंतर चिघळते. अशा पेशंटला पोटावर हलकासा बेल्ट बांधायचा सल्ला आम्ही देतो. ऑपरेशननंतर पेशंट शिफ्ट (Shift) करायलासुद्धा त्रास होतो.

तसेच बारीक तरल पेशंटपेक्षा लवकर हालचाल न केल्यामुळे थ्रॉम्बोसिसचे (रक्तात गुठळी होण्याचे) प्रमाण वाढते.

लठ्ठ स्त्रियांच्या मुलांमध्ये जन्मतःच दोष

• बाळाचे वजन नॉर्मलपेक्षा खूप जास्त असणे, • बाळात जन्मजात व्यंग असणे, • बाळ मृतावस्थेत (Still Birth) जन्मणे, • बाळाला लहान मुलांच्या अतिदक्षता विभागात अॅडमिट करून उपचार करावे लागणे असे दिसून येते.

बाळंतपणानंतर

मानसिक डिप्रेशनचे प्रमाण लठ्ठ स्त्रियांमध्ये जास्त असते.

गर्भावस्थेत डायटिंग नको ?

काही फिगर कॉन्शअस स्त्रिया गर्भवती झाल्यापासूनच डाएटिंगला सुरुवात करतात. पण शास्त्रज्ञांनी अशा स्त्रियांना इशारा दिला आहे की, गर्भावस्थेत डाएटिंग केल्यास मुलांमध्ये पुढे स्थूलता व डायबीटीसचा (टाईप-२) धोका संभवतो.

गरोदरपण व फुप्फुसाचा क्षय (Pulmonary T.B.)

योग्य रीतीने क्षयाचा उपचार केला तर क्षयाचा गर्भधारणेवर काहीही परिणाम होत नाही.

- जननक्षम काळात क्षय रोगाचा उपचार येत असलेल्या स्त्रियांनी उपचार सुरू असताना आणि त्यानंतर कमीत कमी सहा महिने पर्यंत गर्भ राहू देऊ नये.
- क्षयरोग विरोधी औषधांचे सेवन करीत असताना गर्भनिरोधक औषधांचा प्रभाव कमी होतो म्हणून गर्भधारणा टाळण्यासाठी अन्य साधनांचा वापर करण्याचा सल्ला दिल्या जातो.

Active Pulmonary T.B. (सक्रिय) असला तर (कमी महिन्यांची प्रसूती तसेच बाळ पोटात दगावण्याची शक्यता असते. पण सौम्य (Quiscent) सुप्तावस्थेत असलेल्या केसेसमध्ये बाळावर काहीच परिणाम होत नाही.

जेव्हा निदान होईल तेव्हा Anti T.B. ट्रिटमेंट लवकरात लवकर चालू करावी. ६ ते ९ महिन्यांचा कोर्स द्यावा. गर्भावस्थेच्या पहिल्या तिमहीत स्ट्रेप्टोमायसीन नावाची क्षयरोग विरोधी औषध देऊ नये.

पहिले २ महिने Rifampicin ४५० g Isoniazid ३०० g Ethambutol ८०० g च्या गोळ्या नाश्त्याच्या आधी अगदी नियमितपणे घ्याव्या. Inj streptomycin (गरोदरपणात दिल्यामुळे बाळाच्या कर्णेद्रियांवर दुष्परिणाम होतो) टाळले जाते. नंतरच्या महिन्यात Rifampicin, Isoniazid ही दोन औषधे सहा महिने नियमितपणे दिली जातात.

दर तीन महिन्यांनी पोटावर लेड ॲप्रन ठेवून छातीचा एक्स-रे काढला जातो आणि प्रसूतीनंतर एक महिन्यांनी एक्स-रे काढला जातो. कारण क्षय प्रसूतीनंतरही उद्‌भवू शकतो.

स्तनपान : ॲक्टिव्ह क्षयामध्ये स्तनपान टाळावे. आईला दूध बंद होण्यासाठी ब्रोमोक्रीप्टीन किंवा मिक्सोजन नावाच्या गोळ्या दिल्या जात होत्या. पण आता केबरगोलीन (०.५ मिलिग्रॅम) नावाच्या दोन गोळ्या चोवीस तासांच्या आत अंतराने दिल्या जातात. जन्मानंतर ताबडतोब बाळाला आईपासून वेगळे ठेवून B.C.G. व्हॅक्सीन दिले जाते.

गर्भनिरोधक गोळ्या, कॉपर टी किंवा कुटुंबनियोजनाचे ऑपरेशन गरजेप्रमाणे करायला पाहिजे.

☞ गरोदरपणात मायग्रेन

गरोदर असताना बऱ्याच स्त्रियांना डोकेदुखीचा हा प्रकार सतावतो. हा त्रास गरोदरपणात जास्त वाढतो. कारण इस्ट्रोजनची पातळी वाढते. जर तुम्ही मायग्रेनवर एखादे औषध घेत असाल तर आपल्या डॉक्टरांना तसे अगोदर सांगा.

दमा

जर गरोदर स्त्रीला दम्याचा त्रास असेल तर घाबरण्याचे कारण नाही. यासाठी डॉक्टरांचा सल्ला घेऊन तुम्ही गर्भासाठी सुरक्षित असणारी औषधे घेऊ शकता. उलट दमा गरोदरपणात सुधारतो. कारण स्टेरॉईड्‌सची पातळी वाढलेली असते.

☞ गरोदरपणात थायरॉइड

गरोदरपणात थायरॉइडचे हार्मोन्स कमी-जास्त झाल्यामुळे बाळाच्या वाढीवर परिणाम होतो. हायपोथायरॉइडीजममध्ये T_4, T_{SH} कमी झालेल्या बाळाच्या वाढीवर, बुद्ध्यांकावर परिणाम होऊन बाळ मतिमंद होण्याची संभावना असते. म्हणून जरुरीप्रमाणे वैद्यकीय सल्ल्याने थायरोनॉर्मच्या गोळ्या नियमित घ्याव्या.

थायरॉइडच्या गोळ्या आधीपासून चालू असतील तर संपूर्ण गरोदरपणात चालू ठेवाव्या लागतात. प्रसूतीनंतर पीडियाट्रिशनला याची कल्पना द्या. म्हणजे त्यांना गरज भासल्यास बाळाची थायरॉइड टेस्ट करून घेतात. गरोदरपणात आयोडीनची कमतरता झाल्यावर बाळाच्या बुद्धिमत्तेवर परिणाम होतो.

गरोदरपणात T_{SH} चे टार्गेट खालीलप्रमाणे असावे. T_{SH} लेव्हल (पातळी) Ist Trimester मध्ये (२.५ mg) IInd व IIIrd Trimester मध्ये (३ mg) जर गरोदरपणा पूर्वीच Hypothyroldism असेल तर Thyroxin ३०% ने वाढवावे. Free T_3, T_4, T_5y दर ६ ते ८ आठवड्यांनी करावी. नवजात बालकाची ४ थ्या किंवा ५ व्या दि. Hypothyroidsm साठी तपासणी करावी. हायपोथायरॉइडिज्ममुळे गर्भधारणा व्हायलाही अडथळा होतो. गर्भ राहिला तर मातेवर व भ्रूणावरही गंभीर परिणाम होतात.

आईवर होणारे परिणाम

- गर्भपात
- ॲनेमिया
- मृत शिशूचा जन्म
- अत्युच्च रक्तदाब (तणावामुळे गर्भावस्थेमुळे प्रेरित)
- मुदतपूर्व प्रसूती
- प्रसूतीनंतर जास्त रक्तस्त्राव

गर्भावर

- मतिमंद बाळ
- काही केसेसमध्ये गर्भाशयातच मृत्यू

☞ गरोदरपणात फायब्रॉइड (Fibroid)

फायब्रॉइड

(गर्भाशयामध्ये तंतुमय ट्युमर उत्पन्न होतो. त्याला 'फायब्राईड' असे म्हणतात. गर्भारपणाच्या दरम्यान फायब्रॉईड फार वेगाने वाढतात (इस्ट्रोजन हे संप्रेरक वाढलेले असते.) गरोदरपणात फायब्रॉइडचे खालील कॉम्प्लीकेशन्स होऊ शकतात.

१. **Red degeneration : Necrobiosis**

लक्षणे : या स्थितीत फायब्रॉईडमध्ये रक्तस्त्राव होतो व डीजनरेशन (निकृष्ट) होत यात गर्भाशयाच्या जागी पोटात दुखते. ते दुखणे गर्भाशयाच्या हालचालीबरोबर जागा बदलते. थोडा ताप व अशक्तपणा वाटतो.

उपचार : सोनोग्राफीत निदान होते. आराम व दुखण्याच्या गोळ्या व सिडेटिव्हज देऊन Conservative line of Treatment दिली जातो गरोदर असताना फायब्रॉईड काढण्याचा विचारच केला जात नाही. कारण गर्भाशयाचा रक्तपुरवठा वाढल्यामुळे भयंकर रक्तस्त्राव होतो.

२. **Torsion of a Pedunculated Fibroid :** ही खूप दुर्मीळ स्थिती आहे. यात फायब्रॉइड गर्भाशयाला लांब दांडीसारख्या तंतूने जोडलेला असतो. तो पीळ घेऊन (Twist किंवा Torsion) यात महाभयंकर पोटात दूखून, उलट्या वगैरे येतात. Acute Abdomen सारखे (अपेंडिक्स किंवा सारखे) चित्र दिसते.

उपचार : ही एक स्थिती आहे की जेथे ऑपरेशन हा एकमेव उपाय आहे.

३. **Mechanical Complications :** मोठे Cervical Fibroid असेल तर लघवी एकदम अडकण्याची शक्यता असते. जर खालून कॅथेटर टाकून लघवी निघत राहिली तर ठीक, नाहीतर Suprapbulic Catheterisation करावे लागते. ही कंडीशन पण तशी दुर्मीळच कारण इतके मोठे फायब्रॉईड असेल तर सहसा वंध्यत्वच असते.

Impacted Fundal Fibroid in a Retoverted Uterus गर्भाशय मागे पाउच ऑफ डगलाजमध्ये झुकलेले असल्यास मोठ्या आतड्यावर दाब आल्याने त्याची लक्षणे दिसतात. गर्भारपणाच्या सुरवातीच्याच महिन्यांमध्ये निदर्शनास येतो जसा गर्भ वाढतो, तसतसे फायब्राईडसुद्धा वरवर सरकते. जर फायब्राईड गर्भाशयाच्या मागील जागेत फसलेले असेल तर ॲनेस्थेशिया देऊन हलक्या हाताने त्याला हलक्या हाताने वर सरकवले जाते.

Fibroid Ostructing labour जर प्रसूतीमध्ये फायब्रॉइडचा अडथळा येत असेल तर सिझेरिअन करून बाळ काढावे नंतर तीन महिन्यानंतर फायब्रॉईड काढावे.

- सरव्हायकल फायब्राईड असल्यास सीझेरिअन हिस्टक्टोमी करता येते, खूपच पेशंलटला गर्भाशय Preserve (जतन करायचे) ठेवायचे असल्यास, सिझेरिअन करून घेतात नंतर (Interval Mymectomy) Fibroid चे ऑपरेशन करून गर्भ राहू देतात.
- गर्भधारणेच्या नंतरच्या महिन्यात जर फाब्राईडमुळे लघवी अडकत असेल Suprapubic Catheterisaffan तर करून बाळाची परिपक्वता झाल्यावर सिझेरिअन केले जाते.
- ज्या केसेसमध्ये कुटुंबनियोजन पूर्ण झालेले असल्यास Caesarean Hysterectomy केली जाते.

Fibroid नावाचा गोळा गर्भाशयाच्या फायब्रस पेशींपासून बनलेला असतो. गरोदरपणात तो फार वेगाने वाढतो. कारण तेव्हा शरीरात जास्त इस्ट्रोजन हार्मोन्सची निर्मिती होत असते. अशा गर्भवती स्त्रियांना पोट दुखण्याचा त्रास होऊ शकतो.

★★★

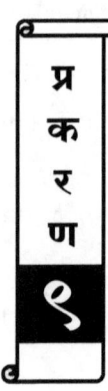

प्र
क
र
ण

९

गर्भजल

- पाण्याचे प्रमाण जास्त (*Polyhydramnios*)

- गरोदरपणात प्रवास

- गरोदरपणात संभोग

- कॉर्ड ब्लड बँकिंग (*Cord Blood Banking*)

निसर्गाची किमयाच पाहा स्त्री-गर्भवती नसताना गर्भाशयाचे वजन ७० ग्रॅम असते. त्याची क्षमता फक्त १० मिलिलीटर असते व ते गर्भधारणेच्या वेळेस १,१०० ते १,२०० ग्रॅमपर्यंत वाढते. नऊ महिन्यांचा गर्भ होतो तेव्हा ती क्षमता ५ लीटरपर्यंत वाढते. बाळंतपणानंतर गर्भाशय परत लहान होते व दीड महिन्यात पूर्णपणे पूर्ववत होते. गर्भ हा नऊ महिने पाण्यातच पोहत असतो, त्यालाच गर्भजल (Amniotic Fluid) म्हणतात. ते बाळाभोवती एक सुरक्षा कवच (Shock Absorber प्रमाणे) निर्माण करते. जर पोटाला चुकून लागले तरी गर्भाला, गर्भजलामुळे फारशी इजा पोहचत नाही. बाळाचे तापमान एका विशिष्ट स्तरावर ठेवण्याचे काम गर्भजलाला करावे लागते. बाळाच्या फुप्फुसाची आणि पचनसंस्थेची वाढ नॉर्मल व्हावी, त्यासाठी या पाण्याचा उपयोग होतो. बाळ गर्भाशयात भोवतालचे पाणी पीत असते आणि त्याच पाण्यात लघवीसुद्धा करत असते.

जसजसे नऊ महिने नऊ दिवस भरतात, डिलेव्हरीची तारीख जवळ येते तसतसे गर्भजल कमी-कमी होत जाते. हा निसर्गनियम आहे. एका मर्यादेपेक्षा पाणी कमी झाले तर त्याला Oligohydramnios असे म्हणतात आणि दरम्यान बाळंतपण झाले नाही तर बाळाच्या जीवाला धोका निर्माण होतो. पाणी जोपर्यंत पुरेसे आहे तोपर्यंत मातेला बाळाची हालचाल व्यवस्थित जाणवते, पण पाण्याचे प्रमाण कमी झाल्यावर मातेला बाळाची हालचाल कमी जाणवायला लागते, कारण हालचाल करण्यासाठी तेवढे पाणी शिल्लक नसते.

गर्भावस्थेत गर्भजल कमी असेल तर बाळाच्या हातांची किंवा पायांची वाढ व्यवस्थित होत नाही. हातांचे किंवा पायांचे जन्मदोष घेऊन ते बाळ जन्मते.

सुरुवातीच्या काही महिन्यांत जर गर्भजलाच्या पिशवीस छिद्र पडून पाणी वाहून गेले (P.R.O.M. - Premature Rupture of Membranes), तर पुढील वाढ होत असताना जन्मदोष निर्माण होतात. बाळाला व वारेला इन्फेक्शन होण्याची शक्यता असते.

सोनोग्राफीच्या तंत्रामुळे गर्भजलाचे प्रमाण व्यवस्थित आहे की कमी-जास्त आहे हे समजते. या गर्भजलाच्या प्रमाणाबद्दल सोनोग्राफीत Amniotic Fluid Index-AFI असतो. AFI कमी असला तर डॉक्टरही चिंतित होतात.

प्रत्येक केसमध्ये पाणी कमी होण्याचे कारण सापडेलच असे नाही. बाळाच्या किडनी किंवा मूत्राशयामध्ये काही दोष असल्यास ही परिस्थिती निर्माण होऊ शकते. पाणी जर सुरुवातीपासूनच कमी असेल तर बाळाच्या वाढीवर नक्कीच परिणाम होतो. नॉर्मलपेक्षा १-२, ३-४, आठवड्याने गर्भ वाढीच्या संदर्भात मागे पडतो. त्याला I.U.G.R. (Intra Uterine Growth Retardation) असे म्हणतात. कधी-कधी गर्भपिशवीच्या आवरणाला बारीक छिद्र पडल्यास, त्या छिद्रातून पाणी लीक होऊनदेखील पाणी कमी होऊ शकते. अशा खूप कमी पाणी असणाऱ्या केसेसमध्ये सुरुवातीला वाढ

खुंटणे (I.U.G.R.) नंतर मूल गर्भाशयातच दगाऊ (IUD- Intrauterine death) शकते. म्हणून बाळाच्या हृदयाचे ठोके कमी होण्याआधीच सिझेरिअन करून बाळ बाहेर काढले तर बाळ आपण वाचवू शकतो.

☞ पाण्याचे प्रमाण जास्त (Polyhydramnios)

एखाद्या गर्भवती महिलेच्या गर्भाशयात पाणी जास्त असल्यास त्याला Hydramnios असे म्हणतात. पाणी एक लीटरऐवजी दोन ते तीन लीटरपेक्षाही जास्त होत असते. दोन -तृतीयांश केसेसमध्ये पाणी जास्त का वाढलेले आहे हे सांगता येत नाही. उरलेल्या एक-तृतीयांश केसेसमध्ये बाळाला असलेला जन्मदोष कारणीभूत ठरतो. गर्भजल खूप वेगाने वाढते तेव्हा बाळात टाळू नसणे, अन्ननलिकेची व किडनीची विकृती असण्याची संभावना असते. त्याचे सोनोग्राफीने निदान होते. ज्या स्त्रियांमध्ये असंतुलित डायबीटीस असतो किंवा जुळी असतात, त्यांच्यातदेखील पाणी जास्त असण्याची शक्यता असू शकते.

पाणी जास्त झाल्याने ताणाने गर्भवती महिलेच्या पोटात दुखू शकते. बसताना, उठताना कूस बदलताना खूप त्रास होतो. जास्त पाण्यामुळे स्त्रीला अति अस्वस्थता वाटत असल्यास सोनोग्राफीत मॉनिटर करून स्पायनल निडल पोटातून गर्भाशयात टाकून अतिरिक्त गर्भजल काढून पेशंटला आराम दिला जातो व नंतर गर्भ सुखरूपपणे पुढे वाढू शकतो. कधी-कधी अपुऱ्या दिवसांचे बाळंतपण होते. काहींना बाळंतपण सुरू होण्याआधीच रक्तस्राव होणे किंवा बाळंतपण झाल्यानंतर प्रमाणाबाहेर रक्तस्राव होणे, असे धोके होऊ शकतात.

नॉर्मली ३६ आठवड्यानंतर बाळाचे डोके खाली स्थिर (Engaged) होते. जास्त पाणी असल्यामुळे डोके स्थिर न होता ते आडवे/किंवा पायाळू असण्याचे प्रमाण वाढते. त्यामुळे सिझरचे धोके वाढतात.

☞ गरोदरपणात प्रवास

डॉक्टरांचा सल्ला : गरोदरपणात कोणताही प्रवास करण्याआधी तुमच्या स्त्री-रोगतज्ज्ञांची परवानगी घेऊनच प्रवास करावा. तुमच्या प्रकृतीला प्रवास मानवेल की नाही यांविषयी डॉक्टरच तुम्हाला सांगतील. त्यांनी परवानगी दिली तर तुमच्या औषधांचा साठा, सगळे रिपोर्ट्स, ज्या गोळ्यांची ॲलर्जी आहे ती लिस्ट बरोबर घ्या. घरचेच अन्न प्रवासात न्यावे. उलटी, मळमळ होईल असा आहार म्हणजे एरिगेटेड शीतपेय, तेलकट पदार्थ वर्ज्य. गरोदरपणात शरीराचा बॅलन्स सांभाळूनच गाडीत चढावे, उघड्या दरवाजाजवळ उभे राहू नये. प्रवास सुरू करण्यापूर्वीच पोट दुखू नये (Tocolytic) म्हणून गोळी घ्या. गरोदरपणात कमी हादरे बसतील असा प्रवास करावा.

कधी करावा : पहिल्या तीन महिन्यांत व शेवटच्या ६ आठवड्यात जर धक्केधुक्के लागणार असतील तर असा प्रवास टाळावा. लांबचा प्रवास फक्त दुसऱ्या तिमाहीत करावा. चौथ्या ते सातव्या महिन्यातला प्रवास सुरक्षित असतो.

स्कूटर किंवा थ्री व्हीलरने लांबचा प्रवास टाळावा. बसपेक्षा रेल्वेचा प्रवास सुखद. पहिल्या ६-७ महिन्यांत हवाई प्रवास (Air travel) करायला हरकत नाही. बसमध्ये समोरच्या सीटवर बसा (की पाय लांब करता येतील).

स्वतः कार ड्राईव्हिंग करणे टाळा. कारमध्ये प्रवास करताना सीटबेल्ट पोटाच्या खाली बांधावा. कारच्या पुढच्या सीटवर बसावे आणि स्वच्छ हवेसाठी खिडकी उघडीच ठेवावी. कारमध्ये सीटबेल्ट पोटावर न बांधता खाली बांधावा. लांबचा प्रवास असल्यास मध्ये-मध्ये थांबून पाय मोकळे करावेत.

हवाई प्रवास : प्रेग्नंट महिलांसाठी १८ ते २४ आठवडे म्हणजे सेकंड ट्रायमेस्टरमध्ये योग्य असतो. या काळात कोणताही धोका नसतो. प्रवासात गरोदर महिलांनी काळजी घेतली तर प्रवास सुखाचा होईल. जर गर्भवती महिलेला कोणतीच समस्या नसेल तर प्रेग्नन्सीच्या ३६ आठवड्यांमध्येसुद्धा प्रवास करू शकते.

शेवटच्या तीन महिन्यांत हवाई प्रवास टाळावा. या प्रवासात भरपूर पाणी प्यावे, जरी तहान लागली नसली तरी दर तासाला पाणी प्यावे. विमानात आर्द्रतेचा स्तर कमी असल्यामुळे डि-हायड्रेशनचा त्रास होण्याची शक्यता असते. पाणी, ज्यूस अथवा अन्य पेय पदार्थ अधिक मात्रेत घेत राहावे.

प्रवासात पाय हलवावे. पायाच्या घोट्यांतून खाली-वर किंवा गोल गोल पायांचे व्यायाम करावे. तसेच मानेचेही सर्व दिशांनी फिरवून व्यायाम करावेत. सारखे बसून रक्त साकळायला लागते. म्हणून मधूनमधून हातपाय ताणायला पाहिजेत जागा असल्यास थोडे फिरून यायचे, अँकल व टोंगळ्यांचा मसाज करायचा. थोडेसे पाय वर करून बसायचे कारण गर्भवती महिलांमध्ये डिप व्हेन थॉम्बोसिसचा धोका अधिकतर असतो. अशा महिलांनी विमानात एस्लासीट वापरावे आणि अशा महिलांनी वेगवेगळ्या केबिनमध्ये प्रत्येक तासाने उठून चालावे.

• सैल कपडे परिधान करावेत म्हणजे आरामात बसता येईल. • लांब मोजे (स्टॉकिंग्ज) घालावेत कारण हे रक्तप्रवाहात मदत करतात आणि सुजलेल्या नसांना आराम देतात. • प्रवासाच्या दरम्यान गर्भवती महिलेने सीटबेल्ट बांधून ठेवावा. सीटबेल्ट बांधताना लक्षात ठेवावे की, सीटबेल्ट कुल्ह्याच्या हाडावर (हिपबोन) असावा. • प्रवासाच्या काही तास अगोदर गॅसेस उत्पन्न करणारा आहार घेऊ नये.

जर पूर्वीचे अ‍ॅबॉर्शन, प्रीमॅच्युअर डिलेव्हरीची हिस्टरी असेल, वयाच्या ३५ व्या वर्षी प्रेग्नंट असेल तर अशा महिलांनी विमान प्रवास करू नये.

समुद्री प्रवास : उलटी किंवा मळमळ जाणवते. प्रवासाच्या आधी गोळ्या घ्याव्यात व नंतरही जवळ ठेवाव्यात. तसा तर समुद्रातील प्रवास सुरक्षित मानण्यात येतो.

☞ गरोदरपणात संभोग

गर्भारपणात पहिले तीन महिने व शेवटच्या चार आठवड्यात संभोग थोडा कमी वेळा, कमी जोर लावून करावा. सुरुवातीच्या तीन महिन्यांत गर्भपाताची व इन्फेक्शनची भीती असते. मात्र जर अनेकदा गर्भपात झाला असेल तर गर्भारपणाच्या पहिल्या तीन महिन्यांत संभोग वर्ज्य करण्याचा सल्ला दिला जातो. तसेच संभोगाच्या वेळी जर स्त्रीच्या पोटात दुखत असेल किंवा योनीद्वारे रक्तस्राव होत असेल तर गर्भारपणात संभोग करू नये.

संबंधामुळे गर्भपात .... हा केवळ गैरसमज

लैंगिक संबंध ठेवल्याने गर्भावर त्याचा वाईट परिणाम होतो किंवा गर्भाला कोणत्याही प्रकारची इजा होते हा गैरसमज आहे. पती-पत्नींनी योग्य काम आसन केल्यास कोणत्याही प्रकारचा धोका गर्भाला होत नाही.

गर्भधारणेच्या काळातील रोमँटिकपणा दोघांमधील नात्याला खुलावते. त्याचा निश्चितच चांगला परिणाम गर्भावर होणार असतो. संबंध ठेवण्यासाठी किंवा काही कारणाने टाळण्यासाठी दोघांमधील सुसंवाद खूप महत्त्वाचा व हिताचाच असतो.

• गर्भवती पत्नीसोबत शारीरिक संबंध ठेवताना कंडोम किंवा गर्भनिरोधकाची गरज नाही कारण आधीच गर्भधारणा झालेली आहे. • योनिमार्गात कोणतेही इन्फेक्शन असेल व दोघांपैकी कोणालाही हर्पीजचे इन्फेक्शन असेल तर संभोग करू नये. गर्भारपणी दह्यासारखा योनिस्राव कॅण्डीड इन्फेक्शनमुळे (Candid-Fungal) होतो. तेव्हा लघवीच्या जागी खाज येते अशा वेळी लैंगिक संबंध टाळावेत. • जर वारंवार गर्भपात झालेले असतील, मुदतपूर्व प्रसूती झालेल्या असल्यास (गर्भाशयाचे मुख कमकुवत असल्यामुळे गर्भाशयाच्या मुखाला टाका दिलेला असेल तर संभोग टाळावा. काम उद्यपनामुळे

गर्भाशयाच्या कळा सुरू होतात त्यामुळे म्हणजे किंवा धातूमध्ये प्रोस्टॅग्लँडीनस हे रसायन असते की ते गर्भाशयात कळा निर्माण करू शकतात. पुरुषाने जर कंडोम वापरला तर हा धोका टळतो.

शारीरिक संबंध स्तनांचे उत्तेजन, प्रसूतीच्या कळा वाढवते.

• गरोदरपणात व स्तनपान करताना स्त्रीची कामवासना बदलते. • संभोगाच्या वेळी दोघांनीही जननेंद्रिये स्वच्छ धुऊन घ्यावीत. स्त्रीच्या पोटावर दाब येणार नाही अशी पुरुषाने खबरदारी घ्यावी. त्यासाठी स्त्री वर व पुरुष खाली असे आसन असावे. या पोझीशनमध्ये स्त्री योग्य ती काळजी घेऊ शकते व पोटावर वजन दाब पडणार नाही हे तिच्या हातात असते. शिश्नाचा योनीतील खोलवर प्रवेश टाळावा, घर्षण जोराने करू नये व स्त्रीच्या जननेंद्रियास हस्तस्पर्श करू नये.

गर्भारपणात संभोग सहज व्हावा म्हणून खालील दोन पोझिशन्सचा उपयोग करता येतो.

१. 'रिअर एन्ट्री पोश्चर' यामध्ये स्त्रीच्या मागच्या बाजूने (नेहमीप्रमाणे पुढच्या बाजूने नव्हे) संबंध करतात. त्यामुळे पुढे आलेल्या पोटाचा सेक्सच्या वेळी अडथळा येत नाही.
२. दुसऱ्या पद्धतीला-पोझिशनला बेडसाईड रेस्टींग पोझिशन असे म्हणतात. यामध्ये स्त्रीने बेडच्या अगदी कडेला सरकायचे आणि पुरुषांनी उभे राहून सेक्स करायचा. यामुळे ही सेक्सचे समाधान मिळते व स्त्रीला त्रास होत नाही.

• शेवटच्या महिन्यात संभोगामुळे इन्फेक्शन किंवा कमी महिन्याची प्रसूती होण्याची संभावना असते. • बाळंतपणात काही त्रास झाला नसल्यास, प्रसूतीनंतर नॉर्मल डिलेव्हरीत सहा आठवड्यांनी, सिझेरिअननंतर तीन महिन्यांनी संभोग करावयास हरकत नाही.

संभोगामुळे दुधात बिघाड होते हे धादांत खोटे आहे. मूल अंगावरचे दूध पित असेल तरी संभोग करण्यास हरकत नाही मात्र गर्भनिरोधक साधनांचा वापर करावा. या काळातही गर्भधारणा राहू शकते.

आहार

• गरोदरपणात कोणतेही उपवास करू नयेत. • दररोज सकाळी व रात्री १-१ ग्लास दूध, जेवणात १ वाटी घट्ट वरण, १ वाटी पालेभाजी, फळभाजी, लिंबू, कोशिंबीर, पोळ्या, भात किंवा खिचडी, दशमी, भाकरी, थालीपीठ, इडली, खमंग ढोकळा आवडीनुसार दही किंवा ताक घ्यावे.

गर्भवतीस महत्त्वाच्या सूचना

• दरमहा तपासणीसाठी दुसऱ्या महिन्यापासून नियमित जावे व ७ व्या महिन्यानंतर दर १५ दिवसांनी जावे. ९ व्या महिन्यात प्रत्येक ७ दिवसांनी तपासणी करावी. प्रत्येक वेळी मेडिकल रिपोर्ट व पूर्वीच्या औषधाचे कागद येताना बरोबर अवश्य आणावेत. • पहिल्या तीन महिन्यांत स्त्री-रोगतज्ज्ञांच्या सल्लाशिवाय कोणतेही औषध घेऊ नये. एक्स-रे काढू नये. त्यामुळे गर्भात विकृती होण्याचा संभव असतो. • डॉक्टरांनी दिलेली तारीख उलटल्यास घरी बसू नये, ताबडतोब दवाखान्यात दाखल व्हावे. नाहीतर पोटात बाळ गुदमरण्याची शक्यता असते. • धनुर्वाताची दोन इंजेक्शने एक महिन्याच्या अंतराने घ्यावीत. चौथ्या महिन्यात पहिले इंजेक्शन घ्यावे.

प्रसूतीनंतर बाळाची काळजी

नवजात : नवजात अर्भक शरीराचे तापमान नियंत्रित करण्यास सक्षम नसते. त्यामुळे त्याच्या शरीरातील उष्णता वेगाने बाहेर पडते व बाळ थंडगार पडून त्याचा मृत्यू होऊ शकतो. बाळाला उबदार ठेवण्यासाठी बाळाला आईच्या कुशीत ठेवावे. डोके व पाय कपड्याने झाकून ठेवावे व बाळाला आईच्या छातीशी दोन्ही स्तनांच्यामध्ये ठेवावे. श्वास घेण्यासाठी सोईचे म्हणून डोके थोडे एका बाजूला वळवून ठेवावे. त्यानंतर आईच्या पदराने बाळाला झाकावे. वरून ब्लँकेट किंव शाल पांघरायला द्यावे. यालाच 'कांगारू' मेथड म्हणतात.

काही कारणाने आईच्या कुशीत ठेवणे शक्य नसल्यास उन्हाळ्यामध्ये दोन पदरी कापडाने व हिवाळ्यात ३-४ पदरी कापडाने झाकून वरून ब्लँकेट किंवा शाल पांघरायला द्यावी.

शिशूला काही कारणाने आईजवळ ठेवण्यात आले नाही तर गरम पाण्याने भरलेल्या बाटल्या कापडात गुंडाळून ब्लँकेटच्या दोन्ही बाजूने ठेवता येईल किंवा उपलब्ध असल्यास त्या वापराव्यात. शिशूच्या डोक्यावर टोपी घाला.

• बाळ जन्मल्यानंतर ताबडतोब बाळाला स्तनपान द्यावे. ते तुमच्यासाठी, बाळासाठी आणि दूध येण्यासाठी आवश्यक आहे. • पहिले दोन दिवस दूध पिवळसर असते ते दूध पिल्याने बाळाचे पोषण होते शिवाय जंतुसंसर्गापासून बाळाचा बचाव होतो. • बाळाला दर दीड ते दोन तासांनी व मागितले तसे (डिमान्ड फिडींग) पाजायला घ्या. नाका-कानात, बेंबीत तेल टाकू नये. • आपणहून बाळ स्तन सोडेपर्यंत एका बाजूला पाजा जर त्याची भूक भागली नसेल तर दुसऱ्या बाजूला पाजायला घ्या. • आईच्या दुधात भरपूर पाणी असते त्यामुळे पहिले चार ते सहा महिन्यांपर्यंत बाळाला वरचे पाणी देण्याची गरज नसते.

☞ कॉर्ड ब्लड बँकिंग (Cord Blood Banking)

२१ व्या शतकातल्या तंत्रयुगात कॉर्ड ब्लड बँकिंग ही एक अपूर्व अशी, भावी जीवनासाठी उपयुक्त Insurance सारखी अमूल्य योजना आहे. यात बाळाच्या नाळेमधील पेशी (Cord Stem Cells) प्रसूतीनंतर ताबडतोब काढून क्रायोटेकनिकने Cord Cell Bank मध्ये ठेवून साठवले जातात. अशा पेशी २१ वर्षांपर्यंत जतन केल्या जाऊ शकतात.

हे Preserved Stem Cells (जतन केलेले) दुर्दैवाने त्याला किंवा त्याच्या सख्ख्या नातेवाइकांना रक्ताचा Cancer (Blood), स्तनांचा कॅन्सर, Hodkins Lymphoma किंवा काही हेरीडेटरी डीसीजेस आनुवंशिक आजार जसे डायबीटीस, पार्किनसोनीझममध्ये, पेशी वाढवून, रोगी पेशी बदलवून असाध्य अशा वरील यादीतील कोणताही रोग आटोक्यात आणू शकतो.

सध्या या प्रोसिजरची किंमत साधारण ७० ते ₹ ८०,००० इतकी आहे. जर आपली इच्छा असेल तर गरोदरपणात आधीच Cord Blood बँकेत रजिस्ट्रेशन करायला पाहिजे.

बाळ झाल्याबरोबरच नाळ कापल्यावर (नाळ व वार जिथे जोडलेला असतो तेथील) डॉक्टर किंवा टेक्निशियन Cord Blood Cells एका स्पेशल निर्जंतुक (Sterile Container) मध्ये जमा करून त्याला Code लावून त्यांचे Preservation Centers जेथे आहेत, जसे दिल्ली, मद्रास येथे पाठवले जातात. या प्रोसिजरमुळे बाळाचे व आईचे कोणतेही नुकसान होत नाही.

ज्या स्त्रियांना आर्थिकदृष्ट्या परवडत असेल त्यांनीच यासाठी खर्च करावा.

कॉर्ड ब्लड स्टेम सेल्सचा वापर करण्याच्या प्रयोगसिद्ध उपचार पद्धती आजतरी जवळपास उपलब्ध नाहीत ! त्यासाठी संशोधन चालू आहे. 'स्टेम सेल ट्रिटमेंट' हे मेडिकल सायन्स भविष्य आहे.

मुलाचे पितृत्व

व्यक्तीचा रक्तगट आनुवंशिकतेच्या तत्त्वानुसार ठरतो. मुलांचा रक्तगट आई-वडिलांच्या रक्तगटावर अवलंबून असतो.

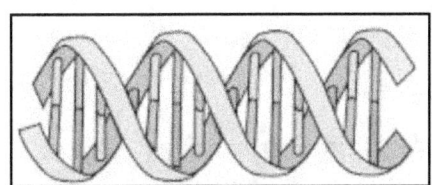

मुलाचे पितृत्व एखाद्यावर विनाकारण लादले गेले असेल तर तपासणीअंती 'हा मुलाचा बाप नव्हे' हे सांगता येते. हल्ली डी.एन.ए. (D.N.A.) चा अभ्यास करून हाच मुलाचा बाप असे सांगणे शक्य झाले आहे. तसेच प्रसूतीगृहात मुलांची अदलाबदल झाल्यास रक्त तपासणी करून मूल कोणाचे ते सांगता येते. ही तपासणी सेंटर फॉर सेल्युलर अ‍ॅन्ड मोलेक्युलर बायोलॉजी हैदराबाद येथे होते.

★★★

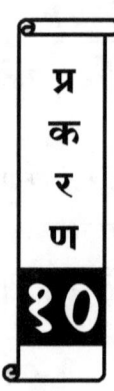

प्रकरण
१०

गरोदरपणातील व्यायाम

- प्रसूतीपूर्व आणि प्रसूतीनंतर व्यायाम
  - चालणे
  - केगल व्यायाम
  - स्तनाचे व्यायाम
  - अर्धतितली आसन, पूर्ण तितली आसान, सुप्त उदराकर्षण आसन, ताडासन, वज्रासन, मार्जारी आसन, पोहणे, नृत्य

☞ प्रसूतीपूर्व आणि प्रसूतीनंतर व्यायाम

गरोदरपणात व्यायाम तुमच्यासाठी व तुमच्या बाळासाठी वरदान ठरू शकतात. त्यामुळे प्रसूती सुलभ होण्यासाठी मदत होते. म्हणून प्रकृतीला झेपेल असे व्यायाम डॉक्टरांच्या सल्ल्याने करा.

प्रसूतीसाठी तुमची मानसिक तयारी करण्यासाठी योग्य व्यायाम करावेत.

पूर्वीच्या काळी स्त्रिया सर्व कामे स्वतः हाताने करायच्या. त्यामुळे शरीरात लवचीकता आणण्याकरिता वेगळा व्यायाम करण्याची सहसा गरज भासत नसे पण आता घरातील सर्व कामे मशिन्सद्वारे होतात त्यामुळे नैसर्गिक प्रसूतीसाठी स्त्रीला व्यायामाची नितांत गरज आहे.

गरोदरपणात सर्व हालचाली अत्यंत काळजीपूर्वक कराव्या लागतात. अन्यथा मोठा दुष्परिणाम स्त्रीला व गर्भाला भोगावा लागतो. याचा अर्थ स्त्रीने व्यायाम करू नये किंवा दैनंदिन कामे टाळावीत असा मुळीच नाही, उलट फार आराम केल्याने, रोजची कामे टाळल्यामुळे नैसर्गिक प्रसूती होण्याची शक्यता कमी होते.

घर झाडणे, उकिडवे बसून फरशी पुसणे ही कामेही करण्यास हरकत नाही. हल्ली घरामध्ये जाते नसले तरी मांडी घालून जाते फिरविल्यासारखा व्यायाम अवश्य करावा. याने प्रसूतीसमयी ज्या स्नायूंचा वापर आवश्यक असतो ते स्नायू बळकट व शिथिल होण्यास मदत होते. तसेच ओटीपोटावरील स्नायू बळकट झाल्यास नॉर्मल प्रसूती होण्यास मदत होते.

गरोदर असताना केलेल्या व्यायामाचे फायदे

- व्यायाम केल्यामुळे प्रसूती वेदना सुकर होतात.
- ऊर्जा वाढते, थकवा दूर होतो.
- पाठदुखीपासून आराम मिळतो.
- स्नायूंवरील ताण हलका होऊन आरामदायी वाटते, रक्ताभिसरण चांगले होते.
- तुम्हाला एकंदर स्वस्थ वाटते.
- चपळ आईची मुले चपळ होतात.

व्यायाम सुरू करण्यापूर्वी लक्षात ठेवायच्या महत्त्वाच्या गोष्टी

कोणतेही व्यायाम सुरू करण्यापूर्वी तुमच्या स्त्री-रोगतज्ज्ञांचा सल्ला घ्या.

- व्यायाम सकाळी करणे चांगले. प्रातःविधी उरकून यावे.
- जेवणानंतर निदान पाच तास व्यायाम करू नका.
- प्रत्येक आठवड्यामध्ये तीन वेळा नियमित व्यायाम करा.

- थकवा येत असल्यास व्यायाम करणे थांबवा.

- व्यायाम करते वेळी नेहमी श्वासोच्छ्वास करणे सुरू ठेवा. श्वास रोखून धरू नका.

- पाठ सरळ करा.

- कधीही कोणतेही व्यायाम करताना हळूहळू हालचाली करा, कुठेही जोर देऊ नका, पोटावर दाब पडू देऊ नका, लचक भरेल असे करू नका.

- जर कंबरदुखीचा आजार, सायटिकासारखा आजार किंवा ब्लड-प्रेशरसारखा आजार असेल तर डॉक्टरांचा सल्ला घेतल्याशिवाय कोणताही व्यायाम करू नका.

- व्यायाम करण्यापूर्वी, करते वेळी आणि व्यायामानंतर भरपूर पेय प्या. साधारण अर्ध्या तासाच्या व्यायामासाठी एक ग्लास पाणी पिणे आवश्यक आहे.

- जसजसा गरोदरपणाचा काळ पूर्ण होत जातो तसतसे व्यायामाचे प्रमाण कमी करावे.

- थकवा येत असल्यास व्यायामाचे प्रमाण कमी करा, धाप लागली तर ताबडतोब थांबा.

- एखादी गोष्ट करताना शरीर साथ देत नसेल तर त्याचा अट्टाहास करू नका सहजपणे करता येणारे व्यायाम करा.

- गर्भाशयाला टाका (Cervical Stitch) दिला असेल किंवा रक्तस्रावाची हिस्टरी असल्यास अशा स्त्रीने सुरुवातीच्या चार महिन्यांत व्यायाम करू नये. साधारणपणे गरोदरपणातील व्यायाम चौथ्या महिन्यानंतरच करायला सांगतात.

- व्यायाम करत असाल तर साधारण १०० ते ३०० कॅलरी अधिक प्रमाणात घेण्याची गरज असते. त्या प्रमाणात तुमच्या आहारात नियोजन करून घ्या. म्हणजे वजनात अपेक्षित बदल दिसून येतील.

- सौम्य व्यायामाने सुरुवात करा. एका वेळी एकच.

- व्यायामाआधी व नंतर शरीर सैल सोडा आणि ताणा.

- सावकाश व्यायाम करा.

- व्यायाम करताना सुती, सैल व आरामदायी असे कपडे घालावेत.

- पळणे, धावणे, दोरीवरच्या उड्या, सूर्यनमस्कार असे व्यायाम गर्भवतीने बंद करावेत.

- उष्ण वातावरणात, अस्थिर किंवा असमान जमिनीवर व्यायाम करणे टाळावे.

- जमिनीवर उताणे पडून व्यायाम करणे टाळा. कारण त्यामुळे गर्भाशयाला होणारा रक्तपुरवठा कमी होतो.

- सुरुवातीचे तीन महिने स्ट्रेचिंगसाठी चांगले आहेत. यामुळे स्नायूंमध्ये रक्तप्रवाह चांगला राहतो. तसेच स्ट्रेचिंगमुळे शरीराची लवचीकताही वाढते. टेलर स्ट्रेच, फुल बॅक स्ट्रेच, अँकल आणि फूट स्ट्रेचेस हा व्यायाम केला पाहिजे.
- भारी वजन उचलू नये किंवा वजन उचलण्याचा व्यायाम करू नये. कारण सुरुवातीच्या तीन महिन्यांत गर्भवतीच्या शरीरात अनेक हार्मोन्समध्ये बदल होतात.
- रक्तातील हिमोग्लोबीनची पातळी कमी झाल्यावर शरीराचा ऊर्जास्तर कमी होणे स्वाभाविक आहे अशा वेळी व्यायाम करणे योग्य नाही.
- गर्भावस्थेच्या सुरुवातीच्या तीन महिन्यांत जर रक्तदाब जास्त असेल तर अशा स्थितीतही व्यायाम करू नये.

वॉर्मअप

याकडे दुर्लक्ष करू नका. कोणतेही ऐरोबिक व्यायाम हा थंड शरीराने सुरू करू नये. आपल्या हालचालींमुळे शरीराला असा संदेश मिळतो की आणखी जोमाने होणाऱ्या हालचाली यानंतर केल्या जाणार आहेत आणि त्यामुळे स्नायूंमधील ताण बाहेर पडून दुखापत टळते आणि शरीर अधिक लवचीक बनते.

स्ट्रेचिंग आणि अंग मोकळे करणे यासाठी किमान पाच मिनिटे घालवा (दहा मिनिटे घालवली तर अधिक उत्तम) आणि त्यानंतर स्ट्रेच केलेले शरीर सावकाश दहा म्हणेपर्यंत तसेच ठेवा. शरीर असे ताणले जावे की किंचित ताण जाणवेल पण वेदना होणार नाहीत. ताण सोडा आणि एकूण तीन वेळा ही क्रिया करा. शरीराला ताण देताना शरीराच्या खालच्या भागावर (पाय, घोटे, पार्श्वभाग, गुडघे) लक्ष केंद्रित करा पण शरीराच्या वरच्या भागाकडे (हात, खांदे, मान) पूर्ण दुर्लक्ष करू नका.

प्रसूतीपूर्व करावयाचा व्यायाम

सुरक्षित प्रसूतीसाठी : तुमच्या शरीराचा लवचीकपणा वाढविण्यासाठी, ताणतणाव आणि गुंतागुंतीची जोखीम कमी करून सुलभ प्रसूती होण्यासाठी -

▶ **चालणे : एरोबिक फिटनेस चांगला राहतो.**

गरोदर स्त्रियांना सर्वोत्तम कार्डिओव्हॅक्युलर व्यायाम म्हणजे भरपूर चालणे, सकाळी मोकळ्या व ताज्या हवेत फिरण्याने गर्भवतीला प्राणवायू पुरेशा प्रमाणात मिळतो. गरोदर स्त्रीने समतल जमिनीवर योग्य गतीने चालण्यामुळे तिचे शरीर सुदृढ राहण्यास मदत असते.

गरोदरपणाच्या संपूर्ण नऊ महिन्यांच्या काळासाठी चालणे हा सुरक्षित व्यायाम आहे. चालण्यास योग्य असे बूट घाला ज्यामुळे तुमच्या घोट्यांना आणि पायांना भक्कम आधार मिळेल.

फिरण्यामुळे मिळणाऱ्या ऑक्सिजन (प्राणवायूमुळे) सुरुवातीच्या तीन महिन्यांतील उलट्या व मळमळचे प्रमाण खूप कमी होते आणि तिला दिवसभर स्फूर्ती येते. सकाळी जमलेच नाही तर दुपारी जेवण झाल्यावर किंवा संध्याकाळी ३० मिनिटे तरी चालावे. चालण्याची गती आपल्या शारीरिक क्षमतेनुसार नियमित करावी.

चालण्याचे फायदे

- चालण्यामुळे बद्धकोष्ठता, पोटातील गॅसेस वगैरे कमी होतात.
- चालण्याने प्रसूती नैसर्गिक व चांगली होण्यास मदत होते.
- फिरल्यामुळे बाळाचे डोके कटिबंधात (Pelvis मध्ये) जाण्यास मदत होते. त्यामुळेही नैसर्गिक प्रसूती होण्यास मदत होते.
- गर्भारपणात नियमित चालण्याचा व्यायाम केल्यामुळे मांड्या व नितंबांसंबंधीचे सर्व स्नायू वापरले जातात. त्याने सर्व भाग लवचीक होण्यास मदत होते. त्याची मदत पुढे प्रसूती नैसर्गिक होण्यासाठी होते.

- नियमित चालण्यामुळे रक्ताभिसरणासाठी फायदा होतो.
- जरी पायावर सूज असली तरी चालायला हरकत नाही. चालून आल्यानंतर थोडा वेळ तरी पाय वर करून झोपले तरी सूज कमी होते.

▶ **केगल व्यायाम (Kegel's Exercise), पेल्हवीक फ्लोअर, स्क्वीझ एक्झरसाईज** : हा व्यायाम प्रसूतीपूर्व व प्रसूतीनंतरही करणे हितावह आहे.

या व्यायामात उभे राहून, बसून किंवा पाठीवर सरळ झोपून, पायात मोडून झोपावे. आपणास लघवी किंवा संडास लागली आणि आपण कुठे बाहेर बाजारात वगैरे गेले असल्यास लघवी थांबविण्यासाठी त्याच्या आजूबाजूचे स्नायू कसे आवळतो (Contract करतो) तसे इथे वर श्वास घ्यायचा व लघवीच्या, योनिमार्गाच्या व संडासच्या (Anus) आजूबाजूचे स्नायू आवळा (Contract). थोडा वेळ थांबा (५ सेकंद) नंतर सैल (Relax) करा. असे सतत १०-१५ मि. एक दिवसातून तीनदाही करू शकता.

वरील व्यायामामुळे Urinary Incontinence होण्यास अविरोध होतो.

प्रसूतीनंतर संभोग केल्यावर जे तेथे दुखते (Dyspareunia) तोही त्रास Kegal व्यायामामुळे कमी होतो. या व्यायामामुळे गर्भाशय बाहेर घसरण्याचा (Prolapse) संभव कमी होतो. कारण गर्भाशयाला आधार देणारे स्नायूच बलवान होतात.

▶ **स्तनांचे व्यायाम :**

छातीच्या Pectoral Muscle वर स्तन असतात. त्यामुळे छातीच्या स्नायूंचा व्यायाम केला तर प्रसूती नंतर जो स्तनाचा सैलपणा व लोंबण्याला (Atony and Sagging) प्रतिबंध होऊ शकतो. हे चार व्यायाम चित्रात दाखविल्याप्रमाणे करावे.

खांदा कडक (Contract) करा.

१. तुमच्या समोर छातीच्या उंचीवर दोन्ही हात समोर जोडून पंजे एकमेकांवर दाबा. सावकाश पाचपर्यंत मोजा.

२. दोन्ही हात एकमेकांना घट्ट पकडा.

३. बोटे एकमेकांमध्ये गुंतवा आणि सावकाश ५ पर्यंत मोजताना बोटांच्याविरुद्ध दिशेने खेचा, श्वास रोखून धरू नका. व्यायामाच्या या टप्प्यामुळे पाठीच्या वरच्या भागाचे स्नायू मजबूत होतात.

४. तसेच समोर विरोधी हातावर हात, दोन्ही हात वर खांद्यावर.

५. खांदे गोलाकार फिरवणे : हाताची बोटे खांद्यावर ठेवा. बाहू एकत्रित मोठ्या वर्तुळांमध्ये गोलाकार फिरवा. कोपर शक्य तितके मागे ताणा आणि पुढे-एकमेकांना चिकटविण्याचा प्रयत्न करा. घड्याळी काट्यांच्या (Clock Wise) आणि त्याविरुद्ध (Anti Clock Wise) दिशेने पुन्हा करा.

▸ **अर्धतितली आसन :**

जलद प्रसूतीसाठी : पाय पुढे पसरून बसा. उजवा पाय दुसऱ्या आणि डाव्या मांडीवर ठेवा. उजवा हात उजव्या गुडघ्यांवर ठेवा. उजव्या पायाचा अंगठा डाव्या हाताने पकडा व उच्छ्वास करा. गुडघा खाली जमिनीच्या दिशेने दाबा (तुमचे धड हलवू नका. डाव्या पायाने हीच कृती करा. प्रत्येक पायाने दहा वेळा करा.

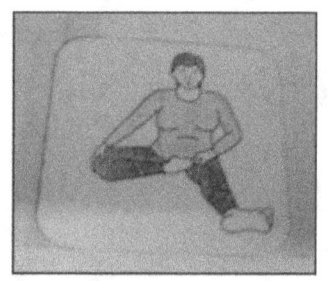

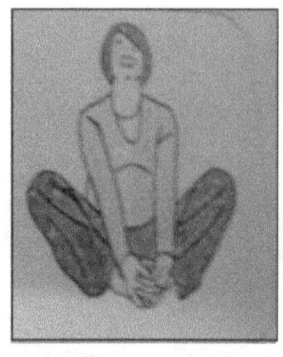

▸ **पूर्णतितली आसन :**

मांड्याना आराम मिळतो. पाय समोर पसरून बसा. दोन्ही गुडघे दुमडा. पावले एकत्र व शरीराच्या जवळ आणा, मांड्यांचा आतला भाग सैल सोडून दोन्ही हातांनी पावले पकडा. गुडघे अलगद खाली-वर करा. (१०-३० वेळा) पाय सरळ करा.

▸ **सुप्त उदराकर्षण आसन** : पाठ धरली असल्यास आराम मिळतो. पाठीवर झोपा, गुडघे वाकवा, पायाचे तळवे जमिनीवर ठेवा, श्वास बाहेर सोडा. दोन्ही पाय उजव्या बाजूला खाली न्या. गुडघे जमिनीला टेकवण्याचा प्रयत्न करा. डोके डावीकडे न्या आणि पाठीच्या संपूर्ण कण्याला पीळ द्या. दुसऱ्या बाजूने हीच कृती पुन्हा करा.

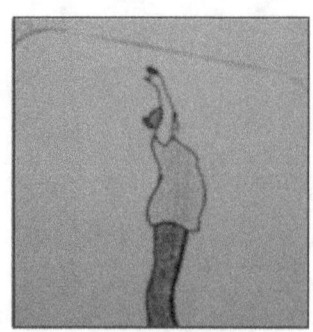

▸ **ताडासन :**

प्रसूतीच्या कळांपासून आराम : सरळ ताठ उभ्या राहा. हात डोक्याच्या वर उचलून बोटे एकमेकांमध्ये अडकवून तळवे वरच्या बाजूस वळवा. हळूहळू संपूर्ण शरीर वर उचलून शरीराचे वजन पायांच्या बोटावर तोला, श्वास सोडा, शरीर खाली आणा व सैल सोडा. (५-१० वेळा)

▶ **वज्रासन :**

ओटीपोटाच्या स्नायूंना बळकटी देतो : खोटांवर बसा पायांची बोट मागच्या बाजूस चिकटलेली असताना दोन टोकांना दोन खोटा नेल्यावर तयार होणाऱ्या खोबणीत कुल्ले ठेवा आणि मांड्या एकमेकीलगत ठेवा. हातांचे तळवे मांड्यावर ठेवा आणि सरळ समोर बघा.

▶ **मार्जारी आसन :**

खाद्यांना लवचीकपणा : कुल्ले खोटांवर ठेवून बसा. कुल्ले उचलून गुडघ्यावर उभ्या राहा. हात जमिनीवर ठेवून रांगा. श्वास घ्या व डोके वर उचला, पाठीचा कणा खाली दाबून पाठ अंतर्वक्र करा, श्वास सोडा, डोके खाली करा, पाठीचा कणा वरच्या दिशेने ताणा, पोट आवळून घ्या, डोके दोन बाहूंमध्ये येऊ द्या. (५-१० वेळा)

पोहणे : पोहणे हा आदर्श व्यायाम आहे. कारण त्यामुळे मोठ्या स्नायूंच्या गटाला ही (हात आणि पायांना) व्यायाम होतो आणि उत्तम कार्डिओव्हॅस्कुलर फायदे मिळतात. तसेच गरोदरपणात महिलेला वजनरहित असल्याची भावना मिळते.

नृत्य : तुमच्या घराच्या भिंतीच्या खासगी आणि आरामदायी वातावरणात तुमच्या आवडत्या तालावर नृत्य करून तुमच्या हृदयाची धडधड वाढवू शकता, पण ज्या नृत्यामध्ये तुम्हाला उड्या माराव्या लागतील, गिरक्या घ्याव्या लागतील, दिशा अचानक बदलाव्या लागतील अशा नृत्यापासून दूर राहा.

गरोदरपणात करावयाचे व्यायाम व शारीरिक स्थिती

गरोदरपणात चालताना, उभे राहताना आणि बसताना शरीराचा तोल, भार योग्य प्रकारे सांभाळणे अतिशय महत्त्वाचे आहे.

असे आढळून आलं आहे की अयोग्य प्रकारे शारीरिक स्थिती ठेवल्यास गरोदरपणात तसेच प्रसूतीच्या वेळीही समस्या उद्भवतात.

जरी या काळात श्रम होतील, थकवा येईल असे व्यायाम करावयाचे नसले तरीही काही हलकेसे व्यायाम केल्याने दैनंदिन जीवनात उत्साह, तरतरी आणि आनंद अनुभवता येतो. त्याचबरोबर, गरोदरपणाच्या काळात, समतोल आहार घेणे हेही तितकेच आवश्यक व महत्त्वाचे आहे.

(१) चित्रात दाखविल्याप्रमाणे, उभे राहताना, मागे रेलून उभे राहणे टाळा. (शरीराच्या वजनाचं, मागे रेलून, संतुलन राखण्याकडे 'या' दिवसांत कल असतो असे आढळून आले आहे.)

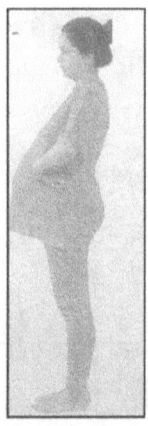

(२) उभे राहताना पायांमध्ये अंतर ठेवून ताठ उभे राहणेच योग्य.

(३) खुर्चीत बसताना, खुर्चीच्या पाठीच्या आधाराला टेकून सरळ / ताठ बसणे हेच योग्य.

(४) कोणतीही (जड) वस्तू उचलताना, पुढे होऊन वाकणं टाळा. पाठ ताठ ठेवा आणि गुडघ्यातून वाकून वस्तू उचला.

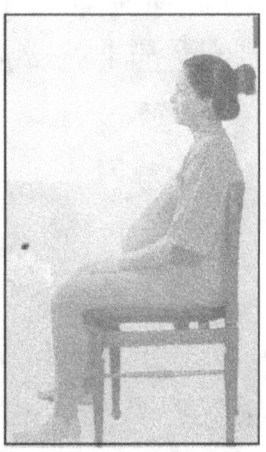

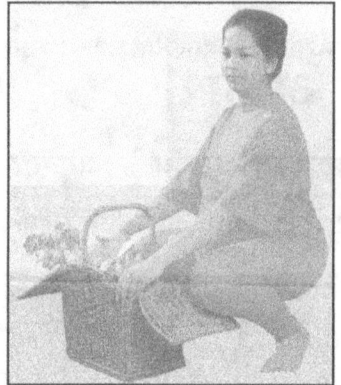

(५) गर्भावस्थेच्या शेवटच्या महिन्यात, कुशीवर झोपताना दोन्ही पायांमध्ये उशी घेतल्यास आराम वाटतो.

(६) या स्थितीमध्ये जमिनीवर पडून राहा. त्यामुळे पोटाचे स्नायू जोमदार बनतात.

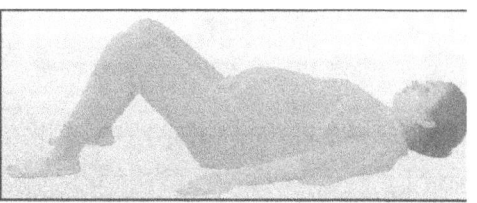

(७) या स्थितीत बसून व्यायाम केल्यामुळे हात, योनिमार्ग व मूत्रमार्ग यांच्या सभोवतालचे स्नायू शिथिल होतात.

(८) पाठ किंचित मागे करून, पाठीला उशा, तक्के वगैरेंचा आधार घेऊन बसल्यास कंबरेच्या खालचा भाग व मांड्यांचे स्नायू शिथिल होतात.

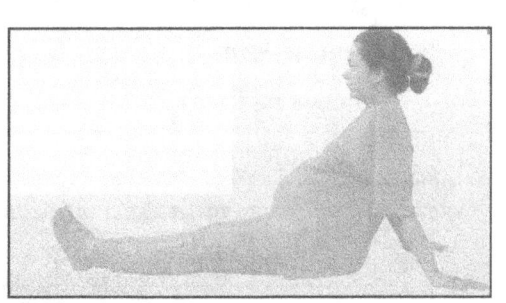

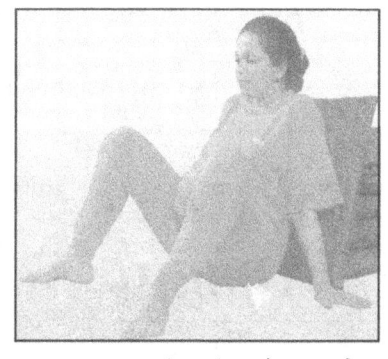

(९) चित्रात दाखविल्यानुसार पाठीला मालीश केल्यास प्रसूतिवेदना सुसह्य होतील तसेच त्यामुळे पाठदुखी व स्नायूंचे अचानक, केव्हाही होणारे आकुंचन यामुळे होणारा त्रास जाणवणार नाही.

(१०) प्रथम, पायांत अंतर ठेवून उभे राहून नंतर टाचांवर बसण्याने (चित्रात दाखविल्या- प्रमाणे) पाठदुखी व बद्धकोष्ठाचा त्रास होणार नाही.

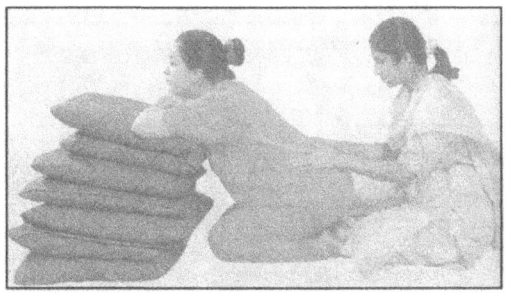

(११) ताठ/सरळ बसा, दोन्ही पायांचे तळवे हातांनी जुळवा. नंतर हळूहळू गुडघे जमिनीपासून वर आणि खाली हलवा.

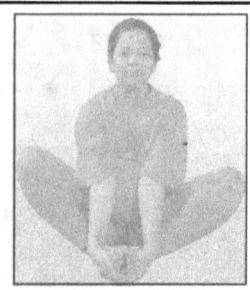

गरोदरपणातील आहारविषयक गरजा

पोषक तत्त्वे	यामधून मिळतात	फायदे
प्रथिने	दुग्धजन्य पदार्थ, डाळी, धान्ये, अंडी, मांस, मासे इ.	पेशीसमूहाची निर्मिती, वाढ व रोगप्रतिकार क्षमता.
जीवनसत्त्व 'अ'	हिरव्या भाज्या, दुग्धजन्य पदार्थ माशाच्या यकृतापासून बनविलेली तेले, मांस इ.	डोळे, त्वचा व हाडांच्या विकासा-साठी, वाढीसाठी चांगले.
जीवनसत्त्व 'ड'	दुग्धजन्य पदार्थ, अंडी, माशाच्या यकृतापासून बनविलेली तेले इ.	हाडांची वाढ व विकास यासाठी आवश्यक असलेले कॅल्शिअम शोषून घेण्यास मदत करते.
जीवनसत्त्व 'इ'	सफरचंद, गाजर, सूर्यफुलाचे बी, अंडी इ.	रक्ताभिसरणास मदत करते.
फोलिक ॲसिड	**पालेभाज्या, डाळी, धान्ये (एकदल), यकृत, अंडी इ.**	**लाल रक्तपेशी व अन्य पेशींच्या निर्मितीसाठी आवश्यक.**
कर्बोदके	एकदल धान्ये, पिष्टमय घटक असलेल्या भाज्या, पीठ, तांदूळ, मध, दूध इ.	शरीराला आवश्यक असणारी ऊर्जानिर्मिती करतात.
चरबी	दुग्धजन्य पदार्थ, तेले, दाणे, अंडी, मासे, मांस इ.	शरीराला आवश्यक ऊर्जानिर्मिती आणि जीवनसत्त्वांच्या शोषणास मदत.
लोह	पालेभाज्या, एकदल धान्ये, अंडी, मांस इ.	पंडुरोगास प्रतिकार करते.
कॅल्शिअम	दाणे, पालेभाज्या, दुग्धजन्य पदार्थ, मासे, अंडी इ.	हाडे व दात यांची निर्मिती करते.

★★★

प्रकरण ११

गर्भावस्था व योगासने

- श्वसनाचे व्यायाम

  – गर्भावस्था व योगासने, श्वसनाचे व्यायाम, दीर्घ श्वसन, प्राणायाम, शवासन, योगनिद्रा, पोटाचे व्यायाम, छातीचे व्यायाम.

बऱ्याच शहरांतून स्पेशल क्लासेस निघाले आहेत. तेथे सोपी योगासने गर्भवती स्त्रियांकडून १५ मिनिटे करून घेतली जातात. त्यांच्यामुळे जन्माला येणाऱ्या बाळाचे शरीर सुदृढ आणि काटक असेल. आई आणि बाळ यांची पचनक्रिया उत्तम घडेल. दोघांमध्ये संवादही सुरू होतो. प्रेग्नन्सीच्या तिसऱ्या महिन्यापासून हा व्यायाम करावा. मात्र डॉक्टरांच्या सल्ल्याने आणि तज्ज्ञांच्या मार्गदर्शनाखाली खास भावी मातांसाठी या व्यायामाचे वर्ग आठवड्यातून तीन किंवा चार वेळा १५ मिनिटे घेतले जातात.

योगासनांखेरीज वॉर्म अॅप, स्ट्रेचेस, पोश्चर्स आणि स्नायूंना शक्ती आणि सौष्ठव देणारे हे व्यायाम आहेत.

☞ श्वसनाचे व्यायाम

दीर्घश्वसन व प्राणायामामुळे गर्भारपणात प्राणवायूची वाढलेली आवश्यकता पुरवली जाते.

दीर्घश्वसन

सकाळी उठल्यानंतर बिछान्यात असतानाच पाच मिनिटे दीर्घश्वसन करून मग आपल्या कामांना सुरुवात केलेली बरी. यासाठी सुखासनात बसून आपले दोन्ही हात पोटावर ठेवून श्वास नीट आत घ्यावा. श्वास घेताना पोटाचा घेर वाढत असल्याचे हातांना जाणवले पाहिजे. नंतर श्वास संथ गतीने बाहेर सोडावा. ही क्रिया करताना पोट जास्त आत जात असल्याचे हातांना जाणवले पाहिजे. यामध्ये हात हलकेच पोटावर ठेवावा.

दीर्घश्वसन केव्हाही अस्वस्थ वाटले किंवा मानसिक तणाव वाढला तरी करता येतो. याचा गरोदरपणात उलट्या, मळमळ यासाठी फार चांगला उपयोग होतो.

प्राणायाम

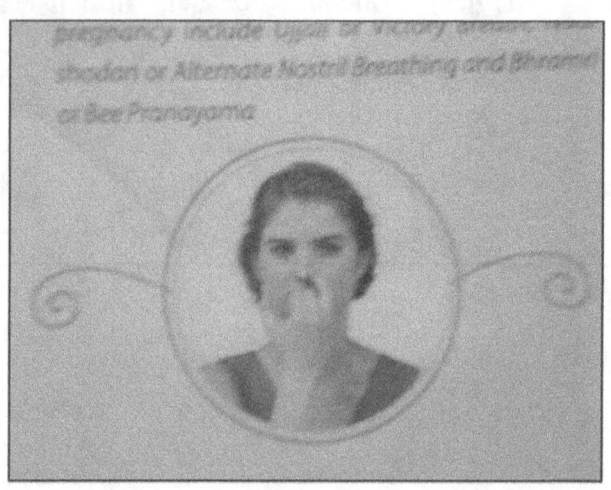

प्राणायामामुळे प्राणवायूचा पुरवठा पुरेसा व योग्य प्रमाणात होतो. त्यामुळे गर्भाची वाढ तर चांगली होतेच व गर्भवतीला थकवाही कमी जाणवतो. मन शांत राहण्यास मदत मिळते. चिडचिड, नैराश्य, अनुत्साह वगैरे भावना दूर राहतात. झोप शांत लागते.

बरेच पेशंट्स विचारतात की प्राणायाम गर्भारपणात करायचा की नाही ?

गर्भारपणात व त्याच्या आधीपासूनच प्राणायाम करायचा असतो फक्त कपालभाती हा प्राणायाम करू नये. नऊ महिने भस्त्रिका ५ मिनिटे, अनुलोम विलोम १० मिनिटे व योगात्मक ध्यान १०-१५ मिनिटे नियमित, न चुकवता रोज करावा. गर्भारपणाबरोबर उच्च रक्तदाब, एपिलेप्सी, डीस्कची समस्या असणाऱ्यांनी, स्पाँडिलायसीस, अल्सरची समस्या असलेल्यांनी कपालभाती टाळावी. त्यामुळे पुढील फायदे होतात.

- आईला व गर्भाला पोषण मिळेल.
- गर्भातील मेंदूची वाढ नॉर्मल झाल्यामुळे बाळ तल्लख बुद्धीचे होईल, त्याच्या अवयवांची प्रमाणबद्ध वाढ होईल. त्वचेवर तेज राहील. डोळे पाणीदार राहतील.
- गरोदर स्त्रीला हिमाग्लोबीन व कॅल्शिअमची कमतरता जाणवणार नाही.
- तिचे वजन प्रमाणात वाढेल. पोट सुटणार नाही.
- ती नऊ महिने बाळाला दूध पाजण्याचा आनंद लुटू शकेल.
- बाळ झाल्यावरही ती तरुणीच दिसेल. कुणाला सांगितल्याशिवाय तिला बाळ आहे असे समजणारसुद्धा नाही. थोडक्यात बांधा सुडौल राहील. केस गळणार नाहीत. पोटावरील वळ्या निघून जातील.

बाळंतपणानंतरही प्राणायाम चालू ठेवावेत. सिझेरिअन झाले असेल तर फक्त ३-४ महिने कपालभाती करू नये.

प्राणायामामुळे मन शुद्ध, आनंदी व शरीर निरोगी राहील. त्यामुळे बाळावर चांगले संस्कार होतील. त्याची प्रचिती बाळाच्या वागण्यावरून दिसेल.

प्राणायाम शक्यतो सकाळी सूर्योदयाच्या वेळी मोकळ्या जागेवर केलेला चांगला.

प्राणायाम व दीर्घश्वसन नियमित केल्यास प्रसूतीच्या वेळी स्त्रीला थकवा येत नाही. तसेच प्रसूतीच्या वेदना किंवा कळा सहन करण्याची शक्तीही वाढते. पोटाच्या स्नायूंची लवचीकता वाढते.

'ॐकार' जप करणे हा प्राणायामचा सर्वोत्तम उपाय आहे. सकाळी प्राणायामचा फायदा तर मिळतोच, शिवाय गर्भसंस्कारही होतो. त्यामुळे तुमचे बाळ बुद्धिमानही होते.

शवासन व योगनिद्रा

गर्भारपणातले नऊही महिने करण्यास चांगले आसन म्हणजे शवासन. योगनिद्रा हा शवासनाचा सर्वोत्तम प्रकार आहे. कोणत्याही व्यायामानंतर व रात्रीच्या झोपेच्या आधी केला तर मन शांत राहते व स्नायूसुद्धा शिथिल होतात.

वरील सर्व आसने व प्राणायाम झाल्यानंतर करावयाचे आसन म्हणजे शवासन.

गर्भारपणाच्या शेवटच्या काळात जेव्हा झोपेचा त्रास होतो. तेव्हाही हे आसन केल्याने उपयोग होतो.

जमिनीवर शरीर सैल सोडून उताणे पडा. हात मांड्यांपासून किंचित अंतरावर दूर ठेवून तळहात वर असावे. डोळे मिटा, टाचा जुळवलेल्या व बोटे एकमेकांपासून अलग ठेवा. प्रारंभी दीर्घ श्वसन करा. नंतर श्वसन सूक्ष्म व संथ असावे. त्यात पाठीचा कणा किंवा शरीर यांची निश्चलता असावी. दीर्घपणे व सूक्ष्मपणे उच्छ्वास टाकण्यावर लक्ष केंद्रित करा. खालचा जबडा, शरीरच पूर्ण सैल सोडा व श्वास संथपणे सोडा, मन स्थिर करा. या स्थितीत १५-२० मिनिटे राहा. हा जाणीवपूर्वक विश्राम, शरीर व मन यांना जोम व ताजेतवानेपणा देतो.

पोटाचे व्यायाम

पाठीवर सपाट झोपून राहा, गुडघे वाकवा आणि पाय जमिनीवर सपाट ठेवा. पोट सैल सोडून, तोंड बंद करून संथपणे श्वास आत घ्या. त्यामुळे पोट बोहर येईल तेवढाच वेळ श्वास बाहेर सोडा. हे २० वेळा परत-परत करा.

छातीचे व्यायाम

सरळ ताठ उभे राहून तोंड बंद करून खोल श्वास घ्या. त्यामुळे छातीच्या बरगड्या फुलतील. तेवढाच वेळ श्वास बाहेर सोडा. हे सुरुवातीला २० वेळा परत-परत करा. ७ व्या महिन्यापासून हा व्यायाम जरा कठीण जातो.

★★★

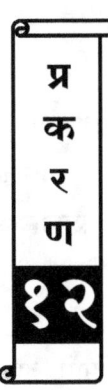

प्र
क
र
ण

१२

प्रसूती (बाळंतपण)

- प्रसूतीगृहाची निवड
- दवाखान्यात जाण्याआधी
- दवाखान्यात प्रसूतीसाठी आल्यावर
- प्रसूतीनंतर एपिझिऑटॉमीची काळजी
- प्रसूतीनंतर योनी ढिली का पडते ? याला इलाज आहे का ?
- पाण्याखाली बाळाचा जन्म (Under Water Birth)
- सिझेरिअन सेक्सन
- प्रसूतीनंतरचा आहार
- ऑपरेशननंतर काळजी
- बाळंतिणीचा मसाज
- प्रसूतीनंतर आपल्या शरीराची काळजी (Infection)
- प्रसूतीनंतरचा व्यायाम
- प्रसूतीनंतरचे नैराश्य (पोस्टपार्टम डिप्रेशन) बेबी ब्लुज (Birth Blues)

प्रसूती ही वेळ स्त्रीसाठी एखाद्या परीक्षेप्रमाणेच असते. तिला बाळंतपणाचे खूपच Tension असते. म्हणून तिने आधीच शेवटच्या महिन्यात प्रसूतीगृह व ऑपरेशन थिएटर तसेच प्रसूतीचा टेबलही जाऊन पाहिला पाहिजे, म्हणजे त्या वातावरणाची तिला भीती वाटणार नाही. शेवटच्या महिन्यात ती खालील नेहमी 'प्रसूती चिंतन' करील की मला पूर्ण नऊ महिने झाल्यावरच बाळंतकळा सुरू होतील. प्रसूतीच्या वेळी असह्य वेदना होणार निश्चित, मात्र या नैसर्गिक वेदना व्यायामाच्या नियमित अभ्यासाने (तेथील भागाची लवचीकता वाढवल्यामुळे) सुसह्य होतील. श्वसनाचे व्यायाम, प्राणायाम, योगासने, मेडिटेशन या गोष्टींमुळे तिचा आत्मविश्वास वाढतो. त्यामुळेच ती आनंदी व शांत मनाने प्रसूतीला सामोरे जाऊ शकते. कारण त्यातून मिळणारे फळही अप्रतिम आहे. प्रत्येक कळेबरोबर गर्भाशयाचे तोंड उघडेल व सुदृढ असे गोंडस बाळ जगात सुखरूप पदार्पण करेल. माझे बाळ व्यवस्थित स्तनपान घेईल. असे सकारात्मक चिंतन गर्भवतीने सतत करावे.

☞ प्रसूतीगृहाची निवड

प्रसूतीगृह तुमच्या घरापासून जवळ असावे. त्याची निवड करताना जिथे आईची प्रसूती व बाळाची काळजी एकाच छताखाली, एकाच दवाखान्यात घेतली जाईल अशी सोय असावी.

स्त्री पहिलटकरीण असल्यास लहान मुलांच्या डॉक्टरांची गरज भासल्यास, येतात का ?

तज्ज्ञ डॉक्टर स्वतः डिलेव्हरी करतात की नाही ? की नेमलेले पण तज्ज्ञ डॉक्टर डिलेव्हरी करत असतील तर हरकत नाही. हॉस्पिटलमध्ये भूलतज्ज्ञ लवकर उपलब्ध होतो का ? किती वेळ घेतो यायला ? तुमच्या संभाव्य प्रसूतीच्या तारखेच्या वेळी तुमचे डॉक्टर बाहेर गावी जाणार असतील तर पर्यायी हॉस्पिटल शोधून ठेवा.

तुम्ही निवडलेला दवाखाना व आतील रुम्स हवेशीर, प्रकाशित व स्वच्छ आहेत किंवा नाही ? गर्भाचे डोके साधारण प्रसूतीच्या २१ दिवस आधी खाली सरकून स्थिर होते व नंतरच्या खेपेला नवव्या महिन्यात चालण्याच्या व्यायामामुळे डोके स्थिर (Fixes or Engaged) होण्यास मदत होते.

प्रसूतीची जी संभाव्य तारीख असते त्या तारखेच्या आठ दिवस आधी किंवा आठ दिवस नंतर अशा पंधरा दिवसांच्या कालावधीत कधीही बाळंतपण होऊ शकते. कोणी पूर्ण दिवस घेतात तर कोणी लवकरही होतात. ३७ आठवड्यांचा गर्भ परिपूर्ण असतो. बाळाला कोणताही धोका नसतो.

खोट्या कळा (False labour Pains)

गर्भाशय हे स्नायूंचे बनलेले असल्यामुळे, त्यांचे आकुंचन, प्रसरण पावल्यामुळे कळानिर्मिती होते. त्यामुळे बाळ खाली सरकते. खऱ्या कळा नियमित येतात व वाढत जातात. चार ते सहा मिनिटांनी वाढतात. खऱ्या कळा मागून सुरू होऊन पुढे येतात. प्रथम कंबरदुखी होते, नंतर ओटीपोटात दुखते,

तीच कळ शेवटी मांड्याकडे जाते. खोट्या कळा गॅसेस, अपचनामुळे (पोट साफ नसल्यामुळे) पोटात तयार होतात. त्या अनियमित असतात. फक्त पुढील समोरच्या भागात येतात. पेशंटला एनिमा दिल्यानंतर खोट्या कळा कमी होतात. खऱ्या प्रसूतीवेदना असल्यास एनिमामुळे वाढतात. दोन्ही कळांमध्ये सुपाच्य व हलका आहार द्यावा.

नैसर्गिक प्रसूतीचे प्रमाण आजकाल घटत चालले आहे ? सर्व लोक ओरडतात की सिझेरिअन प्रसूतीचे प्रमाण जास्त वाढले आहे. नैसर्गिक प्रसूतीत वेळ फार जातो. आजकालच्या जेट युगात झटपट ऑपरेशन करून बेबी बाहेर काढली की डॉक्टर मोकळा, लेबर रूम मोकळी, पैशांची पिशवीही भरपूर ही एक बाजू.

माझ्या मते आजकालच्या मुलीचे आरोग्य म्हणावे तसे चांगले नसतेच, ॲनिमिया व मळमळ, उलट्यांची समस्या, करियरस्टिक असल्यामुळे, स्वतंत्र मतामुळे उशिरा लग्न, वाढते वय, उशिरा मुले तसेच शारीरिक क्षमता कमी झाल्यामुळे, त्यामुळे कळा देण्यासाठी लागणारा स्नायूंचा टोन, शक्ती व लवचीकपणा वयोमानाने कमी होतो. तसेच बाळंतपणाचे दुखणं सहन करण्याची शक्तीच (Tolerance) कमी होते. बऱ्याच मुली थोड्या कळा असह्य झाल्या की सिझेरिअन करून टाका, मला सहन होत नाही असे म्हणून हार खातात. बऱ्याच गरोदर स्त्रिया तर प्रसूतीवेदनांना घाबरून प्लॅन्ड सिझेरिअन करायला तयार होतात. तसेच प्रगत ॲनेस्थेशिया व शस्त्रक्रिया, अँटिबायोटिक्समुळे पेशंटला ते सहज शक्य वाटते. पण नॉर्मल डिलेव्हरी तीच नॉर्मल म्हणावी ज्यात प्रसूतीवेदना फक्त बाळंतपणापर्यंतच असतात. बाळंतपणानंतर स्त्री चालतीफिरती मोकळी होते. पण सिझेरिअनच्या वेदना जास्त काळपर्यंत राहतात. तसेच दुसऱ्या प्रसूतीवरही त्याचा परिणाम होतो.

बऱ्याचदा प्रथम प्रसूतीत पायाळू बाळ, ऑक्सिजन कमी असल्यास, गर्भजल खूपच कमी झाल्यावर, प्लासंटा खाली असल्यास किंवा प्लासंटाच्या खाली रक्तस्राव झाला असल्यास प्रसूतीला खूपच जास्त वेळ लागल्यास, बाळांचे डोके कटिबंधाच्या वर असल्यास (Floating Head), (सेफॅलो पेल्विक डीसप्रपोर्शन C.P.D.) तर बाळ आणि आई सुरक्षित राहावे म्हणून सिझेरिअन करावे लागते.

बऱ्याचदा सगळे नॉर्मल आहे असे पहिल्या दोन तपासणीत डॉक्टर सांगतात व नंतरच्या तपासणीत जेव्हा Amniotic membrane फोडतात (Aartificial Rupture of Membranes) व गर्भजल हिरव्या रंगाचे दाखवतात म्हणजे बाळाने 'शी' केली असे म्हणतात. म्हणून सिझेरिअन करावे लागते. बाळाच्या मेंदूवर प्राणवायूचा (Oxygen चा) पुरवठा कमी झाल्यामुळे म्हणजे बाळ गुदमरल्यामुळे बाळाच्या संडासच्या जागेच्या म्हणजे Anal Sphincture ची ॲक्शन जाते व Meconium म्हणजे हिरवी शी गर्भजलामध्ये येते. हा धोक्याचा कंदील आहे की ज्यासाठी लवकरच बाळंतपण केले पाहिजे.

पोटातल्या बाळाला काही समस्या निर्माण होण्याची शक्यता आढळल्यास आधुनिक मशिन्समुळे लगेच कळते. आजकाल एक किंवा दोन मुले होऊ देतात त्यामुळे पालकसुद्धा जास्त सजग आहेत.

माझ्या प्रॅक्टीसच्या अनुभवावरून सांगते की बऱ्याचदा छोट्या गावांत खूप वेळ प्रयत्न केले जातात (Trial दिली जाते) व ती होत नाही असे लक्षात आल्यावर मोठ्या सेंटर्सला नेले जाते. त्या वेळी बाळाच्या मेंदूवर परिणाम (Anoxic Damage मुळे) झाल्यावर मतिमंद बाळ आयुष्यभर सांभाळण्याची मजबुरी होते.

नॉर्मल प्रसूती : सुलभ प्रसूती

या वरील अपवादाच्या गोष्टी सोडल्या तर स्त्रीची नैसर्गिक, सुलभ, नॉर्मल प्रसूती होऊ शकते. त्यासाठी गरोदरपणातच प्रसूतीवर्गात खालील शिक्षण घ्यायला पाहिजे.

(१) योग्य व्यायाम केल्याने स्नायूंचा टोन, शक्ती व लवचीकता वाढते.

(२) योग्य श्वसनाच्या व्यायामाने फुफ्फुसाची क्षमता वाढते. ध्यान (Meditation) मुळे प्रसूतीबद्दल मनातील भीती दूर होते.

(३) सर्व प्रसूतीवर्गात पेशंटला प्रसूतीच्या कळा कशा येतात व बाळ कसे बाहेर येते ते आजकाल सीडीज, व्हीडिओज, चार्टस, मॉडेलवरून शिकवले जाते. पहिल्या बाळंतपणात मुलगी खूपच गांगरलेली व धास्तावलेली असते व एकदा तिची मानसिक तयारी झाली की बाळाच्या आगमनाने येणारा आनंद व त्याच्यामुळे बदलणारे आयुष्य या संकल्पनेने प्रसूतीचा काळ व कळाही तिला सुसह्य होतात. 'प्रसूती चिंतन' ही सकारात्मक विचारांनी शिकवले जाते.

(४) बाळंतपणाच्या जागेबद्दल मनातील भीती काढण्यासाठी, अनोळखी जागा वाटू नये म्हणून एकदा तिला प्रसूतीगृह व ऑपरेशन थिएटर प्रसूतीपूर्व वर्गातच दाखवले जाते. त्यात पेशंटला प्रसूती कशी होते ? फोरसेप्स, व्हॅक्यूम कसे व केव्हा वापरतात हे शिकवले जाते.

बाळंतपणाच्या वेळी गर्भाशयातील प्रोजेस्टरॉन हे संप्रेरक कमी प्रमाणात तयार होते. बाळाच्या मेंदूत पिटयुटरी ग्रंथी असते. ती ऑक्सिटोसिन नावाचे हार्मोन स्रवीत करते व ते गर्भाशयातल्या कळा तयार करते.

एकदा बाळंतपण झाले की महिला तीन महिने तरी बाहेर सहज पडू शकत नाही. ऐन वेळी धावपळ नको म्हणून संभाव्य तारखेच्या तीन महिने आधी बाळाची शॉपिंग म्हणजे बाळाची दुपटी, झबली, लंगोटी, टोप्या, मातेने स्वतःसाठी स्तनपानासाठी सोइस्कर (समोर ओपन) असे सैल व कॉटनचे चार-पाच गाऊन्स घेऊन ठेवावेत.

नवजात बालकाच्या अनेक विशिष्ट गरजांचे जर सुनिश्चित नियोजन असेल तर अपत्यप्राप्तीचे ओझे न होता ते एक आनंदी आणि मंगलमय उत्सव होईल.

आपल्याला कधीही दवाखान्यात जावे लागेल यासाठी ती बॅग तयार करूनच ठेवावी. बाळ पुसायला व गुंडाळायला मऊ व सुती कपडे, गर्भवतीचे नऊ महिन्यांचे फाईल ज्यात सोनोग्राफीचे व रक्ताचे रिपोर्टसही लावलेले असतील. आमच्याकडील पेशंटची अशी अवस्था सांगते की बाळ झाल्याशिवाय काहीच तयारी करायची नाही. पण हे चुकीचे आहे. थंडीच्या दिवसात म्हणून सुती कपडे आधीच शिवून, धुऊन मऊ करून बाळाला घालायलाच पाहिजे. खोबरेल तेलाची बाटलीही बॅगेत ठेवावी. बरोबर बिस्किट्स, दूध, कॉर्नफ्लेक्स घ्यावे. तसेच संगीत ऐकण्यासाठी Cd player walkman घ्यावा, फोटो काढण्यासाठी कॅमेरा घ्यावा. हातातील काचेच्या बांगड्या (नुकतेच डोहाळेजेवण झाल्यामुळे हातभर काचेच्या हिरव्या बांगड्या घातलेल्या असतात) त्या घरीच काढून ठेवाव्यात. नखांवर नेलपॉलिश किंवा मेहंदी लावू नये. (कारण पलसॉक्सने-ऑक्सिजन सॅच्युरेशन बघण्यासाठी नखे स्वच्छ पाहिजेत). नखे कापून ठेवावी.

आईचे साहित्य -

- नर्सिंग गाऊन्स (समोरून उघडे) २-४, फिडिंगब्राज, नर्सिंग पॅड्स, सॅनिटरी नॅपकिन्स, डेटॉल, स्लिपर्स, मोजे, टॉवेल, नॅपकीन,
- टॉयलेटरीज - टूथपेस्ट, ब्रश, पावडर, क्रिम, साबण, पेपर टीशू, आरसा, थर्मास (गरम पाण्यासाठी), कपडे, मोबाईल फोन, डायरी.
- अन्नपदार्थ - बिस्किट, कॉर्नफ्लेक्स, ज्यूस-टेट्रापॅक्स, नारळाचे पाणी.

रात्री-अपरात्री हॉस्पिटलमध्ये जाण्यासाठी वाहनाची सोय करून ठेवावी. रक्तदाते तयार ठेवावेत. पैशांची सोय करून ठेवावी.

कळा सुरू झाल्यावर कारने किंवा टॅक्सीने हॉस्पिटलला जावे. टू व्हिलर्ने जाणे टाळावे.

☞ दवाखान्यात जाण्याआधी

- दवाखान्यात जाण्याआधी छान गरम पाण्याने अंघोळ करा.
- हलके अन्न, सुपाच्य (सहज पचणारे) अन्न, फळे, सूप, चहा, कॉफी घ्या. नारळाचे पाणी, मक्याच्या लाह्या, मुरमुरे, काही बिस्किट्स चालतील. कारण पोटभर जड अन्न खाल्ले असेल तर सिझेरिअनची वेळ आल्यास ॲनेस्थेशिया द्यावा लागला तर उलट्या होतात. बरेचदा उलटी गिळण्याचा (Aspirate करायचा) धोका असतो. उलटीमुळे पेशंटला व सर्जनलाही त्रास होतो.

आपल्याकडे ज्या बदाम टाकून, भरपूर तूप टाकून शेवया खायला देतात त्या पचायला जड असतात. त्यामुळे ते एकदम चुकीचे आहे.

- सॅनिटरी पॅड्स घ्या म्हणजे योनीतल्या स्रावाचे परीक्षण तुमच्या डॉक्टरना करता येईल.
- हॉस्पिटलला जाण्याआधी गरम दुधात किंवा काळ्या चहामध्ये २ चमचे एरंडेल तेल (Castor Oil) टाकून घ्यावे.

☞ दवाखान्यात प्रसूतीसाठी आल्यावर

- नाडी (पल्स) ताप, ब्लड प्रेशर तपासले जाते.
- पायावर किंवा पोटावर सूज आहे का बघितले जाते.
- पोटाची तपासणी, कळांची तीव्रता, किती वेळा कळा येतात (Frequency), किती वेळ कळ थांबते हे बघितले जाते.
- P/V तपासणी योनिमार्गातूनच केली जाते. त्यात गर्भाशयाचे मुख किती उघडले आहे. बाळाचे डोके किती खाली सरकले आहे, रस्ता बाळाच्या डोक्याला बरोबर आहे की नाही ?
- डॉप्लरने बाळाच्या हृदयाचे ठोके मोजले जातात. साधारणपणे १२० ते १६० हा बाळाचा हृदयरेट असतो.
- Non Stres Test (N.S.T.) यात बाळाच्या हृदयाचा रेट हा गर्भाशयाच्या कळांबरोबर मोजला जातो.

जर तपासणीत आढळते की बाळंतपणाची वेळ आली आहे तर पेशंटला एनिमा दिला जातो. त्यामुळे प्रसूतीच्या कळाही वाढतात व डोकेही खाली सरकते तसेच संडास साफ झाल्यामुळे टेबलवर घाणही होत नाही.

प्रसूती वेदना

ओटीपोटात तीव्र वेदना होत असल्यास (प्रसूतीच्या कळा म्हणजे प्रथम कंबरेत दुखते, नंतर समोरच्या पोटाकडे, नंतर कळ मांड्यांमध्ये जाते. या कळा दीर्घ वेदनादायी आणि नियमित येतात.

प्रसूती वेदना कधी-कधी स्त्रीला खूपच त्रासदायक ठरतात. स्वीडन तज्ज्ञांनी याबाबत संशोधन केले आहे की, प्रसूतीच्या वेळी मध्यम गतीचे संगीत ऐकल्यास प्रसूतीच्या वेदना कमी होतात आणि प्रसूती सुखदायक बनते. संगीत शारीरिक व मानसिक ताण, रक्तदाब कमी करण्यास मदत करते.

वेदना सहन करण्याचे 'डेल' हे मापन असते. जास्तीत जास्त ४५ डेलपर्यंत वेदना माणसाकडून सहन होऊ शकतात. पण प्रसूती वेदना ५७ डेलपर्यंत असतात.

मुलाच्या जन्माची म्हणजेच प्रसूती वेदनांची भीती वाटणाऱ्या महिलांना 'लेबर पेन' जास्त वेळ होतात. त्यामुळे फोरसेप्स किंवा सीझेरिअनस् जास्त होतात.

या कळांबरोबर वारंवार लघवीला जावेसे वाटते. आदल्या दिवशी रात्री शांत झोप लागत नाही, योनीतून गुलाबी लालसर स्राव पाझरत असल्यास किंवा पाण्यासारखा पातळ स्राव योनीतून स्रवत असल्यास प्रसूतीची वेळ जवळ आली असे समजून त्वरित डॉक्टरांशी संपर्क साधावा व दवाखान्यात जावे. या काळात बाळाच्या वडिलांनी शक्यतो तिथेच थांबावे.

पाश्चात्त्य देशात तर डिलेव्हरी रूममध्ये पती हजर असणे ही अनिवार्य बाब आहेच तसेच आपल्याकडेही असावे कारण पतीलाही प्रसूतीच्या कळा स्त्रीला कशा सहन कराव्या लागतात याची कल्पना येते. पतीबरोबर असल्यास तिला कळा सुसह्य होण्यास मानसिक शक्ती मिळते. तसेच वेळप्रसंग आल्यास रक्ताची सोय करण्यास (स्त्रियांपेक्षा) पुरुष मंडळी असलेली चांगले.

प्रसूतीच्या तीन अवस्था

(१) पहिली अवस्था : कळा सुरू झाल्यापासून ते गर्भाशयाचे मुख १० सें.मी. रुंद उघडण्यापर्यंत असते. पहिल्या बाळंतपणात १०-१२ तासांपर्यंत व नंतरच्या बाळंतपणात ६-८ तासांपर्यंत असते. या अवस्थेच्या सुरुवातीला कळा सौम्य असतात. अर्धा मिनिटच राहतात आणि १५-२० मिनिटांपर्यंत येतात. नंतर कळांची तीव्रता वाढून १ मिनिटाची होऊन ३ ते ५ मिनिटांनी परत कळा येतात. वेदनाविरहित प्रसूतीसाठी इंजेक्शन ट्रॅमॅडॉल कळा वाढल्यानंतर दिले जाते. त्यामुळे प्रसूतीवेदना बऱ्याच सुसह्य होतात. परंतु कळा कमी होत नाहीत. ॲरोमा थेरपी, मसाज थेरपीनेही बराच लाभ होतो.

कळा येताना पोटावर जर हात ठेवला तर हाताला गर्भाशय चेंडूसारखे कडक लागते.

सुरुवातीच्या अवस्थेत गर्भाशयाचे तोंड पूर्णपणे उघडलेले नसते पण कळा सुरू होतात. अशा वेळी पेशंटने जबरदस्ती जोर लावल्यास, कळांचा दाब गर्भाशयाच्या मुखावर येऊन सूज येते व प्रसवात अडथळा येतो. या अवस्थेत जोर न लावता आम्ही पेशंट्सला वेदनाशामक आरामदायी इंजेक्शन देतो. त्यामुळे पेशंट काही काळ तरी आराम करतो व ती ऊर्जा साठवल्यामुळे जेव्हा 2nd stage मध्ये जोर लावायचा असतो तेव्हा उपयोगी येतो.

पहिल्या स्टेजमध्ये Relax होणं, श्वासाचा वापर करणे व जोर अजिबात न करणे महत्त्वाचे असते.

कळा गेल्यानंतर मार्जारी आसन तसेच चालण्याचा व्यायाम करावा. कळ आल्यावर भिंतीला पाठ टेकून बरे वाटते.

मसाज

१. पतीने हाताच्या तळाव्यांनी पाठीच्या मणक्यांच्या दोन्ही बाजूला विरुद्ध दिशेने खालच्या बाजूस मसाज करावा.

२. दोन्ही हातांच्या अंगठ्याने पाठीच्या खालच्या मणक्याजवळ दाब द्यावा.

प्रत्येक दोन तासांनंतर लघवी करण्यास जावे. कारण भरलेले मूत्राशय कळांना अवरोध करते.

प्रसवकाळात अन्न

प्रसूती वेदना सुरू असताना काय खावे हा मोठा प्रश्न असतो. घन पदार्थांऐवजी पेय घ्यावे. जसे चहा, दूध, कॉफी, लिंबू सरबत, नारळाचे पाणी थोडे-थोडे देत जावे. शरीराला साखर व मीठ यांचा व्यवस्थित पुरवठा होत राहील याकडे लक्ष द्यावे. म्हणजे आवश्यक ती शक्ती मिळत राहील.

प्रथमावस्था

पहिल्या टप्प्यात टी.व्ही. किंवा व्हीडिओ बघायला हरकत नाही. फोनवर संभाषण करा किंवा पत्ते, गेम्स खेळा किंवा एखादी डुलकी घ्यावी म्हणजे तुमची ऊर्जा वाचवता येईल. ज्याची शेवटी खूपच गरज असते.

बाळाचे पायमोजे विणणे, जपमालेच्या साहाय्याने जप करणे, ध्यान करणे, भगवद्गीतेतील वचने ऐकणे, क्लासिकल म्युझिक सी. डी. ऐकणे, मन शांत ठेवणे, Relax राहणे, तुम्हाला सूचना देणाऱ्याविषयी आदर ठेवणे या गोष्टींमुळे तुमची प्रसूती कमी कालावधीत व सुखकर होण्यास मदत होते.

स्त्रीच्या बरोबर तिला मानसिक आधार देण्यासाठी पतीला प्रसूतीगृहात हजर ठेवले जाते. प्रसूती वर्गात त्यालाही ट्रेनिंग दिले जाते. पतीचा हात घट्ट धरून कशा कळा सहन करायच्या याचे आधीच ट्रेनिंग दिलेले असते. पती जसा Life Partner आहेच तसेच त्याला Birth Partner बनवा. त्याने तिला कळा देण्यासाठी प्रोत्साहित करावे. त्याने मध्ये-मध्ये कंबरेला मसाज करून किंवा अॅक्युप्रेशरचा वापर करून तिला आरामदायी वाटेल असे करावे. त्यामुळे तिच्या मनातील बरीच भीती दूर होते. पती जवळ असल्याने तिला भावनिक व मानसिक आधार आपोआप मिळतो. प्रसूतीसाठी पत्नीला लेबर रूममध्ये अॅडमिट करण्यापासून ते बाळाचा जन्म होईपर्यंत पाश्चात्य देशांप्रमाणेच आपल्या येथेही पती लेबर रूममध्ये हजर राहणार आहे. यामुळे पतीलाही पत्नीला होणाऱ्या प्रसूती वेदनांची जाणीव होईल. तिला प्रसूतीच्या कळा सुसह्य होतात पण जर पती भित्रा वगैरे असेल तर कोणीही जवळची नातेवाईक तिची Birth Partner होऊ शकते. पतीला नवजात बाळाची नाळ कापण्याचे प्रशिक्षणही प्रसूतीपूर्व वर्गात दिले जाते. त्यामुळे पिता-पुत्राचे अधिक भावनात्मक नाते निर्माण होईल. कधी-कधी पत्नी माहेरी बाळंतपणासाठी जाते व काही कारणांनी तो हजर राहू शकला नाही तर तिच्या जवळच्या कुणीही दोन

प्रेमळ स्त्रिया ज्यांना प्रसूतीचा अनुभव आहे व ज्या घाबरत नाहीत त्यांना तिच्याजवळ राहू द्यावे व तिच्या कानात काही मनोबल वाढवणारे मंत्र म्हणावेत म्हणजे तिला प्रसूतीच्या वेदना सुसह्य होतील व तिची डिलेव्हरी नॉर्मल होण्यास मदत होईल.

प्रसव अवस्थेत होणाऱ्या कंबरदुखीवरील उपाय

दोन प्रसूती वेदनांमध्ये काहींना असह्य अशी कंबरदुखी होते. त्यासाठी खालील साधनांनी मसाज केला तर कळा सुसह्य होतील.

- खेळण्यासाठी वापरला जाणारा चेंडू घेऊन कंबरेच्या व भिंतीच्यामध्ये ठेवून हलके दाबत राहा किंवा झोपूनही दाबता येईल.
- ॲक्युप्रेशर रोलरने बराच फायदा होतो.
- Alternate Hot & Cold Packs पाठीला शेक देण्यासाठी गरम पाण्याची पिशवी, Heating Pad, Dryer मध्ये केलेल्या गरम टॉवेलने ५ मिनिटे शेकावे नंतर टॉवेलमध्ये बर्फाचे तुकडे ठेवून किंवा थंड पाण्याच्या पिशवीने ५ मिनिटे शेकावे.
- पाठीला पतीने किंवा पती हजर नसल्यास कोणत्याही नातेवाइकाने तिळाच्या तेलाने (त्यात ६ थेंब गुलाब ऑईल + ६ थेंब यलँग ऑईल) पाठीला मसाज केला तरी बरे वाटते.

दुसरी अवस्था

दुसरी अवस्था (2nd Stage of Delivery) गर्भाशयाचे मुख पूर्ण उघडून, बाळ येईपर्यंत राहते. ती पहिल्या बाळंतपणात १ तास व दुसऱ्या बाळंतपणात ३० मिनिटे राहते. या अवस्थेत कळांची वारंवारता व वेळ वाढत जातो. या वेळी स्त्रीला खाली जोर लावायला सांगितले जाते.

कळांच्या मधल्या अवधीत जर खोल लांब-लांब श्वसनांचे व्यायाम केले तर मनही शांत होते व प्लासंटाचा म्हणजेच बाळाचा प्राणवायूचा साठा वाढतो. स्त्रीची कळांसाठी सहनशक्तीही वाढते.

कळांबरोबर बाळाचे डोके खाली सरकते व त्यामुळे ढुंगण (Perineum - संडास व योनिमार्गातील भाग) व आजूबाजूची कातडी ताणली जाऊन फाटण्याची वेळ येते. त्यावेळी बाळाला रस्ता रुंदावतो त्यामुळे बाळ नैसर्गिकपणे व सुखरूप बाहेर येते. नंतर व्हजायनाचा म्युकोसा (योनीचा आतील Layer), मसल लेअर व कातडी परत बधिर करून जसेच्या तसेच विरघळणाऱ्या धाग्याने - (Catgut) टाके घालून शिवले जाते.

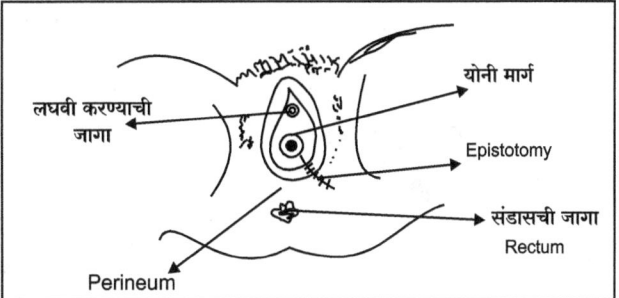

एपिझिऑटॉमीचे फायदे

- स्वच्छ कापलेली जखम, अनियमित फाटलेल्या जखमेपेक्षा छान भरते.
- एपिझिऑटॉमीमुळे प्रसूती लवकर होते व जास्त जोर न लागल्यामुळे गर्भाशय खाली सरकरण्याचा (Prolpse) धोका टळतो.
- फोरसेप्स किंवा व्हॅक्यूम लावण्याचा प्रसंग आला तर जागा भरपूर मिळते.

कळांबरोबर श्वसनाचे व्यायाम

प्रथम खोल श्वास आत घ्यायला सांगा व जेव्हा कळ येईल तेव्हा श्वास सोडून खाली संडासच्या जागी जोर लावायला शिकवायचे. हे करताना कळांबरोबर बाळ सहजपणे खाली सरकते व कळ गेल्यानंतर आईला आराम करायला सांगितले जाते, त्यामुळे तिची ऊर्जा साठविली जाते. जेव्हा कळ येईल तेव्हाच जोर लावायला सांगितले जाते.

प्रसूतीच्या वेळी स्थिती

सुरुवातीच्या कळांमध्ये चालणे चांगले. प्रसूतीच्या वेळी पाठीवर झोपून पाय दुमडून मोडायला (Lithotomy Position) सांगतात. पण मधून-मधून उकीडवे बसायला सांगितले तर गुरुत्वाकर्षणामुळे बाळ खाली सरकायला व गर्भाशयाचे तोंड उघडायला मदत होते.

जन्म

नैसर्गिक जन्म होताना कळांच्या दाबामुळे प्रथम डोके बाहेर येते नंतर एक खांदा बाहेर येतो. डोक्याची हालचाल विरुद्ध दिशेला फिरून आली की दुसरा खांदा बाहेर येतो एकदा डोके व खांदा बाहेर आले की इतर शरीर सहज बाहेर येते. या प्रवासात छातीवर येणाऱ्या दाबामुळे फुप्फुस व श्वासनलिका स्वच्छ होऊन त्याचा स्राव तोंडात येतो. पहिला श्वास घेत तोंड उघडून बाळ खणखणीत रडते. जन्मानंतर मूल लगेच रडणे आवश्यक आहे. त्यामुळे फुप्फुसे सक्रिय होऊन ऑक्सिजन ग्रहण करू शकतील. त्याचबरोबर मेंदूही सक्रिय होतो. १२-१५ मिनिटे बाळ रडले नाही तर मेंदूवर इजा होते. त्यामुळे मुलात मानसिक विकलांगता उत्पन्न होऊ शकते. तसेच आकडी किंवा फिट्स येण्याची शक्यता असते. मूल जन्मल्याबरोबर रडले नाही तर बाळाची श्वसन नाडी मोकळी करून तोंडातील व घशातील चिकट पदार्थ (म्यूकस) सक्शन मशीनने नळी घशातून पोटापर्यंत टाकून काढतात. बाळ रडले नाही तर त्याच्यावर थंड पाण्याचा शिपका मारणे ही अत्यंत चुकीची प्रथा आहे. ती बाळाला अत्यंत घातक आहे.

प्रसूतीच्या वेळेस श्वासावरोध ओळखण्याची सूचक लक्षणे

- प्रसूतीस अधिक वेळ लागणे किंवा प्रसूती फार गुंतागुंतीची होणे.
- वेळेपूर्वी गर्भजल पिशवी फाटणे.
- गर्भजलाचा रंग पिवळा, हिरवा असणे किंवा गर्भजल जाडसर असणे.
- नाळ प्रथम योनीबाहेर येणे किंवा नाळ शिशूच्या गळ्याला घट्ट गुंडाळलेली असणे.
- अपुऱ्या दिवसांची प्रसूती
- डोक्याकडून जन्म न होणे.

बाळाच्या पाठीला संवेदना देऊन (पाठीवर हळूहळू थोपटून) बाळाचे श्वसन केंद्र उत्तेजित होऊन श्वास घेऊ लागते. तरीही श्वासोच्छ्वास सुरू न झाल्यास मुलाच्या श्वासनलिकेत लहान नळी टाकून त्याद्वारे मुलाचा कृत्रिम श्वसनयंत्राच्या (रेस्पिरेटर) मदतीने श्वासोच्छ्वास चालू केला जातो. मूल स्वतःहून श्वास घेईपर्यंत हे यंत्र चालू ठेवले जाते.

जन्मतःच बाळ रडले की, डॉक्टर, नर्सेस सभोवतालची मंडळी आनंदित होतात. कारण खणखणीत रडणे ही बाळ खुशाल असण्याची पावतीच आहे. नंतर नाळ बांधून किंवा चिमट्याने दाबून कापली जाते. WHO नुसार १ ते ३ मिनिटात नाळ बांधायला (Card Clamping) पाहिजे. उशिरा नाळ बांधल्यामुळे बाळाचे हिमोग्लोबीनही वाढते. तसेच १०० ग्रॅमने वजनही वाढते. जर बाळ रडायला उशीर झाला तर पायावर टिचक्या मारल्या जातात किंवा पाठीवर जोरात थोपटले जाते (Spinal Stimulation) तरी रडले नाही तर कृत्रिम श्वासोच्छ्वास व प्राणवायू देऊन, इंजेक्शनस देऊन प्रयत्न करावे लागतात. तरीही श्वासोच्छ्वास सुरू न झाल्यास बाळाच्या श्वासनलिकेत लहान नळी टाकून कृत्रिम श्वसन यंत्राच्या साहाय्याने श्वासोच्छ्वास चालू केला जातो. त्याला 'Intubation' असे म्हणतात. जर बाळ निळसर वाटले तर रेडिएण्ट वॉर्मरखाली ठेवले जाते.

शिशूच्या शरीरातील कॅलरीची पातळी योग्य ठेवण्यासाठी त्याचे स्तनपान सुरू ठेवावे जेणेकरून त्याच्या रक्तातील साखरेचे प्रमाण कमी होणार नाही. कमी तापमान असलेल्या (हायपोथर्मिया) शिशूत सामान्यपणे रक्तातील साखरेचे प्रमाण कमी होते.

जन्मतः बाळाचे डोके शरीरापेक्षा थोडे निमुळते असते. बाळंतपणामुळे डोक्यावर दाब पडतो व डोके सुजल्यासारखे दिसते. त्याला 'कॅपूट' म्हणतात. कधी-कधी डोक्याच्या हाडाखाली रक्त जमा होते त्याला 'सेफालहिमॅटोमा' म्हणतात व त्याला उपचाराची गरज नसते. २४ तासात ते आपोआपच कमी होते.

शिशु जन्मल्यानंतर जन्माची वेळ नोंद करा.

तिसरी अवस्था

बाळंतपणाची तिसरी अवस्था बाळाच्या आगमनापासून ते वार (Placenta) बाहेर येईपर्यंत असते. ही अवस्था वेदनाविरहित असते. ही वारेची प्रसूती साधारण १०-१५ मिनिटांत होते. वार निघाल्यावर मेथार्जीनचे इंजेक्शन आईला नसेतून (I.V. - Intra Venous) दिले जाते. पण आजकाल 2 Ampoules (10 units) पिटोसीनचे I.M. Injection दिले जाते. जास्त रक्तस्राव असल्यास मिझोप्रोस्टॉलच्या टॅबलेट्स रेक्टममध्ये ठेवतात. त्यानेही रक्तस्राव कमी न झाल्यास कार्बोप्रॉस्टचे इंजेक्शन I.M. देतात. त्यामुळे गर्भाशय आकुंचन पावते. वार योनीत आली की हाताने अलगद काढून घेता येते. वार लवकर बाहेर काढण्यासाठी अकारण जोर लावणे वगैरे प्रकार करू नयेत. बरेचदा नाळ तुटून हातात येते. वार आत राहिल्यामुळे रक्तस्राव अतिप्रमाणात होतो व स्त्रीच्या जीवाला धोका होऊ शकतो. कधी-कधी जोर उलटा लागल्यामुळे Inversion of Uterus (गर्भाशय उलटे होऊन बाहेर येते) त्यामुळे पेशंट व्हासोव्हेगल शॉकमध्ये जाऊ शकतो व मृत्युमुखी पडण्याचीही भीती असते. जर बाळ बाहेर आल्यावर २० मिनिटांच्या आत वार (Placenta) बाहेर आली नाही तर त्याला Retained Placenta असे म्हणतात. मग त्या स्त्रीला पूर्ण भूल (General Anaesthesia) देऊन शिथिल (Relax) करतात व हात पूर्णपणे गर्भाशयात घालून वार काढली जाते. त्याला M.R.P. (Manual Removal of Placenta) असे म्हणतात. Placenta accreta म्हणजे या समस्येत तो गर्भाशयात खोलवर रुतलेला असतो ते सहजपणे लवकर येतही नाही तो M.R.P. ने काढला जातो. जर Episiotomy दिलेली असेल तर टाके देऊन सॅनिटरी पॅड देऊन वॉर्डात शिफ्ट केले जात रक्तस्राव जास्त वगैरे आहे का हे बघितले जाते. पेशंटला लघवीला पाठवले जाते कारण लघवी साचली तर रक्तस्राव जास्त होण्याचा धोका असतो. पेशंटला काही खाण्यास देण्यास सांगितले जाते व बाळाला लगेच स्तनपान करावे. नंतर बाळाच्या आईला आराम करू द्या.

बाळंत वेदना (Labour Pains)

या संवेदना मेंदूकडून गर्भाशयाकडे जातात. Spinal Cord कडून मज्जाचेताने गर्भाशय (Uterus) गर्भाशयाचे मुख (Cervix), योनी (Vagina), पाठ, कंबर, ओटी पोटाच्या भागामधील Neurones शी जोडलेला असतो. दोन प्रकारचे मज्जातंतू एक मोटर आणि दुसरे सेन्सरी न्यूरॉन्स असतात. बाळंतपणात मोटर न्यूरॉन्समुळे आकुंचन व प्रसरण पावण्याची क्रिया संतुलित होते.

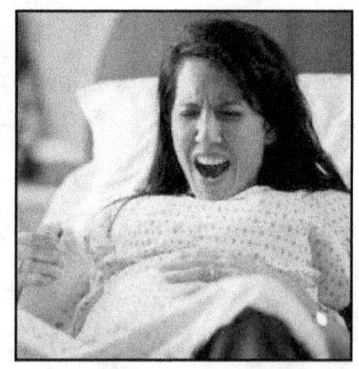

कळांमुळे बाळ खाली सरकते व बाळंतपण होते. Sensory Neurons मुळे या संवेदना मेंदूकडे जातात. या मार्गात कुठे अडथळा झाला तर हे चक्र तुटते व असह्य वेदना होतात.

वेदनारहित प्रसूती

(१) Epidural Anaesthesia

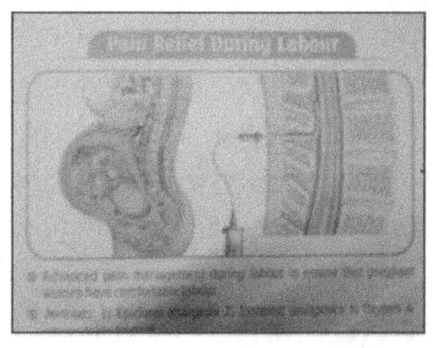

बाळंतपणाच्या कळा सहन करून वेदनांचे अग्निदिव्य पार केल्याशिवाय मातृत्वाचे सुख अनुभवता येत नाही. अशी परिस्थिती आजच्या काळात बदलत आहे. प्रसूती वेदनारहितही करता येते.

प्रसूती वेदनारहित म्हणजेच सुखकर करण्यासाठी Epidural Anaesthesia दिला जातो. यात पेशंट बेशुद्ध नसतो पण शुद्धीवर असतो.

यात पाठीच्या कण्यामधील Epidural स्पेस नामक पोकळीमध्ये भूलतज्ज्ञांकडून विशिष्ट प्रकारची बारीक नळी (Epidural Catheter) नळी टाकली जाते व त्यातून वेदनाशामक औषध किंवा कमी पॉवरची भूलची औषधे थोड्या-थोड्या वेळाने दिली जातात. त्यामुळे रुग्णांना फक्त सेन्सरी न्यूरॉन्सवर असर घेऊन वेदना न होता कळा चालू राहतात. म्हणजे मोटर ॲक्टिव्हिटी चालू राहते पण डिलेव्हरी होईपर्यंत टाके देईपर्यंत, प्रसूतीनंतर ही दुखू नये म्हणून त्यातून परत-परत वेदनाशामक औषधे देता येतात. नंतर कॅथेटर काढून घेतात. पण जर फॅमिली प्लॅनिंगचे ऑपरेशन करायचे असल्यास ते झाल्यावर दुसऱ्या दिवशीही कॅथेटर काढता येते. बाळावर या इंजेक्शनचा काहीही वाईट परिणाम होत नाही.

प्रसूतीच्या वेळी सतत पल्स रेट (कमी होण्याचा, ब्रॅडीकार्डिया) व ब्लड प्रेशर कमी होण्याचा धोका असतो. म्हणून भूलतज्ज्ञांनाही सतत पेशंट तपासण्याची गरज असते; म्हणून भूल देऊन प्रसूती करण्यासाठी ५ ते १० हजार रुपयांचा अधिक खर्च होतो. म्हणजे तसा मध्यमवर्गीय पेशंटलाही परवडू शकतो.

मणक्यातील किंवा पाठीतील इंजेक्शनमुळे कंबरदुखीचा त्रास होतो. हा गैरसमज दूर करा. आईच्या मणक्यावर वा मणक्याजवळ रोगसंसर्ग झाल्यास, आईच्या रक्तात रोगसंसर्ग अथवा रक्त गोठण्याचे दोष असल्यास अथवा आईला अति रक्तस्राव झाल्यास हे तंत्र वापरत नाहीत. हृदयविकार असलेल्या महिलांना, ज्यांच्यात कळा देणे धोक्याचे असते तेथे हे तंत्र खूपच उपयोगी ठरते.

(२) पेशंटच्या रक्तवाहिन्यांतून दुखणे कमी होण्यासाठी केटामीन व ट्रॅमॅडॉलसारखी इंजेक्शन्स दिली जातात.

(३) प्युडंडल ब्लॉक (प्रसूतीच्या दुसऱ्या पायरीला) आणि प्रसूतीच्या वेळी योनी, योनीचा बाह्य भाग आणि गुदद्वाराला बधीर करतो.

प्रसव वेदनांनी पिडित महिलेला शंखध्वनी ऐकविल्याने प्रसूती वेदना शीघ्र होते.

जर योग्य गर्भसंस्कार, आहारविहार, व्यायाम, मेडिटेशन आणि Epidural Anacsthesia चा प्रसूतीसाठी उपयोग केला तर खरोखरच वेदनाविरहित प्रसूतीच्या आनंदाचा आस्वाद स्त्री खऱ्या अर्थाने घेऊ शकते. जन्मानंतर पहिली पाच मिनिटे महत्त्वाची. बाळाचे सक्शन केले जाते (घशातील चिकूट काढण्यासाठी), नाळ कापून, स्पिरिट लावून क्लॅम्प लावला जातो. बाळाला खोबरेल तेलाने पुसून वॉमरखाली ठेवले जाते. क्वचित गरज वाटल्यास ऑक्सिजन दिला जातो.

तळपाय लुळा पडणे (फूट ड्रॉप) : प्रसूतिक्रियेच्या वेळी कमरेतील नसांवर येणाऱ्या ताणामुळे हा त्रास होतो. योग्य इलाजाने हा त्रास पूर्णपणे बरा होतो.

जन्मानंतर काही बालरोगतज्ज्ञ व्हिटॅमिन 'के' चे एक इंजेक्शन I.M. देतात.

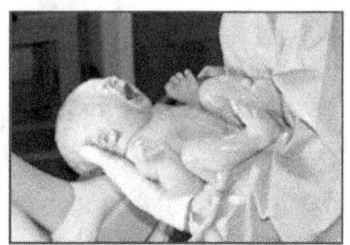

बाळाचा जन्म झाल्यावर डॉक्टर बाळाला आईच्या छातीवर झोपवतात. हा स्वर्गीय आनंद त्याचक्षणी अनुभवताना पत्नीला पतीचा आश्वासक स्पर्शही सुखावत असतो, धीर देत असतो. या क्षणाचे प्रत्यक्ष चित्रण, छायाचित्र घेण्याकरिता बॅगमधल्या यादीत कॅमेराही सांगितलेला आहे.

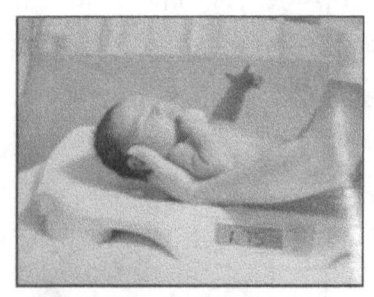

जन्मानंतर पहिली पाच मिनिटे ही वेळ आई आणि बाळामध्ये एक बंध निर्माण होण्यासाठी फार महत्त्वाची असतात. तिने त्याला स्पर्श करावा, लाड करावेत व नंतर स्वच्छतेसाठी व वजन करण्यासाठी नर्सकडे सोपवावे.

आईच्या गर्भाशयात बाळ वाढत असताना तेथील तापमान बाहेरील तापमानापेक्षा थोडे जास्त असते. त्यामुळे डिलेव्हरी झाल्याबरोबर पाण्याने अंघोळ न घालता खोबरेल तेलाने व मऊ सुती कपड्याने पुसावे. चांगल्या गरम सुती उबदार कपड्यात गुंडाळून कानटोपीने झाकून पायात मोजे घालावेत म्हणजे त्याचे तापमान कमी होणार नाही. नंतर बाहेर जे नातेवाईक उभे असतील आजी, आजोबा, काका, काकू, मावशी यांना बाळ दाखवावे.

बऱ्याच हिंदू कुटुंबात सोन्याचे ॐ मधात बुडवून जिभेवर चाटवतात. त्यामागे असलेले अध्यात्माचे उद्देश लक्ष घेता ते आम्ही करू देतो पण मध द्यायला नकार देतो. त्यामुळे आईच्या दुग्धनिर्मितीमध्ये अडथळा येऊ शकतो. मध घट्ट असल्यामुळे बाळाचा गळा कोंदला जाण्याची शक्यता असते. जन्मानंतर ॐ वगैरे म्हटले जाते, कुणी गायत्री मंत्र म्हणतात. मुस्लीम लोक अल्लाची आराधना करतात. तर ख्रिश्चन लोक येशूला आळवतात.

नवजात शिशूचे स्वागत

नवजात शिशूचे स्वागत असे केले जाते की, जन्मल्याबरोबर जगातील कोलाहल त्याच्या कानावर पडण्यापूर्वी त्याच्या कानाजवळ जाऊन ओऽऽऽम् असा दीर्घ उच्चार करून त्याला ऐकवावा. यामुळे बालक तेजस्वी-दिव्य विचारांचे बालक म्हणून नावारूपास येते.

आईच्या कुशीत

वैज्ञानिकांचा दावा आहे की, बालपणीची पहिली तीन वर्षे आईच्या कुशीत झोपाणाऱ्या मुलांचे हृदय बळकट बनते व त्यांच्या मेंदूच्या विकासातही महत्त्वाचा प्रभाव पडतो.

मुलांना पाळण्यात किंवा वेगळ्या बिछान्यांवर झोपविले तर ते नेहमी तणावग्रस्त राहतात. अशा मुलांच्या हृदयगतीमध्ये अनियमितता आढळून आली.

☞ प्रसूतीनंतर एपिझिऑटॉमीची काळजी

पेरिनिअमला (संडास व योनिमार्गातल्या भागाला) जर प्रसूतीपूर्व आणि प्रसूतीत मसाज केला तर तेथील लवचीकता वाढते.

डेटॉलच्या गरम पाण्याने तो भाग स्वच्छ धुऊन कोरडा करून अँटिसेप्टीक क्रीम लावावे. दिवसातून दोनदा अशी स्वच्छता करावी. आतील पॅड्स तीनदा तरी बदलावेच.

टाके दुखू नयेत म्हणून वेदनाशामक गोळ्या व जखम भरावी म्हणून अँटिबायोटिक्स सुरुवातीचे ५ दिवस तरी घ्यावे.

अवघड जागी असल्यामुळे टाके दुखतात. लवकर हालचाल केल्याने रक्ताभिसरण वाढून जखम लवकर बरी होते. मऊ पॅडवर बसून राहावे व टाके सुजल्यासारखे वाटल्यास त्यानंतर शेक द्यावा. १०० पॉवरचा बल्ब १ फूट दूर लावावा. त्या उष्णतेने सूज कमी होते त्यामुळे टाक्यांचे दुखणे कमी होते.

एपिझिऑटॉमी जर व्यवस्थित शिवली नसेल तर वेदना होतात. योनी आकुंचित होते. बरेच वेळा टाके बाहेर येतात. त्यामुळे भावी आयुष्यात संभोग सुखद होत नाही (Dyspareunia).

कडक संडास झाल्यामुळे टाक्यांवर ताण पोचू शकतो म्हणून डॉक्टरांच्या सल्ल्यानुसार सौम्य विरेचक घ्यावे.

टाके कॅटगट मटेरिअलचे (विरघळणाऱ्या) असल्यास काढावे लागत नाहीत. जसजशी जखम भरते तसतसे ते सुटतात. टाके साधारण १ आठवड्यात भरतात.

प्रसूतिनंतर अधिक रक्तस्राव

प्रसूतिनंतर एखाद्या स्त्रीला दिवसातून पाचपेक्षा अधिक वेळा पॅड बदलावे लागत असतील तर तिला अधिक प्रमाणात रक्तस्राव होत आहे असे समजून पटकन तज्ज्ञ डॉक्टरकडे जावे. नाही तर माता मृत्यूचा धोका संभवतो. मातेने प्रसूतीनंतर शिशूला लगेच स्तनपान केल्यास रक्तस्राव कमी होण्यास मदत होते.

☞ प्रसूतीनंतर योनी ढिली का पडते ? याला इलाज आहे का ?

एपिझिऑटॉमी व प्रसूतीपूर्व व्यायाम वेळीच केल्यास योनी ढिली पडत नाही पण तरीही योनी ढिली झाल्यास 'केगल' प्रकारचा व्यायाम उपयुक्त असतो. याचा उद्देश संबंधित मांसपेशी आंकुचित करणे हा असतो. हा व्यायाम म्हणजे लघवी रोखणे किंवा सोडणे अशा प्रकारचा असतो. ही क्रिया २० वेळा म्हणजे दिवसातून ३ वेळा केल्यास मांसपेशीत बळकटता येते. असे न झाल्यास **'रिकन्स्ट्रक्टिव्ह ऑपरेशन'** करावे लागते. खालून होणाऱ्या नॉर्मल बाळंतपणात टाके घालावे लागल्यास त्यामुळे पुढे उद्‌भवणारा योनिभागाचा ढिलेपणा टाळता येतो.

व्हॅक्यूम फोरसेप्स

जर एपिझिऑटॉमी न देता बाळ बाहेर येण्यासाठी स्त्री जोर लावते त्यामुळे तेथील स्नायू शिथिल होतात व म्हातारपणी अजून अशक्तपणा वाढल्यामुळे माय अंग (Prolapse Uterus) बाहेर पडून मोठ्ठी शस्त्रक्रिया (Vaginal hysterectomy) करण्याची वेळ येते.

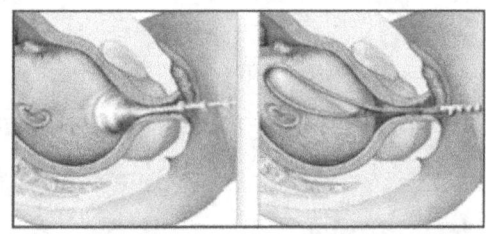

प्रसूतीचे इतर पर्याय

फोरसेपस/व्हॅक्यूम पद्धत : गर्भाशयाचे तोंड पूर्णपणे उघडलेले आहे, डोके खाली सरकले तरी बाहेर येत नाही खास करून बाळ खूप मोठे असेल किंवा आई खूप थकली असेल आणि अजून कळा देऊ शकत नसेल तर ही पद्धत वापरली जाते.

☞ पाण्याखाली बाळाचा जन्म (Under Water Birth)

डॉ. मायकल ऑडेंट यांना 'बाळाचा जन्म पाण्यात' कसा सुलभरित्या होऊ शकतो याचा शोध लागला.

वॉटरबर्थ म्हणजे एका गरम पाण्याच्या मोठ्या टबमध्ये डिलेव्हरी होणे. स्त्री डिलेव्हरीच्या पहिल्या अवस्थेच्या उत्तरार्धापासून पाण्यात बसलेली असते. या कोमट पाण्यामुळे ती रिलॅक्स तर होतेच आणि गरम पाण्याखाली असल्यामुळे स्नायूंची लवचीकता जास्त चांगली असते. ती रिलॅक्स असल्यामुळे

(वेदनाशामक) Endorphins स्रवित होतात. वेदनाकारक स्थितीतील हार्मोन्स Nor-adrenaline आणि Catecholamines स्त्रवित नाही. त्यामुळे प्रसववेदना कमी जाणवतात. पाणी कोमट असल्यामुळे बाळालाही गर्भाशयात जसे वातावरण असते तसेच मिळाल्यामुळे व आईवरही ताण नसल्यामुळे बाळावरही ताण येत नाही.

हे तंत्र सर्व काही नॉर्मल असलेल्या मातांसाठी उचित असते. खूप लठ्ठ बायका, जुळी बाळे, आईचा आजार किंवा बाळामध्ये काही समस्या असतील तर वॉटर बर्थची निवड करता येत नाही.

पाण्यात राहून बाळाचे ठोके मोजणारी विशिष्ट डॉपलर्स वापरली जातात. त्यामुळे बाळाच्या हृदयाच्या ठोक्यांचे मॉनिटर करता येते. गर्भाशयाचे तोंड ४ सें.मी. उघडल्यानंतर वॉटरबर्थमध्ये बसवले जाते. पाण्याचे तापमान व खोली ॲडजेस्ट केली जाते. बहुतेक वेळा बाळाच्या भोवतालचे आवरण अखंड ठेवले जाते. नॉर्मल प्रसूतीत बहुधा योनिमार्गाला छेद (Episiotomy) द्यावी लागते. या क्रियेची पाण्याखालच्या प्रसूतीत बहुधा गरज पडत नाही.

☞ सिझेरिअन सेक्सन

नेहमीच्या सिझेरिअनबद्दल शंका-कुशंका

- बापरे ! सिझर करावे लागेल ९ महिने तर डॉक्टरांनी सांगितले की सगळे चांगले आहे आणि आता ! खरचं गरज आहे का ?
- सिझरनंतर आराम करावा लागेल ?
- दवाखान्यात किती दिवस राहावे लागेल ?
- टाके कसे निघतील ?
- पोटाचे स्नायू कमजोर होतील का ?
- घरातील कामे तरी मला करता येतील की नाही ?
- जड उचलता येईल की नाही ?
- हर्निया (Hernia) वगैरे होईल का ?
- परत दुसऱ्या प्रसूतीच्या वेळी परत सिझर होईल का ?

पाठीतून जो Spinal Anaesthesia दिला जातो त्याने कंबर दुखेल का ? सिझरच्या भूलचीच सुई इतकी बारीक (Fine) असते की नंतर कोणताही त्रास होत नाही. आपल्याकडे सिझर झाल्यामुळे पेशंट इतका बाऊ करतो की, कोणताही व्यायाम करत नाही, योग्य प्रमाणात कॅल्शियम घेत नाही व कंबरदुखीचे खापर या सुईवर फोडले जात.

आजकाल मॉडर्न डॉक्टरांचे सिझेरिअन हे एक फॅडच झाले आहे असे उद्‌गार निघतात.

सिझेरिअनमुळे बऱ्याच बाळांमध्ये होणाऱ्या इजा, जर Second Stage लांबल्यामुळे बाळाच्या मेंदूवर होणारा परिणाम घटला. वेळेत जर सिझेरिअन करण्यात आले तर मतिमंद बाळ होण्यापासून वाचते. आयुष्यभर तसे दुःख सहन करण्यापेक्षा सिझेरियनच्या टाक्यांचे दुखणे थोडे दिवस सहन करणे परवडले.

आता प्रगत विज्ञानामुळे, चांगली भूलची औषधी, योग्य अवजारे व Higher Antibiotics मिळत असल्यामुळे सिझेरिअननंतरचा Infection Rate (जंतुसंसर्ग) खूप कमी झाला आहे. त्यामुळे सिझेरिअन ही तेवढी कठीण गोष्ट राहिलेली नाही.

सिझेरिअननंतर १२-२४ तासांतच पेशंटला हालचाल करायला सांगितले जाते. पूर्वी सिझेरिअनच्या पेशंटला ४-५ दिवस सलाईन लावायचे व झोपवून ठेवायचे. त्यामुळे Deep Vein Thrombosis सारख्या समस्या उद्‌भवायच्या. तो धोका आता लवकरच हालचाल केल्यामुळे कमी झाला आहे. पेशंटही शारीरिक व मानसिकरीत्या लवकरच स्वतःची रुटीन कामे करता येतील म्हणून समाधानी असतो.

पेशंटला वॉर्डमध्ये Shift केल्यावर किंवा ओ.टी.तच बाळाला स्तनपान करण्यास लावले पाहिजे त्यामुळे बाळाला लवकरच कोलोस्ट्रम मिळते.

सिझेरिअन करण्याची कारणे

(१) हल्ली बाळ धोक्यात आहे असे खालील तंत्रज्ञानाने लवकरच समजते. बाळाच्या हृदयाचे ठोके N.S.T. ने मॉनिटर केले तर आपण नातेवाइकांनाही दाखवू शकतो की, बाळाला धोका आहे. आपण सिझेरिअन करायला पाहिजे जसे नाळ जर दाबल्या जात असेल, गळ्याभोवती नाळ असेल, बाळाने **शी** केली असेल (म्हणजे Meconium Pass केले असेल) तर N.S.T. मुळे समजते. बाळाच्या मेंदूतील Oxygen पुरवठा कमी होत आहे असे समजते, त्यामुळे लवकर सिझेरिअन करण्याचा निर्णय घेण्यात येतो. एन.एस.टी.टेस्ट नॉर्मल आली तर आठवडाभर बाळाची काळजी नाही !

डॉप्लर सोनोग्राफी : यात तर चक्क बाळाचा रक्तपुरवठाच मोजला जातो ! या दोन्ही तपासण्यांमुळे पुढे कळांमध्ये गुदमरून दगावणारी बाळे आता सिझरमुळे हमखास वाचतात.

(२) आईचे पेल्हीस जर लहान असेल आणि बाळाचे डोके मोठे असेल तर बाळ त्यातून खाली येऊ शकत नाही. यालाच सेफॅलोपेल्हीक डीसप्रपोर्शन C.P.D. (Cephalopelvic Disproportion) बाळाला सरकण्यासाठी रस्ता अरुंद झाल्यामुळे नैसर्गिक बाळंतपण होऊ शकत नाही. म्हणून सिझेरिअन करण्याची वेळ येते. त्याला Disproportion असे म्हणतात.

(३) वार गर्भाशयाच्या खालच्या भागात असेल तर त्याला 'Placenta Praevia' असे म्हणतात. गर्भाशयाचे तोंड उघडताना खूप जास्त रक्तस्राव होतो. वारेच्या खाली जास्त ब्लड प्रेशरमुळे रक्तस्राव होतो, त्याला Accidental Haemorrhage किंवा Abruptio Placenta म्हणतात.

(४) प्रथम बाळंतपणात पायाळू बाळ असल्यास. (Primi with Breech)

(५) बाळ आडवे असल्यास (Transverse lie)

(६) पहिले सिझेरिअन असताना किंवा एकच सिझर असून काही परमनंट परत येणारे कारण असल्यास.

(७) आईला आणि बाळाला काही मेडिकल धोका असल्यास.

(८) पूर्वीसारखी आता अनेक मुले जन्माला येत नाहीत. वारले तरी चालेल असे नाही. हल्ली पालक एक किंवा दोनच चान्स घेतात म्हणून प्रत्येक मूल वाचणे अत्यंत महत्त्वाचे असते.

(९) आईच्या कंबरेच्या हाडांमधील दोषामुळे (अरुंद रस्ता) नैसर्गिक बाळंतपण शक्य नसेल तर.

(१०) प्रसूतीची सगळी नैसर्गिक क्रिया स्नायूंच्या समर्थ आकुंचन-प्रसरण पावण्यावर अवलंबून असते. स्नायूंच्या या आकुंचन-प्रसरण पावण्याच्या क्रियेसाठी स्त्रीच्या शरीरात कॅल्शियम असणे अत्यंत आवश्यक आहे. स्नायूंची सर्व मदार कॅल्शियम या खनिजावर अवलंबून आहे. जखमा भरून येणे, दमछाक न होणे याला 'क' जीवनसत्त्व आणि 'इ' जीवनसत्त्व यांची गरज आहे. त्यामुळे कॅल्शियम आणि 'के' जीवनसत्त्व गरोदर स्त्रीला कमी पडते. पूर्वीच्या स्त्रिया व आज ग्रामीण भागात कष्टकरी स्त्रिया आहेत त्यांना शारीरिक कष्टाच्या कामांची सवय असते. तसेच वेदना सहन करण्याची सवय किंवा शक्ती असते. शहरी-सुशिक्षित आधुनिक स्त्रीला कळा सहन करण्यासाठी व बाळ बाहेर ढकलण्यासाठी शारीरिक व मानसिक ताकदच नाही. त्यामुळेच तीच हरून म्हणते की, आता मी सहनच करू शकत नाही म्हणून सिझर करून टाका. वाढलेल्या सिझरच्या कारणांसाठी तेही एक कारण आहे की नैसर्गिक प्रसूतीमध्ये अडथळा येणार तो अडथळा त्या प्रमाणात फोरसेप्स, व्हॅक्यूम, नाहीतर सिझेरिअन शस्त्रक्रियेची गरज पडेल.

जर नैसर्गिक प्रसूतीत काही अडथळा आला आणि सिझेरिअन करावे लागेल असा निर्णय जेव्हा डॉक्टर पेशंटच्या नातेवाइकांना सांगतात तेव्हा नातेवाईक म्हणतात की अजून १-२ तास तरी वाट पाहाना ! नंतर काही Mishap बाळाला किंवा आईला घडला तर वरून डॉक्टरांवरच येते की तुम्ही आधीच सिझेरिअन का नाही केले ? अनेक नातेवाईक येऊन तुमच्यावर प्रश्नांचा भडिमार करणार ! म्हणून असेही, ओरडणारे बरेच पेशंट आम्ही इतक्या वर्षांच्या प्रॅक्टीसमध्ये पाहिलेत.

डॉक्टरांचा सल्ला मानायलाच हवा, वेगळा विचार किंवा जो काही चोखंदळपणा दाखवायचा तो स्त्री-रोगतज्ज्ञांची निवड करतानाच दाखवायला पाहिजे. कारण आम्ही स्त्री-रोग तज्ज्ञसुद्धा खूपच संभ्रमात असतो की, कोणता पेशंट नॉर्मल होईल ? की अडकेल ? बऱ्याचदा अगदी शेवटी-शेवटी बाळ फसते. अनेक प्रयत्न करून पेशंटने हालअपेष्टा सहन करून नंतर उपायच राहत नाही. तेव्हा सिझेरिअन करावे लागते. म्हणून तुमच्या डॉक्टरवर पूर्णपणे सोडून द्या. बाळंतपण खालून झाले, सिझेरिअन टळले, पण बाळ गेले ... वा मतिमंद झाले, हे हवे कां ? नाही ! ते टाळण्यासाठी सिझर गरजेचे असते. मातेच्या व बाळाच्या भल्यासाठीच आवश्यक असल्यास सिझरचा निर्णय घ्यावा लागतो असा विश्वास तिच्या मनात पाहिजे. डॉक्टरांनीदेखील पेशंटने ठेवलेल्या विश्वासाचा गैरफायदा घेऊन विनाकारण जास्तीचे पैसे मिळतात म्हणून उगाच सिझर करू नये.

घरच्यांनी काय करायचे : बालकाचा जन्म सुरळीत पार पाडावा व बाळही स्वस्थ राहावे यासाठी ही सर्व तयारी असावी. घरचे, दारचे, मित्रमंडळी सर्वांशी संपर्क करून ठेवावा. ऐनवेळी रक्त हवे असते किंवा महागडी औषधे लागतात. पैशांमुळे काम अडायला नको. त्यामुळे पैशांचीही व्यवस्था असावी. आमच्या इतक्या वर्षांच्या प्रॅक्टीसमध्ये असे अनुभव आले की, गरोदर स्त्रीबरोबर एकच बाई येते. (कधी-कधी ती पण म्हातारी आजी) जर चुकून प्रसूतीनंतर जास्त रक्तस्राव झाला तर तिच्याजवळ भागदौड करण्यास कुणीच नसते.

ठरवून केलेले सिझर : काही केसेसमध्ये -

१. पहिलाच गर्भ व पायाळू बाळ (Primi Breech)

२. आडवे बाळ (Transverse lie)

३. सेफॅलोपेल्व्हीक डीसप्रपोर्शन (C.P.D.)

४. पहिले C.S.

५. जर ब्लड प्रेशर खूप जास्त असेल व डायबिटीस असेल.

६. प्लासेंटा खाली आडवा असेल (Central Pl.)

७. तारीख उलटून गेलेले गर्भारपण (Postmature Pregnancy)

या केसेसमध्ये वेळ ठरवून (ज्योतिषाच्या पत्रिकेनुसार शुभ वेळ पाहून) सिझेरिअन केले जाते. त्याला Elective C.S. म्हणतात.

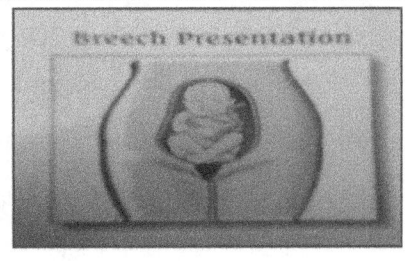

(1) पहिलाच गर्भ व पायाळू बाळ (Primi with Breech) : असे असताना नेहमी ३७ आठवड्यानंतर कळा येण्याआधीच सिझेरिअनचाच सल्ला दिला जातो. कारण खालून डिलेव्हरी करताना बाळाला खूप धोका असतो. पिशवीचे तोंड उघडण्याअगोदरच बाळाचे शरीर पायाकडून बाहेर येते (मऊ असल्यामुळे) व डोके अडकून गुदमरते.

कळांमध्ये दोन पायांमधून नाळ (Cord) बाहेर लटकते व नाळ दबल्यामुळे मूल दगावू शकते.

डोके यायला वेळ लागल्यामुळे बाळ मतिमंद/बाळाला पॅरेलेसीस होऊ शकतो.

(2) आडवे बाळ (Transverse Lie) : यामध्ये सुद्धा खालून बाळ बाहेर येणे अशक्य आहे. ३६ आठवड्यांनंतर सोनोग्राफीत बाळ आडवे दिसले तर ते नंतरही आडवेच राहते. हल्लीच्या काळी सरळ करण्याचे उपचार (External Rotation) करीत नाहीत. कारण त्यात बाळाला धोका होऊ शकतो. (वार सुटू शकतो व रक्तस्राव होऊ शकतो.)

पायाळू बाळाप्रमाणेच ३७ आठवड्यानंतर कळा येण्याअगोदरच प्लॅन्ड सिझरच करतात.

(3) Postmature Pregnancy : प्रेग्नन्सीचा काळ २८० दिवसांचा म्हणजेच ४० आठवड्यांचा असतो. काहींना हा काळ उलटल्यावरही कळा येत नाहीत, त्याला पोस्टडेटेड प्रेग्नन्सी म्हणतात. साधारण एक आठवडाही थांबू शकतो. पण कधी-कधी तेही धोक्याचे ठरू शकते.

दिवस वर होतात ते

१. गर्भाजलाचे प्रमाण कमी होते. पर्यायाने बाळंतपणात बाळ गुदमरण्याची शक्यता वाढते.

२. प्लासंटा हा अधिक कडक - Calcified होतो त्याप्रमाणात बाळाचा रक्तपुरवठा कमी होतो व बाळ गुदमरून मरू शकते.

म्हणून ईडीडीच्या (संभाव्य तारखेच्या) वर दिवस झाले तर

१. कलर डॉपलर यामध्ये गर्भाची सोनोग्राफी केली जाते व गर्भाला होणारा रक्तपुरवठा मोजला जातो.

२. **N.S.T. :** यामध्ये गर्भाच्या हृदयाचा आलेख काढला जातो. गर्भवती स्त्रीच्या पोटाला पट्टा बांधला जातो. जर हालचालीपाठोपाठ बाळाचा रेट वाढत असला तर काहीच धोका नाही पण जर बाळ गुदमरलेले असेल तर त्याचा पल्स रेट कमी होतो व धोक्याचा सिग्नल मिळतो. अशा वेळी डॉक्टर सिझेरिअन करायचा सल्ला देतात.

३. बाळाच्या हालचालीवर बारीक लक्ष द्यावे. साधारणपणे २४ तासात १०-१२ वेळा हालचाल होणे नॉर्मल आहे. जर हालचाल कमी किंवा बंद वाटली तर ताबडतोब डॉक्टरांकडे जावे.

वारंवार सिझरच करावे लागेल अशी कारणे

(अ) C.P.D. खूप कमी उंची असलेल्या स्त्रीच्या कटिबंधाची जागा इतकी अरुंद असते की बाळाचे डोके खाली सरकणेच अशक्य असते. अशा वेळी सिझरच करावे लागेल.

(ब) पूर्वीची दोन वा जास्त सिझर.

(क) गर्भाशयावर आधी ऑपरेशन (Fibroid साठी) वगैरे झालेले असेल तर.

पूर्वीचे सिझर पण पुढच्या वेळेला टाळता येऊ शकणारी कारणे

१. उच्च रक्तदाब (P.E.T.)

२. न येऊ शकलेल्या कळा

३. पायाळू बाळ/आडवे बाळ

४. प्रसूतीत गुदमरलेले बाळ (Foetal Asphyxia)

५. खाली असून सुटलेला वार (Placenta Praevia)

६. प्लासंटाखाली रक्तस्राव (Accidental Haemorrhage)

वरील सर्व कारणे पुन: दुसऱ्या डिलेव्हरीत येतीलच असे नाही. त्यामुळे 50% प्रसूती खालून होऊ शकतात. पण त्यात तुम्ही व तुमचे डॉक्टर काही धोके पत्करून करता आहात हे लक्षात घ्या.

Induction of Labour अर्थात डिलेव्हरी करून घेणे

बाळाला धोका असल्यास प्रसूती लवकर करून घ्यायला पाहिजे. या प्रक्रियेला 'इन्डक्शन ऑफ लेबर' असे म्हणतात. सर्वप्रथम गर्भाशयाच्या मुखाची (Cervix) कंडिशन कशी आहे ते तपासतात, बाळाचे डोके Engaged किंवा Fix झाले आहे व कटिप्रवेश पुरेसा रुंद आहे याची खात्री करून

१. बरेचदा कळांचे सलाईन (पिटोसीन) लावले जाते.

२. प्रोस्टॅग्लँडीनचे जेल गर्भाशयाच्या मुखाशी लावले की, दोन-तीन तासात कळा सुरू होतात. नंतर पुढचा प्रोग्रेस नॉर्मल डिलेव्हरीप्रमाणेच होतो.

३. काही गोळ्या (प्रोस्टॅग्लँडीन) च्या मिझोप्रोस्टॉलच्या योनिमार्गात ठेवल्या तरी ४-६ तासांत कळा सुरू होतात.

मात्र बी.पी. जास्त असल्यास... गर्भजल कमी असल्यास, प्लासन्टा मॅच्युरिटीवर असल्यास सिझेरिअन करण्याचे ठरवतात.

Emergency C.S.

इमर्जन्सी सिझेरिअनमध्ये जेव्हा नॉर्मल प्रसूतीचा प्रोग्रेस बरोबर होत नाही किंवा बाळाला काही धोका होतो हे NST मॉनिटरवरून समजते. कळा येतात, पण गर्भाशयाचे तोंडच उघडत नाही. खूप रक्तस्राव होतो, ब्लड प्रेशर खूप वाढते अशा वेळी वेळेवर पेशंटला सांगितले जाते की हिचे सिझेरिअन करायची गरज आहे. त्यालाच इमर्जन्सी सिझेरिअन असे म्हणतात.

सिझेरिअन प्रसूती पद्धत

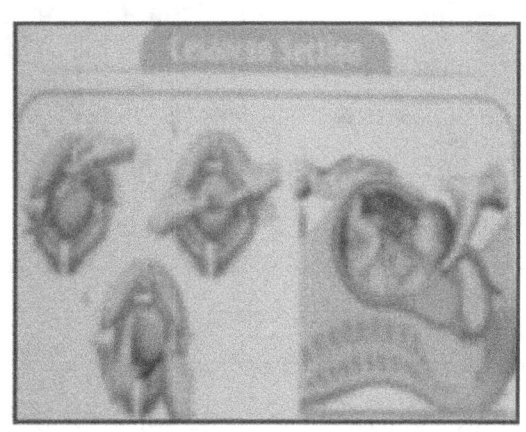

ऑपरेशनपूर्वी पोट रिकामे पाहिजे : कोणत्याही ऑपरेशनपूर्वी पेशंटने उपाशी राहणे आवश्यक असते. ऑपरेशनपूर्वी कमीत कमी सहा तास काहीही खाऊ नये. पाणी, चहा, दूध, कॉफी वगैरेदेखील किमान चार तास पूर्वीपर्यंत घेऊ नये. सकाळी लवकर ठरवून केल्या जाणाऱ्या ऑपरेशनसाठी आदल्या दिवशी रात्री १० नंतर काहीही खाऊ-पिऊ नये, असा नियम आहे. ऑपरेशन होत असताना पोट रिकामे राहणे हे ऑपरेशनसाठी दिली जाणारी भूल (अॅनेस्थेशिया) या दृष्टीने महत्त्वाचे असते. पोट रिकामे नसल्यास, ऐन ऑपरेशन करताना टेबलवर उलटी होऊ शकते. भूलतज्ज्ञांना पेशंटला उलटी होणे त्रासदायक ठरू शकते. भूलमध्ये उलटी फुप्फुसात जाण्याची संभावना असते. (Mendelsons Syndrome) व क्वचितप्रसंगी जीवावर बेतू शकते.

आपल्याकडे बाळंतपणाच्या कळा सुरू झाल्या की गरम-गरम बदामाची खीर किंवा खूप तूप असलेला शिरा खाऊ घालून दवाखान्यात नेतात त्यांना असे वाटते की कळा सहन करण्यासाठी शक्ती पाहिजे म्हणून. पण ते अत्यंत चुकीचे आहे. कारण अशा या पोटभर खाल्लेल्या अवस्थेत कधी-कधी बाळाचा जीव वाचावा म्हणून तातडीने ऑपरेशन (सिझर) करण्याची वेळ येऊ शकते अशा अवस्थेत रिस्क घेऊन (पेरिनॉर्म, रॅनिटीन, ऑनडेनसेट्रॉन) ची Injection नसेतच देतात. जाताना हलके चहा, दूध, कॉफी, ज्यूस, वगैरे चालेल पण जेवण, खीर वगैरे नको.

पद्धत : सिझेरिअन ऑपरेशन स्पायनल किंवा एपिड्यूरल ॲनेस्थेशिया देऊन केले जाते. तो खालच्या मणक्यामध्ये दिला जातो. पेशंट पूर्णपणे शुद्धीवर असते फक्त तिला वेदना मात्र होत नाहीत. त्या आधी लघवीच्या जागेतून कॅथेटर टाकले जाते. भूल दिल्यावर पोट निर्जंतुक औषधाने पुसून पोटावर उभे किंवा आडवे खालच्या पोटावर प्युबीक सिंफायसिसवर छेद दिले जाते. त्याला Pfannensteil Incision म्हणतात. आजकाल हा आडवाच छेद घेतल्या जातो. हा छेद केव्हाही चांगला, कारण सौंदर्याच्या दृष्टीनेसुद्धा टाके पोटाच्या खालील भागात असल्यामुळे दिसतसुद्धा नाहीत. आडव्या टाक्यांमध्ये हर्निया व्हायची भीतीही कमी असते. हे टाके ऑपरेशननंतर कमी दुखतात.

आडवे Incision स्कीन (कातडी) मासातून गर्भाशय आडवे कापून बाळ व वार काढले जाते. ऑपरेशन सुरू करण्याआधीपासून तिला नसेतून सलाईन, ग्लुकोज, अँटिबायोटिक्स व दुखण्यासाठी (Pain killers ची Injections) दिली जातात.

दुसऱ्या दिवशीपासून सूप्स, फळांचे रस किंवा नारळाचे पाणी दिले जाते. त्यानंतर २-३ तासांत लापसी, घाटा, मऊमऊ मुगाच्या डाळीची खिचडी दिली जाते. नंतर पूर्ण आतड्यांची हालचाल सुरू झाली की, नेहमीचे पूर्ण अन्न दिले जाते. भात, खिचडी सर्व चालते. बऱ्याच जणांचा असा चुकीचा ग्रह असतो की भाताने टाके नीट भरत नाहीत, पिकतात वगैरे. जास्त तिखट, मसाल्याचे, तळलेले व गोड मिठाया सुद्धा वर्ज्य करायचे. यामुळे फक्त गॅसेस वगैरे होऊन अपचन होऊ शकते.

सिझेरिअन सेक्शननंतर काळजी

सिझेरिअन सेक्शननंतर ठीक वाटायला नॉर्मल डिलेव्हरीपेक्षा जास्त वेळ लागतो तरी लवकरच सर्व नेहमीची कामे करायला पाहिजेत.

दीड-दोन महिने बाळापेक्षा जड असे काहीच उचलू नये.

जोपर्यंत वेदनाशामक गोळ्यांची गरज असते. (साधारण पंधरा दिवसपर्यंत ड्रायव्हिंग करायला नको.)

आपली दीड महिन्यांनी व्हिजीट झाल्यावर डॉक्टरांनी जोपर्यंत मेडिकली फीट सांगितले नाही तोपर्यंत जास्त मेहनती व्यायाम करायचे नाहीत तर काही लिमिटपर्यंत जीना चढायला उतरायला हरकत नसते.

पहिला दीड महिना टाक्यांची जखम जेवढी कोरडी ठेवाल तेवढी चांगली. एक लक्षात घ्या हे टाके म्हणजे पोटाचा कमजोर हिस्सा आहे जर

टाक्यात जास्त दुखायला लागले तर,

टाके लाल आणि त्यावर सूज आली तर,

टाक्यातून रक्त किंवा घाण पाणी, पू आले तर,

१०० फॅ. पेक्षा जास्त ताप असला तर

ताबडतोब डॉक्टरांना दाखवून यावे. अशा वेळी रोज ड्रेसिंगची व अँटिबायोटिक्सची गरज असते. टाक्यांना तेल वगैरे लावू नये.

पेशंटचे कोरडे टाके निघाले व डॉक्टरांनी त्यांना सांगितले की जखम छान भरली, तर वरून त्यांची प्रतिक्रिया पाहा ! पेशंट म्हणतात की मी काहीच (भात, शेंगदाणे, हरभऱ्याच्या डाळीचे पदार्थ, वांगे, बटाटे वगैरे) खाल्ले नाही म्हणून टाके चांगले निघाले.

मसाज

सिझेरिअन झाल्यावर प्रत्यक्ष टाक्यांवर तेल मसाज केला नाही तरी बाकी शरीरावर विशेषतः पाठ, नितंब, मांड्या वगैरे ठिकाणी तेल अवश्य लावावे. १ महिन्यानंतर पूर्ण शरीराला मसाज करू शकता.

प्रसूतीनंतर बदल

आपण गर्भवती असताना आपल्यात अनेक शारीरिक आणि भावनिक बदल घडतात. गर्भधारणेदरम्यान गर्भ वाढण्याकरता जागा देणारे अवयव हळूहळू आपल्या मूळ आकारात परत येतात. गर्भधारणेनंतर सहा आठवड्यांत हार्मोन्समध्येही बदल होतो. शरीरात नऊ महिन्यांत झालेले बदलही काही आठवड्यांत पुन्हा पूर्ववत होतात.

सिझेरिअनमुळे स्नायू कमकुवत झाल्याने स्त्रीला हर्निया होण्याची शक्यता वाढते. गर्भाशयासारख्या महत्त्वाच्या अवयवांवर शस्त्रक्रिया केल्यामुळे त्यांची ताकद कमी होते. म्हणून तीन वर्षांचे तरी अंतर दोन मुलांमध्ये ठेवावेच नाही तर गर्भाशयाचा व्रण फाटण्याची (Scar Dehiscence) तसेच टाक्यांच्या जवळच लघवीची पिशवी असल्यामुळे तिला जर इजा झाली तर आयुष्यभर पश्चात्ताप करावा लागतो. गर्भाशयाची क्षमता या प्रकारे कमी झाल्यामुळे दोनच मुले होण्याचा सल्ला दिला जातो. म्हणून तसे स्त्री आणि बाळाच्या आरोग्यासाठी नैसर्गिक प्रसूतीसाठी आग्रही राहणे श्रेयस्करच.

पूर्वी झालेल्या सिझेरिअनच्या केसेससाठी (Previous Caesaraen Section Cases

(१) ज्या हॉस्पिटलमध्ये सिझेरिअनची सोय आहे अशाच ठिकाणी नाव नोंदवा.

(२) पहिले सिझर झाल्यावर दुसऱ्या बाळंतपणात पुन्हा सिझर नको असा अट्टाहास करू नका. डॉक्टरांना निर्णय घेऊ द्या व त्यांनी इलेक्टिव्ह सिझर सांगितल्यास मान्य करा. कारण तुम्ही जर घरीच कळा येईपर्यंत वाट पाहिली तर पूर्वीचे गर्भाशयाचे टाके फाटले तर लघवीच्या पिशवीला (Urinary Bladder) इजा होऊ शकते.

ऐनवेळी धावपळ होऊन सिझर होते तेव्हा

कधी-कधी रात्री-अपरात्री कळा सुरू होतात. तुमचे स्त्रीरोग तज्ज्ञ ताबडतोब भेटले पाहिजेत. भूलतज्ज्ञ व लहान बाळांचे डॉक्टर मिळाले पाहिजेत. बरेचदा काही कारणांमुळे भेटत नाहीत, अमूल्य वेळ वाया जातो. आईला व बाळाला गंभीर धोका होण्याची शक्यता वाढते. गर्भाशय फाटल्यामुळे (Rupture Uterus) आई शॉकमध्ये जाऊ शकते. अशा वेळी रक्ताची गरज भासल्यास तेही तयार नसते. म्हणून निर्णय डॉक्टरांवर सोपवून द्या. नॉर्मल प्रसूतीचा अट्टाहास करू नका.

☞ प्रसूतीनंतरचा आहार

प्रसूतीनंतरच्या आहारात ५०० कॅलरीज/दिवशी जास्त घेतल्या पाहिजेत म्हणजे २,३०० ते २,५०० कॅलरीज/दिवशी घ्यायला पाहिजे.

प्रसूतीच्या वेळी १०-१२ तास काहीच खाल्लेले नसते. तसेच प्रसूती प्रक्रियेमुळे जठराग्नीही मंद झालेला असतो. म्हणून तिला जड अन्न दिल्यास अपचन, गॅसेसचा त्रास होऊ शकतो म्हणून पहिले दोन दिवस हलका आहार द्यावा. तिसऱ्या दिवसापासून बदामाचा शिरा देण्यास हरकत नाही.

नॉर्मल प्रसूती झाल्यानंतर लगेच चार चमचे साजूक तूप + चिमूटभर सुंठ + चिमूटभर पिंपळी यांचे मिश्रण चाटवावे व कोमट पाणी पिण्यास द्यावे.

बाहेरचे अन्न वर्ज्य करावे. आहारात उष्मांक आणि प्रोटीन्स असलेल्या पदार्थांचा समावेश करावा म्हणजे प्रसूतीदरम्यान ज्या स्नायूंची झीज झालेली असते ती झीज भरून येते.

प्रसवानंतर भूक लागल्यास मूगडाळ व तांदळाची लापशी करावी. त्याला साजूक तुपात जिऱ्याची फोडणी देऊन सुंठ व मीठ टाकून बनवली तर ती पचायला हलकी असते व चवीला पण छान लागते.

प्रसूतीनंतर आहार नेहमी गरम, ताजा, सुपाच्य (पचण्यास हलका) स्निग्ध असा असावा. बाळाचे पोषण मातेच्या भोजनावर अवलंबून असते. हे लक्षात ठेवून भोजन ग्रहण करावे. गाईचे तूप अनावश्यक वजन वाढू देत नाही. म्हणून पहिले दहा-पंधरा दिवस गाईच्या तुपाचा वापर फोडणीसाठी करावा. दिवसातून दोन वेळा पूर्ण जेवण, दोन वेळा नाश्ता, एक वेळा फलाहार घ्यावा.

दिवसातून तीनदा पोषक आहार घ्या. प्रथिने जास्त असलेले पदार्थ (जसे सोयायुक्त पदार्थ, मासे, वरण इ.) सेवन करावे. रोज प्रथिनांची गरज ६५ ते ७५ ग्रॅम इतकी असते. (क) जीवनसत्त्व (द्राक्षांचा रस, संत्री इ.) लोह व कॅल्शियमने प्रकृती पूर्ववत होते.

आपण फार हालचाल करीत नसाल किंवा नीट खात नसाल तर पोटातल्या हालचाली आपोआप होण्यास प्रसूतीनंतर अनेक दिवस लागतील. हालचालींमुळे जखमांना रक्तपुरवठाही होतो व जखम

भरण्यास मदत होते. चालणे लवकर केल्याने रक्ताचे गोळे (Blood Clotting) होण्यास मदत होते आणि शक्ती भरून येण्यासही मदत होते.

ताजी फळे, ताज्या भाज्या, दूध आणि तूप या पोषक द्रव्यांमुळे आपली शक्ती वाढेल. दररोज १०-१२ ग्लास पाणी प्या. बऱ्याच पेशंटसचा चुकीचा ग्रह असतो की पाणी पिल्याने पोट फुगते वगैरे. दिवसभर लागणारे पाणी रोज सकाळी २० मिनिटे उकळून प्यावे. त्याने पचन व्यवस्थित राहते, पोट पूर्ववत राहायला तसेच अतिरिक्त चरबी कमी व्हायला मदत मिळते. बऱ्याच पेंशटचा गैरसमज असतो की, भरपूर पाणी पिल्यामुळे दूध पातळ होते व बाळाची वाढ कमी होते हे चुकीचे आहे. कमी पाणी पिल्यामुळे मूत्रपिंडाचे विकार बळावू शकतात. कमीत कमी सव्वा महिना तरी गरम पाणीच प्यावे. सुका मेवा, (मनुका, खारीक) खाल्याने पोटातील हालचाल नियमित होते. प्रसूतीनंतर पाणी कमी पिल्यास त्याचा परिणाम दूध कमी येण्यावर होतो. म्हणून तहान लागण्यापूर्वीच पाणी प्यावे. स्तनपान देताना पाण्याचा तांब्या जवळ ठेवावा. गरम पाणीच प्यायला हवे असे नाही. थंड पाणी प्यायला हरकत नाही; पण ताजे, उकळलेले स्वच्छ पाणी प्यावे.

वायू निर्माण करणारे पदार्थ (फुलकोबी, बटाटे, वांगी, तळकट पदार्थ आणि काकडी) कमी खावे.

शरीरात आयर्न, कॅल्शियम शोषण्यास चहाने प्रतिबंध होतो. म्हणून शक्यतो चहा टाळावा.

पौष्टिक द्रव्ये

१५ ग्लास द्रव्ये प्यावीत. त्यातील १०-१२ ग्लास साधे पाणी त्याबरोबर ३-४ ग्लास (शक्यतोवर घरीच केलेला) फळांचा रस, नारळाचे पाणी, सुपस, ताक, मिल्कशेक, सरबत घ्यायला पाहिजे.

प्रत्येकदा स्तनपान करण्याअगोदर एक ग्लास पाणी किंवा वरील द्रव्ये अर्धा तास आधी घेतली पाहिजेत त्यानेही दूध वाढते.

सकाळी दुधाबरोबर शतावरी पावडर किंवा कोणतीही प्रोटीन्स पावडर घ्यायला पाहिजे.

नाश्त्याला लापशी किंवा शिरा चांगला, मैद्याऐवजी कणीक चांगली, साखरेऐवजी गूळ चांगला साधारणतः २४ तासानंतर उपमा, शिरा, मुगाच्या डाळीची मऊ खिचडी द्यावयास हरकत नाही. तिसऱ्या-चौथ्या दिवशी कमी तिखट, कमी मसाल्याचे साधे जेवण- वरण-भात, भाजी-भाकरी-पोळी द्यायला हरकत नाही. पातळ भाज्या द्याव्यात.

फळेही चालतात. त्याने काही खोकला वगैरे होत नाही. (फक्त ॲलर्जी असेल तर निराळा विषय) जेवणात चवीपुरते तूप ठीक, काकडी, टोमॅटो, गाजर, मुळा, पालेभाज्यांचे प्रमाण अधिक असावे. तूप, साखर, लाडूपेक्षा सॅलॅड महत्त्वाचे.

आळीव

आळीवाच्या बिया १० मिनिटे भिजवून त्यात दूध, गूळ किंवा साखर टाकून, ओले नारळ किसून, बदाम, काजू, किसमिस, खसखस टाकून स्तनपान करणाऱ्या आईला खीर बनवून दिली जाते. प्रसूतीनंतर ५ व्या दिवसापासून ते दीड महिन्यापर्यंत आळीवाची खीर अवश्य खावी. आळीव अत्यंत पोषक असते.

मलप्रवृत्ती व्यवस्थित होते. त्यामुळे मूळव्याधीचा त्रास होत नाही.

आळीवाच्या खिरीमुळे दूधही व्यवस्थित येते.

आळीवामध्ये Natural Growth Harmone असते. हे लहानपाणी मिळालेले Growth Harmone भविष्यकाळात तरुणपणी उंची छान वाढविण्यासाठी उपयुक्त ठरते.

जेवणानंतर भाजलेली शोप, ओवा, तीळ, बाळंतशोप, सैंधव मीठ, मिश्रण करून चांगले चावून खायला सांगितले जाते म्हणजे अन्नपचन चांगले होते.

संध्याकाळी एखादा डिंकाचा लाडू खावा. ज्यात तूप, साखर, खसखस, मेथी, आळीव व शतावरी पावडर टाकून बनवले जाते.

डिंक तुपात तळून घ्यावे. त्याने हाडे मजबूत होतात. कंबर-पाठदुखीस प्रतिबंध होतो. तसेच शक्ती भरून यायला मदत होते. हा लाडू बाळ अंगावर दूध पीत असेपर्यंत खाणे चांगले. यात वापरलेले डिंक, खारीक, खसखस आदी पदार्थ केसांना पोषक असतात, त्याने केस गळणे कमी होते. तुपात भिजवून कडूपणा कमी केलेले मेथीचे लाडूही सव्वा महिने खाणे चांगले. याने गर्भाशय पूर्ववत होण्यास, तसेच दूध शुद्ध राहण्यास मदत होते. रात्री हलकी अशी भाकरी चांगली. जेवणानंतर ताबडतोब झोपू नये, दोन तास तरी अंतर पाहिजे. झोपायच्या आधी थोडे फिरायला जावे.

पेशंटला भेटायला येणारे नातेवाईक अनेक सल्ले देतात. पेशंटला जास्त पाणी देऊ नका बरं, टाक्यांत पाणी होईल, टाके ओले निघतील किंवा जास्त पाणी पिण्यात आल्यास पोट सुटेल, असा चुकीचा सल्ला देतात. मला तर नातेवाईक पेशंटमध्ये असा अनुभव आला की आई किंवा सासू किंवा आजी डॉक्टरांचा सल्ला धुडकावून पेशंटला कमी पाणी देतात. बाळंतीण बाईने काय खावे आणि काय खाऊ नये या बाबतीत ही भेटणारी मंडळी चर्चा करताना दिसतात. अमुक एखादा पदार्थ गरम किंवा उष्ण तर तमुक थंड म्हणून देऊ नये. प्रकृतीसाठी काय गरम व थंड त्यांनाही माहीत नसते पण फुकट सल्ले देणे चालू असते. गर्भवती किंवा बाळंतपणानंतर महिलेस हिमोग्लोबीन कमी असेल तर गोळ्या औषधांसोबत डॉक्टर गूळ-शेंगदाण्याचा लाडू द्या असे सांगतात, पण भेटायला येणारी मंडळी गूळ उष्ण असतो तर शेंगदाण्यामुळे टाके ओले निघतात म्हणून देऊ नये असे सांगतात. बरेच पेशंट विचारतात की, भातामुळे टाके पिकतात का ?

नातेवाइकांनी पेशंटला फुकट सल्ले देण्यापेक्षा पेशंटला डॉक्टरांनी दिलेल्या सूचना पाळू द्या. आपण फक्त पेशंटच मन प्रसन्न करायचे, पेशंटचे मनोबल वाढवायचे व काही मदत करण्यासारखी असेल तर करावी. अनावश्यक गप्पा टाळा.

रुग्णाशी बोलताना सहानुभूतिपूर्ण वागावे. रुग्णाला आशा वाटेल, त्याचा दृष्टिकोन सकारात्मक होईल असेच बोलावे. रुग्णाला भेटायला जाताना फळे वगैरे घेऊन जावे.

बाळंतिणीसाठी तुपाच्या फोडणीत जिरे वापरावे. जिऱ्यामध्ये गर्भाशय शुद्धीकरणाचा गुण असतो. हळदीचा निर्जंतुक करायचा, तसेच स्तनाचे दूध शुद्धीकरणाचा व रक्त शुद्धीकरणाचा गुण आहे म्हणून भरपूर वापरावी.

वातूळ भाज्या, कांदा, लसूण, अंडे, मांसाहार पचायला जड असल्याने बाळंतिणीने टाळावे. मांसाहारात जर सूप दिले तर तेही १५ दिवसांनंतर चालेल. अंडे पूर्णपणे वर्ज्यच करावे. शीतपेये, आइस्क्रीम, दही, आंबलेले पदार्थ, कैरीचे लोणचे, चिंच वगैरे आंबट पदार्थ टाळावेत. पावभाजी व पाणीपुरीसारखे पदार्थ बाळंतिणीला वर्ज्यच.

मेथीची भाजी बाळंतिणीला रोज द्यावी. कारण गर्भाशय आकुंचन पावल्यामुळे रक्तस्रावही कमी होतो व दुधाचेही प्रमाण वाढते.

☞ ऑपरेशननंतर काळजी

बरेच पेशंट्स शंका विचारतात की, आम्ही वरच्या मजल्यावर राहतो. पायऱ्या चढणं-उतरणं केल्यास काही प्रॉब्लेम ? काहीही प्रॉब्लेम नसतो. (हळूहळू व काळजीपूर्वक चढउतार करावा.)

ऑपरेशननंतर अंघोळ केव्हा करावी ? एकदा डॉक्टरांनी टाके काढल्यावर ते कोरडे असतील, जखम ओके आहे असे डॉक्टरांनी सांगितल्यानंतर अंघोळ करण्यास हरकत नाही. त्यावर तेल, पावडर व मलम लावण्याची गरज नसते. बाहेरगावी जायचे असल्यास टाके काढल्यावर २४ तासांनी प्रवास करावा. टाक्यांमध्ये गाठ वाटल्यास, ती खूप दुखू लागल्यास, ताप आल्यास, दुर्गंधित स्राव येत असल्यास ताबडतोब डॉक्टरांकडे जावे.

बाळंतिणीची काळजी

गर्भवती असताना गर्भाच्या पोषणामुळे, प्रसूतीच्या कळांमध्ये, नंतरच्या रक्तस्रावामुळे स्त्री अत्यंत नाजूक व क्षीण झालेली असते. तसेच स्तनपान करण्याची तिची ऊर्जा बरीच खर्च होते म्हणून पहिल्या दीड महिन्यात तिची फार काळजी घ्यायला पाहिजे.

प्रसूतीनंतर आहार, व्यायाम, झोप, विश्रांती व स्वतःची स्वच्छता याकडे लक्ष द्यावे. बाळ बाळंतिणीला चांगल्या हवेशीर व प्रकाशित रूममध्ये ठेवा. तिचा आराम पुरेसा झाला पाहिजे.

शक्यतोवर तिची स्वतंत्र खोली असावी. बाहेरच्याने तिथे जाताना हात-पाय स्वच्छ धुऊनच जावे. नातेवाइकांनी भेट झाल्यावर तिच्या पतीसमवेत बाहेर जाऊन गप्पा माराव्या म्हणजे तिच्या आरामात व स्तनपानात व्यत्यय येणार नाही.

मधुर संगीत ऐकणे, थोडे वाचन करणे किंवा थोडा वेळ टी.व्ही. पाहणे याद्वारे मनोरंजन व जनसंपर्क ठेवल्यास मातेचे मन आनंदी राहते.

☞ बाळंतिणीचा मसाज

रोज सकाळी स्त्रीने अंगाला विशेषतः कंबर, पोट व स्तनावर तेल लावून हळुवार मालीश करावी. हे तेल तिळाचे, ऑलीव्ह ऑईल, शुद्धबला तेल, चंदन बलालाक्षांदी तेल, खोबरेल तेलसुद्धा चालते. वरीलपैकी कोणतेही एक तेल मसाजला चालते.

या मसाजने प्रसूतीच्या वेळी आलेला थकवा नाहीसा होतो. तसेच तिच्या त्वचेचा टोन चांगला होतो. शरीरातील रक्ताभिसरण चांगले होते. तिला भरपूर दूध येण्यास मदत हाते, तिची हाडे बळकट होतात. तिच्या इंद्रियांना पुष्टी मिळते.

संपूर्ण अंगाला तेल लावण्यासाठी साधारण २५ ते ३० मिनिटे वेळ द्यावा. हवा थंड असल्यास गरम तेल वापरावे. नंतर दीड तासाने भरपूर गरम पाण्याने अंघोळ करावी. ही मालीश हृदयाच्या दिशेने करावी.

शेक

मालीशनंतर संपूर्ण शरीराला विशेषकरून कंबरेला शेक लागेल अशा पद्धतीने निखाऱ्याने, गरम पाण्याच्या पिशवीने, इलेक्ट्रिक हॉट पॅडने शेक घ्यावा. त्यामुळे कंबरदुखी किंवा सांधेदुखी होणार नाही.

प्रसूतीनंतर सव्वा महिन्यापर्यंत पोटाला सुती कापडाचा मऊ व न चुरगळलेला पट्टा बांधायला हरकत नाही.

धुरी

अंघोळीनंतर प्रसूतीच्या १० व्या दिवसानंतर योनिमार्गाला धुरी द्यावी. प्रसूतीनंतर गर्भाशयातील स्राव व मलमूत्र विसर्जन यामुळे ती जागा ओलसर राहते. त्यामुळे तिथे जंतुसंसर्गाची भीती असते. ती जागा कोरडी राहावी व जंतुसंसर्ग (Infection) होऊ नये म्हणून धुरीचे प्रयोजन असावे. त्याकरिताच Sanitary Pads आतील निकरसह दोन-तीनदा बदलावे. एका गोवरीवर ओवा, शोपा, लसणाची साले टाकून त्याची धुरी घ्यावी. धुरातील औषधे Anti Bacterial, Anti Viral म्हणून काम करतात. उन्हाळ्यात मात्र धुरी घेऊ नये.

☞ प्रसूतीनंतर आपल्या शरीराची काळजी (Infection)

प्रसूतीनंतर आपल्या योनिमार्गातून स्राव येईल. प्रथम गर्द लाल रक्तस्राव मग काळपट लाल रक्तस्राव, प्रसूतीनंतर दहा दिवसांनी पिवळसर पांढरा स्राव (लोकिया) येतो. आपण घरी परतल्यावर मासिक पाळीपेक्षा आपल्याला जास्त रक्तस्राव होत असेल किंवा दोन तासांत एकापेक्षा जास्त पॅड्सची गरज पडत असेल किंवा आपल्या स्रावाला घाण वास येत असेल तर आपल्या डॉक्टरांशी संपर्क साधा.

रक्त हे जंतुवाढीचे पोषक रसायन आहे. त्यामुळे रक्त साचून राहिले तर त्यात जंतुसंसर्ग झपाट्याने होतो. त्यामुळे त्या दिवसात स्वच्छता पाळली नाही तर शरीरात जंतुसंसर्ग होण्याची शक्यता बळावते. योनिमार्गाला इन्फेक्शन होतात पण त्याचबरोबर मूत्राशय आणि त्यातून किडनीपर्यंत हे इन्फेक्शन पसरू शकते. त्याचप्रमाणे गर्भाशय व गर्भनलिकेतही (PID - Pelvic Inflammatory Disease) इन्फेक्शन पसरण्याची भीती असते. सॅनिटरी नॅपकीन्समुळे स्वच्छता राखणे सोपे आहे पण यातही रक्ताचा प्रवाह कसा आहे, त्याप्रमाणे हे वारंवार बदलले पाहिजे.

इन्फेक्शन टाळण्यासाठी मलमूत्र-उत्सर्जनानंतर योनिमार्ग व टाक्यांचा भाग डेटॉलच्या पाण्याने स्वच्छ धुवा.

हाताद्वारे पसरणाऱ्या जंतुसंसर्गापासून आपल्या बाळाचे रक्षण करण्यासाठी हॅन्ड सॅनिटायझर (प्युअर हॅन्डस) वापरणे हितावह.

गर्भधारणा आणि प्रसुतीमुळे अनेक जणींना मूळव्याध आणि व्हेरीकोज व्हेन्सचा त्रास होतो. हा त्रास काही काळापुरताचा असतो. अशा वेळेस तंतुमय आहाराची जेवढी गरज असते तेवढेच जागरण जास्त होणार नाही, दगदग होणार नाही याकडेही लक्ष देणे गरजेचे आहे. पुरेशी विश्रांती, वेळोवेळी गरम पाण्याचा शेक आणि भरपूर पाणी पिल्याने हा त्रास आटोक्यात येतो.

अति शारीरिक श्रम, मैथुन, फार वेळ बसणे, फार चालणे, थंड हवेत किंवा वाऱ्यात, उन्हातान्हात जाणे बाळंतिणीने टाळावे. थंडीच्या दिवसात कानाला स्कार्फ बांधावा.

शरीर प्रसूतीमुळे अत्यंत नाजूक झालेले असते म्हणून कोणतीही हालचाल घाईघाईने करू नये किंवा जडकाम करू नये. बाळाला दूध पाजताना वाकू नये, भिंतीचा आधार घ्यावा.

WHO प्रमाणे प्रसूतीनंतर माता पूर्णपणे तंदुरुस्त होण्यासाठी एक वर्षाचा कालावधी लागतो. पूर्वी आपला गैरसमज होता की दीड महिन्यात प्रसूतीमुळे झालेली शरीराची झीज भरून निघते. त्यानंतरही तिला पाठदुखी आणि थकवा हा त्रास बरेच दिवस होतच राहतो.

प्रसूतीनंतर काय काय टाळावे : • जोरात हालचाल व काम.• जास्त वेळ उभे राहणे. • जास्त वेळ उकीडवे बसणे. • स्तनपान करताना कुबड काढणे. • जड सामान उचलणे.

प्रसूतीनंतर येणारा ताप

हा ताप खालील अनेक कारणांमुळे असू शकतो.

इन्फेक्शन : बाळंतपण होत असताना किंवा झाल्यावर काही कारणाने (अस्वच्छता, जागा व अवजारे निर्जंतुक नसल्यास या जंतूंचा प्रवेश योनीतून गर्भाशयापर्यंत पोहोचतो. दुसरा मार्ग म्हणजे मूत्रमार्ग. मूत्रमार्गाद्वारे होणारे इन्फेक्शन मूत्राशयात आणि मूत्रपिंड किंवा किडनीपर्यंत सहज पोहोचू शकते. स्त्री-शरीररचनाच अशी असते की मूत्रमार्ग, योनिमार्ग आणि गुदद्वार (Anus) हे सर्व एकमेकांच्या खूप जवळ असतात त्यामुळे एका मार्गातून दुसऱ्या मार्गात अर्थात दुसऱ्या अवयवात रोगजंतूंचा प्रवेश सहज होऊ शकतो.

गर्भारशी स्त्रियांना मूत्रमार्ग संसर्ग झाला तर त्यांना पाठदुखी व गळून गेल्यासारखे वाटते.

प्रसूतीनंतर होणारी संसर्गबाधा पहिल्या दहा दिवसांत होते असे लक्षात आले आहे. याची कारणे स्तनातील, मूत्रमार्गातील, पोटातील अवयवांची तथा गुह्य भागाभोवतीच्या अवयवातील जंतुसंसर्ग बाधा होते.

स्तनामध्ये जर दूध दाटले (Breast Engorement) तरीही स्त्रीला थंडी वाजून ताप येतो. योनिमार्गातून रोगजंतूंचा प्रवेश गर्भाशयापर्यंत आणि नंतर (वेळेवर योग्य इलाज न केल्यास पोटातील अन्य अवयवांपर्यंत पोहोचून पोटात पू होणे, पोट फुगणे, रोगजंतू रक्तातून जेव्हा संपूर्ण शरीरात भिनतात त्या स्थितीस **सेप्टिसेमिया** असे म्हणतात. त्यामुळे स्त्रीच्या जीवाला धोका होणे, प्रसंगी मृत्यू येणेदेखील संभवते. लवकर पॉवरफुल अँटिबायोटिक्सचं इंजेक्शन्स देऊन, आवश्यकतेप्रमाणे रक्ताची बाटली देऊन स्त्रीचा जीव वाचू शकतो.

ज्या महिलांमध्ये गर्भवती असल्यापासून ॲनिमिया म्हणजे रक्ताचे प्रमाण कमी असते त्यांच्या शरीरातील प्रतिकारशक्ती कमी होते त्यामुळे इन्फेक्शन होण्याची भीती जास्त. आर्थिकदृष्ट्या मागासलेल्या लोकांमध्ये ती अधिक दिसते.

मातामृत्यूच्या चार महत्त्वाच्या कारणांपैकी बाळंतपणानंतर होणारे इन्फेक्शन हे एक महत्त्वाचे कारण होय. अन्य तीन कारणे ॲनिमिया, उच्च रक्तदाब, रक्तस्राव.

बाळंतपणानंतरचा ताप हा सहजपणे घेणे योग्य नाही डॉक्टरांनी सांगितल्याप्रमाणे रक्त व लघवीच्या विविध तपासण्या करून त्यानंतर उपचार करावेत.

उत्तरबस्ती : प्रसूतीनंतर गर्भाशय पूर्ववत होण्यासाठी आयुर्वेदाने उत्तरबस्ती हा उपचार सुचवला आहे. उत्तरबस्तीमुळे गर्भाशयाची शुद्धी तर होतेच व स्त्रीच्या हार्मोन्सचे संतुलन होण्यासही मदत होते. त्यामुळे मासिक पाळी नियमित होते. गर्भाशय आकुंचन होण्यास तसेच योनी वगैरे अवयवांचे शैथिल्य

नाहीसे होण्यास मदत मिळते. अंग बाहेर येण्यास प्रतिबंध मिळतो. म्हणून प्रसूतीच्या सहा महिन्यांनंतर दोन-तीन उत्तरबस्ती अवश्य घ्याव्यात.

प्रसूतीनंतर पोट सुटणे : बाळंतपणानंतर पोट बेल्ट वगैरे बांधल्याने पोट सुटत नाही हा गैरसमज आहे. गर्भारपणात पोटाचे स्नायू ताणले गेल्याने त्यात शिथिलता येऊन पोट मोठे दिसते. यावर डॉक्टरी सल्ल्यानुसार स्नायूंचे व्यायाम हा उपाय आहे. नॉर्मल डिलेव्हरीनंतर १५ दिवसानंतर रोज अर्धा तास तरी व्यायाम करणे व सिझेरिअननंतर २ महिन्यांनी व्यायाम करावेत.

बाळंतपणानंतर वजन वाढणे : स्त्रियांचे वजन वाढण्याचा प्रकार सर्वसाधारणपणे बाळंतपणानंतर किंवा कुटुंबनियोजनाच्या ऑपरेशननंतर दिसून येतो. याचे मुख्य कारण म्हणजे खूप साजुक तुपाचे आणि गोड पदार्थ (लाडू, शिरा) खायला दिले जातात, वरून आराम, यामुळे शरीरातील चरबीचे प्रमाण वाढते. पाहता-पाहता बाई लठ्ठ होऊन बसते व बेढब दिसते. तूपाऐवजी रिफाइंड तेल वापरणे, पोळीला तेल, तूप न लावणे. बाळंतिणीच्या ताकदीला व बाळाला फक्त प्रोटीन, कार्बोहायड्रेट व व्हिटॅमिन्स हवेत, फॅटस नको. म्हणून स्त्रियांनी नियमित व्यायाम व संतुलित आहार घेतल्यास शरीरही सुंदर राहील. वजनही वाढणार नाही. व्यायाम ४ दिवस करून चालणार नाही. व्यायाम दररोज व सातत्याने जन्मभर करावा.

कृत्रिमरीत्या जलद वजन घटवणे हानिकारक

प्रसूतीनंतर स्तनपानामुळे शरीर पूर्वावस्थेत येण्यासाठी दीड महिन्यांचा कालावधी लागतो. त्यामुळे बाळंतपणात वाढलेल्या वजनाने अस्वस्थ होऊन आपल्या मनाने वजन घटवण्याचे प्रयोग करणे चुकीचे असते. बाळंतपणानंतर हलका व्यायाम करावा. अशा व्यायामामुळे स्त्रीचे शारीरिक आणि मानसिक आरोग्य लवकर सुधारते. नैसर्गिक (नॉर्मल) प्रसूतीनंतर २ आठवड्यानंतर पोटाचे हलके व्यायाम केल्यास पोटाचा आकार पूर्ववत होतो. पोहणे येत असल्यास चार आठवड्यानंतर पोहण्याचा व्यायाम करावा. त्यामुळे शरीर आणि मन ताजेतवाने राहते. तुमच्या प्रकृतीला झेपेल तितकाच व्यायाम केला पाहिजे. सिनेतारकांच्या स्लिमनेसचे रहस्य त्यांच्या व्यायामातच आहे. त्यासाठी अमुकच एक व्यायाम केला पाहिजे असे नाही. हलके-फुलके जॉगिंग किंवा शक्य असेल तेवढे ४५ मि. भराभर चालणे हा सुद्धा उत्तम व्यायाम आहेत. ज्यांची तान्ही बाळे खूपच हट्टी आहेत अशा स्त्रियांनी दिवसातून अर्धा तास फिरले तरी पुरेसे आहे.

संपूर्ण गरोदरपणात गर्भवतीचे वजन साधारणपणे १०-१२ किलोने वाढलेले असते. बाळंतपण झाल्यावर लगेचच तिचे वजन साधारण ६ किलो कमी होते. उरलेले वजन क्रमाक्रमाने कमी होण्यासाठी ६-८ महिने लागू शकतात. हळूहळू खाण्यापिण्याचे पथ्य पाळून, व्यायाम करून वजन कमी करावे.

एकदम जीममध्ये जाऊन, उपासतापास करून, अतिकष्टाचे व्यायाम करून वजन कमी करण्यामागे लागू नये.

पूर्वीच्या परफेक्ट फिगरसाठी थोडा धीर धरा !

बाळंतपणानंतर नैसर्गिकच थोडे शरीर सुटते. प्रसुतीच्या वेळी महिलांच्या पोटावर आलेले स्ट्रेच मार्कस् नाहीसे करून पोटाचा आकार पूर्ववत करणे, तसेच ढिले पडलेले स्तन पुन्हा पहिल्यासारखे करणे, या एकंदरीत शस्त्रक्रियेला 'मेकओव्हर' असे म्हणतात. जर अनेक सिझेरिअन शस्त्रक्रिया केल्या असतील तर नाभीनाडीच्या हर्नियाची शक्यता असते.

मेकओव्हर शस्त्रक्रियेने पोटाचा घेर कमी केला जातो. पोटाच्या खालील बाजूने लोंबकळणारा जादाचा भाग कमी केला जातो. लायपोसक्शनच्या मदतीने पोट व कंबरेवर जमलेली चरबी हटवली जाते. ही शस्त्रक्रिया कुशल शल्यचिकित्सक किंवा प्लास्टीक सर्जन्स करतात. पण बालकाचे स्तनपान थांबवल्यानंतरच ही शस्त्रक्रिया करावी. घाई करू नये. ही कॉस्मिटिक शस्त्रक्रिया केल्यावरसुद्धा परफेक्ट फिगर मिळवण्यासाठी तीन महिने लागतात.

मेकओव्हर ऑपरेशनची बाळंतपणानंतर लगेच घाई केल्यास त्याचे दुष्परिणाम स्त्रीला भोगावे लागतात.

☞ प्रसूतीनंतरचा व्यायाम

व्यायामाचे फायदे

जर प्रसूतीनंतर व्यायाम नीट केले तर स्नायू शिथिल होत नाहीत, पोट, नितंब, मांड्या सुटत नाहीत. शरीरात आळस साठत नाही, पचनक्रिया, श्वसनक्रिया चांगली होते. रक्ताभिसरण वाढते. गर्भाशयाचा व योनिमार्गाचा संकोच होण्यास मदत होते. गुदद्वाराचे स्नायू बळकट झाल्यामुळे लघवीच्या व मलोत्सर्जनाच्या तक्रारी उद्‌भवत नाहीत व शरीरातील अनेक स्नायू गरोदरपणात ताणले गेलेले असतात ते परत सुस्थितीत येतात. शरीराची ठेवण (Posture) व बांधा सुडौल होतो. माकडहाडाच्या पोकळीत अनेक स्नायू असतात. जे गर्भाशयाला धरून ठेवतात. प्रसूतीच्या ताणामुळे ते सैल पडतात व त्यामुळे व्यायाम न केल्यास गर्भाशय बाहेर येते. (Prolapse Uterus)

व्यायामासाठी वेळ

बऱ्याच मातांची अशी तक्रार असते की स्तनपान करण्यात, बाळाचे नॅपीज बदलण्यात, त्याची झोप आणि रडणे सांभाळण्यात जेवायलासुद्धा फुरसत मिळत नाही. तर व्यायाम कुठे ? पण लक्षात ठेवा की शरीर एकदा बेडौल झाले की झाले, प्रसूतीनंतरचे ताणलेले शरीर व्यायामानेच पूर्ववत आणता येते.

म्हणून सकाळ, संध्याकाळ बाळ झोपी गेल्यावर हे व्यायाम आवर्जून करावेत. फक्त बाळावर तुमचे लक्ष राहील. असे बाळाला तुमच्याजवळच पाळण्यात किंवा पलंगावर झोपवावे.

प्रसूतीनंतरचा व्यायाम

प्रसूतीनंतर रोज जेवण झाल्यावर शतपावल्या कराव्यात. नॉर्मल किंवा नैसर्गिक प्रसूतीनंतर एक महिन्यात व सिझेरिअननंतर दोन महिन्यांनी शरीर पूर्ववत व्हावे म्हणून व्यायाम करावे.

स्त्रीची शरीररचना लवचीक आहे. म्हणूनच तर प्रसूतीचा जीवघेणा ताण ती सोसू शकते. तिचा BMR (बेसल मेटॅबॉलिक रेट) बाळंतपणानंतर अल्प असतो. त्याचा फायदा घेऊन बाळंतपणानंतर स्त्री जितका लवकर व्यायाम सुरू करेल, तेवढी ती पूर्वस्थितीला लवकर पोहोचेल. चार महिन्यांनंतर हळूहळू प्राणायाम, हलकी योगासने करावीत. वॉशिंग मशिनमध्ये कपडे न धुता स्वतः घासून कपडे धुवा. खाली वाकून पुसा, जमले तर केर काढा. अगदी रोज नाही तरी एकदिवसाआड तरी करा, यामुळेही चांगला व्यायाम होऊ शकतो.

• अर्धी बादली पाण्याने भरून एका हातात उचलण्याने खांद्याचा चांगला व्यायाम होऊ शकतो. • लिफ्टऐवजी जिन्यावरून चढ-उतर करा. • बगीच्यात सकाळी व्यायाम करा म्हणजे झाडातील ऑक्सिजन मिळू शकतो. म्हणून सकाळीच चालणे हितावह.

वजन कमी करण्यासाठी प्रसूतीनंतर आहारात काय काय हवं ?

(१) आहारात 'क' जीवनसत्त्व आणि फायबर्स हवीत. त्यामुळे आहारात 'क' जीवनसत्त्व असलेल्या संत्री, मोसंबी, लिंबू अशा फळांचा समावेश करायला हवा. वजन कमी करण्यासाठी जेवणानंतर अर्धे लिंबू पाण्यात प्या. जास्त लिंबू घेऊ नका नाहीतर त्यामुळे शरीरातील कॅल्शिअमची कमी होण्याची शक्यता असते. वजन कमी करताना त्वचा सैल पडणे, स्ट्रेचमार्कस् असे काही परिणाम लिंबामुळे टाळता येऊ शकतात.

(२) भाज्यांमध्ये टोमॅटो, गाजर, मुळा, कोबी, फ्लॉवर, भेंडी अशा कमी उष्मांक असणाऱ्या भाज्यांची निवड करायला हवी. त्यातही कोबीचा समावेश सॅलडमध्ये करायलाच हवा. (थायरॉईड ग्रंथीची समस्या असलेल्यांनी कोबी खाऊ नये.)

(३) दिवसाला दोन फळे तरी खावीतच.

(४) वजन कमी करायला सुरुवात करताना फायबर कमी असणारे भात, गोड पदार्थ आहारातून शक्यतो वगळावेत.

(५) पोळी करताना फक्त गव्हाचे पीठ न वापरता त्यात थोडे नाचणीचे पीठ, राजगिऱ्याचे पीठ, मूठभर मेथी, अळशी यांचे दाणे यांचाही समावेश असू द्या. ज्यामुळे कोलेस्ट्रोल कमी होण्याबरोबरच रक्त शुद्धीकरणही होईल.

(६) आहारात पालेभाज्यांचा नियमित समावेश असू द्या.

(७) प्रथिने मिळविण्यासाठी दोन वाट्या डाळीपासून बनवलेले पदार्थ खावेत.

(८) म्हशीच्या दुधाऐवजी गाईचे किंवा कमी फॅट असलेले दूध घ्या.

(९) वजन कमी करण्याच्या काळात मांसाहार तर टाळाच. मात्र खायचच असेल तर मासे किंवा अंड्याचा पांढरा भाग खा. चिकन किंवा लाल मटण नकोच.

लांब श्वसनाचे व पायाचे व्यायाम करावेत म्हणजे रक्ताभिसरण वाढते व त्यामुळे रक्तातील गुठळी होणेही टळते. (Thrombosis, Thromboembolism ची भीती नसते.) चालण्याने शक्ती लवकर भरून येण्यास मदत होते. कोणतीही जड वस्तू गुडघ्यात वाकून उचलावी. (फार जड उचलू नये).

☞ प्रसूतीनंतरचे नैराश्य (पोस्टपार्टम डिप्रेशन) बेबी ब्लुज (Birth Blues)

घरच्यांनी प्रसूती झालेल्या स्त्रीचे मन आनंदी व शांत राहील यासाठी प्रयत्नशील राहावे. क्रोध, शोक व मानसिक असंतुलन यामुळे मातेचे दूध कमी होते. खरंतर आता या नवजात बाळाच्या मातेने खुश असायला पाहिजे. एवढ्या ९ महिन्यांच्या प्रतीक्षेनंतर बाळ तिच्या कुशीत आहे मात्र या सगळ्याचा आनंद घेणे बाळाच्या आईला शक्य होत नाही.

प्रसूतीनंतर दुसऱ्या किंवा तिसऱ्या दिवशी मातेला निराशा किंवा चिडचिडेपणा जाणवेल, बाळाला खेळविण्यात अख्खं कुटुंब मग्न असताना तिला मात्र त्याच्याकडे पाहण्यातही स्वारस्य राहिलेले नाही. गर्भारपणात वाढलेली हॉर्मोन्सची पातळी वेगाने कमी झाल्याने ही समस्या उद्भवू शकते. झोपेच्या अभावामुळे, बाळंतपणाच्या शारीरिक थकव्यामुळे काहींना तर बोलताना रडूच कोसळते. काहींचा बाळाबद्दलचा अपेक्षाभंग होतो. खूप सारे नातेवाईक भेटणारे असतील तर आरामही होत नाही व स्तनपानही व्यवस्थित होत नाही, जमत नाही.

प्रसूतीनंतर स्त्रीचा पुनर्जन्मच झालेला असतो. नऊ महिने गर्भाचे धारण, पोषण करणारी व नंतर प्रसूतीवेदनांनी थकलेली बाळंतीण व बाळ यांच्या स्वास्थ्यासाठी हा काळ गर्भावस्थेपेक्षाही अधिक महत्त्वाचा असतो. थकवा येतो, डोकेदुखी जाणवते, छातीत धडधडल्यासारखे होते आणि मिनिटा-सेकंदाला मूड बदलण्याचा त्रास होतो. ८०-८५% स्त्रियांना 'पोष्टपार्टम ब्लूज'चा त्रास होतो. प्रसूतीनंतर ८-१० दिवस, जास्तीत-जास्त महिनाभर हा त्रास होऊ शकतो. सगळ्यात महत्त्वाची गोष्ट आनंदी राहणे, बारीकसारीक कुरबुरीवरून आपल्या डोक्याला त्रास न होऊ देणे, देण्या-घेण्यावरून सासर

माहेरच्यांचे मान-अपमान सतत होत असतातच; पण त्याची झळ बाळंतिणीला लागू नये म्हणून कुटुंबातील माणसे काळजी घेत नाहीत. अशा वेळी तिनेच या सगळ्यातून आपले मन काढून आनंदी राहायला शिकावे लागते. प्रसूती झाल्यानंतर स्त्री प्रथम सुटकेचा निश्वास टाकते. तिला परमोच्च कोटीचा संतोष व सुखाचा अनुभव येतो. तिच्या मनातील भावांमध्ये या काळात बरेच चढ-उतार दिसून येतात.

अपत्यप्राप्तीनंतरचे कामजीवन

अपत्यप्राप्तीनंतर स्त्रियांमध्ये कामेच्छा कमी होणे हे नैसर्गिकच आहे. यावेळी संबंधामध्ये वारंवारता कमी होण्यामागे आलेल्या बाळाला द्यावा लागणारा वेळ, त्यात होणारी शारीरिक-मानसिक दमछाक या मुख्य गोष्टी असतात. काही काळानंतर जेव्हा माता मोकळी होते तेव्हा कामजीवनातील अडचणी दूर होतात. तरीही 'अनिच्छा' ही समस्या असल्यास डॉक्टरांना भेटणे केव्हाही चांगले.

जगभरात अनेक माता 'पोष्टपार्टम डिप्रेशन' या नावाने ओळखल्या जाणाऱ्या नैराश्यातून जातात. परदेशात याविषयी जागरूकता दिसते. त्या मातेची मानसिकता, तिची सामाजिक, आर्थिक आणि कौटुंबिक स्थितीही याला कारणीभूत ठरते. या नैराश्याची लक्षणे साध्या डोकेदुखीपासून ते आपल्या हातून स्वतःला किंवा बाळाला इजा होण्याची भीती वाटण्यापर्यंत असू शकतात.

हे नैराश्य नंतर आपोआपच कमी होते. परंतु जर काही आठवड्यानंतरही राहिले तर समुपदेशनाची व मानसोपचाराची गरज भासते. अशा वेळी कुटुंबातील नातेवाइकांनी तिला खूपच मदत करायला पाहिजे. पतीने तिच्याबरोबर वेळ घालवणे महत्त्वाच आहे. दांपत्य म्हणून नवीन मागण्या आणि जबाबदारी पूर्ण करण्यासाठी तडजोड करण्याची गरज भासेल.

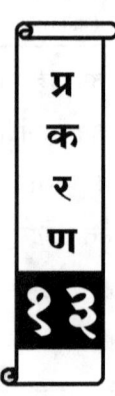

प्रकरण
१३

गर्भनिरोधक गोष्टी

- प्रोजेस्टरॉन ओनली पील (मीनीपिल)
- नॉरप्लांट इप्लांट्स *(Norplant Implants)*
- गर्भनिरोधक इंजेक्शन
- निरोध (कंडोम)
- *Cu T* कॉपर टी - तांबी
- *LNg-20 IUD*
- स्त्रियांची कुटुंबनियोजन शस्त्रक्रिया *(Tubectomy)*
- पुरुषांची नसबंदी शस्त्रक्रिया *(Vasectomy)*

प्रसूतीनंतर लवकरच गर्भधारणा होऊ शकते. जरी माता बाळाला दूध पाजत असली तरी गर्भधारणेची शक्यता नाकारता येत नाही. स्तनपानाच्या अवधीत जी पाळी येत नाही, त्याला 'Lactational Amenarhoea' असे म्हणतात. या काळात जो गर्भ राहतो त्याला 'इंधे' गर्भ राहिला असे म्हणतात. म्हणून प्रसूतीनंतर तुमच्या स्त्रीरोगतज्ज्ञांना भेटून गर्भनिरोधक उपाय करा.

१. विवाहानंतर : कंडोम (पुरुषांसाठी) किंवा गोळी (स्त्रीसाठी)

२. एक मूल झाल्यावर : कँडोम (पुरुषांसाठी) किंवा तांबी (स्त्रीसाठी)

३. दोन मुले झाल्यावर : पुरुष -नसबंदी किंवा स्त्री - नसबंदी

एक मूल होण्यापूर्वी स्त्रीने तांबी वापरू नये. एक मूल झाल्यावर स्त्रीने गर्भनिरोधक गोळी घेऊ नये. (दूध येणे बंद होते).

प्रसूतिनंतर लवकर गर्भधारणेचा धोका असतो. शिशूची योग्य वाढ व विकासासाठी दोन प्रसूतीमध्ये तीन वर्षांचे अंतर ठेवणे तसेच अपत्यांची संख्या मर्यादित ठेवणे अनिवार्य असते. त्यासाठी तुमच्या स्त्री-रोगतज्ज्ञांकडून गर्भनिरोधक साधनांची माहिती मिळवा.

Pills गर्भनिरोधक गोळ्या

Centchroman सेंटक्रोमान - सहेली, सेंट्रॉन

ही O.C. पील्ससारखीच पण त्यात हार्मोन्स नसतात व त्या गोळीचे साइड इफेक्टस दूध वगैरे कमी होणे असे नसतात. त्यामुळे डोकेदुखी व वजन वाढणे, अतिरक्तदाब असे दुष्परिणाम दिसत नाहीत. ती पहिली गोळी पाळीच्या पहिल्या दिवशी व दुसरी तिसऱ्या दिवशी याप्रमाणे आठवड्यातून दोनदा, पहिले तीन महिने व नंतर आठवड्यातून एकदा अशी देण्यात येते.

हीच गोळी डायबिटीक मातेमध्येसुद्धा चालते.

☞ प्रोजेस्टरॉन ओनली पील (मीनीपिल)

स्तनपानाच्या कालावधीत फक्त प्रोजेस्टरॉन असलेल्या गर्भनिरोधक गोळ्या (Cerrazete) उपलब्ध आहेत. त्यामुळे दूध कमी होत नाही व त्या महागड्या सुद्धा असतात. गर्भनिरोधक गोळ्या डॉक्टरांच्या सल्ल्यानुसारच सुरू करा.

OC Pills

गर्भनिरोधक गोळ्या (Pills) सुरू करण्यापूर्वी तुमच्या गायनॅकॉलॅजिस्टचा सल्ला घ्या. संपूर्ण चेकअप करा व तुम्हाला सूट करणारी गोळी डॉक्टरांच्या सल्ल्याने घ्या. डॉक्टर ब्लडप्रेशर, आंतरिक तपासणी स्तन तपासणी करून मगच तुम्हाला योग्य ती गोळी घेण्याचा सल्ला देतात. पील्सचे एक पाकीट संपल्यावर गोळ्या थांबवाव्यात. नंतर पाळी येईल. पाळी आल्यावर दुसरे पाकीट पाळीच्या सहाव्या दिवसापासून सुरू करावे.

पील्समुळे मूड स्विंग्ज होतात. काही महिलांना डिप्रेशनचा त्रास होतो. अशा वेळी गोळ्या घेणे त्वरित बंद कराव्यात व काँट्रासेप्शनची दुसरी पद्धत सुरू करा.

प्रसूतीच्या ६ महिन्यांनंतर O.C.S. म्हणजे Pills इन्स्ट्रोजन व प्रोजेस्टरॉन असलेल्या गोळ्या चालू शकतात. पाळीच्या ६ व्या दिवसापासून रोज रात्री आठवणीने घ्यावी लागते. जर एखादी गोळी विसरली तर सकाळी ताबडतोब घ्यावी. २-४ गोळ्या जर विसरल्या तर मात्र संरक्षण संदिग्ध राहील. अशा वेळी उरलेल्या गोळ्या संपवायच्या, मात्र त्या वेळी निरोध वापरायचा. या पील्स ७-८ महिने घेणे योग्य. नंतर डॉक्टरांकडे जाऊन आपली प्रकृती (बी.पी. व वजन) तपासून घ्यावी. जास्त दिवस घेतल्यास शारीरिक दुष्परिणामही होतात. वयाच्या ३०-३२ वर्षानंतर या गोळ्या घेऊ नयेत.

'फेमकॉन के' नावाची काँट्रासेप्टीव्ह, स्वादिष्ट व चघळण्याची गर्भनिरोधक गोळीसुद्धा उपलब्ध आहे. २८ गोळ्यांचे, २१ दिवस अ‍ॅक्टीव्ह पिल्स व ७ दिवस इनअ‍ॅक्टीव्ह पिल्स अशा सायकल पूर्ण करतील.

गोळ्या सुरू असताना दर सहा महिन्यांनी डॉक्टरी तपासणी करून घ्यावी. गोळ्या घेणे थांबवल्यावर लगेच गर्भधारणा होऊ शकते. गोळ्यांचा उपयोग पाळणा लांबविण्यासाठी होतो.

O.C. साईड इफेक्टस् : मळमळ, चक्कर, डोकेदुखी, थोडे वजन वाढणे, स्तन जडावणे, सुरुवातीला असा त्रास होतो पण नंतर कमी होतो.

काहींना पोटरीच्या रक्तवाहिन्यांत गाठ झाली तर Thromboembolism पोटऱ्यांत क्रॅम्प्स आले, पायावर सूज आली तर ताबडतोब डॉक्टरांना दाखवले पाहिजे. एकदा गोळ्यांचे नाव माहीत झाले की बऱ्याच स्त्रिया वर्षानुवर्षे त्या घेतात पण ते चांगले नाही.

अर्धे डोकेदुखी (Migraine), उच्च रक्तदाब, मधुमेह (डायबीटीस) अति लठ्ठ असणाऱ्या महिलांनी या गोळ्या घेऊ नयेत.

O.C. चे सक्सेस रेट 99% आहे.

Emergency Contraception तातडीचे संततिनियमन : असुरक्षित संभोगानंतर, निरोध वापरत असताना फाटल्यास, Pills घेताना एखादी गोळी विसरल्यास गर्भधारणेस प्रतिबंध करण्यासाठी ७२ तासांच्या आत Laevonorgestrel LNG (0.75mg) च्या दोन गोळ्या १२ तासांच्या अंतराने घ्याव्यात. या गोळ्या घेतल्यानंतर एक आठवड्यात पाळी येईल. पाळी न आल्यास युरीन प्रेग्नसी टेस्ट करावी.

आय पिल, ईसी २, नॉरलेव्हो किंवा पिल ७२ या नावाने मार्केटमध्ये गोळ्या मिळतात. यात लेव्होनॉरजेस्ट्रेल (०.७५ मि.ग्रॅ.) असते. या संप्रेरकामुळे स्त्री-बीजविमोचन टळते, बीजफलन टळते किंवा फलित बीज गर्भाशयात रुजणे टळते. हा उपाय संततिनियमनाचा उपाय नव्हे; तर एक अपघात टाळण्यासाठी म्हणून वापरावा.

या गोळ्या फक्त Emergency गर्भनिरोधक म्हणूनच घ्याव्यात. नेहमी घेतल्यास त्याचेही दुष्परिणाम होतात. या गोळ्यांमुळे मळमळ होऊ शकते. म्हणून १/२ तास गोळी घेण्याआधी मळमळच्या गोळ्या घ्याव्यात. गोळी घेण्याच्या २ तासांच्या आत उलटी झाल्यास गोळ्यांचा डोस रिपीट करावा.

ज्यांचे नवरे टूरवर असतात, खूप दिवसांनी घरी येतात (जसे मिलिटरीवाले) अशा वेळी O.C. pills ही घेतलेल्या नाहीत, कंडोमही वापरला नाही तर EC च्या गोळ्या उपयुक्त ठरतात.

हिचा सक्सेस रेट फक्त ७०-८९% आहे. ECP नियमित घेतल्यास स्त्रियांमध्ये सेक्सची रुची राहत नाही, त्वचेची ॲलर्जी होते व लैंगिक उत्तेजना कमी होते. ती तरुणी भविष्यात कधीही आई होऊ शकत नाही. या गोळीमुळे चक्कर, स्तन जडावणे व पाळीत अनियमितपणा येतो. या गोळ्यांमुळे समाजात व्यभिचार वाढत आहे. या गोळ्यांवर सरकारने बंदी आणली आहे.

ECP मातृत्व कायमचे रोखणाऱ्या गोळ्यांपासून सावधान

☞ नॉरप्लांट इम्प्लांट्स (Norplant Implants)

दंडाच्या त्वचेखाली सहा लहान कॅपसूल्स ठेवतात. बाळंतपणानंतर सहा आठवड्यांतच वापर सुरू करता येतो. स्तनपानाच्या कालावधीतदेखील सुरक्षित पहिल्या पाच वर्षांसाठी अतिशय परिणामकारक. मूलबाळ असो व नसो कोणत्याही वयातील स्त्रीला या पद्धतीचा वापर करता येतो. या कॅपसूल्समुळे पाळीत, अनियमितपणा येणे किंवा पाळी बंद होणे हे साईड इफेक्ट्स दिसून येतात. या कॅपसूल्स आवश्यकतेप्रमाणे शरीराच्या बाहेर केव्हाही काढता येतात. त्या काढल्याबरोबर गर्भधारणा होऊ शकते.

वातीच्या आकाराचे साडेतीन सें.मी. लांबीचे रोपण (इम्प्लँट) स्त्रीच्या दंडाच्या त्वचेखाली घातले जाते. पूर्वी सहा रोपणे घालीत पण आता फक्त दोन रोपणे घालतात. तरीही परिणाम कारक ठरते. यात प्राजेस्टेरॉन हा हार्मोन्स असतो. या रोपणातील हॉर्मोन्स सावकाश रक्तात मिसळतो. तीन वर्षांपर्यंत ही क्रिया चालू राहते. म्हणजेच तीन वर्षे गर्भधारणा होत नाही. हाताच्या दंडातील त्वचेला छोटीशी चीर देऊन हे रोपण त्वचेखाली घालतात. तीन वर्षांनंतर पुन्हा चीर देऊन रिकामी रोपणे काढून टाकतात. आता इम्प्लँटोन नावाचे एकच रोपण बसवायची पद्धत आली आहे. हे एक वर्षभर परिणामकारक असते.

☞ गर्भनिरोधक इंजेक्शन

हे हार्मोन्सचेच इंजक्शन असते. त्यामुळे स्त्री-बीज पडण्याची प्रक्रिया तात्पुरती थांबते. म्हणून गर्भधारणा होत नाही. दोन प्रकारची इंजेक्शन्स मार्केटमध्ये उपलब्ध आहेत. पहिल्या प्रकारात फक्त प्रोजेष्ट्रॉनचा उपयोग केलेला असतो. हे देखील दोन प्रकारची (१) DMPA डेपो मेड्रॉक्सी प्रोजेष्ट्रॉन दर ३ महिन्यांनी घ्यावे. या इंजेक्शनमुळे स्त्रीबीज-ग्रंथीतून स्त्रीबीजविमोचन होत नाही व म्हणून गर्भधारणा टळते. दोन मुलांत योग्य अंतर राखण्यासाठी या इंजेक्शनचा उपयोग होतो. पाळी आल्यावर पाच दिवसांत किंवा प्रसूतीनंतर सहा आठवड्यांत हे इंजेक्शन दिले जाते. **डेपो प्रोवेरा** या नावाने ते मिळते.

(२) Net-EN Norethisterone Enanthete नॉरअेथीष्टरॉन - इनानथेट

दोन महिन्यांनी घ्यावे लागते.

या इंजेक्शन्समुळे पाळणा लांबतो पण पाळी अनियमित होते. काही वेळेस ती सहा-सहा महिने, वर्षभर येतच नाही. ते इंजेक्शन पाळीच्या ६ व्या दिवशी घ्यावे लागते. त्यामुळे आईचे दूध कमी होत नाही. २०० ते ३०० केसेसमध्ये एखादी फेल होऊ शकते.

(१) पुरुषांसाठी गर्भनिरोधक गोळी - जेम्स ब्रॅडनर या शास्त्रज्ञाने हार्मोनयुक्त गोळी शोधून काढली आहे. तीचा लैंगिक क्षमतेवर परिणाम न होता शुक्राणूंची उत्पत्ती थांबवते. बाकी तिचे कसलेही साईड इफेक्टस् नाहीत. या अभिनव गोळीचे नाव जे क्यू जे क्यू १ असे ठेवण्यात आले आहे.

(२) पुरुषांनी वापरायच्या गर्भनिरोधक साधनांमध्ये नवीन गर्भ-निरोधक इंजेक्शन विकसित होत आहे. त्याची ॲक्शन (परिणाम) १० वर्षांपर्यंत राहते. नॉन हार्मोनल (संप्रेरक नसलेले) आणि पॉलिमर बेस असलेले गर्भनिरोधकाचे इंजेक्शन वृषणापर्यंत जाणाऱ्या नळीसारख्या स्नायूत देण्यात येते. आरआयएसयूजी या गर्भनिरोधकाची किंमत साधारण ₹ २०० ते ३०० असेल. अजून ते मार्केटमधून यायचे आहे.

☞ निरोध (कंडोम)

पाळणा लांबवण्याच्या साधनात पुरुषांनी वापरण्यासारखे एकमेव साधन म्हणजे निरोध. स्वस्त आणि मस्त, कुठेही उपलब्ध, डॉक्टरांच्या प्रिस्क्रीशनशिवाय मिळणारे, कोणतेही शारीरिक दुष्परिणाम न होणारे, असे साधन आहे. पुरुषांच्या ताठ झालेल्या लिंगावर (Penis) निरोध चढवावे लागते. पतन झालेले वीर्य निरोधरूपी रबरी पिशवीत साठते व वीर्य योनिमार्गात न गेल्याने गर्भधारणा होत नाही.

निरोध प्रत्येक संभोगाच्या वेळी वापरणे आवश्यक आहे. निरोध वापरण्याचे तीन फायदे आहेत. गर्भधारणेस प्रतिबंध, एड्ससारखा भयंकर आजार होऊ न देणे आणि इतर गुप्तरोगांपासून संरक्षण. काही पुरुषांना संभोग सुखात निरोधमुळे व्यत्यय वाटतो. निरोध हे पातळ रबरापासून (लॅटेक्स) बनलेले असते. संभोगाच्या काळात ताठ शिस्नावर ते चढवावे लागते. त्यामुळे संभोग प्रक्रियेत थोडा अडथळा येतो, तसेच संवेदना थोड्या कमी होतात. त्यासाठी अतिशय पातळ प्रकारचे निरोधसुद्धा बाजारात उपलब्ध आहेत.

कधी-कधी संभोगाच्या वेळी निरोध फाटू शकते. संभोगानंतर निरोध शिस्नावरून काढताना काळजी न घेतल्यास निसटू शकते. (निसटून कधी-कधी निरोध योनिमार्गात तसेच राहून जाते). त्यामुळे वीर्याचा थेंब जरी योनिमार्गात पडल्यास निरोध 'फल' होऊ शकतं व प्रेग्नसी राहू शकते. म्हणून ताबडतोब तातडीच्या संततीनियमनाचा (Emergency Contraception) उपयोग करावा किंवा स्त्रीने तत्काळ संततिप्रतिबंधक जेलीचा वापर करावा. हल्ली फिमेल कंडोमही आले आहेत. ते महाग आहेत, पण तो पर्याय उपलब्ध आहे.

फेसाळणाऱ्या वड्या : संभोगापूर्वी योनीत शुक्राणूनाशक नॅनॉक्सिनॉल - ९ ('टुडे') गोळी घालणे.

☞ Cu T कॉपर टी - तांबी

साधारणातः पाळीच्या ५-६ व्या दिवशी बसवली जाते. ज्या महिलेस तांबी बसवायची आहे ती गर्भवती नाही याची खात्री पाळी आल्यानंतर होते. प्रसूतीनंतर दीड ते दोन महिन्यांनंतर तांबी बसवावी. आपल्याकडे पहिले बाळंतपण माहेरी करायची प्रथा आहे. बाळंतपणानंतर माहेरहून सासरी जाण्यापूर्वी कॉपर टी बसवूनच सासरी जाण्याचा नियम करणे योग्य राहील. बाळंतपणानंतर एकदाही संभोग झालेला नसेल तर दीड महिन्यानंतर नॉर्मल प्रसूतीत व ३ महिन्यानंतर सिझरमध्ये पाळी न येताही तांबी बसवता येते.

तांबी बसवण्याची क्रिया साधी असून फक्त पाच मिनिटात ती बसवली जाते. त्यासाठी भूल द्यावी लागत नाही. मूल हवे असल्यास केव्हाही तांबी काढून घेता येते आणि पूर्ववत गर्भधारणा होऊ शकते. गर्भाशयाचा विकार असल्यास तांबी बसविली जात नाही. एक मूल झाल्यावर अंतर ठेवण्यासाठी कॉपर टी बसवतात.

Cu T तीन ते दहा वर्षांपर्यंत (दीर्घकालासाठी वापरण्याजोगी) पण पाहिजे तेव्हा काढता येण्यासारखी अत्यंत परिणामकारक पद्धत आहे.

तांबीमधील कॉपर या धातूचे सूक्ष्म कण अति मंद गतीने गर्भाशयात पसरतात व गर्भ रुजण्यास प्रतिबंध होतो.

तांबीमुळे संभोगाच्या वेळी पुरुषास इजा होऊ शकते की काय ? अशी भीती काही जणांना वाटते. पण हा एक गैरसमज आहे. धागे मऊ व बारीक असल्यामुळे शिश्नाला टोचत नाही, शिवाय हा त्रास होऊ नये म्हणून तांबी बसवताना धागे कापून आखूड केले जातात. संभोग सुखात त्याचा कुठल्याही प्रकारे अडथळा किंवा जाणीवपण होत नाही. कारण ती गर्भाशयात बसवलेली असते. तांबीमुळे लठ्ठ किंवा रोड होत नसून तिचं वजन कमी किंवा अधिक होण्यामागे वेगळी काही कारणे असू शकतात. तांबीमुळे स्तनपानावर काहीही परिणाम होत नाही आणि कॅन्सरदेखील होत नसतो. मात्र तांबीमुळे गुप्तरोग, एड्सप्रतिबंध होत नाही.

तांबी बसवल्यावर मामुली पोटात दुखू शकते व योनीतून पांढरा स्राव जाऊ शकतो. यात घाबरण्याचे काहीच कारण नाही. डॉक्टरांच्या गोळ्या व औषधांनी त्याला नक्की फायदा होतो. तांबी बसवल्यावर पहिल्या मासिक पाळीत नेहमीपेक्षा जास्त रक्तस्राव होऊ शकतो. नंतरच्या पाळीत नाही. Cu T लग्न झाल्याबरोबर बसवत नाहीत. क्वचित गर्भाशय व फॅलोयिअन ट्यूबला इन्फेक्शन झाल्यामुळे वंध्यत्व होण्याचा धोका असतो म्हणून.

तांबी बसवल्यानंतर पहिले तीन महिने दर महिन्यातून एकदा, त्यानंतर दर सहा महिन्यांनी ती चेक करावी.

गर्भाशयात इन्फेक्शनमुळे बँड्स असले तर वारंवार तांबी बसवून ते तोडण्यात येतात. अशा रीतीने कॉपर टी वंधत्व निवारणासाठी उपयोगी पडते.

संभोगानंतर तीन दिवसात गर्भाशयात तांबी बसविली तरी गर्भधारणा टळते.

☞ LNg-20 IUD

यात कॉपरऐवजी 'लिव्होनॉरजेस्ट्रॉल' नावाचे हार्मोन गर्भाशयात संथ गतीने पसरते व गर्भधारणा होण्यास प्रतिबंध होतो. हे साधन बसवल्यानंतर याचा उपयोग पाच वर्षे होतो. काही स्त्रियांना मासिक पाळीत रक्तस्राव जास्त होत असेल तर तो कमी करण्यासाठीही या साधनाचा उपयोग केला जातो. याला **मिरेना** तांबी म्हणतात.

पुरुष गर्भनिरोधक इंजेक्शन

महिन्यातून एकदा नॉरएथिस्टरॉन इंजेक्शन पुरुषाने टोचून घेतल्यास शुक्राणूंचे उत्पादन थांबते. यात टेस्टेस्टरॉन व प्रोजेस्टेरॉन असते दर २ महिन्यांनी घ्यावे लागते. काही पुरुषांच्या मूडमध्ये बदल व मुरमे येण्याच्या तक्रारी आढळत आहेत.

☞ स्त्रियांची कुटुंबनियोजन शस्त्रक्रिया (Tubectomy)

ही बाळंतपणानंतर लगेच तिसऱ्या व चौथ्या दिवशी पाळीवर वैद्यकीय गर्भपातासोबत किंवा सिझेरिअन ऑपरेशनसोबत केली जाते. माझ्या एका पेशंटच्या नातेवाइकांची मानसिकता सांगते तिचे दोन सिझर्स आहेत आम्ही तिसऱ्या सिझरसाठी संमती घेत होतो. तेव्हा त्यांना विचारले की सोबत कुटुंबनियोजनाचे ऑपरेशनही करू तर ते म्हणाले आज नको ती कमजोर होईल नंतर काही दिवसांनी आम्ही करू. हा गैरसमज आहे. एकदा सिझरसाठी पोट उघडले की फक्त नळ्या बांधल्या, कापल्या की झाली म्हणून त्यांना समजावूनही त्यांच्या अज्ञानामुळे त्यांनी कुटुंबनियोजनाचे ऑपरेशन नाकारले. एकात एक दोन्ही ऑपरेशन्सचा आरामही होतो व स्त्री निसूर होते.

हे दोन पद्धतीने ऑपरेशन केले जाते. एक म्हणजे टाक्यांचे आणि दुसरं बिनटाक्यांचे.

टाक्यांचे ऑपरेशन : (१) टाक्यांचे ऑपरेशन साधे व सोपे, (२) टाक्यांचे, सुरक्षित व अतिशय परिणामकारक. यात स्त्री-बीज वाहून नेणाऱ्या नळ्या (Fallopian Tube, गर्भनलिका) दोन्ही बाजूला काही सें.मी. कापून बांधल्या जातात. शस्त्रक्रियेनंतर स्त्री-बीज व पुरुषांच्या शुक्राणूंचा संयोग होत नाही. म्हणून गर्भधारणा होत नाही.

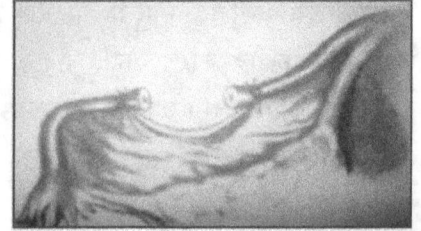

बिनटाक्यांवरील शस्त्रक्रिया दुर्बिणीद्वारे (Laparoscopic Sterilisation) देखील केली जाते. यालाच बिनटाक्याचे ऑपरेशन म्हणतात.

शस्त्रक्रियेनंतर दीर्घकालीन दुष्परिणाम होत नाहीत. स्त्री लठ्ठ किंवा अशक्त किंवा रोड होत नाही, ना संभोग आनंदावर किंवा संभोगशक्तीवर त्याचा दुष्परिणाम होतो.

बाळंतपणानंतरचा पौष्टिक आहार व आराम यामुळे महिलांचे वजन वाढते. त्याला नसबंदी कारणीभूत नसते. नसबंदीमुळे फक्त गर्भधारणा टळते. गर्भाशय व स्त्री-बीज ग्रंथी सुस्थितीत असल्यामुळे स्त्रीला पूर्वीप्रमाणे मासिक पाळी येते.

ग्रामीण स्त्रिया ऑपरेशन करण्यापेक्षा २-४ मुले होऊ द्यायला तयार असतात. त्यांना वाटते की, आम्हाला अशक्तपणा येईल व आम्ही पोट भरण्यासाठी कामही करू शकणार नाही. वास्तविक पाहता कुटुंबनियोजनाच्या ऑपरेशनने अशक्तपणा येत नसतो. उलट जितक्या अधिक वेळेस एखाद्या बाईस गर्भावस्था, बाळंतपण आणि स्तनपानास सामोरे जावे लागते व ते ऑपरेशनपेक्षा नक्कीच भयानक असते.

शस्त्रक्रिया फेल होण्याची कारणे

(१) शस्त्रक्रियेच्या आधीच अतिसूक्ष्म गर्भ वाढीस लागलेला असल्यास व लक्षात न आल्यास.

(२) ऑपरेशननंतर गर्भनलिकेचा जो गर्भाशयाशी जोडलेला भाग असतो, बीजाचा प्रवेश गर्भनलिकेत अथवा गर्भाशयात होऊन पुरुषाच्या शुक्रजंतूंशी संबंध आल्यास गर्भधारणा होऊ शकते.

(३) स्पाँटॅनियस रिकॅनलायझेशन : गर्भाशयाच्या दोन्ही बाजूच्या नलिका कट करून ज्या बंद केल्या जातात त्या नैसर्गिकरीत्या आपोआप क्वचितप्रसंगी जुळल्या जाऊ शकतात. त्यामुळेदेखील ऑपरेशननंतर गर्भधारणा राहू शकते.

(४) ऑपरेशन करताना केलेल्या चुकीच्या तंत्राचा अवलंब आणि गर्भाशयाच्या नलिका ओळखण्यात केलेली चूक, ऑपरेशन फेल करण्यास कारणीभूत ठरू शकते.

☞ पुरुषांची नसबंदी शस्त्रक्रिया (Vasectomy)

आपल्या समाजात पुरुष नसबंदीचे प्रमाण कमीच दिसते. नऊ महिने आपल्या पोटात गर्भ वाढवण्याची, अन्‌वांच्छित गर्भ राहिला तर गर्भपाताची, बाळंतपणाच्या कळा सहन करण्याची, स्तनपान व बाळांचे संगोपन करण्याची जबाबदारी निसर्गाने स्त्रियांवर टाकली आहे. त्यांना निमूटपणे हे सहन करण्याशिवाय गत्यंतर नाही हे समजून तरी पुरुषांनी जास्तीत जास्त संख्येने पुरुष नसबंदी शस्त्रक्रिया करून मुले न होण्याची तरी जबाबदारी घ्यायला काय हरकत आहे ?

पुरुष नसबंदी अधिक सोपी, सुलभ, सुरक्षित, कमी वेळात, कमी खर्चात होणारी शस्त्रक्रिया आहे. शस्त्रक्रिया झाल्याबरोबर २४ तासांत पुरुष कामाला लागू शकतात. स्त्रियांना एक महिना तरी जड काम करता येत नाही. कारण हर्निया होण्याची भीती असते.

पुरुषांच्या फॅमिली प्लॅनिंगच्या ऑपरेशनबद्दल कौन्सिलिंगची गरज आहे. पुरुष ऑपरेशनंतर शारीरिक कमजोरी येते व आपली सेक्स पॉवर कमी होते. स्त्रियांनाही वाटते की तो कष्टाचे काम करू शकणार नाही. म्हणून तीच ऑपरेशन करायला तयार होते. परंतु हा निव्वळ गैरसमज आहे. असे काहीच होत नाही.

शस्त्रक्रियेनंतर तीन महिन्यांपर्यंत निरोध वा अन्य संततिनियमनाच्या पद्धतीचा वापर आवश्यक. शस्त्रक्रिया करण्यापूर्वी वृषणातून काही शुक्राणूंपुढे निसटलेले असतात. त्यामुळे जर नसबंदीनंतर स्त्रीला गर्भधारणा झाली तर तिच्यावर व्यभिचाराचा आरोप करू नये. शस्त्रक्रियेनंतर दीर्घकालीन दुष्परिणाम नाही. संभोग आनंदावर व संभोग शक्तीवर कोणताही दुष्परिणाम होत नाहीत.

पुढे काही कारणास्तव मूल हवे असेल तेव्हा पुन्हा शस्त्रक्रिया करून शुक्रवाहिनी जोडणे शक्य आहे.

योनिमार्गाद्वारे वापरण्याच्या पद्धती

योनिमार्गाद्वारे स्पर्मी साईड, टुडे, डायफ्रॅम, कॅप इ. वापरतात येतात. त्या प्रत्येक संभोगाच्या काही काळ अगोदर वापरणे आवश्यक म्हणजे संभोग सुखात व्यत्यय येणार नाही. गुप्तरोगांचा परिणाम प्रतिबंध काही प्रमाणात होऊ शकतो.

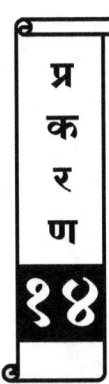

प्रकरण १४

बाळाची काळजी

- नवजात शिशूचे संगोपन
  - बाळाची अंघोळ
  - बाळाची नाळ : गॅस्ट्रोकायसिस, ओमफ्फॉलोसिल, ग्रॅन्युलोमा, अंबिलिकल हर्निया
  - बाळाची नखे
  - नवजात बालकाला नियमित सूर्यप्रकाशात ठेवावे
  - बाळाचा मसाज
  - बाळाचे व्यायाम
- स्तनपान
  - स्तनपानाचे फायदे : आईला व बाळाला
  - गाईचे दूध नवजात बाळासाठी घातक

– बाळाला अंगावर पाजणाऱ्या आईने इनरवेयर घालावे का ?

– स्तनपान किती वेळाने व किती वेळ ?

– दूध कमी होणे

– दुग्धवर्धक गोष्टी *(Galactogauges)*

– आपल्या बाळाला अंगावर पाजताना कसे धरावे ?

– फुगलेले स्तन

– ब्रेस्ट पंप

– वरचे दूध

– स्तनपान करताना आईचा पौष्टिक आहार

– औषधे

– नोकरी करणाऱ्या मातेचे स्तनपान

– मातृत्व रजा

– बाळाची वाढ आणि विकास

– बाळाचे रडणे

☙ पहिल्या सहा महिन्यांपर्यंत बाळामध्ये सर्वसाधारणपणे आढळणाऱ्या गोष्टी

– बाळाची लघवी

– नॅपी किंवा डायपर आजची सोय पण भविष्यात ताप

– लंगोट कसे धुवावे ?

- शौचास होणे आणि उलट्या होणे

- बाळाची झोप

- आईची अंगाई

- नवजात बाळाची काळजी

- बाळाचे गरम डोके

- कान टोचणे

- बाळाचे दागिने

- बाळाचे हातपाय

- गरम डोके

- बाळाचे कपडे

- बाळाचे डोळे

- कावीळ *(Jaundice)*

- आईच्या हार्मोन्सचा बाळावर होणारा परिणाम

- नवजात बालकाला वैद्यकीय मदत पाहिजे असेल तर

- ताप, जुलाब, उलट्या आकडी, बाळाचा चिडचिडेपणा सतत रडणे

- अपुऱ्या दिवसांचे बाळ

☞ नवजात शिशूचे संगोपन

स्त्रीसाठी जगातील सर्वांत सुंदर क्षण म्हणजे जेव्हा ती आई होते तेव्हा तिला गोल्ड मेडल मिळाल्यासारखा आनंद होतो. नवजात बाळ येताच आईच्या जबाबदाऱ्या वाढतात. तिला वाटते की, आपल्या जीवापेक्षा चिमुकल्या बाळाने जगातील सारी सुखे लुटावीत. आपल्या चिमुकल्या बाळाला यावेळी सर्वांत जास्त देखभालीची गरज असते. **जगात आई आणि तिचे मूल या नात्यापेक्षा दुसरे कोणतेही नाते सुंदर, पवित्र व निःस्वार्थी असू शकत नाही.**

स्वच्छता

बाळाला हाताळण्याअगोदर किंवा बाळाला अंघोळ घालण्याअगोदर आपले हात-पाय स्वच्छ धुणे आवश्यक आहे.

बाळाची अंघोळ

तुमच्या बाळाची अंघोळ म्हणजे तुम्हाला आणि तुमच्या बाळाला ओळखण्याची उत्कृष्ट संधी आहे. सरावाने दोघांसाठी हा खरोखरच आनंददायक अनुभव होतो.

बाळाला जन्मानंतर त्वरित अंघोळ घालू नये. नाळ पडल्यानंतर (साधारण सात ते आठ दिवसांनंतर) अंघोळ घालावी. ताबडतोब अंघोळ घातल्यास बाळाचे तापमान खाली येऊ शकते, त्याच्या त्वचेवर फोड येऊ शकतात. जन्मतःच बाळाच्या त्वचेवर व्हर्निक्स नावाचा थर असतो. ते बाळाचे संरक्षण कवच असते. पण ते अंघोळ घातल्याने निघून जाते व बाळ थंडगार पडण्याचा संभव असतो. म्हणून बाळाला खोबरेल तेल लावून मऊ सुती कापडानेच पुसणे उत्तम. नंतर घरी बाळाला अंघोळ घालण्यासाठी हळद, चणाडाळ, साय इ. काहीही वापरू नये. त्यामुळे त्वचेवर ॲलर्जी, घामोळ्या, पुरळ येण्याची शक्यता असते. जोपर्यंत शिशूचे वजन २,००० ग्रॅम होत नाही तोपर्यंत त्याला अंघोळ घालू नये.

आपल्या भारतीय पद्धतीत आईने स्वतःच्या दोन पायांवर मुलाला अशा तऱ्हेने उपडे ठेवावे की, मुलाचे तोंड खालच्या बाजूला आईच्या पायांच्या तळव्यांकडे राहील व मुलाचे पाय आईच्या मांड्यांवर येतील. मुलाचे नाक दोन्ही पायांच्या मधल्या पोकळीत असेल. मूल पालथे असल्यामुळे नाकातोंडात पाणी जाऊन ते गुदमरण्याची शक्यता नसते. पायावर असल्यामुळे मुलाला साबण लावल्यामुळे घसरून पडण्याची भीती नसते.

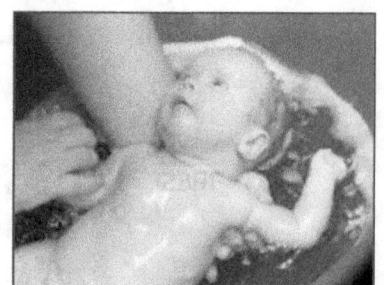

बाळाच्या शरीरावरची लव काढण्याचा प्रयत्न करू नये. ही लव अतिशय कोवळी असते व कालांतराने आपोआप गळून जाते.

तान्ह्या मुलाला अंघोळ घालणे हे काम अनुभवी बाईमाणसाचे. जितके छोटे मूल तितके जोखमीचे. आईने किंवा घरातल्या वडीलधाऱ्या व्यक्तीने अंघोळ घातली पाहिजे. बाळाच्या अंघोळीच्या पाण्यात किंवा धुण्याच्या कपड्यांमध्ये जंतुनाशक टाकण्याची गरज नाही. अंघोळीची पूर्णतयारी झाल्यावरच गरम व थंड पाणी तसेच अंघोळीचे सगळे सामान घेऊनच अंघोळ घालायला बसावे. सहसा पायावरच नवजात बालकांना अंघोळ घालतात. नाहीतर तुम्हाला जसे सोईचे वाटेल तसे टबमध्ये किंवा प्लॅस्टिकचा कपडा खाली अंथरूनही अंघोळ घालता येते. अंघोळ घालताना मुलाच्या नाकातोंडात पाणी जाऊन मूल गुदमरू शकते म्हणून डोक्यावर पाणी टाकताना खूप काळजी घ्यावी. अंघोळ घालताना व्यक्तीने टेलिफोन, मोबाईलची रिंग किंवा दारावरची घंटा याकडे अजिबात लक्ष देऊ नये. पर्यायी व्यवस्था करूनच बसावे.

अंघोळ घालण्यापूर्वी पाणी किती गरम आहे हे स्वतःच्या हाताने पाहावे. अंघोळ घालताना कोमट पाणी वापरावे. चेहऱ्यापासून सुरुवात करतात. स्वच्छ पाण्यात बुडविलेल्या कापसाच्या बोळ्याने डोळे आतल्या कोपऱ्यातून बाहेर हलक्या हाताने पुसा.

बाळासाठी सौम्य साबण (बेबी सोप) वापरा. बेबी सोपमध्ये कॉस्टिक सोडा कमी प्रमाणात व स्निग्ध पदार्थ जास्त प्रमाणात असल्याने लहान मुलांच्या नाजूक त्वचेला इजा पोहोचणार नाही. अंघोळ करताना प्रथम बाळाचे तोंड धुवावे. त्याचे केस, डोके व नंतर सारे शरीर धुवावे. आठवड्यातून एक वा दोन वेळा साबण लावावा.

जर नाभीची जखम सुकण्यापूर्वी अंघोळ घालू लागला असेल तर अंघोळीनंतर कापसाने जखम सुकवून घ्यावी. आतील व बाहेरचा भाग अवश्य धुवावा, पण खूप खोल जाऊन स्वच्छ करू नये. काही मुलांच्या डोक्यातील त्वचेतून निसर्गतःच निघणारा चिकट स्राव अधिक प्रमाणात तयार होतो. हा स्राव वाळून त्याच्या डोक्याच्या त्वचेच्या मृत झालेल्या पेशी त्यात अडकून राहतात व त्यांचा थर डोक्यावरील त्वचेवर तयार होतो. यालाच खवडे म्हणतात. यासाठी कापसाचा बोळा तिळाच्या किंवा खोबरेल तेलात भिजवून हलक्या हाताने चोळावा व सकाळी शाम्पूने धुवावे. नवजात बाळाचे केस खराब झालेले असतील किंवा बाळाला 'क्रेडल कॅप', म्हणजे टाळूवर येणाऱ्या खपल्या आल्या असतील तर सौम्य शाम्पू लावून धुऊन, मऊ मलमलच्या कपड्याने पुसून घ्यावे. सौम्य मॉईश्चराईझिंग साबण वापरा. बबुल बाथ किंवा सुगंधी साबण वापरणे टाळा.

शेवटी बाळाची जननेंद्रिये म्हणजे खालचा भाग काळजीपूर्वक धुवा, नेहमी पुढून मागे धुवा. मुलगी असेल तर लघवीच्या जागेजवळ पांढरट स्राव जमा झालेला असेल तर तो साबण लावून स्वच्छ करायला पाहिजे. हळुवारपणे त्याचे पाय बाजूला करा आणि ओल्या कापसाच्या बोळ्याने मांडीच्या आतील भाग, वृषणे (Testis) आणि पार्श्वभाग पुसून घ्या. शिस्न पुसण्यासाठी वेगळा कापसाचा बोळा घ्या. सुंता झालेला असल्यास तो भाग कोरडा राहील हे पाहा आणि तिथे कोणताही संसर्ग होणार नाही याची काळजी घ्या. हिवाळ्यात किंवा अति थंड हवामानाच्या प्रदेशात मुलाला रोज अंघोळ घातली पाहिजे असे नाही. हिवाळ्यात मुलाला कापसाचा बोळा गरम पाण्यात बुडवून पुसून काढावे.

अंघोळीनंतर बाळाला डायरेक्टली फॅनखाली, कुलरच्या हवेत, ए.सी.त नेऊ नये. चांगले गुंडाळून ठेवावे. नाहीतर मुलाला स्वच्छ व मऊ टॉवेलने पुसून घ्यावे. मुलाची मान, कानाच्या मागे, काखेत, जांघेत, कुल्ल्यांवर लक्ष देऊन, व्यवस्थित पुसून स्वच्छ व कोरडे करणे महत्त्वाचे असते. बाळाचे शरीर पुसण्यासाठी मुलायम टर्किश टॉवेल वापरावा. तो अंगावर चोळू नये. तो शरीरावर सावकाश दाबून पाणी शोषून घ्यावे.

बाळाच्या अंगाला पफने हळूवार पद्धतीने पावडर लावावी. ती त्याच्या नाकात जाणार नाही याची दक्षता घ्यावी. मऊ व उबदार कपडे घातल्यानंतर परत बाळाला सौम्य सूर्यप्रकाशात ठेवावे.

बहिरेपणा : जन्मल्यानंतर अर्भकाच्या कानाजवळ टाळी वाजवून अर्भक प्रतिक्रिया व्यक्त करते किंवा नाही याचे निरीक्षण करा. बहुतेक सर्व अर्भके प्रतिक्रिया व्यक्त करतात. जर ते बहिरे असेल तर सुरुवातीच्या तीन महिन्यांत टाळीला प्रतिक्रिया व्यक्त करीत नाही. अशा वेळी त्याच्या बहिरेपणासाठी तज्ज्ञ डॉक्टरांचा सल्ला त्वरित घ्यावा.

बाळाची नाळ

नाळ ही तुमच्या आणि तुमच्या बाळातील जीवनवाहिनी असते. या खास दुव्यामुळे तुमच्या प्रसूतीपर्यंत आणि तुमचा बाळामध्ये सतत संपर्क राहतो.

नाळ आणि बेंबीसुद्धा कोरडी ठेवावी. त्यावर तेल, कुंकू वगैरे लावू नये. त्यावर सुती कापड, बँडेज वगैरे काहीही बांधू नका. नाळेवर अँटिसेप्टीक पावडर किंवा क्रीम लावावा. साधारण नाळ ५ ते १० दिवसांत पडते व जखम भरते. हवा लागल्याने बेंबी लवकर सुकते. म्हणून उघडीच ठेवावी. बाळाचे पोटही फडक्याने बांधू नका.

ग्रॅन्युलोमा : कधी-कधी नाळ पडल्यावर काही दिवस जखमेतून थोडासा स्राव येतो. त्यावेळी २-३ दिवस थोडेस मीठ लावावे. काही वेळा जखमेवर लाल रंगाची सूज येते, तिला ग्रॅन्युलोमा म्हणतात. ३-४ दिवस मीठ लावून ग्रॅन्युलोमा न सुकल्यास सिल्व्हर नायट्रेटची काडी त्यावर चोळावी.

गर्भाची बेंबी चौथ्या ते सातव्या आठवड्यात गर्भावस्थेत तयार होते. युरॅकस हा भाग बेंबीला मूत्राशयाशी जोडतो. व्हायटेलो इंटेस्टायनल डक्ट हा भाग बेंबीला लहान आंतड्यांशी जोडतो. ही दोन्ही जोडणी करणारे अवयव गर्भावस्थेत नष्ट होतात. परंतु बेंबीची जडणघडण व्यवस्थित झाली नाही किंवा हे अवयव नष्ट झाले नाही तर बेंबीच्या शल्यविकाराची लागण होते. 'ग्रॅन्युलोमा' हा असाच एक आजार. या प्रकारात बेंबीच्या ठिकाणी हाडांच्या पेशी व रक्तवाहिन्यापासून बनलेली एक गाठ असते. या गाठीवर सिल्व्हर नायट्रेट लावून ती जिरवता येते. मात्र जर याचा परिणाम झाला नाही तर शस्त्रक्रियेने काढावी लागते.

गॅष्ट्रोचिसिस (Gastrochisis) : काही बाळांमध्ये गॅष्ट्रोचिसिस हा एक बेंबीचा आजार असतो की त्यात आतडी (Intestines) जन्मजात पोटाबाहेर असतात. या प्रकारात त्वरित शस्त्रक्रिया करून आतडी पोटात टाकणे आवश्यक असते.

ओम्फॅलोसील (Omphalocoel) : या आजारात बेंबीचा खड्डा ४ सें.मी. पेक्षा मोठा असतो. त्यातून लहान व मोठे आतडे आणि यकृत बाहेर येते. ही गाठ त्वचेने वेढलेली असते. या प्रकारात त्वरित शस्त्रक्रिया करून अवयव पोटात ढकलेले जातात. बेंबी नव्याने बनवली जाते.

अंबिलीकल हर्निया : काही बाळांची बेंबी फुगीर असते. बाळ जोर करताना हा फुगवटा वाढतो आणि बाळ झोपलेले असताना कदाचित दिसतही नाही. त्याला **अंबिलीकल हर्निया** असे म्हणतात. बाळ रडताना/जोर करताना हा फुगवटा वाढतो. बाळ दीड ते दोन वर्षांचे झाल्यावर पायी चालू लागल्यावर हर्निया आपोआप भरून निघतो. हा बाळ दोन वर्षांचे होईपर्यंत आपोआप कमी होतो. या फुगवट्यावर नाणे किंवा इतर वस्तू बांधू नका. मात्र नाळ गळून पडल्यावर ओली वाटल्यास वैद्यकीय सल्ला घ्या. तसेच हे भोक जर २-५ वर्षांमध्ये भरून निघाले नाही, तर साध्या शस्त्रक्रियेने दुरुस्त करता येते.

मुलाच्या काखेत, जांघेत, कुल्ल्यांवर व गळ्याभोवती पावडर लावावी, परंतु पावडरीचे कण मुलाच्या नाकात, तोंडात किंवा डोळ्यांत जाऊ देऊ नयेत. म्हणून पावडर पफनेच लावावी. नाका-तोंडात गेल्याने खोकला, ॲलर्जी, नाक गळणे हे प्रकार होऊ शकतात.

बाळाची नखे

बाळाची नखे गर्भाच्या तिसऱ्या महिन्यापासूनच तयार होतात. नखांची वाढ सहाव्या महिन्यांपासून सुरू होते. त्यामुळे नऊ महिने पूर्ण होऊन प्रसूत झालेल्या बाळाची नखे वाढलेली असतात. साधारणतः दर महिन्याला नखे एक सें.मी. वाढतात.

बाळाला हाताळणाऱ्या प्रत्येकाने स्वतःची नखे स्वच्छ व व्यवस्थित कापलेली असावीत. बाळाची नखे अंघोळीनंतर काळजीपूर्वक कापावीत. तेव्हा नखे मऊ होतात. बाळ झोपलेले असताना कात्रीने किंवा छोट्या नेलकटरने (बेबी नेलकटरने) कापावी. नखांमुळे डोळ्याला किंवा नाजूक त्वचेला इजा होण्याची शक्यता असते, गालावरही ओरखडे उमटतात. कापणे जमले नाही तर काही दिवस मुलायम सुती कापडाच्या पिशव्या हाताला बांधा.

नवजात बाळाला नियमित सूर्यप्रकाशात ठेवावे

थंडीत सकाळच्या व संध्याकाळच्या कोवळ्या उन्हात बाळाला (१०-१५ मि.) जरूर ठेवावे. सूर्याच्या उष्णतेमुळे बाळाच्या त्वचेत 'ड' जीवनसत्त्व तयार होते. त्यामुळे हाडांची वाढ नीट होऊन बाळाला मुडदूस (Rickets) होत नाही. सूर्यप्रकाशामुळे अनेक रोगजंतूंचा नाश होतो. डोळ्यांचे मात्र काही कापसाचे Eye Pad ठेवून संरक्षण करावे. उन्हाळ्यात जिथे-अतिशय उष्ण तापमान असते तेथे बाळाला सूर्यप्रकाशात ठेवू नये. अति उष्णता व तीव्र सूर्यप्रकाश यामुळे त्याला हानी पोहोचू शकते. शक्यतोवर सकाळच्या कोवळ्या सूर्यप्रकाशात ठेवावे.

बाळाचा मसाज

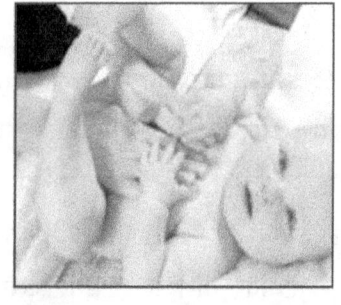

बाळाचा मसाज कोणी करावा ? : बहुतेक घरांमध्ये आपण ऐकतो की बाळाचा मसाज दाईच करते जी आईच्या मसाजसाठी येते. ती गरीब घरची बहुतेक भांडी घासणारी बाई जिचे हात अस्वच्छ, राठ व खरखरीत असतात. जर अशा हातांनी तुमच्या बाळाला मसाज केला तर त्याला इजा होण्याचा संभव आहे.

अशा बायांना जोराने मालीश करायची सवय असल्याने बाळाला असे मालीश सुखकारक वाटण्याऐवजी दुःखदायक वाटते म्हणून शक्यतोवर आईनेच किंवा वडीलधाऱ्या आजीने किंवा पित्याने हळुवारपणे करावा. ज्या खोलीत बाळाला मालीश करायची आहे ती खोली उबदार असावी. मुलाला एखाद्या मऊ व आरामशीर बिछान्यावर झोपवून हळूहळू, जास्त दाब न देता मालीश करावे. बाळ एक महिन्याचे झाल्यावर थोडा दाब देता येतो. कमी वजन असलेल्या शिशूला हलकी मालीश करता येऊ शकते, पण खोली उबदार असावी आणि शिशूला १० मिनिटांवर उघडे ठेवू नये.

मसाजचे फायदे : बाळाचे पहिले कार्यक्षम होणारे इंद्रिय म्हणजे स्पर्शेंद्रिये. जन्मल्यानंतरच नाही तर गर्भावस्थेतल्या आठ आठवड्यांच्या गर्भालाही स्पर्श कळतो. जन्मल्यानंतरही स्पर्श व वास या संवेदना इतर संवेदनांपेक्षा लवकर कार्यक्षम होतात व म्हणूनच बाळाचा मसाज लाभदायक ठरतो.

मसाज म्हणजे नुसते तेल चोळणे नव्हे तर बाळाशी एकरूप होण्याचे तंत्र. आईने रोज मधुर संगीत लावून किंवा गाऊन (शक्यतोवर रोज एकच गाणे म्हणून बाळाशी प्रेमाने बोलल्याने, हसल्याने बाळाशी प्रेमाचे अतूट नाते निर्माण होते. पंचज्ञानेंद्रियांपैकी फक्त स्पर्शज्ञान जन्मापासूनच असते. केवळ स्पर्शानेच बाळ ओळखते म्हणून बाळाची मालीश जवळच्या व्यक्तीनेच करावी. तसेच त्याच्याशी सकारात्मक संवाद साधावा.

(१) नियमित मसाजमुळे त्वचा मृदू, घट्ट व लवचीक होऊन कांतिमान होते.

(२) नियमित मसाजमुळे हृदय, रक्ताभिसरण श्वसनसंस्था, पचनसंस्था, चांगल्या कार्यरत होतात. त्वचेतील रक्तप्रवाह वाढतो. मज्जातंतूंना उत्तेजन मिळते, स्नायू व सर्व अवयवांना बळ मिळते व वजन वाढते. मसाज केल्यामुळे मुलाचे शरीर सुखावते, वाढीला लागते, त्याबरोबरच मिळणारा आईचा प्रेमळ स्पर्श संजीवनीचे काम करतो. आश्वासक स्पर्शामुळे मुलाला भावनिक सुरक्षितता मिळते आणि त्याचा स्वभाव आनंदी व आत्मविश्वाससंपन्न बनतो.

(३) मसाजमुळे ब्लड सर्क्युलेशन (रक्ताभिसरण) वेगाने होते आणि हाडाची संरचना तयार (स्ट्रक्चर डेव्हलप) होते व हाडेही बळकट होतात.

(४) मसाजच्या दरम्यान लावल्या जाणाऱ्या तेलामुळे शरीराला पोषण मिळते. योग्य आकार आणि मजबुती येते. लहान बाळाच्या नाजूक त्वचेतून तेल जिरते आणि अशक्त मुलांमध्ये त्याचा अन्नघटक म्हणून उपयोग होतो. त्वचेमध्ये स्निग्धताही येते.

(५) मसाजमुळे शरीराचे तापमान नियंत्रित राहते आणि बाळ नवीन वातावरणात जुळवून घेण्याचा (अॅडजस्ट करण्याचा) प्रयास करते. असे आईच्या उबदार स्पर्शातून बाह्य जगाशी नाते जोडण्याचे शिक्षण बाळाला मिळते.

(६) मसाजमुळे बाळाच्या शरीरात एन.के.पेशी वाढतात. त्यामुळे बाळाची रोगप्रतिकार शक्ती वाढते.

(७) शरीरातील स्ट्रेस हार्मोन्स (कॉर्टिसॉल व अॅड्रीनॅलीन) ची लेव्हल कमी होते. त्यामुळे बाळाला शांत व पुरेशी झोप लागते. बाळ समाधानी व आनंदी होते, बाळाचा थकवा नाहीसा होतो.

(८) बाळाची दृष्टी सुधारते व डोक्यावरील केसांची वाढ होते.

(९) वात्सल्यामुळे आईचे दूध वाढते म्हणजे मसाजमुळे आईलाही फायदा होतो. बाळात व तिच्यात एक स्पर्शरूपी पाश (Loving Bond) तयार होतो. म्हणून शक्यतोवर बाळाला मसाज आईनेच करावा. मालीशने शरीराच्या उत्सर्जक अंगांच्या कार्यक्षमतेमध्ये वाढ होते आणि ते शरीरातील विषारी पदार्थांचे निष्कासन वेगाने करतात ज्यामुळे शरीराची चयापचय क्रिया संतुलित होते.

मसाजसाठी तेल : मसाजसाठी तिळाचे तेल, खोबरेल तेल किंवा ऑलिव्ह ऑईलपैकी कोणतेही तेल वापरले तरी चालते. मसाजपूर्वी थोडेसे तेल घेऊन बाळाच्या मनगटाजवळ मसाज करून बघावे. १०-१५ मिनिटे थांबावे कि त्यामुळे काही रिॲक्शन वगैरे येते का ? जर तशी काही तक्रार उद्‌भवली नाही तर तेच तेल मसाजसाठी वापरावे. मसाजसाठी थोडे कोमट तेल वापरावे.

आयुर्वेदाने तिळाचे तेल हे उत्तम मानले आहे. ते निर्जंतुक करण्यासाठी उकळी येईपर्यंत गरम करावे. नंतर गार करून वापरावे. त्या ५० मि.ली. तेलात ॲरोमाथेरपीमधील लवेंडर तेल दहा थेंब, ऑरेंज तेल एक थेंब, Wheatgerm Oil दहा थेंब मिसळावे व मसाजसाठी वापरावे, दीड तास तेल त्वचेत जिरू द्यावे व नंतर अंघोळ घालावी.

आयुर्वेदाप्रमाणे -

पहिले तीन महिने - शुद्ध बला तेल

३-६ महिन्यांत - क्षीरबला तेल

६ महिन्यांनंतर - लाक्षादी तेल

बाळाला मसाज करण्यासाठी चांगले असते.

मसाजपूर्वी पुढील गोष्टी लक्षात घ्याव्यात : (१) स्वतःचे हात उबदार करा व स्वच्छ धुऊन घ्यावे. (२) तुमचे हात खरखरीत व राठ नकोत, नखे कापलेली पाहिजेत. (३) बोटातल्या अंगठ्या टोचू नयेत म्हणून काढून ठेवा. (४) जोरात रगडू नका, हलक्या हाताने मालीश करा. कानानाकात, गुदद्वारात, नाळावर तेल टाकू नका, स्तनाग्रे पिळू नका. (५) मालीश बोटांच्या पेरांनी करावी, बोटाच्या टोकांनी नव्हे.

मसाजची पद्धत : परंपरागत मांडीवर किंवा पाय लांब करून बाळाचे डोके उशीवर ठेवून आरामात मसाज द्यावा. सोबत एखादे हलकेफुलके संगीतही लावावे. बाबांचा सहभागही मसाजमध्ये मिळणे खूप महत्त्वाचे आहे. बाळाच्या अंगाला मसाज हा हृदयाच्या दिशेने हळुवारपणे करावा.

पाय : पायाला खालून वर हृदयाच्या दिशेने हलका मसाज करून पायाची बोटे बाहेर ओढावीत. तळपायावर गोलाकार मसाज करून बोटे बाहेर ओढावीत. हाडांच्या सांध्यांना (Joints) वर वर्तुळाकार मसाज करावा.

पोट : पोटावर कोमट तेलाने घड्याळाच्या दिशेने (Clockwise) बेंबीभोवती वर्तुळाकार मालीश करावे.

छाती : छातीवर तळहातांनी मध्यभागापासून कडेपर्यंत मालीश करावी.

हात : पायासारखेच बोटाकडून वरपर्यंत मालीश करा.

डोके : टाळू सोडून डोक्याच्या त्वचेला हलका मसाज करायचा, कानामागे गोलगोल मसाज करावा.

गाल : चेहऱ्यावर बोटाने गोल-गोल हलका मसाज करावा. हनुवटीवर थोडा दाब द्यावा.

नाक : बाळाच्या नाकालाही मसाज करावा. नाकाच्या मध्यभागी (डोळ्यांच्यामध्ये) चिमटीत नाक धरून मसाज करावा. बाळाला जन्मतः डोळा आणि नाक यांना जोडणारी Lacrimal Cluct नावाची वाहिनी असते ती उघडण्यास मसाजमुळे मदत होते.

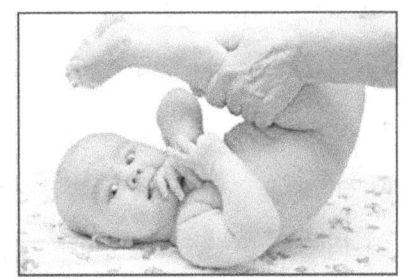

पाठ : बाळाला नंतर पालथे करावे, वरून खाली असे हाताने उभे मसाज करावे. नंतर मध्यभागापासून कडेला असे तळहाताने दाबून मसाज करावा. कुल्यांवर गोल वर्तुळे करावीत. परत पायाला मागच्या बाजूला मालीश करावी.

बाळाच्या डोक्याची हाडे पूर्णपणे सांधलेली नसतात. त्यामध्ये जी रिकामी जागा राहते त्याला टाळू म्हणतात. एक ते दीड वर्षाने मेंदूची वाढ पूर्ण होते व त्यानंतर हाडे सांधली जाऊन टाळू भरते. त्यासाठी तेल टाकायची गरज नसते.

बाळाच्या पाठीवर मणक्याच्या खालील भागात एक खड्डा दिसू शकतो. हा खड्डा फक्त त्वचेपर्यंत असतो. त्याला सॅक्रल डिंपल असे म्हटले जाते. त्याबद्दल काळजीचे कारण नाही.

बाळाचे व्यायाम

बाळाच्या मसाजनंतर टोनिंग व्यायाम करावेत. बाळाला आपल्या पायावर (त्याच्या पाठीवर झोपवावे) प्रथम हात क्रॉस करा व त्यानंतर पाय, नंतर दोन्ही पाय कंबरेतून वाकवून डोक्याकडे न्या. त्यामुळे गॅसेस वगैरे पास होतात. या सर्व क्रिया अत्यंत नाजूकपणे कराव्यात.

बाळाची मालीश केव्हा ? किती वयापर्यंत सुरू ठेवावी : बाळाची नाळ सुकल्यावर, पडल्यावर मालीश करायला सुरुवात करावी. नंतर दीड ते दोन वर्षे मालीश करावयास हरकत नाही. पावसाळ्यात किंवा दमट वातावरणात तेलाने मालीश करू नये.

मालीश केव्हा करावी ? : बाळाचे पूर्ण पोट भरलेले असताना किंवा बाळ भुकेला असताना मालीश करू नये. स्तनपान केल्यावर अर्ध्या तासांनी मालीश करावी. बाळ आजारी असताना किंवा आदल्या दिवशी इंजेक्शन घेतल्यास मालीश करू नये. तसेच एकदम जास्त ताप वाढल्यास, • श्वसनाचा विकार, • एकदम अॅलर्जीक रॅश आल्यास मालीश करू नये.

लहान बाळाची मालीश १०-२० मिनिटे करावी. मोठ्या बाळांना ३० मिनिटांपर्यंत मसाज करावा.

नवजात बालकाला उचलताना आधी मऊ कपड्यात लपेटून घ्यावे. त्याचे डोके व मान याच्याखाली एक हात ठेवून दुसरा हात कमरेच्या खालच्या भागाखाली ठेवून त्याला उचलावे. त्याचे हात किंवा पाय पकडून त्याला उचलून घेऊ नये. त्यामुळे त्याचा खांदा निखळण्याचा संभव असतो.

गर्भाशयात बाळ नऊ महिने असते. त्याला प्रखर प्रकाश सहन होत नाही. म्हणून सुरुवातीचे काही दिवस जन्मल्यानंतर बाळाला कमी प्रकाशाच्या खोलीत ठेवावे. बालक एखाद्या कडेवर अधिक वेळ झोपला तर डोक्याचा त्या बाजूचा भाग गोलाकार न राहता दाबला जातो. अर्थात यामुळे मेंदूला इजा होत नाही. एकदा बाळ बसायला लागले की डोके गोल होते.

नवजात बाळासाठी खरेदीची यादी

नवजात बालकाची प्रसाधने : • बेबी क्रीम/लोशन • बेबी पावडर आणि पप बॉक्स • बेबी ऑईल • बेबी शाम्पू • बेबी साबण

बेबी चेक लिस्ट : • नॅपीस • डायपर्स (लंगोट) • फेस नॅपकीन्स • नोज क्लिनर • बाथ-स्पंज • मच्छरदाणी • ड्रॉपर • कॉटन रोल • नॅपी लायनर्स • बीब्स (लाळेर) • बेबी नेलकटर्स • बेबी मेडीसीन स्पून • बाथ टब • प्लॅस्टिकची छोटी बादली (ओले कपडे टाकण्यासाठी) • डायपरसाठी बॅग

बाळाचे कपडे (सुती) : • बॉडी सूटस • स्लीप सूटस • समोरून बांधता येणारी झबली अर्ध्या बाह्यांची, फुल बाह्यांची (१५-२०), बीन बाह्यांची • रँपर्स, फॅन्सी झबले आणि ड्रेसेस दहा • मऊ टॉवेल - हुडसहित, हुडविना • वुलनचे कपडे - पाच-सहा स्वेटर्स (हिवाळ्यासाठी), कॅपस ५-६ सॉक्स ५-६ • फुल पायजमा - १०-१२ (हिवाळ्यात)

झोपताना वापरायचे आरामदायी कपडे : • चादरी - उशी - प्लास्टिक शीट्स • पलंगपोस, ब्लँकेट २-४ • बेबी स्लीपिंग बॅग

बाळाला बाहेर नेण्यासाठी : • प्रॅम - बेबी रॉकर्स • स्ट्रोलर - हाय चेअर • कार सीट्स - बेबी स्लींग्ज/कॅरिअर.

स्तनपान

आईचे दूध 'पृथ्वीवरचे अमृत'

आईचे दूध हे आपल्या बाळासाठी निसर्गदत्त आदर्श आहार आहे. आईचे दूध हे साक्षात शक्तीचे प्रतीक आहे. या संदर्भातील अनेक डायलॉग आपण चित्रपटांतून पाहतो, ऐकतो '**माँ का दूध पिया है तो सामने आ !**' म्हणूनच आयुर्वेदाने मातेच्या दुधाला सर्व दुधात श्रेष्ठ स्थान दिलेले आहे.

मातृरेव पिबेत् स्तन्य तत परं देह वृद्धये ।

न तू मातुपय समं किंचित् देह दाढर्य कृत ।।

म्हणजेच आरोग्यसंपन्न शरीराच्या वाढीसाठी आईचे दूध पिणे महत्त्वाचे आहे. तसेच आईचे दूध हेच सर्व दृष्टीने बाळाला कणखर बनवत असते. त्याला कोणताच अन्य पर्याय नाही म्हणून प्रत्येक मातेने, नवप्रसूतीने आपल्या बाळाला आवर्जून स्तनपानच करावे.

जेव्हा ती प्रसूत होते ...

ती आई बनते

जेव्हा ती स्तनपान करते ...

ती संपूर्ण आई बनते.

अंगावर पाजणाऱ्या स्त्रियांसाठी आदर्श आहार

जेवणाची वेळ	शाकाहारी आहार	
	०-६ महिन्या दरम्यान	६-१२ महिन्या दरम्यान
न्याहरी	१ कप दूध + शतावरी किंवा आणखी एखादी प्रथिनयुक्त पावडर + खालीलपैकी कोणताही न्याहारीचा पदार्थ - उपमा/पोहे/इडली/डोसा /उत्तप्पा/सँडविचेस/शिरा/मोड भाज्यांची भेळ/ब्रेड-जाम/ब्रेड-बटर/मिश्र भाज्या इडल्या/पराठे इडियाप्पम/डाळीया/लापशी इत्यादी.	१ कप दूध + खालीलपैकी कोणताही एक न्याहरीचा पदार्थ - उपमा/पोहे/इडली/डोसा/ उत्तप्पा/सँडविचेस/ शिरा/मोड भाज्यांची भेळ/ब्रेड-जाम/ब्रेड-बटर/मिश्र भाज्या/इडल्या/ पराठे/इडियाप्पम/डाळीया/लापशी इ.
सकाळी ९-१० वा.	१ फळ	१ फळ

(क्रमशः)

जेवणाची वेळ	शाकाहारी आहार	
दुपारचे जेवण	कोशिंबीर + चपात्या/भाकरी/पराठे /फुलके + भात + डाळ/सांबर/ मोड-भाज्या/ दही कढी + २ वाट्या भाजी (प्रथिनामध्ये वाढ करण्यासाठी भाज्यांमध्ये पनीर/दही/शेंगदाणे घातल्यास चालतील.)	कोशिंबीर + चपात्या/भाकरी/ पराठे/फुलके + भात + डाळ/ सांबार/मोड-भाज्या/दह्याची कढी + २ वाट्या भाजी
चहाची वेळ	१ कप दूध + कोणताही न्याहरीचा पदार्थ	१ कप चहा + हलके खाद्यपदार्थ (तळलेले पदार्थ सोडून)
संध्याकाळी ५-६ वाजता	१ वाडगा सूप/१ फळ किंवा फळांचा रस	१ वाडगा सूप/१ फळ किंवा फळांचा रस
रात्रीचे जेवण	दुपारच्या जेवणाप्रमाणेच	दुपारच्या जेवणाप्रमाणेच
(दुपारच्या जेवणापेक्षा थोडासा हलका आहार आवश्यक. रात्रीच्या जेवणामध्ये मांसाहारी पदार्थ वाढू नयेत.)		
झोपते वेळी	१ कप दूध	१ कप दूध

• दूध पाजण्याच्या नंतरच्या अर्ध्या कालावधीत माता जाडजूड असेल तर व्यायाम आवश्यक ठरण्याची शक्यता आहे.

स्तनपानाचे फायदे

जेव्हा बाळाचे इटुकले हात मातेचे स्तन पकडायचा प्रयत्न करीत राहतात. जेव्हा ते स्तनाग्रांना ओठात घेऊन दूध ओढायचा प्रयत्न करते तेव्हा मातेच्या मेंदूत तीन संप्रेरकांना पूर येतो. ऑक्सिटोसीन, डोपामीन, प्रोलॅक्टीन आणि त्यामुळे दूध वाहायला सुरुवात होते.

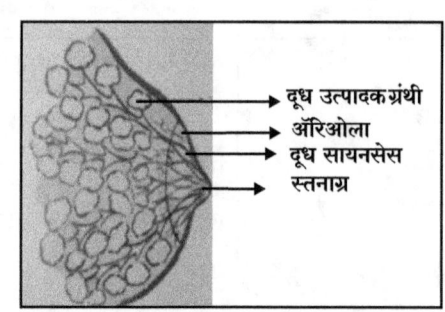

दूध उत्पादकग्रंथी
ॲरिओला
दूध सायनसेस
स्तनाग्र

स्तनपानाचा लाभ फक्त बाळालाच नव्हे तर आईलाही होतो.

पहिला स्पर्श व प्रथम स्तनपान (First Contact and Feed) प्रसूतीनंतर बाळ रडल्यावर श्वासोच्छ्वास नीट सुरू झाल्यावर लगेचच बाळाला स्वच्छ कपड्याने कोरडे करावे. मातेने बाळाला जवळ घेऊन त्याचे लाड करावेत व पापे घ्यावेत. साधारणतः आई प्रसूतीनंतर आडवी पडलेली असते. अशा स्थितीत आईच्या पोटावर दोघांचा एकमेकांना पूर्ण स्पर्श होईल अशा तऱ्हेने बाळाला उघडे ठेवावे

या अवस्थेत बाळाचे डोके दोन स्तनांमध्ये येते. नंतरही आईच्या कुशीत बाळाला एकाच पांघरुणाखाली झोपवावे. म्हणजे आई आणि बाळाचा स्पर्श होत राहील व बाळ उबदारही राहील. जवळजवळ सर्व बाळे आपणहून स्तनाकडे सरकतात व अर्ध्या तासात स्तनपानाची सुरुवात करतात. यालाच **'ब्रेस्ट क्रॉल'** असे म्हणतात म्हणून बाळाला पाळण्यात न ठेवता आईच्या कुशीतच ठेवा. त्याला 'रुमिंग इन' (Rooming In) असे म्हणतात. गर्भाशयात मूल हे आईच्या शरीराचा भाग असल्याने आईला त्याच्याबद्दल जिव्हाळा उत्पन्न होतो; परंतु जास्तीत जास्त जिव्हाळा मूल जन्मल्यानंतर उत्पन्न होतो. मूल जितके आईच्या सान्निध्यात असेल तितका हा संबंध अधिक दृढ होत जातो व त्यांच्यातील प्रेमाचे नाते अतूट बनते.

स्तनपानासाठी मानसिक तयारी लागते, अतिरिक्त फार काही लागत नाही. समोर उघडणारा (चेन असलेला) गाऊन किंवा शर्ट प्रसूतीपूर्वीच घेऊन धुऊन तयार ठेवावा. म्हणजे तो प्रसूतीनंतर स्तनपानासाठी वापरता येऊ शकतो.

आईचे दूध हे बाळासाठी नैसर्गिक पूर्णान्न आहे. नॉर्मल डिलेव्हरीत अर्ध्या तासात तर सिझेरिअनच्या केसेसमध्ये १ तासातच स्तनपान करावे. सिझेरिअनमध्ये बाळ सांभाळण्याची जबाबदारी पहिले २४ तास तरी पूर्णपणे नातेवाइकांचीच असते. बाळंतपणामुळे बाळंतीण दमून जाते आणि तिला विश्रांती मिळावी म्हणून मुलाला स्तनपान लवकर सुरू केले जात नाही पण हे चूक आहे. वस्तुस्थिती अशी आहे की, आईने बाळाला लगेच दूध पाजण्यास सुरुवात केली तर मानसिक आनंद निर्माण होऊन शारीरिक थकवा कमी होतो. काही समाजांमध्ये असा गैरसमज असतो की, पहिल्या तीन, दिवसांचे दूध चांगले नसते व ते न पाजता फेकले जाते पण हे अत्यंत चुकीचे आहे.

स्तनपानामुळे बाळाला व आईला खूप फायदे होतात. हे सर्व फायदे गाईच्या, म्हशीच्या किंवा पावडरच्या दुधामुळे मिळत नाहीत.

स्तनपानामुळे बाळाला मिळणारे फायदे

१. आईच्या दुधात बाळाच्या वाढीसाठी आवश्यक असणारी सर्व पोषक तत्त्वे योग्य प्रमाणात असतात व त्यात गरजेइतके पाणीसुद्धा असते.

२. आईचे दूध ताजे व पचायला हलके असते.

३. आईचे दूध निर्जंतुक असते कारण ते आईच्या स्तनातून सरळ बाळाला मिळते.

४. आईच्या दुधात रोगप्रतिकार शक्ती असते. त्यामुळे न्यूमोनिया, जुलाब व इतर संसर्गजन्य रोगांपासून संरक्षण मिळते. आईच्या दुधात जंतूविरुद्ध लढण्यासाठी पांढऱ्या पेशी व इम्युनोग्लोब्यूलिन्स असतात. बाळाचे दात किडण्याच्या प्रकारापासून आईच्या दुधामुळे संरक्षण मिळते.

५. स्तन चोखल्यामुळे बालकाचे जबडे व दातांच्या वाढीसाठी फायदा होतो. दुधातील लॅक्टोफॉर्मिन हे तत्त्व बाळाच्या आतड्यात लोहतत्त्व बांधून ठेवते व त्यामुळे तेथे रोगजंतू वाढू शकत नाहीत. आईच्या दुधातून मिळणारे सर्वसाधारण जीवाणू बाळाच्या आतड्यात वाढतात व रोगजंतूंचा प्रतिकार करतात.

आईचे दूध शक्तीचे वरदान

वातावरणातून आईच्या आतड्यात पोहचणारे रोगजंतू हे तिथे एका विशेष भागाच्या संपर्कात येताच तिथे त्या रोगजंतूंविरुद्ध प्रतिजैविके तयार होतात व ती एका खास थोरासिक डक्टमधून आईच्या स्तनापर्यंत पोहोचतात व तेथून दुधाद्वारे थेट बाळाच्या शरीरात जातात. त्यामुळेच बाळ निरोगी राहते.

१. आईच्या दुधाचे तापमान योग्य असते.

२. आईच्या दुधावर वाढणाऱ्या मुलांची मानसिक व बौद्धिक क्षमता जास्त असते. बाळाला आईच्या स्पर्शाचा आनंद मिळतो. आईच्या पोटात असल्यापासून सुरू झालेल्या नात्याचा तो अखंड दुवा असतो. स्तनपान चालू असल्याने मूल आईच्या सतत सान्निध्यात येते, त्यामुळे मुलात सुरक्षिततेची भावना येते, मुलाला उबही मिळते व मुलाचे हायपोथर्मिया (शरीराचे तापमान कमी झाल्यामुळे होणाऱ्या हानी) पासून रक्षण होते.

३. आईच्या दुधामुळे दमा, ॲलर्जीपासून संरक्षण मिळते. आईच्या दुधाने बाळाला सहसा ॲलर्जी होत नाही. गाईच्या दुधाने तरी काहींना होऊ शकते.

४. स्तनपानामुळे भावी आयुष्यात स्थूलता, उच्च रक्तदाब, हृदयविकार मधुमेह या रोगांपासून संरक्षण मिळते.

५. काही प्रकारच्या कर्करोगांपासून संरक्षण मिळते.

६. स्तनपानामुळे आई बाळाचे प्रेमाचे नाते मजबूत होते, आईला समाधान मिळते.

७. स्तनपानामुळे हिरड्या मजबूत होतात, दात आणि टाळूचा व्यवस्थित विकास होतो.

८. आईच्या दुधामुळे बाळाचा बौद्धिक विकास होतो. मेंदूच्या एकूण वाढीला मातेचे दूध हे सर्वोत्तम असते.

(अ) मेंदूचे वजन फॉस्फोलिपीड्स व लाँगचेन फॅट्टीॲसिडमुळे बनते. डीएचए व ॲरेकिडोनिक ॲसिड हे मेंदूच्या वाढीकरिता फार महत्त्वाचे असलेले फॅट्टी ॲसिड्स आईच्या दुधात गाईच्या दुधापेक्षा ३० पट जास्त असतात.

(ब) मेंदूच्या वाढीला लागणारे कोलिन, टॉरिन व झिंक मातेच्या दुधात भरपूर प्रमाणात असतात.

(क) मेंदूपेशींच्या व त्यावरील आवरणाच्या वाढीसाठी लॅक्टोज ही साखर गरजेची असते व मातेच्या दुधात ही मुबलक प्रमाणात मिळते. म्हणून ज्या मुलांना आईचे दूध मिळते त्यांचा बुद्ध्यांक इतर मुलांपेक्षा जास्त असतो.

(ड) गाईच्या दुधात PUSA (पुसाचे) प्रमाण कमी म्हणून मेंदू विकास कमी.

९. आईच्या दुधाने मलमूत्राचा वास येत नाही.

१०. जोपर्यंत बाळ आईचे दूध पिते तोपर्यंत डायपर रॅशेसही होत नाही.

११. आईच्या दुधात गाईच्या दुधापेक्षा 'क' जीवनसत्त्व जास्त असल्यामुळे लोह अधिक शोषले जाते.

१२. मातेच्या दुधातील समतोल प्रमाणातील प्रथिने बाळाला निरोगी ठेवतात. गाईच्या दुधातील प्रथिनांच्या अधिक प्रमाणामुळे मूत्रपिंडाची हानी होते.

१३. अधिक चांगला केसीन हे प्रथिन गुणोत्तर, बाळाचे पोट स्वस्थ ठेवते. गाईच्या दुधातील हे केसीनचा परिणाम पोटात अस्वस्थता होते. स्तनपानामुळे शिशूंच्या मेंदूचा विकास झपाट्याने होतो आणि आरोग्यात सुधारणा होते.

स्तनपान केल्याने शिशूंच्या मेंदूतील भाषा, भावनिक कार्य आणि अनुभूतीशी संबंधित घटकांचा लक्षणीय विकास होतो.

१४. आईच्या दुधात दुखणे कमी करण्याची रसायने (Endorphins) असतात. म्हणून बाळाला कोणतेही इंजेक्शन किंवा व्हॅक्सीन दिल्यावर स्तनपान दिले तर ते दुखणे कमी होते.

१५. **आईचे दूध मुलांमधील हिंमत वाढवते !** स्तनपानामुळे बाळाला अगदी कमी वयातच हिंमतवाढीसाठीचे बाळकडू मिळते. त्यामुळे भविष्यात रोगप्रतिकारक शक्तीसोबतच व्यक्ती रोगांचा आणि आव्हानांचा सामना हिमतीने करू शकतो.

१६. स्तनपान करविल्यामुळे मुले मोठी झाल्यानंतर व्यवहारकुशल बनतात.

ऑक्सफोर्ड युनिव्हर्सिटीच्या संशोधकांनी केलेल्या संशोधनात असे आढळले की, पहिल्या चार महिन्यांमध्ये मुलांना अंगावर पाजल्याने ती मोठी झाल्यानंतर वाईट वर्तणूक करण्याची शक्यता ३३ टक्क्यांनी कमी होते. तर असे हे दूध जणू निसर्गाचे वरदानच आहे.

गाईचे दूध नवजात बाळासाठी घातक

फार पूर्वीपासून भारतात गाईचे दूध बाळाला आरोग्यवर्धक म्हणून दिले जाते पण ते नवजात बालकासाठी अयोग्य आहे. सध्याच्या गाईच्या आहारात प्रतिजैवके आणि कीटकनाशके असण्याच्या काळात बालकांना गाईचे दूध १ वर्षापर्यंत देणे ही असुरक्षित पद्धत आहे.

पूर्णपणे गाईच्या दुधावर वाढणाऱ्या बाळामध्ये लोहाची कमतरता (Iron Deficency Anaemia) होतो. त्यामुळे शारीरिक वाढीवर परिणाम होतो.

गाईच्या दुधात जड प्रथिने, सोडियम, पोटॅशियम व क्लोराइडस जास्त असतात जे बाळ पचवू शकत नाही व त्यामुळे त्याचा नाजूक किडन्यांवर परिणाम होतो.

मातेचे दूध गाईच्या दुधापेक्षा पातळ आणि गोड असते.

गाईच्या दुधात E, C, D जीवनसत्त्वांची व Essential फॅट्टी ॲसिडची कमी असते. गाईच्या दुधात पोषक तत्त्वे कमी असतात.

गाईचे दूध नवजात अर्भके पचवू शकत नाहीत त्यामुळे पातळ संडाशी होऊ शकतात.

संशोधनातील निष्कर्षांप्रमाणे मानवी मेंदू आणि डोळे यांच्या वाढीसाठी आवश्यक असलेले टॉरिन हे मानवी दुधात भरपूर असते की जे गाईच्या दुधात नसते.

स्तनपान - मातृत्वाची शान !

स्तनपानामुळे आईला मिळणारे फायदे :

१. गरोदरपणात वाढलेले वजन कमी होण्यास व नैसर्गिक आकार पूर्ववत होण्यास मदत होते. बांधा व स्तन सुडौल होतात. (जोडीला आहारात जास्त स्निग्ध पदार्थ टाळणे व व्यायाम करणे आवश्यक आहे.

२. स्तनाच्या, गर्भाशयाच्या तसेच अंडाशयाच्या कर्करोगाचा धोका कमी होतो.

३. बाळाला स्तनपान केल्यामुळे ऑक्सिटोसिन (Oxytocin) नावाचे हार्मोन स्रवित होते. त्यामुळे गर्भाशय आंकुचित पावते व पूर्वस्थितीत येण्यास मदत होते तसेच त्यामुळे प्रसूतीनंतर होणारा अतिरिक्त रक्तस्रावही कमी होतो. म्हणून आईचाही ॲनिमियापासून बचाव होतो.

४. स्तनपान सुलभ आहे, कोणत्याही पूर्वतयारीची आवश्यकता नाही. आईला सोईस्कर आहे, कुठेही करू शकते. रात्री-अपरात्री अगदी प्रवासातही करू शकते.

५. उतारवयातील हाडांच्या ठिसूळपणा (Osteoporosis) पासून संरक्षण मिळते.

६. आर्थिकदृष्ट्या बचत होते. शिवाय स्तनपानामुळे बाळ वारंवार आजारी पडत नाही. त्यामुळे आईच्या दुधाची किंमत पैशात मोजण्यासारखी नसली तरी जर मुलाला वरचे दूध द्यायचे ठरवले तर किंमत ५०० रु. महिन्यात खर्च जास्त पडेल आणि मूल जास्त आजारी पडण्याची शक्यता व डॉक्टरांचा खर्च वेगळा.

७. स्तनपान करणाऱ्या स्त्रियांना Type II, मधुमेह होत नाही. तसेच जास्त काळ स्तनपान करणाऱ्या महिलांना संधिवातासारख्या आजारापासून मुक्तता मिळते.

८. स्तनपान महिलांसाठी शाप नव्हे वरदान आहे. बाळाला मिळणाऱ्या दुधातून स्निग्ध पदार्थ जास्त असतात. आईच्या शरीरातील जास्त असलेली चरबी या मार्गाने कमी होते. नितंबावरची चरबीही इतर कोणत्याही उपायांनी कमी होत नाही. ती स्तनपानाने मात्र निश्चित कमी होते. म्हणजेच थोडक्यात स्तनपान स्त्रीचे शरीर सुडौल करण्यासही मदतनीस होते. म्हणजे उलट स्त्रीचे सौंदर्य अबाधित राहण्यास मदत होते. **स्तनपानाने महिलांच्या सौंदर्यात भर पडते, शरीर सुदृढ राहते.** आपले शरीर बेडौल होईल या भीतीने मॉडर्न महिला बाळाला स्तनपान करीत नाहीत किंवा टाळाटाळ करतात, असे करणे चूक आहे.

९. जर एखाद्या महिलेची मासिक पाळी व्यवस्थित होत नसेल तर प्रसूतीनंतर स्तनपानामुळे ती व्यवस्थित होते.

१०. **स्तनपानामुळे रक्तदाब नियंत्रणात राहतो :** संशोधनानुसार स्तनपानादरम्यान आईच्या शरीरात ऑक्सिटोसोन हे हार्मोन तयार होते. ज्याचा उपयोग रक्तदाब नियंत्रणात ठेवण्यासाठी होतो. ज्या महिलांनी आपल्या मुलांना कधीच स्तनपान केले नाही त्यांना उच्च रक्तदाबाचा अधिक धोका असल्याचे आढळले. ज्यांनी सहा महिन्यांपेक्षा कमी स्तनपान केले त्यांना वर्षभरापेक्षा जास्त स्तनपान करणाऱ्यापेक्षा रक्तदाब वाढण्याचा धोका जास्त असतो.

११. **स्तनपानामुळे डायबीटीस मातांना होणारे फायदे :** स्तनपानामुळे डायबीटीस मातांना असणारी इन्सुलीनची गरजही कमी होते. बाळाला दूध पाजणे हा एकप्रकारे आईला व्यायामच आहे. स्तनपानामुळे रोज ५०० ते १,००० कॅलरीज खर्च होतात.

१२. **स्तनपानामुळे संधिवाताचा धोका कमी :** ज्या महिला दीर्घकाळपर्यंत स्तनपान देतात त्यांना ह्र्मॅटिक संधिवाताचा धोका कमी होतो. हा जटिल आजार सांधे आणि पेशींमधील वेदना आणि दाह यासारख्या समस्यांशी संबंधित असतो.

स्तनपानाच्या काळात आईने घ्यायची काळजी :

(अ) जास्तीची कॅलरीजची आवश्यकता पौष्टिक आहाराद्वारे पूर्ण करणे आवश्यक आहे.

(ब) या काळात डायबीटीसची गोळी घ्यायला नको. या वेळी इन्सुलीन सगळ्यात सुरक्षित आहे कारण ते आईच्या दुधात स्रवित होत नाही. म्हणून बाळापर्यंत पोहोचण्याचा धोका नसतो.

(क) रक्तातील साखर कमी होण्याची संभावना वाढते कारण स्तनपानामुळे पुष्कळच ऊर्जा कमी होते.

१३. **मातेच्या दुधातील स्टेमसेल्स :** एका टीमद्वारे केल्या गेलेल्या अध्ययनात असे आढळून आले की मातेच्या दुधाने युक्त स्टेमसेल्समध्ये असे गुण विद्यमान असतात ज्यामुळे अल्जायमरपासून ते कॅन्सरसारख्या रोगांवरही मात केली जाऊ शकते. या दुधामध्ये स्टेमसेल्स समृद्ध असतात.

या स्टेमसेल्स थेरपीमध्ये केमिलिऑन आढळते. यामध्ये असा गुण आढळतो जसा भ्रूणापासून काढलेल्या नवीन स्टेमसेल्समध्ये आढळतो. हा दुधातील स्टेमसेल्स स्रोत तर मोठ्या प्रमाणात रिपेअर कीटप्रमाणे पाहिला जाऊ शकतो. या दुधामध्ये असा गुण आहे की हे दूध शरीरातील कोणत्याही प्रकारच्या पेशीला बदलू शकते.

वैज्ञानिकांच्या मतानुसार कॅन्सर, अंधत्व, मधुमेह, अल्जायमर, पार्किन्सन्स आणि लखवा यासारखे आजार या स्टेमसेल्समुळे ठीक होऊ शकतात.

आंतरराष्ट्रीय प्रसूतिशास्त्रज्ञ, युनिसेफ, बालरोगतज्ज्ञ सर्वच म्हणतात की मूल जन्माला आल्यावर शक्य होईल तितक्या लवकर स्तनपान द्या.

बाळाला अंगावर पाजणाऱ्या आईने इनरवेयर घालावे का ?

अशा महिलांनी इनरवेअर घालणे अत्यंत आवश्यक असते. ब्रेसिअर वापरल्याने दूध पुरेशा प्रमाणात येत नाही हा त्यांचा गैरसमज असतो. फिगर बिघडू नये म्हणून कॉटनची थोडी सैल ब्रेसिअर पुरेसा आधार मिळण्यासाठी वापरा. (रात्रीसुद्धा वापरली पाहिजे.)

आईच्या दुधाचे टप्पे

(१) **कोलोष्ट्रम (Colostrum) :** स्तनपानाच्या पहिल्या तीन दिवसांत स्तनातून स्रवणारा पिवळसर, अर्धपारदर्शक चीक म्हणजे घट्ट दूधच होय. त्यालाच कोलोष्ट्रम असे म्हणतात. ते '**बाळाचे कवचकुंडलच**' होय. ते बाळाच्या दृष्टीने अत्यंत महत्त्वाचे आहे. त्यात सहज पचणारी प्रोटीन्स, व्हिटॅमिन्स (Vit. A व Vit. C) व मिनरल्स असतात. त्यात आपल्या बाळाचे रोगांपासून रक्षण करण्यासाठी प्रतिजैविके (ॲटिबॉडीज) असतात.

वारंवार थोड्या-थोड्या वेळासाठी पाजल्याने स्तनपानाची सवय होण्यास, दूध वाढवण्यास व आपल्या बाळाच्या कोठ्याच्या पहिल्या हालचालीस मदत होते. कोलोष्ट्रम अतिशय कमी असते. तरी बाळाला जंतू प्रादुर्भावापासून बचावासाठी आणि पोषणासाठी उपयुक्त असते. एका अर्थाने बाळाची ही पहिली लसच आहे.

या चिकामुळे

१. बाळाची पहिली शी म्हणजे 'मेकोनियम' होण्यास मदत होते. त्यामुळे कावीळ वाढण्याचा धोका कमी होतो.
२. आतड्यांचा विकास पूर्ण होण्यास मदत होते.
३. चीक दुधात 'अ' व 'क' जीवनसत्त्व भरपूर प्रमाणात असतात म्हणून आजारांपासून संरक्षण मिळते. त्यामुळे पहिल्या तीन दिवसांत हा चीक अवश्य द्यावा.

या काळात दुसरे काहीही म्हणजे वरचे दूध, मध, गूळपाणी, साखरपाणी वगैरे देण्याची गरज नाही. त्यामुळे बाळाला जंतुसंसर्ग होतो. हे पेय जास्त दिल्यास बाळाचे पोट भरते व बाळ स्तनपानासाठी निरुत्साही होते. त्यामुळे प्रथम व नंतरच्या स्तनपानास विलंब होतो व स्तनपानाची अयशस्वी सुरुवात होते.

चीक दूध व्यवस्थित मिळण्यासाठी बाळाला वारंवार प्रेमाने स्पर्श करावा व बाळाने इच्छा दाखवल्यास त्वरित स्तनपान करावे. या काळात बाळ जास्त रडण्याची शक्यता असते तरीसुद्धा वरचे दूध देण्याचा मोह टाळावा. स्तनपान फक्त वारंवार करीत राहावे. स्तनपान सुरू केल्यापासून सुमारे तीन दिवसांत नेहमीचे दूध येते.

टीप : स्तनपान पूर्ण होईपर्यंत आईने बाळाला सतत अनावृत्त (Skin to Skin Contact) स्पर्श देत राहणे आवश्यक आहे.

स्तनपान किती वेळाने व किती वेळ ?

पहिल्या सात दिवसांत वारंवार (२४ तासात कमीत कमी ८ ते १० वेळा) स्तनपान देणे आवश्यक आहे. या काळात स्तनपानास प्रोत्साहित करण्यासाठी दीड-दीड ते दोन-दोन तासांनी (बाळाला उघडे करून स्पर्श देणे आवश्यक) एकदा बाळाला भरपूर लघवी होऊ लागली (२४ तासात कमीत कमी ६ वेळा) व वजन वाढू लागले की समजावे बाळाला दूध पुरेसे आहे. बाळाची वाढ कधी-कधी झपाट्याने (Growth Spurt) होते असे म्हणतात. या काळात बाळ वारंवार व जास्त वेळ स्तनपान मागते, चौथ्या-पाचव्या दिवसापासून भरपूर दूध येण्यास सुरुवात होते. बाळाच्या गरजेनुसार दूध बनवले जाते.

स्तनपान बाळाच्या मर्जीनुसार द्यावे. अर्थात बाळ मागेल तेव्हा व बाळ मागेल तेवढा वेळ स्तनपान द्यावे. काही बाळे लवकर स्तनपान संपवतात (५ ते १० मि.) तर काही हळूहळू अर्धा ते पाउण तास लावतात. साधारण १५-२० मिनिटे एका बाजूने व १५-२० मि. दुसऱ्या बाजूने स्तनपान करावे.

पूर्णपणे एका बाजूने पाजले पाहिजे कारण दोन्हीकडे Fore Milk (आधीचे दूध) आणि Hind Milk (नंतरचे दूध) दोन्ही मिळाले पाहिजे. सुरुवातीच्या दुधात उच्च प्रोटीन मिळते, त्यानंतरच्या दुधात ऊर्जा, लॅक्टोज, साखर, जीवनसत्त्वे क्षार व पाणी असते. सुरुवातीचे दूध पातळ असते. नंतर दूध (Hind Milk) पांढरे दिसते कारण त्यात भरपूर चरबी असते म्हणून बाळाची भूक भागते व सुरुवातीच्या दुधामुळे तहान भागते. काहींचा असा चुकीचा ग्रह असतो की, उजव्या स्तनातून अन्न आणि डाव्या स्तनातून पाणी मिळते. वजन वाढीसाठी आवश्यक वसा (फॅट्स) जास्त असते. समजा प्रथम डाव्या स्तनातील दूध प्यायला घेतले तर पूर्णपणे रिकामे झाल्यावरच बाळाचे स्तनपान बंद करावे. नंतर पुढील खेपेला बाकी उजव्या स्तनातील दूध द्यावे. बाळाला दोन्ही स्तनांचे दूध आलटून-पालटून पाजावे नाही तर एकाच स्तनातून पाजत गेले तर स्तन लहान-मोठे होतात.

हळूहळू स्तनपान करणाऱ्या बालकाचे स्तनपान त्याने तोंड काढेपर्यंत थांबवू नका कारण त्याला पुरेसे दूध मिळणार नाही व शेवटचे शक्तिवर्धक दूध त्याला मिळणार नाही.

पहिले सहा महिने बाळाला पूर्णपणे निव्वळ स्तनपानच द्यावे. यासाठी कुटुंबातील सर्वांनीच मातेला स्तनपानासाठी प्रोत्साहन, पुरेसा वेळ व पोषक वातावरण मिळेल याकडे लक्ष द्यावे. स्तनपानाच्या दरम्यान आई व बाळाच्या त्वचेला होणारा परस्पर स्पर्श आणि डोळ्यांचा निकटचा संपर्क आई-बाळात एक रेशमी बंध निर्माण होण्यात मदत करतो.

आईचे दूध बाळाच्या गरजांनुसार खरोखरच बदलते. अगदी त्याच फीडींगमध्ये ! जसे जुळे बाळ असले तरी नैसर्गिकरीत्या दूध जास्त प्रमाणात तयार होते व त्यांना दूध पुरेसे असते. वरचे दूध देण्याची आवश्यकता नसते.

काही कुटुंबांमध्ये पहिल्या तीन दिवसांतील दूध खराब आहे असे मानतात व ते फेकून दिले जाते. हा गैरसमज दूर करणे आवश्यक आहे.

स्तनपान करताना आईने बाळाला जवळ घेऊन, बाळाच्या ओठांचा स्तनाग्रांना स्पर्श झाल्याने व त्या संवेदनामुळे 'ऑक्सिटोसीन' नावाचा अंतःस्राव निर्माण होतो व स्तनातील स्नायू आकुंचित पावतात व दूध बाहेर पडते यालाच पान्हा फुटला 'Let Down Reflex' असे म्हणतात. बऱ्याच स्त्रियांमध्ये गैरसमज असतो की मला दूधच कमी आहे. परंतु स्तनामधील दूधनिर्मिती मातेच्या मनावर, भावनांवर, इच्छेवर खूप अवलंबून असते. म्हणून आईच्या मानसिक अवस्थेचा किंवा नैराश्येचा परिणाम दूधनिर्मितीवर होतो. बाळाच्या सहवासात अधिकाधिक राहावे. बाळाला शारीरिक जवळीक दिल्याने पान्हा फुटतो असे संशोधनात आढळते आहे. बाळाला स्तनपान करताना आईचे मन शांत, आनंदी व हसतमुख असेल तर दूध चांगले येते. त्याचे परिणाम बाळाच्या शारीरिक आणि मानसिक वाढीच्या रूपात लगेच दिसून येतात.

दूध कमी होणे

क्रोध, अति शोक, उपवास, अतिव्यायाम, चिंता, नकारात्मक विचार वगैरेमुळे दूध कमी होते. आजकालच्या धकाधकीच्या जीवनात नोकरी करणाऱ्या स्त्रियांना स्वतःकडे पुरेसे लक्ष द्यायला वेळही नसतो. त्यामुळे आहारात आणि आचरणात योग्य काळजी घेतली नाही तर दूध कमी होते.

आईच्या मनावरचा ताण (Tensions), दुखण्याची भीती, लाज वाटणे, काही प्रमाणात गैरसमजुती, अंधविश्वास, चुकीचा आहार या गोष्टीही दूध कमी होण्यास कारणीभूत असतात. अशा वेळी त्या-त्या कारणांचा विचार करून त्यावर उपाय करता येतो. योग्य आहार, पुरेशी विश्रांती, वारंवार दूध पाजणे हे यशस्वी स्तनपानासाठी आवश्यक आहे. मातेच्या दुधाव्यतिरिक्त अन्य पेय पाजणे, तिला असुरक्षित वाटणे, कुटुंबाचे पूर्ण सहकार्य न मिळणे हेही मातेचे दूध कमी होण्याची कारणे आहेत.

आई व बाळ यांना स्तनपानासाठी एकांत मिळणे आवश्यक असते. काही ठिकाणी त्या अभावी यशस्वी स्तनपान होऊ शकत नाही. उदा., लहान घर, नातेवाईकांची गर्दी इ.

प्रसूती झाल्यावर पेशंटचे नातेवाईक विचारतात डॉक्टर हिला दूधच कमी आहे. जर दूधवाढीच्या गोळ्या लिहून देता का ? वास्तविक पाहता अशा गोळ्यांची फारशी गरजच नसते. गरज असते ती आईच्या आत्मविश्वासाची, जितक्या आनंदाने, समाधानाने, शांतपणे आई स्तनपान करेल तितक्या अडचणी कमी !

बाळ रडले तरी थोडे वरचे, थोडे आईचे दूध असे करू नये. बाळाचे पोट भरावे इतके निसर्गतः दूध तयार होत असतेच.

दुग्धवर्धक गोष्टी (Calactogauges)

पारंपरिक आयुर्वेदिक काही औषधे व पदार्थ आहेत त्यामुळे दूध वाढू शकते. दुग्धवर्धके जसे शतावरी, अश्वगंधा, ज्येष्ठी मधु, नागरमोथा, आळीव (अहाळीव), डिंक, सुंठ, मेथी.

ॲलोपॅथीत पेरीनॉर्म नावाच्या गोळ्यांनीसुद्धा दूध वाढते. १० मिलिग्रॅम दिवसातून दोनदा .... १० दिवस द्यावे.

शतावरी हे उत्तम शतावरी कल्प घालून दूध प्यावे. ताज्या शतावरीच्या मुळांचा रस रोज दोन-दोन चमचे तीन वेळा द्यावा. शतावरीच्या मुळ्या आणून ठेवाव्यात. दोऱ्याप्रमाणे असलेला मधला भाग काढून टाकावा व समभाग साखर घालून मिश्रण करावे. हे औषध १-३ ग्रॅम तीन वेळा द्यावे.

खसखस, बदाम, खारीक, साखर घालून खीर करावी. रोज गरम खीर पिण्यास द्यावी. दुपारच्या जेवणात तांदळाची, खसखशीची केशर व साखर घालून केलेली खीर द्यावी.

सकाळ-संध्याकाळ आळिवाची खीर किंवा आळीव व नारळाचा लाडू खावा त्यात गूळ, खसखस, गोडंबी, चारोळी, बदाम अवश्य घालावे.

शिंगाड्याच्या पिठाचा गूळ घालून केलेला शिरा खाण्यानेही दूध वाढते.

जेवणात शिंगाडे, लसूण, दुधी भोपळा, भुईकोहळा, नारळ, तांदूळ, हिरवी मेथी यांचा भरपूर वापर करावा.

कापसातील सरकी वाटून दूध व साखर त्यात मिसळावी या औषधीनेही अंगावरील दूध वाढते.

खरबुजाच्या गराचा सेवन करणेसुद्धा दुग्धवर्धक असते.

जास्त प्रमाणात दूध येत असेल तर तिचे दुधाचे व खिरीचे प्रमाण कमी करावे.

बाळंतपणात नंतर स्तनांचा आकार, बेडौल होऊ नये यासाठी स्तनांनासुद्धा तेलाने मालीश करावे यानेसुद्धा दूध वाढते. दुग्धवर्धकामुळे प्रोलॅक्टिन या हार्मोन्सची निर्मिती जास्त होते. त्यामुळे दूध

येण्याची प्रक्रिया वाढते. मार्केटमध्ये काढलेल्या दूधवर्धक गोळ्यांची (Galactogauges) तशी फारशी गरज नसते.

बाळाने वारंवार नीट दूध ओढणे हेच सर्वोत्तम दुग्धवर्धक होय : दुधाचे उत्पादन हे स्तनाच्या आकारावर अवलंबून नसते तर ते Prolactin या हार्मोन्सवर अवलंबून असते. मोठे स्तन असले तरी ते चरबीमुळेच असतात. लहान स्तनातूनही भरपूर दूध मिळू शकते. बऱ्याच स्त्रियांचा गैरसमज असतो की लहान स्तन असल्यास दूध कमी येते म्हणून.

आपल्या बाळाला अंगावर पाजताना कसे धरावे ?

स्तनपानाची कृती : तुमचे हात स्वच्छ साबणाने धुऊन घ्या. प्रत्येक वेळी स्तन धुण्याची गरज नाही. अंघोळ करते वेळी स्तन नीट स्वच्छ केले तरी पुरे. एकांत खोलीत शांतपणे बाळाला पाजण्यास सुरुवात करा. तुमच्या सोईनुसार सोफ्यावर, पलंगावर किंवा खाली जमिनीवर बसून पाजू शकता. झोपूनसुद्धा दूध पाजता येईल व ते जास्त आरामदायी ठरू शकते. बसून पाजताना नीट ताठ बसून पाजावे, नाहीतर तुमची पाठ दुखत राहील. मांडीवर बाळाला जवळ पकडण्यासाठी उशी घेऊ शकता.

(१) पाळण्यासारखे धरणे : स्तनपान करताना बाळाचे पूर्ण अंग आईच्या अंगाशी तिच्याकडे तोंड करून असावे. हाताच्या कोपऱ्याच्या सांध्यावर बाळाचे डोके असावे. बाळाच्या पोटाचा आईच्या पोटाशी स्पर्श व्हायला पाहिजे. सुरुवातीला थोडेसे स्तन दाबून निपलजवळ दूध आणून बाळाच्या ओठाला स्पर्श केला तर बाळालाही येथे काही (अमृत)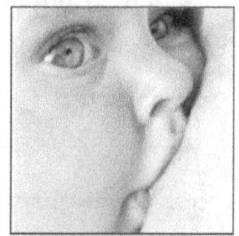
आहे असे समजले तर तो चोखायला सुरुवात करतो. बाळाचे तोंड पूर्ण उघडून स्तनाग्राभोवतीचा काळा भाग एरिओला (Areola) बाळाच्या तोंडात धरायला हवा. पिता-पिता बाळ थकले की आजीने किंवा कोणीही पावलावर हलक्या हाताने गुदगुली केली तर बाळ परत चोखायला लागते.

पहिल्या महिन्यात बाळ २० तास पूर्ण झोपते. अशा वेळी जर बाळ झोपतच राहिले तर त्याच्या पावलावर टिचकी मारून उठवावे व दूध पाजावे. दूध कमी असल्यास चोखण्याच्या संवेदनामुळेच दूधनिर्मितीच्या क्रियेला प्रोत्साहन मिळते.

(२) फुटबॉलसारखे धरणे : बाळाचे डोके व मान आपल्या हातात धरा, त्याचे पाय आपल्या कमरेकडे पोहोचू द्या. आपल्या हाताला आधार देण्यासाठी उशी वापरा आणि आपल्या मोकळ्या हाताने आपले स्तन बाळाच्या तोंडापर्यंत न्या. नंतर अंगठा व तर्जनीची कैचीप्रमाणे स्तनाला पकडा म्हणजे बाळाचे नाक दबणार नाही. आपली सिझेरिअन प्रसूती झाली असल्यास, आपले स्तन मोठे असल्यास किंवा आपण जुळ्या बाळांना अंगावर पाजत असल्यास ही स्थिती मदत करते.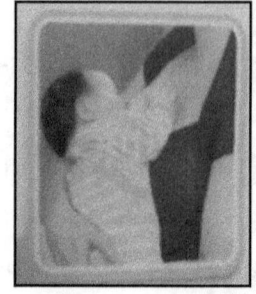

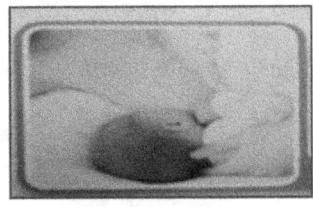

(३) कुशीवर झोपून धरणे : आपण कुशीवर पडावे व बाळाला त्याच्या कुशीवर आपल्यांकडे तोंड करून ठेवा. बाळाचे डोके आपल्या खालच्या स्तनाजवळ आणा. बाळ स्तन चोखू लागले की खालच्या हाताने बाळाच्या डोक्याला आधार द्या. सिझेरिअनवाल्यांसाठी ही स्थिती चांगली या स्थितीत रात्रीसुद्धा पाजणे सोपे होते. प्रसूतीनंतर २-३ दिवस आई अशक्त राहते. त्यामुळे ती आडवे पडून स्तनपान करू शकते. जेव्हा बाळ उठू-बसू लागते तेव्हा त्याला बसवूनच स्तनपान करावे. बाळाला मांडीवर घेऊन दूध पाजावे.

(४) उताणे झोपून पाजणे : माता पाठीवर उताणे झोपते व बाळ छातीवर ठेवून बाळाचे डोके हातांनी धरते. दुसऱ्या हाताने स्तन बाळाच्या तोंडात देते. प्रसूतीनंतर लगेच किंवा सिझेरिअन शस्त्रक्रियेनंतर असे पाजणे सोपे जाते.

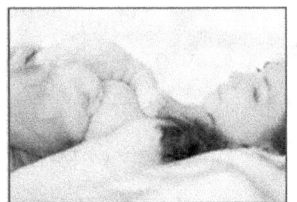

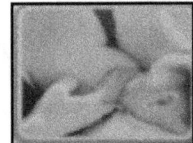

(५) पकड घेणे : यशस्वी स्तनपानाची गुरुकिल्ली आपल्या बाळाने आपल्या स्तनाची योग्य पकड घ्यावी व त्याला आपले दूध पुरेसे मिळावे याची खात्री करण्यासाठी -

(१) सुरुवातीला आपला स्तन अंगठ्याने वरून व मधल्या बोटाने खालून धरा आणि बाळाच्या खालच्या ओठाला आपल्या स्तनाग्राने हलकासा स्पर्श करा. त्यामुळे त्याचे डोके आपल्या स्तनाग्रांकडे तोंडावर आ वासून वळवेल.

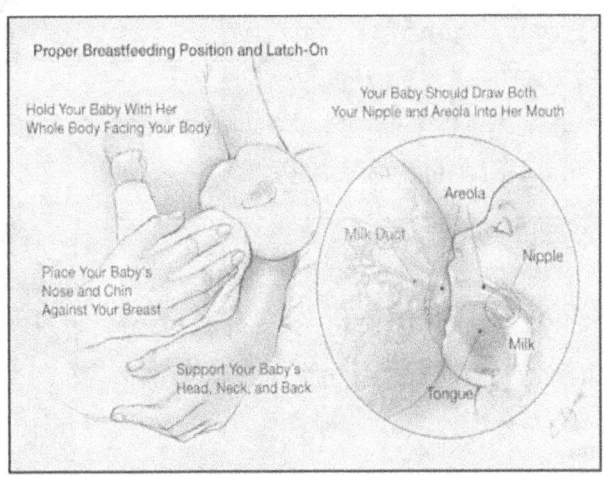

Proper Breastfeeding Position and Latch-On
Hold Your Baby With Her Whole Body Facing Your Body
Your Baby Should Draw Both Your Nipple and Areola Into Her Mouth
Areola
Milk Duct
Nipple
Place Your Baby's Nose and Chin Against Your Breast
Milk
Support Your Baby's Head, Neck, and Back
Tongue

(२) Nipple आणि त्याच्या आजूबाजूचा अधिकाधिक काळा भाग Areola बाळाच्या तोंडात असायला पाहिजे. खालचा ओठ बाहेर मुडपलेला व बाळाची हनुवटी स्तनाला चिकटलेली आहे. त्याने योग्य पकड घेतली असली तर आपल्याला बरेच चोखण्याचे आवाज एक अल्प विश्रांतीनंतर एक घुटका घेतल्याचा आवाज येईल.

स्तनपान करताना आईने बाळाशी संवाद साधावा. बाळाला दूध पाजताना समोरच्या भागात वाकून बसू नये. त्यामुळे पाठ अथवा कंबर दुखते. व्यवस्थित पकड घेतल्यामुळे बाळ शांतपणे सुखमैव दूध पित असते. मातेलाही कुठे दुखत खुपत नाही उलट तिला समाधान मिळते.

(३) आपले बाळ योग्य प्रकारे चोखू लागल्यावर त्याचे तोंड व आपला स्तन यांच्यात घट्ट सील तयार होईल. बाळाला अंगावरून बाजूला करण्यासाठी किंवा त्याला दुसऱ्या स्तनावर घेण्यासाठी त्याचे चोखणे सोडवण्याकरिता आपले बोट हलकेच त्याच्या हिरड्यांमध्ये ठेवा.

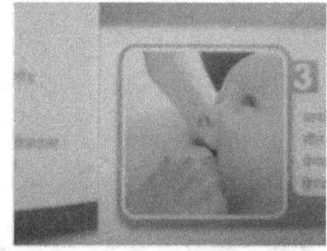

त्यामुळे निप्पलला इजा होणार नाही. बाळाचे समाधानाने पिऊन झाल्यावर स्तन हाताळायचे. दूध आहे असे जाणवले तर ते वाटीत काढून ठेवायचे किंवा फेकायचे पण दाटू द्यायचे नाही.

बाळ रडत असताना त्याच्या तोंडात निप्पल घालून दूध पिळू नये. तसे केल्यास दूध फुप्फुसात जाण्याची भीती असते व त्याच्या जीवाला धोका असतो.

दूध पाजल्यानंतर बाळाला खांद्यावर झोपवून थोपटावे (Burping) म्हणजे त्याच्या पोटात शोषली गेलेली हवा उलट मार्गाने बाहेर पडते, यालाच ढेकर काढणे असे म्हणतात. त्यामुळे बालकास पोटात अस्वस्थता वाटत नाही. बाळाला उभे धरून बसून किंवा आपल्या मांडीवर धरून अशा विभिन्न स्थितींमध्ये प्रयत्न करा. दूध पाजल्यावर लगेच आडवे ठेवले तर दूध उलटी होऊन बाहेर येते (ते गिळलेलेच नसते).

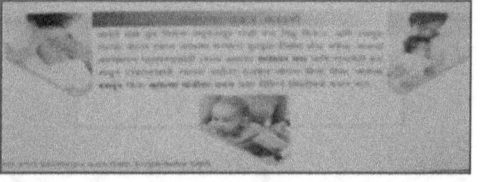

स्तनपान करताना बाळाचे डोके पायापेक्षा वरच्या स्तराला राहील असे धरावे. असे उभे न धरल्यास उलटी झाल्यानंतर ते दूध घशातून नाकाच्या मागच्या भागापर्यंत कानात यूस्टेशियन नलिकेमार्फत फेकले जाते. त्यामुळे कानाचा दाह निर्माण होतो व कान फुटण्याचा संभव असतो.

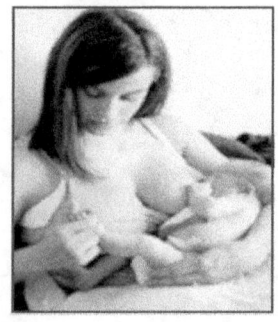

(१) दूध गळणे : बाळाला स्तनपान करणाऱ्या मातांचे दूध पाजण्याच्या जरासे आधी किंवा आपले बाळ रडू लागले की स्तनातून दूध गळणे ही एक सामान्य शारीरिक प्रतिक्रिया आहे. सुरुवातीला काही दिवसांत आई जेव्हा दूध पाजते तेव्हा दुसऱ्या बाजूने दूध आपोआप गळायला लागते पण काही दिवसांनी ते बंद होते.

दूध गळल्यास ते शोषून घेण्यासाठी आपल्या ब्राच्या आत 'शोषक नर्सिंग पॅड' वापरा. हे पॅडिंग वरचेवर बदलावे. ते मऊ-सुती व स्वच्छ कापडाचे असावे.

(२) स्तनाग्रांची समस्या : स्तन व स्तनाग्रांमध्ये बदल नैसर्गिकपणे होतात. त्यामुळे सुरुवातीला छोटी वाटणारी स्तनाग्रे नंतर पाजण्यायोग्य होतात. फक्त काही केसेसमध्ये आत वळलेले (Retracted Nipples) किंवा पसरट स्तनाग्रे (Flat Nipple) असल्यास स्तनपान करणे कठीण होते म्हणून गर्भवती स्त्रीने सहाव्या महिन्यापासून स्ट्रेच मार्कसचाच क्रीम किंवा ऑलिव्ह ऑईल निप्पलवर लावून मसाज करून निप्पल दोन्ही-तिन्ही बाजूंनी बाहेर ओढावे. निप्पल मऊ व टोकदार राहिल्यामुळे स्तनपानास सोपे जाते.

Inverted Syringe (फोटो) साध्या इंजेक्शन सिरींजचे पुढचे टोक गरम चाकूने कापून दुसऱ्या भागाने सक्शन (Suction) लावून निप्पलला सावकाश बाहेर ओढावे त्यामुळे निप्पल बाहेर येते पण जोरात केल्यास स्तनाला इजा होण्याचा संभव असतो.

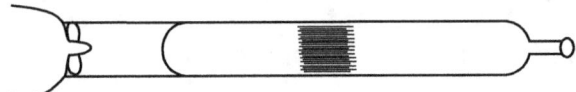

(३) दुखरी स्तनाग्रे : फार जोराने चोखल्यामुळे किंवा अयोग्य पकडीमुळे स्तनाग्रे दुखतात. स्तनपान सुरू असताना पटकन बाळाला बाजूला केल्यास स्तनाग्राच्या मुळाशी फाटून चिरा पडू शकतात म्हणून बाळाला सोडायचे असेल तर आईने बाळाच्या तोंडात करंगळी घालून हळूच सोडवावे किंवा स्तनाग्रांना भेगा पडतात यावर उपाय म्हणजे अंघोळीनंतर स्तनाग्रे हवेशीर वाळू द्या. आपले स्वतःचे दूध (Hindmilk) किंवा कोलोष्ट्रम आपल्या स्तनाग्राभोवती चोळा.

चिरा झाल्यास स्तनपान बंद करू नये. जरी दुखत असले तरी बाळाच्या चोखण्याच्या प्रक्रियेमुळेही या चिरा भरतात. अति दुखत असल्यास निप्पल शिल्ड (Nipple Shield) लावावे म्हणजे दूध पाजताना बाळाची चोखून पिण्याचीही इच्छा पूर्ण होईल व बाळ शांत राहील.

स्तनाग्राच्या चिरांसाठी मार्केटमध्ये क्रीम्स मिळतात जसे Nipcare Oint, Placentrex Gel वगैरे. तसेच स्तनाग्राच्या भेगांसाठी २० मि.ली. तिळाच्या तेलात १ थेंब रोझ ऑईल टाकून स्तनाग्रांना मसाज करावा.

स्तनपान करताना मातेने नर्सिंग ब्रा किंवा सैल टॉप यासारखे सुती कपडे वापरावेत.

दरवेळी स्तनपानापूर्वी स्तन साबणाने वगैरे धुऊ नये. कोरडे (त्यांची स्निग्धता कमी होते) पडल्यामुळे क्रॅक्स होण्याची भीती वाढते. पाजून झाल्यावर बाळाने स्तन सोडण्याची वाट पाहावी. तत्पूर्वी जर आईला उठावेच लागले तर मातेने आपले बोट हळूच बाळाच्या तोंडात घालून त्याच्या तोंडातून स्तन सोडवावा. म्हणजे निप्पलवर जखमा होणार नाहीत.

प्रसूतीनंतर काही दिवसांत जर स्तनाग्रे तोंडात नीट पकडली नसतील तर ती दुखरे होतात. दोन-तीन आठवडे झाल्यानंतर स्तनाग्रे दुखरी होण्याचे कारण बहुधा बुरशी संसर्ग. अशा वेळी बाळाचे तोंड व मातेची स्तनाग्रे या दोन्हीवर बुरशी-प्रतिबंधक योजना करावी. जेंशियन व्हायोलेट (Gention Violet) लावावे.

बाळामध्ये थ्रश (Thrush) : बाळाच्या जिभेवर, तोंडात, टाळ्यावरआतून गालावर पांढरे चट्टे पडतात. जांघेत, गुदद्वाराजवळ, मूत्रद्वाराजवळ पांढरे चट्टे दिसतात. सुरुवातीला बाळ दूध ओढते, थांबवते, नाकारते. जन्माच्या वेळी मातेच्या योनिमार्गातून येताना बाळाला मुखदोषाचा संसर्ग होतो.

उपाय : जेन्शन व्हायलेट नावाचे निळे पातळ औषध स्तनांग्रांना व बाळाच्या तोंडाला आतून दिवसातून दोन-तीन वेळा बरे होईपर्यंत लावावे. बाळाला स्तनपान, दूध काढून वाटी चमच्याने चालू ठेवावे.

स्तनात गाठी होणे, स्तन कडक होणे : ३-१० दिवसांपर्यंत आईला दूध उतरते (खरे दूध यायला सुरुवात होते. या काळात जरुरीपेक्षा जास्त दूध तयार झाल्याने किंवा बाळाने व्यवस्थित न ओढल्यास स्तन कडक होतात व दुखू लागतात. स्तनाचा एक भाग बगलेत असल्यामुळे त्यात जास्त दूध भरल्यास बगलेतही गाठ होते. कधी-कधी बाळ जास्त वेळ झोपल्यास छाती कडक होऊ शकते. स्तन जड होतात. त्यालाच Engorgement (दाटलेले स्तन) असेही म्हणतात. अशा वेळी पाजताना त्रास होतोच पण कडक झाल्यामुळे बाळही व्यवस्थित दूध घेऊ शकत नाही. अशी परिस्थिती बरेचदा नोकरी करणाऱ्या आईमध्ये किंवा बाळ आजारी असल्यास म्हणजे अतिदक्षता विभागात ठेवलेले असल्यास घडते. अशा वेळी आईने गरम पाण्याने अंघोळ करावी किंवा पाठ शेकावी, आईचे मन प्रसन्न करावे, पाठीला मसाज करावे, बाळाला जवळ घ्यावे. बाळ आईपासून दूर असल्यास बाळाचा विचार करावा किंवा बाळाचा सुंदर फोटो समोर ठेवावा. हात साबणाने स्वच्छ धुऊन घ्यावेत. स्तनपानाच्यामध्ये त्या भागाची मालीश करा, पाजण्याआधी तिथे गरम, ओले कापड ठेवा.

फुगलेले स्तन

आपल्या स्तनांना आपल्या बाळाच्या गरजांची सवय होईपर्यंत दूध साचल्याने स्तन दुखरे टणक होतात व सुजतात.

आपल्या बाळाला वारंवार पाजा.

पाजण्यासाठी नवी स्थिती घेऊन पाहा.

स्तन फार भरला असल्याने बाळाला चांगली पकड घेता येत नसली तर थोडे दूध बाहेर काढा (ब्रेस्ट पंपऐवजी हातानेच काढा). हाताला खाण्याचे तेल लावून बरगड्यांपासून स्तनाला दाबत दूध निप्पलपर्यंत आणून बाहेर काढा.

स्तन मऊ व्हावेत व वेदना कमी व्हाव्यात म्हणून एक गरम, ओले कापड स्तनांवर ठेवा.

हाताच्या बोटांनी स्तनावरील गाठीवर फर्म दाब देऊन दूध निप्पलकडे आणून दूध पिळून काढावे. म्हणजे संपूर्ण स्तन गाठविरहित व नरम होऊ द्यावे. स्वतःला जमत नसेल तर वडीलधाऱ्या स्त्रीची, आईची, सासूची किंवा आजीची मदत घ्या.

दूध काढण्याची क्रिया खूप वेदना देत असल्यामुळे बाळंतिणी स्तन रिकामे करायचा कंटाळा करतात पण ते खूप महाग पडते. दूध काढायच्या आधी जर पाठीला मसाज करून गरम पाण्याच्या पिशवीने शेकली तर दूध पटकन निघू शकते व त्यानेही जमले नाही तर दूध उतरवण्यासाठी आम्ही Pitocin नावाचे इंजेक्शन देतो. त्यानंतर अर्ध्या तासाने दूध चांगले उतरते.

स्तनाला एका हाताने खालून आधार द्यावा व दुसऱ्या हाताची बोटे व बरगड्यांमध्ये सर्व बाजूंनी स्तनाला मसाज करावा. काखेतील स्तनाच्या भागाला (Axillary Tail) ला मसाज करायला विसरू नये. प्रत्येक स्तनावर मागून पुढे दाब देऊन दूध काळ्या भागापर्यंत आणावे म्हणजे दूध स्तनाग्रातून बाहेर यायला मदत होईल. आईचे स्तन प्रसूतीनंतर नाजूक झाल्यामुळे इजा होऊ नये म्हणून हळुवारपणे मसाज करावा.

एकदा स्तन कडक झाल्यावरसुद्धा दुर्लक्ष झाले तर जंतुसंसर्ग होऊन स्तनाचा काही भाग लाल होतो. त्याला Mastitis म्हणतात. त्यामुळे मातेला थंडी वाजून ताप येऊ शकतो. या अवस्थेत अँटिबायोटिक्स व सूज उतरायच्या गोळ्या प्रथमावस्थेत दिल्या तर सूज कमी होते.

इथेही दुर्लक्ष झाल्यास स्तनात गळू (Abscess) होते. एकदा पस झाल्यास मोठी आफत येते. मग नुसत्या गोळ्या औषधींनी इलाज होत नाही तर भूल देऊन, चिरा देऊन पस काढावा लागतो व ती जखम भरायलाही बरेच दिवस लागतात. तितके दिवस त्या स्तनातून बाळाला पाजताही येत नाही. रोज जखमेचे ड्रेसिंग करावे लागते. (दोन ते तीन आठवडे) म्हणजे बाळाचे व आईचेही बरेच हाल होतात. ड्रेसिंग करताना Areola व स्तनाग्रे उघडी राहतील अशी काळजी घ्यावी म्हणजे दूध काढता येईल किंवा स्तनपान देता येईल (शक्यतोवर लवकर स्तनपान करावे) अशा स्तनाला तेल मालीश करू नये.

स्तनदा आईने नेहमी आराम करताना दोन्ही हात बाजूलाच ठेवले पाहिजेत. बऱ्याच स्त्रियांना हात वर करून डोक्याखाली ठेवायची सवय असते. त्यामुळेही दुधाची गाठ बगलेत होण्याची शक्यता असते.

ब्रेस्ट पंप

जेव्हा हाताने दूध काढणे कठीण जाते तेव्हा ब्रेस्ट पंपने सुसह्य होते. ब्रेस्ट पंपने स्तनातील दूध काढून साठवून नंतर बाळाला दिले जाते.

१. बॅटरीवर चालणारे पंप किंवा Electric वर चालणारे पंप यामुळे फारच सोपे जाते. कारण आपोआप दूध काढले जाते पण या पंपाचा आवाज खूप होतो.

२. हाताने चालवणाऱ्या ब्रेस्ट पंपमध्ये सक्शन हाताने निर्माण करावे लागते त्यामुळे थकवा येतो.

ब्रेस्ट पंप फिडींग बॉटलला जोडलेला असतो व ते दूध नंतर बाळाला पाजता येते.

जुळी बाळे जन्माला येतात तेव्हा तर आईची कसोटीच असते. तिला खूप श्रमही पडतात. घरातल्या सदस्यांचा हातभार मिळाला तरच दोन्ही बाळांचे संगोपन सुखकर होते. निसर्गाने जुळी बालके जन्मास घालणाऱ्या मातेला जास्त दूध येण्याची व्यवस्था जणू केलेलीच असते. जुळ्या बाळांना एकाच वेळी दोन्ही बाजूला स्तनपान देता येते. फुटबॉल धरल्यासारखे दोन्ही बाळांना धरून दूध पाजावे व तसे दोघांना एकदम जमत नसल्यास एकानंतर दुसऱ्याला पाजायला हरकत नाही. प्रत्येक वेळी स्तनपान देताना बाळाच्या बाजू बदलाव्यात म्हणजे या वेळी जर उजवीकडे घेतले तर पुढच्या वेळी डावीकडे घ्यावे.

वरचे दूध

काही कारणांमुळे आपण बाळाला आपले दूध देऊ शकत नसाल तर शेळीचे दूधही देऊ शकता कारण ते पचायला खूप हलके असते. डबाबंद दूध टाळावे. दूध शक्यतोवर स्टीलच्या वाटी चमच्याने द्यावे. बाटलीने दूध कधीच पाजू नये. दुधासाठी अपरिहार्य कारणाने बाटली वापरल्यास प्रत्येक वेळी, (निपल व बाटली वेगवेगळे साबणाच्या किंवा मिठाच्या पाण्याने ब्रशने स्वच्छ धुऊन) १० मिनिटे गरम पाण्यात उकळावी म्हणजे निर्जंतुक होईल.

स्तनपान करताना आईचा पौष्टिक आहार

बाळाला स्तनपान करण्यादरम्यान आपले शरीर पोषक द्रव्ये आपल्या शरीरासाठी वापरण्याआधी दूध तयार करण्यासाठी वापरते. आपण गर्भवती असताना सकस आहार खूप महत्त्वाचा आहे कारण त्याने आपल्या बाळाची वाढ व आपलेही आरोग्य अबाधित राहिले पाहिजे.

गर्भवती स्त्रीला २,१०० कॅलरीजचा आहार पुरेसा असतो तर स्तनपान करणाऱ्या स्त्रीला ५०० अतिरिक्त कॅलरीज म्हणजे २,६०० ते २,७०० कॅलरीज देणारा आहार आवश्यक असतो हे विसरू नये.

भरपूर फळे, हिरव्या पालेभाज्या व दूध यावर लक्ष केंद्रित करा. (ज्या आरोग्यवर्धक पोषक द्रव्यांनी समृद्धी असतात.)

कॅल्शिअम, लोह व व्हिटॅमिन्सच्या गोळ्या किमान ६ महिने तरी प्रसूतीनंतर घ्याव्यात. स्तनपान करणाऱ्या मातेला एक दिवसात १२०० मिलिग्रॅम कॅल्शिअमची गरज असते. कॅल्शिअम टॅबलेट्स दीड ते दोन वर्षापर्यंत म्हणजे बाळाला स्तनपान करेपर्यंत तरी घ्यावे.

दररोज ८-१० ग्लास पाणी प्या. कॅफेनयुक्त पेये, विशेषतः बाळ जन्मल्याच्या सुरुवातीच्या आठवड्यांमध्ये मर्यादित प्रमाणात घ्या. अल्कोहोल धूम्रपान यापासून दूर राहावे. मुलांच्या व तिच्या आरोग्यास बाधा येते.

मातेने मसालेदार पदार्थ, चहा, कॉफी, तळलेले पदार्थ, बाहेरचे अन्नपदार्थ, जंकफूड टाळावे.

स्तनपान करणाऱ्या मातेने ठरावीक पदार्थ खाऊ नयेत तसेच तूपयुक्त पदार्थ जास्त खावेत. हा जुना चुकीचा समज आहे. त्याने फक्त लठ्ठपणाच वाढेल.

आईचे जंकफूड-बाळाला लठ्ठपणा : गर्भवती किंवा बाळाला पाजण्याच्या अवस्थेत असलेल्या स्त्रियांनी पिझ्झा, बर्गर, वडा-पाव यासारखे जंक किंवा फास्टफूड खाणे म्हणजे बाळाला लठ्ठपणा देणे आहे.

फास्टफूडमधील साखर व मीठ यांच्यामुळे शरीरात ओपाइड द्रव्य निर्माण होते त्यामुळे चव आवडते व जास्तही खाल्ले जाते. मुळातच कोणतेही पोषण द्रव्य नसलेले फास्टफूड आईबरोबर बाळाच्या प्रकृतीस नुकसानकारक ठरते.

आईच्या काहीही खाण्याने : बाळाला डायरिया होत नाही. बाळाचे पोट दुखत नाही, सर्दी होत नाही. आईच्या शरीरातले काही जंतू व औषधे सोडून दुधात काहीही उतरत नाही.

प्रोटीनदेखील दुधातून बाळाला जाते म्हणून आपला प्रोटीन साठा स्तनपान करताना कायम ठेवणे महत्त्वाचे आहे.

औषधे

औषधे घेण्याआधी आपल्या डॉक्टरांचा सल्ला घ्या. वेदनाशामक गोळ्यांची गरज असल्यास त्याला दूध पाजल्यानंतर ते लगेच घ्या म्हणजे औषध आपल्या बाळाच्या पोटात शक्यतितक्या कमी प्रमाणात पोहचेल.

गर्भनिरोधक गोळ्यांमुळे दुधाचे प्रमाण कमी होते. म्हणून गोळ्यांऐवजी फॅमिली प्लॅनिंगसाठी इतर साधने वापरावीत. काही गर्भनिरोधक गोळ्यांमध्ये फक्त प्रोजेस्टरॉन असते. त्याने दूध कमी होत नाही (Cerrazete) अशाही गोळ्या मार्केटमध्ये मिळतात पण त्या महाग आहेत.

कुष्ठरोग : स्तनपान सुरू ठेवावे. मातेवर औषधोपचार करावा. मातेला दिलेले औषध दुधातून पुरेशा प्रमाणात डॅपसोन (Dapson) उतरते. बाळाचे रोगापासून संरक्षण करेल म्हणजे, (कुष्ठरोगाचा उपचार सुरू केल्यानंतर ८ ते १० आठवडे.)

फेफरे : जी औषधे मातेला देतात त्या औषधांमुळे बाळावर विपरीत परिणाम होत नाही. म्हणून अशी माता स्तनपान देऊ शकते.

नागीण (हर्पीस) : मातेच्या स्तनावर किंवा स्तनाग्रावर पुळ्या आल्यास पहिले पाच दिवस त्या संसर्गजन्य असतात, या काळात स्तनपान केल्यास बाळाला त्याची लागण होऊ शकते.

Hepatitis B जातीच्या विषाणूंमुळे होणारी कावीळ : मातेला विषाणूंची बाधा झाल्यास स्तनपानामुळे बाळाला संसर्ग होऊ शकतो. स्तनपानाऐवजी वरचे दूध दिल्यास जंतुदोष आणि ॲलर्जी होण्याची भीती असते. या दोघांपैकी काय पत्करायचे हे ठरविण्याची गरज आहे.

स्तनपान घेणाऱ्या बाळाला इम्युनोग्लोब्युलिन्स आणि कावीळ प्रतिबंधक लस द्यावी.

एड्स (एच.आय.व्ही. संसर्ग) : या विषाणूंची लागण झालेल्या मातेकडून गर्भारपणी, प्रसूतीच्या वेळी आणि स्तनपानातून हा विषाणू बाळाकडे जाण्याची भीती असते. यापैकी बाळ गर्भाशयात असताना लागण होण्याची शक्यता अधिक असते.

प्रसूतीनंतर मातेला एड्सची लागण झाल्यास : बाळाला स्तनपान न दिल्याचे धोके आणि स्तनपान दिल्यास त्यामुळे होऊ शकणाऱ्या संसर्गाचे धोके याचा तौलनिक विचार करावा. योग्य पर्याय उपलब्ध नसल्यास स्तनपान चालू ठेवू शकतो.

औषधाचे प्रमाण मातेच्या रक्तात जास्त असल्यास स्तनपान तात्पुरते थांबविले पाहिजे आणि हाताने दूध काढून पाजावे म्हणजे दूध आटणारही नाही.

पुढील औषधे घेताना स्तनपान बंद करावे : पेशीनाशक औषधे, कर्करोगावरील औषधे, किरणोत्सर्जक औषधे.

पुढील औषधाऐवजी पर्यायी सुरक्षित औषधे निवडावीत : सल्फा औषधे, क्लोरॉन्फेनिकॉल, टेट्रासायक्लिन, इस्ट्रोजन, थायाझाडीन.

मानसोपचारासाठी वापरलेली औषधी व आकडी यात स्तनपान चालू ठेवावे.

भूल देण्याची औषधे : फोर्टवीन, पेन्टोथाल काळजीपूर्वक वापरावे. बाळाला गुंगी येऊ शकते. शक्यतो पाठीच्या कण्यातून इंजेक्शन (Spinal) देणे जास्त चांगले.

वेदनाशामक औषधे : पॅरासिटेमॉल सुरक्षित.

आई आजारी पडली तर स्तनपान बंद करावे का ? : ताप, सर्दी, खोकला, उलटी, जुलाब व इतर बऱ्याचशा संसर्गजन्य आजारांमध्येसुद्धा (जसे कावीळ, विषमज्वर, कॉलरा, क्षय व कुष्ठरोग) स्तनपान बंद करायची आवश्यकता नाही. आई व बाळ एकाच वातावरणात राहत असल्यामुळे आईमध्ये आजाराची लक्षणे दिसेपर्यंत बाळाला संसर्ग झालेला असतो. आईच्या शरीरातील त्या आजाराविरुद्ध तयार केलेली प्रतिकारशक्ती बाळास आईच्या दुधातूनच मिळत असते. म्हणजेच आईला साधा आजार झाल्यास दूध पाजण्यास हरकत नाही तसेच आजारी बाळास जरुर स्तनपान करावे. आजारपणात बाळाची भूक मंदावते. बाहेरचे अन्न पचायला जड जाते, अशा वेळी बाळ आईच्या दुधावरच पूर्णपणे अवलंबून असत

मातेला क्षय, हृदयाचा किंवा मूत्रपिंडाचा, फुप्फुसाचा भयानक विकार असल्यास किंवा मोठा मानसिक विकार असल्यास, आईला कर्करोग (कॅन्सर) असून आई गंभीर आजारी असेल, X-ray किरण वा इतर कॅन्सरविरोधी औषधे वापरत असेल तर तिने आपल्या बाळाला स्तनपान देऊ नये.

बालकास तीव्र ताप असेल, त्याच्या तोंडात फोड आलेले असतील, मातेची स्तनाग्रे आत ओढलेली असतील, बालकाच्या ओठात किंवा तोंडातील टाळूमध्ये जन्मजात दोष असल्यास बाहेरचे दूध बालकाला देणे अपरिहार्य ठरते.

एच.आय.व्ही. व शिशुपोषण : एच.आय.व्ही. बाधीत मातेकडून बाळाला गर्भावस्था, प्रसूतीदरम्यान 20% तसेच स्तनपानातून 15% संसर्ग होतो. ही टक्केवारी बघून कोणीही म्हणेल की बाळाला संसर्ग होतो तर वरचे दूध पर्यायी ठरू शकेल. परंतु त्यामुळे उद्भवणारे आजार व मृत्यूचा धोका हा प्रत्यक्ष रोगांपेक्षा जास्त घातक ठरू शकतो. म्हणूनच पूर्णपणे निव्वळ स्तनपान हाच पर्याय ठरू शकतो.

काही वेळा बाळाला आईचे दूध देता येत नाही : जर बाळ काही कारणाने आईपासून दूर असेल वा बाळाची मोठी शस्त्रक्रिया झाली असेल तर काय करावे ? किंवा आई गुंगीत असेल किंवा Preterm Delivery (३२-३४ आठवड्यापेक्षा कमी असल्यास) आईने हात स्वच्छ धुऊन दूध पिळून काढत राहावे व ते दूध स्वच्छ फुलपात्रात जमा करून चमच्याने बाळाला देत राहावे त्यामुळे स्तन दाटणार नाहीत, अंगावरील दूध कमी होणार नाही व बाळाला आईचे दूध मिळेल.

वरचे दूध : जर आईचे दूध देताच येत नसेल तर वरचे म्हणजे गाईचे किंवा म्हशीचे दूध किंवा पावडरचे दूध द्यावे लागते. गाईचे किंवा म्हशीचे दूध देताना त्यात साखर घालावी. (एक कपाला दोन चहाचे चमचे साखर). दूध ज्या भांड्यात करायचे ते व चमचा चांगला स्वच्छ धुऊन उकळून घ्यावा. दूध जसे बाळासाठी आरोग्यदायी तसेच जंतूंसाठीपण असते. म्हणून दूध दिल्यावर बाटलीतले उरलेले

दूध, तसेच भांड्यांना लागलेले दूध यात जंतूंची सपाटून वाढ होते. अशा भांड्यातले दूध पुढच्या भुकेच्या वेळी दिले तर डायरिया होण्याची संभावना असते. म्हणून उरलेले दूध फेकून द्यावे किंवा मातेने सेवन करावे.

गाईच्या दुधातील बरेचसे घटक आईच्या दुधासारखेच असतात. कॅसिनोजन या एका घटकामुळे काही जणांना डायरिया होतो. दूध उकळल्यावर ही शक्यता कमी होते. उकळलेले पाणी घालून थोडे पातळ केलेले गाईचे दूध हा आईच्या दुधाच्या जवळपास जाणारा पर्याय आहे.

बाळ खूप अशक्त, कमी वजनाचे, कमी महिन्यांचे असेल किंवा त्याच्यात क्लेफ्ट पॅलेट (दुभंगलेले टाळू व ओठ) सारखा दोष असेल तर आईचे दूध ओढू शकत नाही.

Lactose Intolerance (लॅक्टोज इन्टॉलरन्स) : आतड्यातील एन्जाईम दुग्धशर्करा लॅक्टोजच्या पचनासाठी अनिवार्य असते. एन्जाईम लॅक्टोजची कमतरता झाल्यास मातेच्या दुधाचे सेवन केल्याने बाळाला वेगवेगळे त्रास उद्‌भवू शकतात. जसे पोट दुखणे, पोट फुगणे, गॅसेस बनू लागणे, बैचेनी होऊ लागते. काही बाळांमध्ये एन्झाईम डेफिशियन्सीचा दोष असेल आणि त्याच्या आईच्या दुधाचे पचन होत नसेल तर त्याला वरचे दूध द्यावे लागते. अशा निवडक केसेसमध्ये गाईचे किंवा पावडरचे दूध आपण वापरू शकतो. शेळीचे दूधही पचायला हलके असते. लहान मुलांमध्ये ही समस्या डायरियाच्या वेळीसुद्धा सुरू होते. अशा वेळी जुलाब थांबत नाहीत. तेव्हा त्वरित डॉक्टरांचा सल्ला घ्यावा.

बाळाचे वजन : पहिले ३ ते ५ दिवस बाळाचे लघवीचे प्रमाण कमी असते. तसेच या काळात बाळाचे वजन जन्मापेक्षा ७-८ टक्के कमी होते. तीन दिवसांनंतर दूध वाढल्यावर पहिल्यांदा लघवीचे प्रमाण वाढते व नंतर दुसऱ्या आठवड्यापासून वजन वाढायला सुरुवात होते. चौथ्या किंवा पाचव्या दिवसानंतर बाळाचे वजन रोज २८ ग्रॅमने वाढते. जास्तीत जास्त १५ व्या दिवसापर्यंत बाळाचे वजन जन्माच्या वेळेच्या वजनापेक्षा पुढे गेले पाहिजे. साधारण सहा महिन्यांत बाळाचे वजन दुप्पट होते व एक वर्षात तिप्पट होते.

दर महिन्याला बाळाचे वजन ५०० ग्रॅम (अर्धा किलोने) वाढत असेल, दिवसातून ५-६ वेळापेक्षा जास्त लघवी करत असेल तर आईचे दूध बाळास पुरेसे आहे असे म्हणण्यास हरकत नाही. दूध पुरेसे असल्यास बाळ शांत झोपते व आनंदी असते.

बाळाची उंची : वयाची दोन वर्षे पूर्ण झाल्यावर बाळाची असणारी उंची ही संभावित प्रौढ उंचीच्या निम्मी असते. सर्वसाधारणपणे बाळाची उंची ५० सें.मी. असते.

बाटलीचा वापर घातक : पहिले सहा महिने निव्वळ स्तनपान नंतर दीड ते दोन वर्षांपर्यंत पूरक आहाराबरोबर आईचे दूध दिले पाहिजे. बाटली चांगल्या प्रकारे उकळल्यानंतर साफ करावी. कारण बाटलीच्या आतील भागात चिकटलेल्या केमिकलने इम्यून सिस्टिमला नुकसान पोहोचू शकते.

बाटली, चपणी, निप्पल शिल्ड, डबाबंद बालान्न वापरू नये.

बाटलीचे निर्जुंतुकीकरण व्यवस्थित न झाल्यास जुलाब, हगवण व इतर संसर्गजन्य आजार होण्याची शक्यता वाढते. बाटलीचे दूध सहज व आयते मिळत असल्यामुळे बाळ स्तनातील दूध ओढण्यासाठी कष्ट करीत नाही व बाटलीच्या व स्तनाच्या निप्पलमध्ये भांभावते व स्तनपान नाकारू शकते. कधी-कधी अचानक दूध श्वासनलिकेत गेल्यामुळे बाळ दगावण्याचा धोकाही उद्भवू शकतो. म्हणून बाटलीने कुठलेही पेय पाजू नये. द्रव पदार्थ वाटी-चमचा किंवा पेल्याने पाजावेत. ज्या मुलांना दीर्घकाळ अंगठा चोखण्याची वा बाटलीने दूध पिण्याची सवय असते, त्या मुलांना बोलण्यात अडचण येण्याची शक्यता असते असे एका संशोधनात आढळले आहे. या सवयी मोडल्यावरच त्यांना बोलण्यात येणाऱ्या समस्या दूर करणे शक्य आहे.

आमच्या येथे बरेच पेशंटस् प्रसूतीनंतर कापूस मागतात, त्यांना विचारले कशासाठी पाहिजे ? तर सांगतात की बाळाला त्याने दूध पाजायचे म्हणून ! ही तर अत्यंत चुकीची प्रथा आहे.

पूर्णतः स्तनपान (Exclusive Breast Feeding) : बाळास सहा महिने पूर्ण होईपर्यंत फक्त मातेचे दूध द्यावे. या काळात वरचे दूध, पाणी, मध, बदाम, फळाचे रस देऊ नये. यामुळे यशस्वी स्तनपानात अडथळे निर्माण होतात. याशिवाय जंतूंचाही प्रादुर्भाव होण्याची भीती असते.

मातेच्या दुधातून आवश्यक तितके पाणी बाळाला मिळाल्यामुळे उन्हाळ्यातही पाण्याची गरज भासत नाही.

पारंपरिक पद्धतीने दिले जाणारे पदार्थ : ग्राइप वॉटर, बाळकडू, दातांसाठी टॉनिक (Dentin Tonic), जन्मगुटी इ. गोष्टी बाळाला देणे अनावश्यक आहे आणि ते धोकादायकही ठरू शकते. त्यामुळे हे पदार्थ टाळावेत.

टी.व्ही. वर जाहिरात करतात की ग्राईप वॉटरने बाळ कसे गुटगुटीत दिसते, त्यात काहीच तथ्य नाही. आईचे दूध बाळासाठी खरे ग्राईप वॉटर आहे. ग्राईप वॉटरमध्ये अल्कोहोल (दारूचे) प्रमाण असते. त्यामुळे बाळाला सुस्ती येऊन ते झोपते इतकेच.

बाळाची भूक : जन्मतः मुलांना दर २ ते २.५ तासांनी भूक लागते. दुधाचे प्रमाणही थोडेच घेतले जाते. तिसऱ्या महिन्यापासून दर तीन तासांनी भूक लागते. जर मूल दूध पिल्यावर थोड्याच वेळात उलटी करत असेल व त्याचे वजन रोज २०.२५ ग्रॅमने वाढत असेल तर काळजीचे कारण नाही याचा अर्थ एवढाच समजायचा की गरजेइतके दूध पोटात जाते व जास्तीचे बाहेर टाकले जाते.

सध्याच्या धकाधकीच्या जीवनात बुद्धिजीवी स्त्रियांना त्यामानाने कमी दूध येते तेव्हा बाळाचे पोट भरत नसल्यास चौथ्या-पाचव्या महिन्यापासूनच वरचे दूध सुरू केले तरी हरकत नाही. तसेच शारीरिक श्रमाची कामे करणाऱ्या श्रमजीवी स्त्रियांना भरपूर दूध येते. त्यांनी सहा महिन्यापर्यंत आपलेच दूध पाजावे.

नोकरी करणाऱ्या मातेचे स्तनपान

नोकरी करणाऱ्या मातेनेसुद्धा पहिले सहा महिने पूर्णपणे स्तनपान करावे म्हणून सहा महिन्यांची रजा घ्यावी. मातृत्व रजा हा बाळाचा हक्क आहे. आईने करियरला महत्त्व दिले किंवा काही कारणाने रजा पुरेशी मिळाली नाही तर बाळाच्या मानसिक आरोग्यावर परिणाम होतो. नोकरीच्या ठिकाणी बाळाला नेता आले तर जरूर स्तनपान करण्यास न्यावे.

नोकरी करणाऱ्या मातेने घराबाहेर असतानाही पुढे दिल्याप्रमाणे स्तनपान चालू ठेवावे.

१. सुट्टी असताना केवळ स्तनपान द्यावे.

२. नोकरीवर जायला लागल्यावर बाळाला असे पाजावे.

(अ) घरे सोडण्यापूर्वी

(ब) घरी परतल्यावर

(क) रात्री झोपण्यापूर्वी, रात्रीतून बाळाला लागेल तेव्हा.

(ड) सुट्टीच्या दिवशी अधिक पाजावे.

(इ) घर सोडण्यापूर्वी आणि नोकरीच्या ठिकाणी दूध हाताने काढावे म्हणजे स्तन दाटणार नाहीत शिवाय दूधनिर्मिती चालूच राहील. हे दूध आई नसताना बाळाला पाजायचे, काढून ठेवलेले हे दूध सहा तास टिकते. फ्रीजमध्ये ठेवल्यास ते २४ तास चांगले राहते. त्यापेक्षा जास्त वेळ ठेवलेले दूध फेकून द्या. आपल्या स्तनातील दूध स्वच्छ निर्जंतुक भांड्यामध्ये (झाकलेल्या) ठेवा म्हणजे त्यात बॅक्टेरिया वाढणार नाही.

(ई) स्तनातील दुधाचे थॉईंग (ते कोमट करणे), बाळाला फ्रीजमधील दूध देण्यापूर्वी ते फ्रीजबाहेर काढून ते कोमट पाण्यात ठेवून रूम टेंपरेचरला आणावे. कोमट केलेले दूध पुन्हा फ्रीजमध्ये ठेवू नये.

(उ) स्तन्य दूध कधीही मायक्रोवेव्हमध्ये गरम करू नका, त्यामुळे काही भाग गरम होतो व ते दूध बाळाला पाजू नये. तसेच त्यातील महत्त्वाची पोषक द्रव्ये नष्ट होऊ शकतात.

(ऊ) आई नोकरीवर गेल्यावर बाळ अतिशय विश्वासू व खात्रीच्या व्यक्तीकडे सांभाळायला द्यावे.

(ए) काढलेले दूध बाळाला स्टीलच्या किंवा चांदीच्या वाटी-चमच्याने द्यावे.

बाटली वापरू नये. वाटी चमचा स्वच्छ करणे सहज शक्य असते. तसेच चौथ्या ते सहाव्या महिन्यानंतर घरगुती पूरक आहार द्यावा.

मातृत्व रजा (Maternity Leave)

वैद्यकीय दृष्टिकोनातून विचार करता बाळ पोटात असताना सहाव्या महिन्यापासून ते बाळ जन्माला आल्यानंतर ते सहा महिन्याचे होईपर्यंत अशा नऊ महिन्यांच्या रजेत आईचे व बाळाचे शारीरिक आणि मानसिक आरोग्य याला महत्त्व दिले जाते.

मातृत्व हा आयुष्यातला महत्त्वाचा प्रोजेक्ट. आई होणे ही जरी नैसर्गिक घटना असली तरी हा सर्व प्रवास व्यवस्थित पार पाडावा म्हणून आपल्यालाही खूपच दक्ष असले पाहिजे. मातृत्व रजा हा या दक्षतेचाच भाग आहे.

काही समाजांमध्ये मातेला पहिल्या प्रसूतीसाठी माहेरी पाठवण्याची फार चांगली पद्धत आहे. त्याला प्रोत्साहन दिले पाहिजे. प्रसूतीनंतर कमीत कमी चार महिने माहेरी राहिल्यास उत्तम.

स्तनपानामुळे पाळणा लांबू शकतो परंतु त्या काळात गर्भधारणा होण्याचीही तितकीच शक्यता असते. म्हणून गर्भनिरोधक उपचारही करावेत.

लवकरच गर्भधारणा झाली तर स्त्री पहिल्या बाळाला दूध पाजू शकते पण शक्यतोवर तशी वेळ येऊच देऊ नये, नाहीतर पहिल्या बाळाचे लहानपण हरवते.

बाळाची वाढ आणि विकास

सुरक्षित बाळासाठी लसीकरण हवेच ! लहान मुलांच्या डॉक्टरांच्या सल्ल्याने करावे.

बाळाच्या विकासाचे टप्पे साधारणपणे खालीलप्रमाणे आहेत.

क्र.	टप्पा	वय
१.	ओळखीचे हसू	१-२ महिने
२.	मान सावरणे	३-४ महिने
३.	पालथे पडणे	४-५ महिने
४.	वस्तू पकडण्याचा प्रयत्न करणे	५-७ महिने
५.	बसणे	७-८ महिने
६.	धरून उभे राहणे	८-१२ महिने
७.	चालणे	१२-१८ महिने
६.	अर्थपूर्ण दोन अक्षरी शब्द (आई, बाबा, मामा इ.)	१ वर्ष
७.	काही शब्द उच्चारणे	१ ते दीड वर्षे
८.	दोन शब्दांची छोटी वाक्ये	२ वर्षे ते अडीच वर्षे
९.	तीन शब्दांची छोटी वाक्ये	३ वर्षे

बाळाचे रडणे

बाळ सारखे रडत असेल तर त्याचा संबंध नेहमी आईच्या दुधाशी लावला जातो. बाळ नेहमी दुधासाठीच किंवा भुकेसाठीच रडते असे नाही. रडण्यामागची कारणे वेगवेगळी असू शकतात. रडणे हे एक मोठे अस्त्र असते. या सानुल्याने एक आवाज दिला की अख्ख कुटुंब त्याच्या भोवताली गोळा होते. बाळ आपल्यासारखे बोलू शकत नसल्यामुळे त्याला काही सांगण्याचे साधन म्हणून रडणे असू शकते.

१. थंडी वाजल्यामुळे किंवा गरम झाल्याने बाळ रडते.

२. भूक-तहान लागल्यामुळे बाळ रडते.

३. शी-शू केली, लंगोटी ओले झाल्यामुळे बाळ रडते अशा वेळी ताबडतोब नॅपी किंवा लंगोट बदलावे.

४. डास किंवा मुंग्या चावल्या तरी बाळ रडते.

५. पोटात गॅसेस झाल्यामुळेही दुखते व बाळ रडते.

६. कान दुखत असेल तरी सर्दी झालेले बाळ रडते.

७. बाळ एकटे असल्यास भीतीने रडते. मानवी स्पर्शाच्या उबेच अप्रूप असते. त्यात सगळ्यात जवळचा आईचा स्पर्श ते ओळखू लागते. जवळ कोणी नसेल तर एकट्या जाणिवेतूनही बाळ रडते.

८. जोरात आवाज आला. बिछान्याला धक्का लागला, वेगवान हालचाल झाली की भीतीमुळे रडू फुटते.

९. पातळ संडाशी लागलेले मूल पोटात दुखत असल्याने रडते. शौंच फार घट्ट होत असल्यास गुदद्वाराला पडणाऱ्या भेगेमुळे (Anal Fissure) सुद्धा मूल फार रडते.

१०. मेनिंजायटिस झालेले मूल डोके फार दुखत असल्यामुळे रडते.

११. बाळांमध्ये होणारे कॉलिकी पेन - कॉलिक शब्दाचा अर्थ असा होतो की, वेदनांबरोबर आतड्यांमध्ये तणाव उत्पन्न होणे. मुले २-३ महिन्यांपासून ते १ वर्षांपर्यंत जेव्हा दूध पितात तेव्हा दुधाबरोबर हवाही त्यांच्या पोटात जाते. अशा स्थितीमध्ये त्यांच्या पोटात गॅस बनण्यामुळे वेदना होऊ लागतात.

मुलात संध्याकाळच्या वेळी ही समस्या अधिक होते. म्हणूनच 'इव्हिनिंग कॉलिक सिंड्रोम' असे म्हटले जाते. यात शिशू आपले गुडघे वरच्या दिशेने मुडपून आणि शरीर मागच्या बाजूस खेचून थांबून-थांबून रडते.

मुलांना कॉलिकी पेनपासून सुटका मिळावी म्हणून • शिशूला स्तनपान केल्यावर लगेच आडवे न करता उभे पकडावे. त्याचे डोके आपल्या खांद्यावर ठेवावे. पाठीवर २-४ वेळा थोपटावे. • शिशूला दूध पाजताना या गोष्टीची काळजी घ्या की, दुधाची बाटली आणि मुलाचे तोंड यांमध्ये गॅप असू नये. कारण यामुळे हवा मुलाच्या पोटात जाते. या कारणामुळे त्याच्या पोटात वेदना होऊ शकतात.

कॉलिक पेन, आतड्यासंबंधित एखाद्या अन्य गंभीर समस्येच्या कारणानेही होऊ शकते. म्हणूनच आपल्या मुलास बालरोगतज्ज्ञांना अवश्य दाखवून औषधोपचार करावा.

वरीलपैकी कारणे आढळल्यास त्याला तज्ञ डॉक्टरांकडे न्यावे.

काही मुले संध्याकाळच्या वेळीच निष्कारण तासन्तास रडतात. 'Evening Colic' किंवा 'संध्याकाळची पोटदुखी' असे म्हणतात. अशा मुलांना रडण्याच्या वेळेच्या आधीच अर्धा तास रोज योग्य प्रमाणात झापेचे औषध १० ते १५ दिवस दिले तर हे रडण्याचे चक्र बऱ्याचदा थांबते.

मूल रडल्यावर आईने त्याकडे दुर्लक्ष न करता ताबडतोब त्याला जवळ घ्यावे. आईचा सुखद स्पर्श व उबदारपणा यामुळे त्याला बरे वाटते. मुलाचे कान जेव्हा आईच्या छातीवर टेकतात तेव्हा त्याला ते गर्भाशयात असताना सतत ऐकू येणारे आईच्या श्वसनाचे व हृदयस्पंदनाचे परिचित आवाज ऐकू येतात व ते दुःख विसरते. म्हणून अशा रडणाऱ्या मुलांकडे पालकांनी दुर्लक्ष केल्यास मानसिक विकृती निर्माण होतात.

रडणाऱ्या मुलाला चोखणी वगैरे देऊ नये. कारण त्यातून जंतुसंसर्ग व्हायची भीती असते. चोखणीला मध्ये साखरेचे पाणी वगैरे लावून कधीही देऊ नये त्यामुळे दात खराब होतात.

गर्भारपणात मातेने जे गर्भसंस्कार संगीत ऐकलेले असते ते मूल रडत असताना ऐकवले तर मूल शांत होते.

प्रत्यक्षात असे पाहण्यात आले की गर्भसंस्कार केलेल्या मुलाची तर्कबुद्धी व समज फार चांगली असते. हट्टीपणा कमी असतो व ही मुले इतर मुलांपेक्षा शांत असतात.

नवजात बालकाला बोलता येत नाही. तुमच्याशी संवाद साधायचा तर ते रडून दाखवते. हळूहळू अनुभवाने व सहवासाने बाळाच्या रडण्याचा अर्थ समजतो.

☞ पहिल्या सहा महिन्यांपर्यंत बाळामध्ये सर्वसाधारणपणे आढळणाऱ्या गोष्टी

(१) शिंकणे : वारंवार शिंकणे याचा अर्थ सर्दी झालीच आहे असा नाही.

(२) उचकी : बाळाला उचकी सर्रास लागते याचा अर्थ बाळाला तहान लागली असा होत नाही.

(३) शिंक : कधी एखाद् दुसरी शिंक, किंचितसा सर्दी खोकला येतो व श्वसननलिका त्यामुळे साफ होते.

(४) जांभया : कधी तर जांभया येतात त्या कंटाळ्याच्या नसतात तर शरीराला भासणारी प्राणवायूची कमतरता भरून काढायचा हा एक चाळा असतो.

(५) श्वासोच्छ्वास : बाळ कधी सावकाश श्वास घेते तर कधी जोरात श्वास घेताना छातीचा खरखर असा आवाज होणेही सर्रास आढळते. एकतर बाळाच्या नाकपुड्या लहान असल्याने असे होत राहते. दुसरे कारण छातीच्या पिंजऱ्याची वाढ झालेली नसते. मूल तीन महिन्यांचे होते तेव्हा लाळ तयार होते. मूल पाठीवर झोपले असताना लाळ घशात जमते आणि श्वास घेताना त्यातून हवा आत-बाहेर जाते, तेव्हा घरघर असा आवाज येतो. सहा महिन्यांनंतर लाळ गिळायला शिकल्यावर हा आवाज नाहीसा होतो.

बाळाची लघवी

बाळाची लघवी जन्मानंतर ४८ तासांत केव्हाही होऊ शकते. पहिल्या २४ तासांत लघवी न झाल्यास पुढील तपासण्या कराव्या लागतात.

लघवी करण्यापूर्वी रडणे किंवा जोर करणे नॉर्मल आहे त्यासाठी उपचारांची गरज नाही.

निरोगी बालक रोज १५-२० वेळा लघवी करतो. पहिल्या काही आठवड्यांमध्ये लघवी झाल्यावर लंगोटीवर गुलाबी रंगाचा थर दिसतो. यासाठी काळजी करण्यासारखे काही नाही.

नॅपी किंवा डायपर आजची सोय, पण भविष्यात ताप

नॅपीच्या जाहिराती आणि सोय यामुळे त्याच्या वापराचे प्रमाण खूप वाढले आहे. शी-शू च्या त्रासामुळे होणारा त्रास वाचवणाऱ्या नॅपीच्या वापरामुळे त्या बाळाच्या आयुष्याला भविष्यात मोठा धोका होऊ शकतो.

नॅपीजमध्ये प्लास्टिक किंवा पॉलिथीनचा वापर केला जातो. बाळाच्या नाजूक त्वचेवर त्याचा अनिष्ट परिणाम होऊन ती जागा लालसर होऊन तिचा दाह होतो. यालाच नॅपी रॅश असे म्हणतात. ओलसर खराब झालेल्या आणि न धुतलेल्या लंगोटांमुळेही नॅपी रॅश येते. लघवीही निर्जंतुक असते. पण शौचात असंख्य जंतू असतात व ते लघवीतील युरियापासून अमोनिया तयार करतात. या अमोनियामुळे नाजूक कातडीचा दाह होतो/व ती लाल होऊन कातडीत लहान-लहान व्रण निर्माण होतात. म्हणून **नॅपी**

रॅशला **'अमोनिया कल डरमॅटायटीस' असे म्हणतात.** लंगोट भिजल्यावर किंवा खराब झाल्यावर लगेच बदलला गेला, तर नॅपीरॅश येणे टाळू शकते. आपल्या साध्या लंगोटमध्ये बाळास ओले लागल्याबरोबर ते संवेदना रडून व्यक्त करू शकते त्यामुळे ते बदलले जातात.

दुसरी अत्यंत धोकादायक गोष्ट म्हणजे नॅपी घट्ट बांधतात. त्यामुळे अंडग्रंथी दाबल्या जातात, अंडग्रंथींची वाढ अगदी बालपणापासून सुप्त स्वरूपात होत असते. आजकालच्या तरुण पिढीत स्पर्म रेट (शुक्राणूंची संख्यावाढ) कमी होत आहे. त्यामुळे त्याचा जननक्षमतेवर नकारात्मक परिणाम होतो. लहानपणी नॅपी, मोठेपणी (घट्ट) जीन्स यामुळे अंडग्रथी व शुक्रजंतू यांची वाढ खुंटते.

डायपरमध्ये ती जागा सतत ओलसर राहिल्याने व त्या जागी खेळती हवा न लागल्याने इन्फेक्शनची शक्यता वाढते. म्हणून कधीतरी जेव्हा बाहेर जायचे असेल तेव्हाच डायपर वापरणे चांगले.

नॅपी रॅश झाली असल्यास (शी) झाल्यावर मऊ कपडा किंवा कापूस ओला करून साफ करावा. साबण लावू नये. टॅल्कम पावडरही लावू नये. रॅश असलेल्या जागेवर जंतू आणि बुरशीमुळे संसर्ग झाल्यास डॉक्टरांच्या सल्ल्याने जंतू व बुरशीनाशक औषधे असलेले मलम वापरावे. डॉक्टरांच्या सल्ल्याने ५% स्टेरॉईड असलेले मलम वापरावे. जखम पूर्ण भरेपर्यंत लंगोट वापरू नये.

लंगोट कसे धुवावे

सुती व मऊ कपड्याचे लंगोट वापरावे. ओले किंवा खराब झाल्यामुळे ते लगेच बदलावे व नळाखाली धुऊन डेटॉल किंवा सॅव्हलॉन घातलेल्या पाण्याच्या बादलीत बुडवावेत. जेव्हा वेळ मिळेल तेव्हा ते साबण लावून ब्रशने घासावेत. उकळत्या पाण्यात बुचकळून धुवावेत. लंगोटमध्ये साबणाचा अंश राहू नये याची काळजी घ्यावी. नंतर हे कपडे उन्हात सुकवावेत वाळल्यानंतर त्यांना इस्त्री करून, घडी करून ठेवावेत. या कपड्यामध्ये डांबराच्या गोळ्या ठेवू नयेत कारण त्यातील रसायने कपड्यांना लागून ती बाळाच्या कोवळ्या कातडीवर परिणाम करतील.

बाळाचे गुदद्वार व त्या भोवतीचा भाग साबण लावून पाण्याने स्वच्छ ठेवला पाहिजे. जननेद्रियांना स्वच्छ करताना कापड वरून खाली गुदद्वाराकडे असा फिरवावा. खालून वरती फिरवू नये. पावडर दरवेळी लावायची गरज नसते. त्यामुळे **टाल्क डरमॅटायटीस** त्वचेचा विकार होऊ शकतो. जास्त सकाळच्या आणि संध्याकाळच्या कोवळ्या उन्हात ती जागा उघडी करून ठेवावी. ही जागा लाल दिसली तर साजूक तुपाचे बोट लावावे किंवा मार्केटमध्ये बरेच ऑईंटमेंट्स आहेत.

शौचास होणे आणि उलट्या होणे

(१) जन्माच्या वेळी गुदद्वार उघडे आहे की नाही हे पाहणे आवश्यक आहे. जन्मल्यानंतर २४ तासांत पहिली काळी शी होते, त्याला **मेकोनियम** म्हणतात. नंतर पिवळी शी होते.

(२) कालांतराने बाळ रोज शौचास जाऊ लागले किंवा २-३ दिवसांतून एकदा ७-८ दिवसांतून एकदा शी झाली तरी ते नॉर्मल समजावे. अशा वेळी बाळाच्या शौच छिद्रास साबण, तेल लावणे किंवा एरंडेल तेल प्यायला देणे अनावश्यक आणि घातक आहे. संडासच्या वेळी खडा स्वरूपाची जोर लागत असल्यास दीड चमचा हिरड्याचे चूर्ण किंवा अर्धा चमचा एरंडेल तेल कोमट पाण्याबरोबर देता येते, मात्र पोट फुगीर दिसल्यास वैद्यकीय सल्ला घ्यावा.

(३) बाळ वारंवार दूध किंवा दह्यासारखा पदार्थ बाहेर काढते. बाळाला उभे धरून पाठ थपथपावी त्यामुळे दूध बाहेर काढण्याचे प्रमाण कमी होऊ शकते. खरे म्हणजे बाळाला गिळण्याची शक्तीच सुरुवातीला तेवढी आलेली नसल्यामुळे घशातील दूध बाहेरच येते. तसेच पूर्णतः स्तनपान करणारे बाळ दर तीन तासांनीही शी करते. शी स्तनपान करते वेळी किंवा नंतर लगेच होऊ शकते. असे बाळ २४ तासांतून ७ वेळा किंवा अधिक वेळा लघवी करत असेल, त्याचे वजन वाढ योग्य असेल (एका महिन्यात ५०० ग्रॅम), ते खेळत व टवटवीत असेल तर त्याला औषधांची गरज नाही.

(४) बाळ वर सांगितल्याप्रमाणे वारंवार शी करत असेल तर आईचे दूध पचत नाही असे समजून बऱ्याच स्त्रिया स्तनपान थांबवतात पण हे चुकीचे आहे. जर बाळाला फक्त स्तनपान केले जात असेल १०-१२ वेळा शी होणे किंवा तीन दिवसांतून एकदा सुद्धा शी होणे नॉर्मल आहे. एखादे बाळ पिवळी चिरकल्यासारखी थोडी-थोडीशी करते तेही नॉर्मल आहे.

कधी-कधी बाळाचे पोट वाजते. गॅसेसमुळे खूप गुरगुरते अशा वेळी घाबरायच कारण नाही.

(५) शी करताना जोर देणे, आवाज करणे आणि थोडेसे रडणे स्वाभाविक आहे.

बाळाची झोप

साधारणपणे बाळ पहिल्या महिन्यात २० ते २२ तास झोपते. फक्त शी-शू-भूक लागली की उठते. त्यामुळे आपल्याला वाटते की बाळ सतत झोपतच आहे. दुसऱ्या महिन्यात १५ ते २० तास झोपते. हळूहळू झोप कमी होऊन, एक वर्षाचे झाल्यावर १०-१२ तास होते.

सुरुवातीचे काही दिवस बाळाच्या शरीरक्रियेचे घड्याळ सेट नसल्यामुळे (Physiological Clock) त्याला दिवसा जागे राहावे आणि रात्री झोपावे वगैरे कळत नाही. त्यामुळे कधी-कधी ते रात्रभर खेळते आणि दिवसा झोपते. परंतु जसजसे त्याच्या इंद्रियांची, शरीराची वाढ होते. (तसतसे बाळाच्या शरीरक्रियेचे घड्याळ सेट होऊन आपल्याप्रमाणे झोपणे व जागणे या क्रिया सुरू होतात.

बाळाची झोपायची जागा शांत उबदार व कमी प्रकाश असलेली असावी. जास्त प्रकाशात बाळाचे डोळे दिपतात व बाळ डोळे बंद करते. बाळाचे अंथरूण मऊ, स्वच्छ व निर्जंतुक असावे. बाळाला आईजवळच झोपवावे म्हणजे सुरक्षित वाटते व बाळावर लक्षही दिले जाते.

बाळाची रूम हवेशीर पाहिजे पण पंखा सुरू असेल किंवा कूलर वा ए.सी. सुरू असल्यास, डायरेक्ट त्याच्या झोताखाली येईल असे झोपवू नये. त्याला छान उबदार, मऊ कपड्यांमध्ये गुंडाळून ठेवावे. परंतु खूप गरमीत म्हणजे उन्हाळ्यात बाळाला टोपी घट्ट गुंडाळून ठेवले तर आत घाम येऊन फंगल, बॅक्टेरिअल इन्फेक्शन गळ्याजवळ, बगलेत व ग्रॉईनमध्ये होईल. बाळाला व्यवस्थित पांघरूण घालावे. मच्छर चावणार नाहीत याची काळजी घ्यावी. डासांपासून सुरक्षिततेसाठी Mosquito Mat न वापरता मच्छरदाणीचा वापर करावा.

बाळाच्या खोलीत सुंगधी स्प्रे अजिबात मारू नयेत कारण यात घातक रासायनिक द्रव्ये असू शकतात तसेच बाळाच्या खोलीत उदबत्ती, धूप वा अंगारा वगैरे लावू नये.

जर मन शांत करणारे संगीत लावले तर त्याचाही छान झोप यायला फायदा होतो. तीन-चार वर्षांपर्यंत मुलांनी दुपारीही एक-दीड तास झोपणे चांगले. पुरेशा झोपेमुळे मेंदूला आवश्यक तेवढी विश्रांती मिळून मेंदूचा सर्वांगीण विकास व्हायला मदत मिळते.

आईची अंगाई

आईच्या अंगाईचा बाळाचे भविष्य बनविण्यात अनमोल वाटा असतो. अंगाई गीत मुलांवर जादूई असर करते. अंगाई बाळाला भविष्यातील संस्कार शिकविते. त्याला आत्मविश्वासू, निर्भीड आणि धैर्यवान बनवते. अशी मुले जीवनात जास्त यशस्वी होतात.

जागतिक आरोग्य संघटनेच्या अध्ययनानुसार जे शिशू आईची अंगाई ऐकत झोपी जातात ते गाढ व शांत झोपतात. आईजवळ झोपल्याने बाळ जास्त सुरक्षित राहते. बाळाला गाढ झोप लागल्यास त्याची झपाट्याने वाढ होते. बाळाच्या भविष्यनिर्मितीत अंगाईचा फार मोठा वाटा असतो. अंगाईत बाळाला उत्तम संस्काराची गाणी ऐकवली तर ते बाळाचे भावी संस्कार व आचरणही ठरवत असतात.

नवजात बाळाची काळजी

१. पहिल्या तीन महिन्यांत बाळाला फार हाताळू नये. शक्यतोवर बाळाची आई, आजी यांसारख्या सरावात असलेल्या व्यक्तींनीच बाळाला काळजीपूर्वक हाताळावे. बाळाला फार वेळ, तसेच चुकीच्या पद्धतीने हाताळल्यास बाळाचे अंग दुखू शकते.
२. बाहेरून येणाऱ्या पाहुण्यांनी हात-पाय धुऊनच बाळंतिणीच्या रूममध्ये जावे. त्यांनी बाळाला न घेतलेलेच बरे, तसेच त्याच्या हातात नोटा ठेवू नये किंवा त्याचे पापेही घेऊ नयेत (रोगजंतूंचा संसर्ग होऊ नये म्हणून).
३. साधारण तीन-चार महिन्यांपर्यंत बाळ व्यवस्थितपणे मान धरत नाही तोपर्यंत मानेला नीट आधार द्यावा.
४. बाळाचा घरगुती नामकरण विधी बाराव्या दिवशी करावा. या दिवशी उटणे लावून, सुगंधी द्रव्याच्या पाण्याने बाळाला स्नान घालून अर्थपूर्ण व शुभ नाव ठेवण्यात येते. थाटात होणारे

बारसे काही महिन्यांनी करावे. त्यामुळे बऱ्याच लोकांच्या संबंधात आल्यामुळे होणारा जंतूंचा संपर्क टाळता येईल.

५. बाळाला पाळण्याऐवजी खाली जमिनीवर गादी घालून झोपवणे चांगले. कारण बाळाला चौफेर बघता येते. एकदा स्वतः पालथे पडायला लागले की पाळण्यात, पलंगावरून खाली पडायची भीती असल्यामुळे बाळाला जमिनीवर झोपवणे सुरक्षित.

६. घरात दुसरे मोठे मूल असेल तर त्याच्याकडेही खूप लक्ष द्यावे नाहीतर लहान बाळाबरोबर खेळण्याच्या गडबडीत बाळाला इजा होऊ शकते.

७. बाळाशी सुरुवातीपासून काहीना काही बोलत राहावे, इतक्या लहान मुलाला काय समजते असा विचार करू नये. आपले बोलणे स्पष्ट शुद्ध, अर्थपूर्ण व सुसंबद्ध असावे. कधीही मुलाशी बोबडे बोलू नये कारण त्यामुळे मुलाच्या मनावर तसा ठसा उमटतो व मुलाला नीट कसे बोलावे याचा प्रश्न पडतो.

एक आठवड्यानंतर नवजात बालक आपल्या आईचा आवाज ओळखू लागते. नवजात बालक फक्त ४-६ तास जागे असते. त्यामुळे पालकांनी मूल जागे असताना त्याच्या चांगल्या मनःस्थितीत त्याच्याशी जास्तीत जास्त बोलावे व तेही शांतपणे व प्रेमळपणाने. बाळासमोर आदळआपट, राग कधीच प्रदर्शित करू नये.

आई-वडिलांनी मुलांवर केलेले प्रेम त्यांच्या मोठेपणीच्या आरोग्यासाठी फायदेशीर : ज्या लहान मुलांना आई-वडिलांचे भरपूर प्रेम मिळते, ते मोठेपणी शारीरिक आणि मानसिकरीत्या निरोगी राहतात. संशोधकांना आढळले की, ज्या व्यक्तींना लहानपणी प्रेम मिळत नाही त्या व्यक्तींना मोठेपणी नैराश्य, हायपरटेंशन आणि मूत्रविषयक अडचणी येऊ शकतात.

निष्क्रमण संस्कार : जन्मानंतर पहिल्यांदा घराबाहेर नेण्याचा हा संस्कार चौथ्या महिन्यात करायला असतो. तिथीप्रमाणे बाळाला पहिल्यांदा मंदिरात नेले जाते.

कान टोचणे

कानटोचणीचा समारंभ सोनाराकडून करून न घेता डॉक्टरांकडून करून घ्यावा. कानाच्या पाळ्या स्पिरीटने पुसून निर्जंतुक सुईने दवाखान्यामध्येच टोचले तर चांगले शास्त्रानुसार ६, ७ किंवा ८ व्या महिन्यात अथवा हिवाळ्यात कोणताही शुभ दिवस पाहून (गुरुपुष्यामृत वगैरे) कान टोचावेत सूर्यप्रकाशात किंवा टॉर्चच्या प्रकाशात कानाची पाळी नीट बघावी. एका विशिष्ट जागी पाळीच्या दोन्ही बाजूंनी फक्त त्वचेचा थर असतो (ईश्वरकृत छिद्र) असे म्हणतात. त्या ठिकाणी टोचल्याने सर्व फायदे मिळतात. या संस्काराने बाळाला धर्म, अर्थ, काम या पुरुषार्थांची प्राप्ती होते. सध्याच्या ॲक्युपक्चर शास्त्रानुसार हा बिंदू बुद्धिवर्धनासाठी सांगितला आहे.

कान टोचल्यामुळे पुरुषांचे हर्नियापासून व स्त्रियांमध्ये अंडकोष व्याधीपासून संरक्षण मिळते.

मुंडन : हिंदूंच्या सोळा संस्कारांपैकीच मुंडन अर्थात जावळ काढणे (जन्मानंतर डोक्यावरील केस पहिल्यांदा काढण्याचा विधी) याचे मुख्य कारण हे आहे की, जेव्हा मूल मातेच्या गर्भात असते तेव्हा त्याच्या केसांमध्ये बरेचसे जंतू, बॅक्टेरिया व जिवाणू चिकटलेले असतात. साधारण वर्षभर डोके धुण्यामुळे केसांमधून नष्ट होतात. त्यामुळे वर्षभर तरी केस कापत नाही.

बाळाचे दागिने

शक्यतोवर दागिने घालू नयेत. मोती वगैरे सुटून बाळ तोंडात घालण्याची तसेच स्वतःला इजा करण्याची भीती असते. फक्त घालायचेच असेल तर प्लेन कडे घालायला हरकत नाहीत. तेही आठवड्यातून दोनदा निर्जंतुक करायला पाहिजे. हातामध्ये काळा धागा (नजर लागू नये म्हणून) किंवा कडे घातले जाते. परंतु त्या वस्तूंवर धूळ, मळ व बॅक्टेरिया जमा होतात, जर मुलाने वस्तू तोंडात घालून चोखल्या तर त्यामुळे त्याला इन्फेक्शन होऊ शकते. या वस्तूंमध्ये पाणी व घामही साचत राहतो व त्यामुळे त्वचेची हानी होऊ शकते. जर या वस्तू जास्त घट्ट असतील तर रक्ताभिसरणावरही परिणाम होऊ शकतो.

मुलांच्या कानात घातलेल्या दागिन्यांमध्ये कपड्यांचा दोरा अडकू शकतो.

गोफ/करगोटा बांधणे : बाळाच्या मानेभावेती, कमरेभोवती किंवा मनगटाभोवती, गोफ/करगोटा/दोरा बांधू नये.

बाळाचे हातपाय

३-४ महिन्यांचे होईपर्यंत बाळ हात-पाय पूर्ण सरळ करू शकत नाही. म्हणून त्याचे हात-पाय जबरदस्तीने ताणून सरळ करू नयेत. बाळाला बांधण्याआधीसुद्धा असे करू नये.

गरम डोके

बाळाचे डोके हे शरीरापेक्षा जास्त गरम असते. डोके थोडे गरम असणे म्हणजे ताप नव्हे. लहान मुलांच्या मेंदूची वाढ झपाट्याने होत असल्याने त्यांच्या शरीराच्या मानाने त्यांच्या डोक्याचा आकार मोठा असतो. यासाठी रक्ताचा पुरवठा जास्त केला जातो. म्हणून तो इतर अवयवांपेक्षा गरम लागतो. त्यामुळे त्यांच्या डोक्यातील घामाच्या ग्रंथी जास्त क्रियाशील असतात; म्हणून लहान मुलांच्या डोक्याला जास्त घाम येतो.

बाळ ३-४ महिन्यांचे होईपर्यंत हात-पाय सरळ करत नाही. म्हणून जबरदस्तीने ताणून हातपाय बांधू नये. बाळ नऊ महिने गर्भाशयात घडी करून झोपलेले असते. हळूहळू ते हात-पाय सरळ करते.

आईच्या गर्भाशयात हात-पाय दुमडलेल्या स्थितीत असल्यामुळे बहुतेक मुलांचे पाय जन्मतःच थोडेसे वाकलेले असतात, त्यांना **'बो लेग्ज'** असे म्हणतात. मूल जसे चालू लागते तसे हाडाच्या रचनेत बदल होऊन ते सरळ होतात.

जन्मतःच बाळाच्या पायांचे तळवे सपाट असतात. बऱ्याच बाळांमध्ये दोन वर्षांपर्यंत आपोआपच सपाट पाय व्यवस्थित होतात. न झाल्यास डॉक्टरांचा सल्ला घ्यावा.

बाळाचे कपडे

बाळाला स्वच्छ, मऊ, सुती कपडे घालावेत. त्यामुळे घाम शोषला जाऊन बाष्पीभवन होण्यास मदत होते. कपडे सहज काढता-घालता येण्यासारखे असावेत. कपड्यांना ट्क्स किंवा टोचणारी गोष्ट टिकल्या, मोती वगैरे लावू नये. गरमीत जास्त गुरफटू नये. जास्त घट्ट कपडे घालू नयेत. बाळाला सिंथेटिक कपडे घालू नयेत. त्यामुळे शरीरावर पुरळ येऊ शकते. प्रत्येक आई-वडिलांना आपल्या तान्ह्या बाळाचे खूप कौतुक असते. म्हणून बाहेर जाताना आकर्षक रेशमी, टेरिलिनचे सिंथेटिक कपडे घालणार असाल तरी अंतवस्त्रे सुतीच असावेत. घरी आल्याबरोबर सिंथेटिक कपडे बदलावेत. बाळाचे कपडे उन्हात वाळवून व इस्त्री करूनच वापरावेत. चुकूनही ओले किंवा दमट कपडे वापरू नयेत. बाळाच्या पाळण्यातील गादी, उशा, चादरी यांना मधूनमधून ऊन दाखवावे. बाळाला अती कपड्यांतही गुरफटू नये वा अपूरे कपडेही घालू नयेत. अति कपड्यामुळे बाळाला ताप किंवा गरमीमुळे पुरळ येऊ शकते आणि अपुऱ्या कपड्यामुळे बाळ थंड पडू शकते.

बाळाचे डोळे

लहान बाळांचे डोळे बहुतेक मिटलेले असतात. कारण त्यांना प्रकाश सहन होत नाही. नवजात बालकांच्या डोळ्यांत अश्रू नसतात कारण अश्रुग्रंथींची वाढ झालेली नसते.

पहिले सहा महिने तिरळेपणाही आढळतो पण हेही नॉर्मल आहे. पाच-सहा महिन्यांनंतर डोळ्यांच्या स्नायूंवर ताबा आला की हा तिरळेपणा आपोआपच निघून जातो. काही मुलांमध्ये तिरळेपणा जन्मजात असतो तर काही मुलांमध्ये पोलिओ किंवा मेनिंजायटीस, इन्फ्लुएंझाचा ताप अशा रोगांमुळे डोळ्यांचे स्नायू कमकुवत झाल्यामुळे तिरळेपणा येऊ शकतो.

बालकांच्या डोळ्यात काजळ वापरणे हानिकारक आहे. काही काजळांमध्ये शिसे असते. त्यामुळे विषबाधा होऊ शकते. डोळ्यांत काजळ घातल्याने डोळे व नाक यांना जोडणारा मार्ग चोंदू शकतो. त्यामुळे डोळ्यांतून सतत पाणी वाहू शकते. बऱ्याच आया सांगतात की आम्ही घरी केलेले किंवा आयुर्वेदिक काजळ वापरतो. कधी-कधी काजळामुळे तर हानी होईल हे वेगळे परंतु आपल्या हातांची बोटे खरखर (रफ) असतात. यामुळेही नाजूक डोळ्यांना इजा होण्याचा संभव असतो.

मी तर पेंशट्सना सांगते की तुम्हाला नजर वगैरे लागेल अशी शंका असेल तर कपाळाला किंवा पावलाला काजळ लावा. पण डोळ्यात हात घालू नका. बऱ्याच पालकांचा गोड गैरसमज असतो की

काजळ लावल्याने डोळे छान मोठे होतात. तर तो अगदी चुकीचा आहे. मग काजळाने डोळ्यांचा निसर्गतः जो आकार आहे तो बदलणार नाही. मुलांना काजळ लावल्यामुळे ॲलर्जी व इन्फेक्शन होऊ शकते. सुरम्यामध्ये शिसे संयुगे जात असल्याने त्याद्वारे लेड पॉयझनिंग होऊ शकते.

सुरुवातीला अश्रू फक्त डोळे ओले राहण्यापुरतेच तयार होतात. या अश्रूंपैकी काही भाग डोळ्यांच्या आतील व खालच्या बाजूला असलेल्या लहान नळीवाटे (नेझो-लॅक्रीमल डक्ट) नाकात येतो. काही मुलांमध्ये या नळीची पोकळी अतिशय अरुंद असते. त्यामुळे अश्रू नाकात येऊ शकत नाही. अशा मुलांत अश्रू जास्त प्रमाणात साठले की डोळ्यांतून बाहेर ओघळताना दिसतात. मूल मोठे होते तसे सुमारे एक वर्षापर्यंत नळीचा व्यास वाढल्यास हे प्रमाण कमी होते. यासाठी कोणत्याही औषधांची गरज नसते. डोळ्यांच्या खालच्या व आतील बाजूपासून नाकापर्यंत रोज हळुवारपणे मालीश करावे. एक वर्षानंतरही पाणी येणे हा त्रास राहिला तर छोटीशी शस्त्रक्रिया करून मार्ग मोकळा केला जातो.

डोळे लाल झाले असतील, पापण्या एकमेकांना चिकटत असतील व त्यातून चिकट द्रव बाहेर येत असेल तर मात्र डॉक्टरांच्या सल्ल्यानुसार रोज सहा ते आठ वेळा ॲंटिबायोटिकचे थेंब डोळ्यांत टाकावे. रोज दोन वेळा उकळून कोमट केलेल्या पाण्यात भिजवलेल्या कापसाच्या बोळ्याने डोळे पुसून घ्यावेत.

प्रसूतीच्या वेळी आईच्या योनिमार्गातील जंतूंशी मुलाचा संबंध येतो व त्याच्या डोळ्यांत हे जंतू जातात. 'गोनोरिया' सारखे जंतू गेल्यास डोळे लाल होतात. यावर प्रतिबंधक उपाय म्हणून पेनिसिलीनचे थेंब डोळ्यात घालतात.

कावीळ (Jaundice)

बाळाच्या लीव्हरची क्षमता पूर्णपणे वाढलेली नसते. त्यामुळे बाळाला तिसऱ्या किंवा चौथ्या दिवशी कावीळ होते. त्याला 'फिजिओलॉजिकल जॉन्डीस' म्हणतात. ते नैसर्गिकच असते. कोवळ्या उन्हात १०-१५ मिनिटे उघडे पकडून (दोन्ही बाजूंनी, म्हणजे पाठीवर आणि पोटावर सूर्यप्रकाश पडेल असे) ठेवावे. बाळाच्या डोळ्यांना कोवळ्या उन्हाचा त्रास होऊ नये म्हणून छोटे सुती कपड्याचे तुकडे (Eye Pad) डोळ्यांवर ठेवावे. काही लीव्हरचे ड्रॉप्स दिले तरी कावीळ ठीक होते.

जन्माच्या पाचव्या दिवसानंतर कावीळ वाढते व नंतर दहाव्या दिवसापर्यंत संपूर्ण निघून जाते. नंतर जर कावीळ राहिली तर डॉक्टरांचा सल्ला घ्या. क्वचित पाचव्या दिवसानंतर कावीळ वाढते व नंतरही कावीळ राहिली तर बालरोगतज्ज्ञांचा सल्ला घ्या. क्वचित रक्तातील दोषांमुळे किंवा सदोष पित्ताशयामुळे पित्तनलिकेला अवरोध (Obstructive Jaundice) होतो. अशा वेळी तज्ज्ञ डॉक्टरांच्या देखरेखीखाली शस्त्रक्रिया करावी लागते.

तीव्र स्वरूपाची कावीळ होण्याचा संबंध आई-वडिलांच्या रक्तगटांशी असतो. आईचा रक्तगट (ओ) असेल व वडिलांचा व मुलाचा रक्तगट (ए) असेल किंवा आईचा रक्तगट आर. एच. निगेटिव्ह आणि वडिलांचा व मुलाचा रक्तगट आर. एच. पॉझिटिव्ह असेल तर त्या मुलाला गंभीर स्वरूपाची कावीळ होऊ शकते.

जन्मतः कमी वजन असलेल्या बालकांना व अकाली जन्मलेल्या बालकांना हा पिवळेपणा येण्याची शक्यता जास्त असते. हा पिवळेपणा जास्त आला (Bilirubin) ची पातळी जास्त असल्यास गंभीर स्वरूपाचा मेंदूचा विकार Kernicterus व्हायची भीती असते. बाळाला आकडीसुद्धा येण्याचा संभव असतो.

प्रसूतीच्या वेळी आरएच पॉझिटिव्ह असलेल्या मुलाच्या +ve पेशी आईच्या रक्तात Rh अँटिबॉडीज तयार करतात. ती नष्ट करण्यासाठी प्रसूतीनंतर २४-७२ तासांत अँटी डी हे इंजेक्शन देतात. नाहीतर हे आर. एच. अँटिबॉडीज अनेक वर्षे आईच्या शरीरात राहतात व ती स्त्री पुन्हा गरोदर राहिली व तिचे मूल + ve असेल तर त्या मुलाला काविळीचा धोका उद्‌भवू शकतो. गरजेप्रमाणे काही केसेसमध्ये हे इंजेक्शन ७-८ महिन्यातसुद्धा बाळंतपणापूर्वीसुद्धा दिले जाते. या इंजेक्शनची किंमत सद्या साडेतीन हजार रुपये आहे. म्हणून तशी पेशंटने पहिलीच आर्थिक तरतूद करून ठेवायला पाहिजे. केवळ बाळंतपणानंतरच नाही तर आपोआप झालेल्या गर्भपातानंतर अथवा एमटीपीनंतर किंवा एक्टोपिक प्रेग्नन्सी झाल्यावरसुद्धा (कमी डोसमध्ये १५० मिलिग्रॅमचे) अँटी‘डी’चे इंजेक्शन घ्यावे लागते.

आईचा रक्तगट + ve व बाळाचा –ve असेल तर २४ तासांतच कावीळ झाली तर फोटो थेरपी. कावीळ तीव्र स्वरूपात असेल तर एक्सचेंज ब्लड ट्रान्सफ्यूजनही करावे लागते. नवजात बालकाच्या शरीरात ३०० मि.ली. रक्त असते. एक्सचेंज ट्रान्सफ्यूजनमध्ये सर्व रक्त एकाच वेळी काढले जात नाही. दरवेळी फक्त २० मि.ली. रक्त मुलाच्या बेंबीतील रक्तवाहिनीद्वारे बाहेर काढले जाते व रक्तदात्याचे तेवढेच रक्त त्याच्या शरीरात सोडले जाते. हीच क्रिया ५००-६०० मि.ली. रक्त ३-४ तासांत बदलून होईपर्यंत चालू ठेवतात. या प्रक्रियेला 'Exchange Blood Transfusion' असे म्हणतात. याच्यात बऱ्यापैकी धोके असतात.

आईच्या हार्मोन्सचा मुलावर होणारा परिणाम

मूल गर्भाशयात असताना वारेतून निर्माण होणाऱ्या हार्मोन्सचा परिणाम गर्भाच्या स्तनावरही होतो व जन्मल्यानंतर मुलांचे (मुलगा किंवा मुलगी) स्तन भरलेले असतात व ते दाबले तर त्यातून दूधही बाहेर येते पण ते दूध काढू नये किंवा स्तनांना पिळू नये. कारण त्यांना रोगजंतूंचा संसर्ग होऊन त्यात पू होण्याची शक्यता असते. स्तनांचा वाढलेला हा आकार हळूहळू कमी होतो. यावर उपाय करण्याची आवश्यकता नाही.

पांढरा स्राव : आईकडून मुलीला येणाऱ्या हार्मोन्समुळे जन्मानंतर काही दिवस मुलीच्या योनिमार्गातून पांढरा चिकट स्राव बाहेर येताना दिसतो. गर्भाची वाढ पूर्ण झाल्याचे हे एक लक्षण आहे. अपुऱ्या दिवसांनी जन्मलेल्या मुलीत असा स्राव दिसत नाही. या स्रावासाठी उपचाराची गरज नाही. फक्त स्वच्छता पाळावी. अंघोळीच्या वेळी धुवावे.

रक्तस्राव : वरीलप्रमाणेच हार्मोन्समुळे १-२ थेंब रक्तस्राव नवजात मुलीच्या योनीतून होतो. हे कोणत्याही रोगाचे लक्षण नव्हे व यासाठीसुद्धा कोणताही उपाय करण्याची गरज नाही.

नवजात मुलाचे वृषण (Scrotum) : वृषण आकाराने मोठे असल्यामुळे मूल उताणे झोपलेले असताना ते गादीवर टेकतात. गर्भावस्थेत गर्भावर मातेच्या हार्मोन्समुळे वृषणाची कातडी वाढते नंतर त्याचा आकार जन्मापासून ३ ते ६ महिन्यांत हळूहळू कमी होत जातो.

नवजात बालकाचे टेस्टीज (पूंबीजकोष) खाली : नवजात बालकाचे टेस्टीज (Testis) वृषणात उतरलेले नसतात. टेस्टीज हे गर्भावस्थेत गर्भाच्या पोटात असतात व सातव्या किंवा आठव्या महिन्यात बाहेर वृषणात येतात. जर हे खाली उतरले नाहीत तर पोटातील उष्णतेमुळे मोठेपणी संतती होत नाही. परंतु जर ४-५ वर्षांपर्यंत टेस्टीज खाली आले नाहीत तर शस्त्रक्रियेने खाली आणावेत.

फायमोसिस : मुलांच्या शिस्नाच्या पुढील भागावर कातडीचे आवरण असते. कधी-कधी ती शिस्नाला इतकी चिकटलेली असते की, लघवीचे भोक दिसत नाही व मुलाला लघवी करताना जोर द्यावा लागतो. लघवी थांबत-थांबत बाहेर येते. लघवीच्या जागी फुगा येत असेल तर शस्त्रक्रिया करून ही कातडी काढावी लागते. यालाच 'सुंता' (Circumcision) असे म्हणतात. ज्यू तसेच मुस्लीम समाजात धार्मिक प्रथा म्हणून प्रत्येक मुलाची सुंता करतात.

नवजात मुलात कातडी शिस्नाला चिकटून राहिलेली असते. ही नैसर्गिक व स्वाभाविक वस्तुस्थिती असते; म्हणून सर्वच मुलांची सुंता करू नये. लघवीचा त्रास होत असल्यास टोकाला तेलाचा थेंब लावून कातडी थोडी मागे सरकवून पुन्हा पुढे आणण्याचा प्रयत्न करावा. असे दिवसातून २-३ वेळा करावे, असे सहा महिने चालू ठेवावे. बऱ्याच मुलांना याचा फायदा होतो.

तोंडातून लाळ गळणे : जन्मानंतर पहिल्या तीन महिन्यांत लाळ निर्माण होत नाही. ३ ते १२ महिन्यांच्या जवळजवळ प्रत्येक मुलाच्या तोंडातून अधून-मधून लाळ गळत असते परंतु जसजसे मूल लाळ गिळायला शिकते तसतसे हे लाळ गळण्याचे प्रमाण कमी होते. दात येताना किंवा घसा सुजल्यास लाळेचे प्रमाण वाढते.

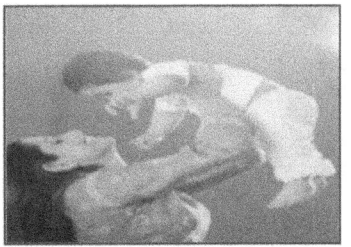

मंद बुद्धीच्या मुलांत लाळ गळण्याचे प्रमाण बरेच महिने चालू असते. कारण ती तोंडात साठलेली लाळ गिळण्याकडे लक्षच देत नाहीत.

जन्मतः टक्कल असलेल्यांच्या डोक्यावर हळूहळू केसांचा मुगुट येतो. अंगावरची लव हळूहळू नाहीशी होते.

बाळाला उंच हवेत फेकून झेलणे वगैरे गोष्टी टाळायला पाहिजे कारण त्याचा बाळाच्या मेंदूवर विपरीत परिणाम होतो.

नवजात बालक आजारी असून त्याला वैद्यकीय मदत हवी आहे, हे कसे ओळखावे ?

नवजात बालकामध्ये खालील धोक्याची लक्षणे दिसल्यास त्वरित दवाखान्यात न्यावे.

१. श्वास घेण्यास त्रास होणे, दमा, सर्दी व खोकला झाल्यास
२. झटके किंवा आकडी आल्यास
३. डोळ्यांचा संसर्ग
४. बेंबीतून पू येणे
५. दुबळे बाळ
६. ताप येणे
७. सतत रडणे किंवा बाळ रडलेच नाही तर
८. हाता-पायांचे तळवे पिवळे असल्यास
९. संडासमध्ये रक्त येणे
१०. जास्त सुस्ती किंवा बेहोशी
११. मुलाने दूध घेणे नाकारणे, हे आजारपणाचे महत्त्वाचे लक्षण आहे.

एखादा संसर्गजन्य रोग बाळाला झाला तर किंवा तोंड आले असल्यासही मूल दूध ओढत नाही. नाक चोंदणे हे दूध न ओढण्याचे महत्त्वाचे कारण असते. घशाला सूज असल्यास किंवा वण्र झाल्यास गिळताना त्रास होतो. अपुऱ्या दिवसांच्या मुलांत, बेशुद्ध असलेल्या मुलात तसेच मेंदूच्या विकारात गिळताना त्रास होतो. कोणत्याही आजारात भूक कमी होते.

ताप

मुलाला 100° फॅरनहाइट ताप आल्यास किंवा त्याचे शरीर थंड असल्यास बालरोगतज्ज्ञांना दाखवावे. कधी-कधी मुलाला संसर्गजन्य रोग असला तरी ताप येत नाही. तसेच खूप ताप असल्यास म्हणजेच १०२ अंश फॅरनहाइटच्या वर ताप गेल्यास काही मुलांत ताप मेंदूला सहन न झाल्यामुळे आकडी येऊ शकते. मूल बेशुद्ध होते.

अशा प्रसंगी जर थंड पाण्याने अंग पुसले गेले नाही तर मूल दगावू शकते. जर आकडी बराच वेळ येत राहिली तर मेंदूवर कायम राहणारा प्रतिकूल परिणाम होऊ शकतो. पुढे पक्षघात, बुद्धिमांद्य, विचित्र वागणे अशा विकृतींना बळी पडतात आणि आई-बाबांवर कायमची जबाबदारी होऊन बसतात.

लहान मुलांच्या तापाकडे विशेष लक्ष पुरवणे आवश्यक असते. कारण लहान मुलांचा ताप चटकन वाढतो व झटके किंवा आकडी (Convulsions) येण्याची शक्यता असते.

अशा वेळी कमीत कमी सुती कपडे घालावेत. स्वेटर, मोजे, कानटोपी किंवा जास्त जाड कपडे घातल्यास ताप वाढतो.

घराच्या खिडक्या बंद करू नयेत. घरात खेळती हवा असावी. त्यामुळे शरीराचे तापमान कमी होण्यास मदत होते.

बाळाला पंखा व वातानुकूलन (ए.सी.) चा त्रास होत नसेल तर ते बंद करू नका.

संपूर्ण शरीर (जर ताप 102° F पेक्षा जास्त असल्यास) ओल्या मऊ फडक्याने पुसून काढावे. नंतर लगेच कोरडे करावे.

पाण्यात मीठ व कोलन वॉटर टाकण्याची गरज नाही.

ताप कमी करण्याची औषधे (Antipyretics) : तान्ह्या मुलांसाठी ताप आणि उलटी या लक्षणांसाठी मुलांना देता येतील अशी औषधे तुमच्या बालरोगतज्ज्ञांना विचारून घरी असतील तर डॉक्टरांची गाठ पडेपर्यंत एक खुराक देऊन बाळाला आराम द्यावा.

ताप कमी करण्यासाठी पॅरासिटॅमॉल सिरप (क्रोसिन, मेटॅसीन, कालपॉल, निमेसुलाईड-नाईस) याचा वापर करावा. या औषधांनी ताप तात्पुरता कमी होतो. तापाचे कारण मात्र जात नाही. त्यामुळे डॉक्टरांच्या सल्ल्यानुसार रोगप्रतिबंधक औषधे (Antibiotics) व ताप उतरेपर्यंत अँटिपायरेटिक्सचा वापर आवश्यक ठरतो. ताप उतरला म्हणून मध्येच बंद करू नका, त्यामुळे आजार पुन्हा उफाळून येण्याचा संभव असतो व ते रोगजंतू जास्त Resist होतात.

काही पालक अशा गैरसमजाखाली वावरत असतात की आम्ही आमच्या मुलांना अँटिबायोटिक्स देणार नाही कारण त्यांचे दुष्परिणाम फार आहेत. असे नेहमीचे पालुपद आम्हाला सतत ऐकावे लागते. ती जेव्हा गरज असेल तेव्हा डॉक्टरांच्या सल्ल्यानेच वापरायला हवीत. गरज नसेल तेव्हा टाळावे पण गरज डॉक्टरनांच ठरवू द्या. फक्त डॉक्टरांनी सांगितलेला कोर्स मात्र पूर्ण करावा. पण मनाने (डॉक्टरांना न दाखवता) वारंवार अँटिबायोटिक्स देऊ नये. न्यूयॉर्कमधील एका संशोधनात बाळांना ती सहा महिन्यांची होण्याआधीच अँटिबायोटिक्स (प्रतिजैविके) दिल्याने भविष्यात ती जाड होतात असे अनुमान काढण्यात आले आहे. कारण अँटिबायोटिक्समुळे विषाणूबरोबरच उपयोगी जिवाणूही मारले जातात. हे जिवाणू कॅलरी शोषून आपल्याला सडपातळ ठेवण्यात महत्त्वाची भूमिका बजावतात.

तापामध्ये जास्तीत जास्त पेय बाळाने घेणे गरजेचे असते. नवजात बालकात पाण्याचा व अन्नाचा साठा मर्यादित असतो. म्हणूनच संसर्गजन्य रोगात शरीरातील पाण्याचे प्रमाण कमी होऊन साध्या रोगाचे गंभीर रोगात झटकन रूपांतर होऊ शकते.

थंडीमध्ये मुलांची देखभाल

लहान मुले लवकरच थंडीच्या कचाट्यात येतात. थंडीमुळे सर्दी, शिंका येणे, घशामध्ये खवखव होणे, खोकला येणे ही सामान्य बाब आहे. सर्दी खोकल्यानंतर नाक बंद होण्याची तक्रार उत्पन्न झाल्यास मुलांना कोमट पाणी पिण्यास द्यावे अथवा वाफ द्यावी किंवा मिठाचे पाणी (Normal Saline) नाकात टाकावे.

थंडीच्या दिवसात मुलांना चांगले झाकून घ्यावे. त्यांचे डोके व पाय टोपी व मोजे घालून झाकावे. छातीसाठी उलनचे स्वेटर घालावे. मुलांना थंड पेये आणि डबाबंद ज्यूस पिण्यास देऊ नये, नॅचरल इम्यून बूस्टर जसे ताजी फळे, आवळा, हिरव्या भाज्या व ताज्या फळांपासून काढलेला ज्यूस देणे या दिवसात फायदेशीर ठरते.

दम लागणे : हे हवेची निकड (इमर्जन्सी) दर्शविते. मूल जितके लहान तेवढ्या हवेच्या नळ्या (श्वसनाच्या नळ्या) लहान त्यामुळे या नळ्यांना आतून सूज आल्यास त्या नळ्या आणखीन अरुंद होतात. उदा., ब्रॉकोन्यूमोनिया, अस्थमा या आजारात श्वासोच्छ्वास जोरात किंवा अनियमित होत असल्यास किंवा श्वास घेताना त्रास होत असल्यास बालरोगतज्ज्ञांना दाखवावे.

जुलाब व उलट्या

सतत जुलाब व उलट्या होत असल्यास शरीरातील पाणी व क्षार कमी होते. यालाच 'डिहायड्रेशन' असे म्हणतात. हे बाळाला घातक ठरू शकते. म्हणून लवकरात लवकर द्रव पदार्थ सुरू करावेत.

डिहायड्रेशनची लक्षणे : • चिडचिडेपणा आणि सारखी तहान लागणे. • लघवी कमी होणे. • टाळू खोल जाणे, डोळे खोल जाणे, आणि अश्रू कमी येणे, तोंड कोरडे पडणे, चामडी सुरकुतणे, पोट आत जाणे. • बाळ निरुत्साही व मलूल असणे. • हात व पाय गार पडणे.

द्रव पदार्थ प्रकार : मीठ साखरेचे पाणी (Oral Rehydration Salts) : असे औषधांच्या दुकानात तयार मिळतात. योग्य प्रमाणात काही क्षार विरघळवून पाकिटेच मिळतात. त्याला New-WHO ORS असे म्हणतात. (उदा., इलेक्ट्रोबियॉन, रिलाईट, पुनर्जल इ.)

घरगुती मीठ-साखरेचे पाणी : एक ग्लास (२०० मि.ली.) पाण्यात + एक चमचा टेबलस्पून भरून साखर + एक चिमूट मीठ उकळून गार केलेले पाणी पाजावे. सोईनुसार साखर नसल्यास गूळ वापरावा.

मुलांना पाण्यासारखे जुलाब झाले तर जितके पाणी शरीराबाहेर फेकले गेले आहे तेवढे पाणी सतत आपण तोंडावाटे देऊ शकतो. परंतु मुलाला उलट्या होत असतील तर त्याला शिरेवाटे ग्लुकोज सलाईन देण्याशिवाय पर्यायच राहत नाही.

जुलाब असताना स्तनपान बंद करू नये. भाताची पेज, साखर व मीठ घातलेले ताक, शहाळ्याचे पाणी किंवा साधे पाणी मधूनमधून द्यावे.

ग्लुकोज पावडर, थंड पेय, फळाचे रस देणे टाळा. त्यामुळे जुलाब जास्त होऊ शकतात.

जुलाबामुळे नियमित आहार बंद करू नका. लहान मुलांना स्तनपान चालू ठेवावे. मोठ्यांना मऊ हलके अन्न द्या. मूगडाळ, तांदळाची खिचडी, वरण, दही भात, इडली-सांबार, तसेच केळी, चिकू यासारखी फळे देणे उत्तम. कारण त्यातून प्रोटीन, कार्बोहायड्रेट, पिष्टमय पदार्थ आणि व्हिटॅमिन्ससुद्धा मिळतात. जुलाबामुळे शरीरात निर्माण झालेली पोटॅशियम या क्षारांची कसर नारळाच्या पाण्यामुळे सहज भरून निघते.

आकडी :
- प्रसूतीसाठी जास्त वेळ लागून मेंदूवर दाब असल्यामुळे नवजात बालकात आकडी येऊ शकते.
- शरीरात कॅल्शिअमचे किंवा ग्लुकोजचे प्रमाण कमी झाल्यास मूत्रपिंडाचे काम योग्य तऱ्हेने न झाल्यास, रक्तातील युरियाचे प्रमाण वाढल्यास मुलाला आकडी येऊ शकते.
- सहा महिने ते दोन वर्षांपर्यंतच्या मुलांमध्ये जास्त ताप आल्यानेसुद्धा आकडी येऊ शकते.
- दोन वर्षांनंतरच्या मुलांमध्ये अपस्मार एपिलेप्सी किंवा मिरगी हे आकडीचे प्रमुख कारण असते.
- कोणत्याही वयात मेंदूपर्यंत किंवा त्यांच्या आवरणापर्यंत जंतू गेल्यास आकडी येऊ शकते.

मुलाचा हात किंवा पाय दचकल्याप्रमाणे उडत असल्यास, काही सेकंद नजर स्थिर राहत असल्यास किंवा शरीराची अनैसर्गिक हालचाल होत असल्यास बालरोगतज्ज्ञांना दाखवावे. नवजात मुलात ही आकडीची लक्षणे असू शकतात.

बाळाचा चिडचिडेपणा आणि सतत रडणे

बाळाचा शारीरिक व बौद्धिक विकास व्यवस्थित होत असला, बाळ चांगले खेळत असले आणि फारसे गुटगुटीत जरी दिसत नसले तरी फारशी काळजी करू नये. पण जर वजनही वाढत नसेल, व्यवस्थित खातपितही नसेल, शरीरात कुठेतरी दुखत असल्यास किंवा मानसिक अस्वास्थामुळे मूल चिडचिडे होते. कडेवर घेऊन, थोपटून दूध पाजणे किंवा नेहमीच्या उपायांनी मुलाचे रडणे थांबत नसल्यास मूल चिडचिडे होते. अशा वेळी बालरोगतज्ज्ञांचा सल्ला घ्यावा.

अपुऱ्या दिवसांचे मूल (Premature Baby)

३७ आठवड्यांपूर्वी म्हणजेच २५९ दिवसांपूर्वी जन्मलेल्या मुलाला 'अपुऱ्या दिवसांचे मूल' म्हणतात. त्याचे वजन २.५ किलोग्रॅमपेक्षा कमी असते.

अपुऱ्या दिवसांतच जन्म होण्याची कारणे :

१. आईचे कुपोषण, निकस आहार, उदा., प्रथिने आणि लोह कमी असलेला आहार

२. मलेरिया, न्यूमोनिया, मूत्रमार्गाचा जंतुसंसर्ग यामुळे आलेला तीव्र ताप

३. क्षयरोग आणि सिफिलिंस यांसारखे जीर्ण आजार

४. मधुमेह (Diabetes), रक्तदाब वाढणे. गर्भजल काढणे (Hydramnios)

५. जुळी अथवा तिळी जन्माला येणे.

६. पोटाला मार लागणे.

७. गर्भाशयाच्या तोंडाचा कमकुवतपणा (Incompetent os), आखूड सर्व्हिक्स (Short Cervix)

८. कामाचा ताण - मानसिक तणाव उदा., आप्त स्वकीयांपैकी कोणाचा तरी मृत्यू.

९. आईची व्यसने (बिडी, सिगारेट, घुटका, मशेरी) ही अपुऱ्या दिवसांत जन्म होण्याची कारणे आहेत.

लक्षणे

अपुऱ्या दिवसांच्या बाळाचे वजन २.५ किलोग्रॅमपेक्षा आणि लांबी १८ इंचापेक्षा कमी असते. मुलांची त्वचा लालसर पातळ व नाजूक असते. त्वचेखाली चरबीचा थर तयार झाला नसल्यामुळे त्यांची त्वचा सुरकुतलेली दिसते. डोके हाता-पायांच्या मानाने मोठे दिसते. ही मुले दुबळी, बारीक आणि अशक्त दिसतात. स्तनपान घेताना नीट ओढू शकत नाहीत. त्यांच्या कवटीची हाडे मऊ असतात. त्यांचे स्तन व जननेंद्रिये पूर्णपणे वाढलेली नसतात. या मुलांमध्ये वृषणे लहान असतात व टेस्टीस वृषणात उतरलेले नसतात. मुलींच्या जननेंद्रियातील बाह्य ओष्टाची वाढ नीट झालेली नसल्याने शिस्निका उघडी पडते. योनिमार्गातून पांढरा स्राव होत नाही. नखे मऊ असतात व ती लहान असतात. मुलांची हालचाल मंद असते व रडणे हळुवार असते.

बाळाचे वजन दोन किलोपेक्षा कमी असल्यास अशा बाळांना जास्त धोका असलेली (High Risk) कमी वजनाची बाळे म्हणतात. त्यांना 'नवजात शिशू अतिदक्षता विभागात' (NICU) ठेवावे लागते. अशा बाळांना तेथपर्यंत नेण्यासाठी थर्मोकॉलचा खोका किंवा Transport Incubator मधून न्यावे.

Complication of Premature Birth

- R.D.S. respiratory distress syndrome
- Brain hemorrhage (मेंदूत रक्तस्राव)
- कावीळ
- रोगजंतूंचे संक्रमण (Infections)
- Hypoglycemia (रक्तातील साखर कमी होणे.)
- Hypo-thermia (Radiant Warmers Incubators).

मुदतपूर्व प्रसूतीमुळे शिशूमध्ये होणारी गुंतागुंत

३२ आठवड्यांच्या आत जन्मलेल्या बाळांना पिणे व गिळणे या प्रक्रिया संतुलित नसल्याने अशा मुलांना काही दिवस शिरेवाटे ग्लुकोज, सलाईन वगैरे देतात. बाळाला नळीतून दूध दिले जाते. अशा वेळी आईचे काढलेले दूध नंतर वाटी चमच्यानेही दिले जाते.

हळूहळू ही बाळेसुद्धा स्तनपान घ्यायला शिकतात. स्तनपान घेताना ही बाळे दचकतात म्हणून थांबून-थांबून जास्त वेळ किंवा वारंवार उठवून (त्याच्या तळपायाला टिचकी मारून) पाजण्याची गरज असते.

Post Mature Babies

जी मुले ४२ आठवड्यानंतर (गर्भधारणेच्या परिपूर्ण काळानंतर) जन्मलेल्या मुलांना पोष्टमॅच्युअर मुले असे म्हणतात. ४० आठवड्यानंतर वारेची कार्यक्षमता कमी झाल्याने मुलाला अन्नघटक आणि प्राणवायू यांचा आईच्या गर्भाशयातून पुरेसा पुरवठा मिळत नाही.

अशा मुलांचे वजन नुकतेच कमी झाले आहे असे भासते. त्यांची त्वचा सुरकुतलेली, सैलसर व पातळ दिसते. मुले निस्तेज दिसतात. त्यांचे तापमान कमी होण्याची भीती असते. हातापायांचे पंजे निळे दिसतात. त्यांना आकडी येण्याची शक्यता असते.

गर्भधारणेचे दिवस ४० आठवड्यानंतर जास्त होतील तसे त्याच्या मृत्यूचे प्रमाण वाढते आणि म्हणून ४१ आठवड्यानंतर ताबडतोब स्त्री-रोगतज्ज्ञांचा सल्ला घ्यावा.

★★★

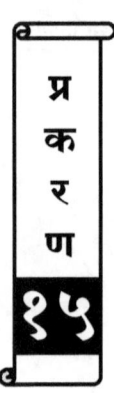

बाळाची वाढ

☞ बाळाची वाढ : एक महिना ते एक वर्षापर्यंत

बाळ जन्मतः असलेले मिचमिचे डोळे हळूहळू उघडायला शिकते व नजर फिरवते.

वय एक महिना

नवजात बालक जन्म ते एक महिना या काळात नवीन बदलत्या वातावरणाशी जुळते घेण्यास शिकते.

झोपेचे तास आता कमी झालेले असतात. जागे राहण्याची वेळ वाढलेली असते. त्याच्या गरजा पूर्ण झाल्यावर चेहऱ्यावर समाधान दिसते. त्याला प्रेमाने, आपुलकीने बोललेले कळते आणि एक महिन्याचे मूल आ उं उं उं करून तुमच्या बोलण्याला उत्तर देते.

मूल उजेडाकडे नीट बघते. हातातला टॉर्च हलवला तर त्याप्रमाणे नजर फिरवते. हळूहळू रंगाची जाणीव होते. खोलीत असलेल्या गडद रंगाच्या गोष्टींकडे मूल बघायला लागते. मान फिरवता येत नसेल तर डोळ्यांनी मूल त्या हलणाऱ्या व्यक्तीचा पाठलाग करते.

वय दोन महिने

दुसऱ्या महिन्यात कानाची संवेदना तीव्र होते. घराची बेल, टेलिफोनची रिंग, फटाके, कुकरची शिट्टी या आवाजांना मूल प्रतिसाद देते. बाळाला एकटे आवडत नाही. कुणी बोलले वा आवाज केला की खुश होते, चेहरा समाधानी होतो. डोळे चमकतात, स्मित डोकावते.

वय तीन महिने

बाळ तीन महिन्यांचे झाल्यावर त्याच्या हालचाली तालबद्ध होतात. ते तोंडात बोट घालायला लागते. पण ही सवय नंतर आपोआपच जाते. त्यासाठी पालकांनी काहीच प्रयत्न करू नये किंवा काळजी करू नये. नुकत्याच जन्मलेल्या बाळाची अशी घट्ट मूठ धरायची (कुठल्याही गोष्टीचा हाताला स्पर्श झाल्यास) प्रवृत्ती नैसर्गिकरीत्या असते. प्रसूतीनंतर आम्ही गंमत बघतो की बाळ डिलेव्हरी ट्रे ला घट्ट पकडून राहते. जणू काही त्याला पडायची भीती वाटते. तीन महिन्यांनंतर ही प्रवृत्ती नाहीशी होते. यापुढे फक्त हव्या असलेल्या वस्तूच हातात धरतात.

तीन महिन्यांचे होईपर्यंत बाळाची नजर आसपास फिरणाऱ्या माणसांचा मागोवा घेते. यावरून बाळाची दृष्टी चांगली आहे असे समजावे.

तीन महिन्यांपर्यंत बाळाच्या मानेला आधार द्यावा लागतो, चौथ्या महिन्यातही थोडे डोके डुगडुगते.

तीन महिन्यांमध्ये मूल लोभस दिसते. तुमच्या बोलण्यावर-हसण्यावर हसून प्रत्युत्तर देते. आई-बाबांना लाथा मारायचे हे वय. बाळ घरच्यांना ओळखू लागते.

वय चौथा महिना

मूल चौथ्या महिन्यात खदखदून हसायला शिकते व सर्व कुटुंबाला खुश करते. चौथ्या महिन्यात बाळ आवाजाच्या दिशेने मान वळवून बघू लागते. वस्तू धरण्याचा प्रयत्न करते. हाताने दिलेली वस्तू हाताने बरोबर तोंडात घालते. हे हात आणि डोळे यांच्या समन्वयाने (Co-ordination) ने शक्य होते. हळूहळू दोन्ही हात एकत्र आणून टाळ्या वाजवते. चौथ्या महिन्यात खेळायला शिकते. खेळण्याच्या नादात लोभसवाण्या हालचाली बाळ करते. बाळ पालथेही पडते.

नव्या जागा, नवे वातावरण, नवी माणसे यांचे दर्शन त्याला सुखावते, झोप कमी होते. आई-वडिलांना अंगाई गीत गायला भाग पाडायचे वय आता सुरू होते. काही मुलांना बाहेर फिरायला नेले तरच ती झोपतात.

वय पाचवा महिना

पाचव्या महिन्यात बाळ पोटावर सरकण्याचा प्रयत्न करू लागते. सुरुवातीला मुले उलट्या (मागच्या) दिशेला सरकतात. नंतर मज्जातंतूंची पाठीच्या कण्यात शक्ती आल्यावर म्हणजे सात-आठ महिन्यांपर्यंत बाळ व्यवस्थित रांगायला लागते.

वय सहावा महिना

सहाव्या महिन्याचे बाळ नाजूक आवाजातील निरर्थक बडबड करीत असते. सहाव्या महिन्यात बाळ आधाराशिवाय बसायला लागते. गुडघ्यावर व्हायचा प्रयत्न करते. समोर जाता येत नसले तरी गुडघ्यावर मागे-पुढे करीत तिथेच जागच्या जागी घोडा-घोडा करीत खेळते. कधी-कधी सरळ झोपलेले पालथे होते. हे बाळ आता सरकायलाही लागते. शास्त्रज्ञांचे म्हणणे असे आहे की, मूल जेव्हा सहा महिन्यांचे होते तेव्हा ते अगदी प्रौढ व्यक्तीप्रमाणे गुंतागुंतीची रचना करणारी वस्तू न्याहाळून बघत असते.

स्वमग्नता

मूल सहा महिन्याचे असतांनाच त्याच्या मेंदूतील हालचालीत निरिक्षण करून त्याला ऑटिझम (स्वमग्नतेचा विकार) झाला किंवा नाही याची माहिती एका नव्या कार्यप्रणालीद्वारे समजते. त्यामुळे कमी वयात योग्य उपचार झाले तर मूल या समस्येतून लवकर बाहेर येईल किंवा त्या विकाराची तीव्रता तरी कमी होईल.

अशातच एखाद्याला दाताची कणी फुटते. हा सध्या तरी दाखवायचाच असतो, खायच्या कामाचा नसतो.

वय सातवा महिना

सातव्या महिन्याचे बाळ झाले की पालथे पडून एका हातावर आपले शरीर तोलून दुसऱ्या हातावर वस्तू पकडायचा प्रयत्न करते. तोंडातून 'दा', 'बा', 'का' असे शब्द बडबडणे सुरू असते. जर आईने सवय लावली तर कपाने दूध, पाणी पिऊ शकेल.

बाळ खूप खेळकर होईल. काखेत आधार दिला तर टणटण उड्या मारील, नावाने हाक मारली तर लगेच वळून पाहील. कधी तुम्ही लक्ष दिले नाही तर ओरडून तुमचे लक्ष वेधेल. सातव्या महिन्यापासून मुलांची समजशक्ती वाढू लागते.

वय आठवा महिना

आठ महिन्याचे झालेले मूल उजव्या हातात वस्तू असेल ती डाव्या हातात घेईल. दिसलेली प्रत्येक गोष्ट हातात घेण्याचा व नंतर तोंडात घालण्याचा प्रयत्न करेल.

हातात बिस्किट दिले तर ते खायचा प्रयत्न करते. चावता यायला लागते. त्यामुळे जेवणातील मऊ पदार्थ खाऊ शकते. एकट्याला टेकवून बसवता येऊ शकते.

वय नववा महिना

९-१० महिन्यांमध्ये बाळ खुर्ची किंवा टेबल धरून उभा राहते. निजल्याचा बसता होते. काही मुले पोटावर वाटेल तितके रांगतात. काही गुडघ्यावर घरभर संचार करीत असतात. तर काही चालायला लागणार असतात.

८-९ महिन्यांमध्ये मुलाला स्वतःचे नाव समजू लागते. नावाने हाक मारल्यावर मूल लगेच प्रतिसाद देते. बाबा, मामा, दादा यांसारखे सोपे शब्द उच्चारायचा प्रयत्न करू लागते. एका व्यक्तीकडून दुसऱ्या व्यक्तीकडे जायची इच्छा असल्यास आपणहून झेप घ्यायला सुरुवात करते. टाटा करायला शिकते.

वय दहा व अकरावा महिना

१०-११ महिन्यांचे मूल दोन्ही हाताला हात दिला असता किंवा सोफ्याला, पलंगाला धरून स्वतः पावले टाकायचा प्रयत्न करू लागते. दोन बाजूला दोन्ही हात धरून कुणी त्याला चालवले तर चालते. हे सगळे बाळाला हवे असते. मुरमुरे-लाह्या वगैरे चिमटीत उचलून तोंडात टाकण्याचा प्रयत्न करते. कारण ते कोणतीही वस्तू तोंडात टाकण्याचा धोका असतो. अकरा महिन्यांच्या मुलाला प्रत्येक गोष्ट स्वतः करण्याचा अट्टाहास असतो. ओळखीच्या व्यक्तीचे सान्निध्य, स्पर्श त्याला सुखावतात. बाळ ओळखीच्या व्यक्तीकडे हात पसरून घ्यायला लावते. लहान-लहान गोष्टी करायला अंगठा व तर्जनी याचा उपयोग त्याला यायला लागतो. बटण, छोटे-छोटे दगड, माती या सर्व वस्तू त्याच्या हाती

येणार नाहीत ही काळजी घ्यावी. मणी धरून नाकात घालायचे, बटन, इलेक्ट्रिक प्लग जर खाली असतील तर त्याला स्टीकींग लावून बंद करा नाही तर बाळ आपली इवलीशी बोटे त्यात घालण्याचा उपद्व्याप करील.

वय बारावा महिना

एक वर्षाचे मूल स्वतःच्या हाताने खाणे-पिणे करण्यासाठी धडपड करते व थोडेसे सांडतेसुद्धा पण तसे करीत असेल तरी प्रयत्न करू द्यावा. मान धरणे, कुशीवर वळणे, रांगणे, चालणे वगैरे क्रिया एका विशिष्ट क्रमाने व ठरावीक कालमर्यादितच व्हायला पाहिजे. अन्यथा त्वरित तज्ज्ञांचा सल्ला घेणे आवश्यक असते. जन्मानंतरच्या पहिल्या वर्षांत मुलांमध्ये खूप वेगाने बदल घडत असतो. त्याच्या मेंदूच्या वाढीच्या दृष्टीने पहिले वर्ष खूप महत्त्वपूर्ण मानले जाते. जर घरातील वातावरण तणावाचे असेल, तर त्याचा मुलाच्या विकासावर नकारात्मक परिचय होतो. घरात आनंदी वातावरण ठेवून बाळाशी सर्वांनी भरपूर बोलायला हवे, त्याच्या सोबत खेळायला हवे त्याला त्याची पाचही ज्ञानेंद्रिय विकसित होण्यासाठी प्रोत्साहनही द्यायला हवे.

वयाच्या दुसऱ्या वर्षात शरीराच्या वाढीचा वेग थोडासा मंदावतो, म्हणजे मुलाची उंची फक्त १० सें.मी., वजन सुमारे दोन किलोने वाढते. मुलाची भूक मंदावते. कमी आहार व जास्त हालचाल यामुळे पहिल्या वर्षामध्ये आलेला गुटगुटीतपणा म्हणजेच बाळसे (चरबी) हळूहळू कमी होत जाते. मूल जरासे रोड दिसू लागते. पाठीच्या कण्याला बाक आल्याने मुलाचे पोट मोठे दिसू लागते.

☞ बाळाचे चालणे

एक वर्षाचे मूल आधाराशिवाय चालू लागते. साधारणतः १५ महिन्यांपर्यंत मूल चालायला हवे. पण काही आठ महिन्यांमध्ये चाललेली आहेत आणि काही दोन वर्षांतही चालत नाहीत अशी उदाहरणे आहेत. लठ्ठ मुले थोडी उशिरा चालतात. आहारात 'ड' आणि 'क' जीवनसत्त्व कमी असेल तर चालणे उशिरा सुरू होते. 'ड' जीवनसत्त्वे शरीरात कमी झाले तर 'मुडदूस' (रिकेट्स) हा रोग होतो आणि 'क' जीवनसत्त्व कमी झाले की 'स्कर्व्ही' हा रोग होतो. आश्चर्यकारक गोष्ट अशी की या जीवनसत्त्वांचा एकच खुराक दिला तर मुलाला पटकन पाय फुटतात. जर मूल अडीच वर्षांपर्यंत चालले नाही तर मात्र तज्ज्ञ डॉक्टरांकडून तपासणी करणे जरुरीचे असते. स्नायूंचे रोग, दुर्बल मानसिकता, थायरॉईडच्या ग्रंथीतील दोष, बुद्धिमांद्यता वगैरे आजार असू शकतात.

एक ते सव्वा वर्षाच्या मुलांमध्ये हळूहळू संगीताची आवड निर्माण करता येते. संध्याकाळी मुलांना शुभंकरोति, रामरक्षा व अन्य स्तोत्रे ऐकायला बसवावे. आतापासून मुलाला काही ऐकून पाठ करण्याची व लक्षात ठेवण्याची क्षमता निर्माण करावी.

दीड वर्षांमध्ये

दीड वर्षांमध्ये मूल धावायला लागते. जिना चढायला लागते. स्वेटरची, पँटची झीप काढता येते. चित्राचे पुस्तक उघडून व परिचित प्राण्यांची नावे उच्चारली तर योग्य ते चित्र दाखवते. बाळ आपले केस, डोळे, नाक असे अवयव दाखवते. दिवसा शी-सू सांगते.

१३ व्या महिन्यापर्यंत पुस्तकांची पाने उलटवायला शिकते. तर पंधराव्या महिन्यांपर्यंत वहीवर रेघोट्या मारते.

अठराव्या महिन्यात टेबल खुर्चीवर बसून जेवू शकते. तसेच शर्टच्या बाह्या स्वतःचे स्वतः काढू शकते. या सर्व गोष्टी शरीर आणि डोळे यातील समन्वयाने साध्य होतात.

दोन ते अडीच वर्षांच्या सतत 'असे का ? आणि तसे का ?' असे प्रश्न विचारणाऱ्या तुमच्या बाळाला कंटाळू नका. त्याला योग्य व समर्पकच उत्तरे द्या.

दीड-दोन वर्षांचे मूल छोटे शब्द बोलायला लागते. त्यातही मुलाला स्वतःला आवडणाऱ्या गोष्टींची नावे उदा., खाऊ, माऊ, भू-भू, वगैरे शब्द बोलू लागते. घरातील पंखा, दिवा वगैरे दाखवू लागते. घोडा, हत्ती, कुत्रा वगैरे प्राणी दाखवल्यास लक्षात ठेवून नंतर ओळखू शकते. स्वतःचे नावही सांगू शकते. या वयात मुलांना ऐकायची समज येते. त्यामुळे आपण काही समजावत असताना मूल काळजीपूर्वक ऐकते. या कालावधीत मुले पळायला लागतात.

२-३ वर्षांचे मूल सहज काढता येण्यासारखे कपडे, चप्पल, बूट काढू शकते. स्वतः कपडे बूट काढल्यास किंवा घातल्यास काहीतरी केल्याचा आनंद त्याला मिळतो. या वयात मुलांना परिकथा, गोष्टी, गाणे, ऐकायला आवडू लागते. त्यांची झोप कमी होते. टी.व्ही. बघणे, मोठ्यांशी गप्पा मारणे वगैरे गोष्टीत रस घेतात.

गर्भसंस्कार केलेल्या बालकांचे Milestones वेगवान गतीने होतात. म्हणजे तीन महिन्यात जे मूल मान धरायला लागते ते दोन ते अडीच महिन्यातच धरते, लवकर बोलू-चालू लागते.

टी.व्ही. (T.V.)

लहान मुलांना टी.व्ही. ची सवय लागू देऊ नये. त्यापेक्षा मुलांबरोबर सर्जनात्मक खेळ खेळल्यास त्यांच्या बौद्धिक विकासाला मदत होते.

बाळाला टी.व्ही. जवळ किंवा मोबाईलजवळही झोपवणे घातकच आहे.

सतत एकटक टी.व्ही. बघितल्याने डोळ्यांवर परिणाम होतो. आजकाल हिंसक व अश्लील प्रवृत्ती असणारे चॅनल्स लहान मुलांना दाखवू नयेत. काही लहान मुलांचे चॅनल्स किंवा प्रबोधन करणाऱ्या

सिरिअल्स दाखवायला हरकत नाही. सारखे टी.व्ही. पाहिल्यामुळे व मैदानी खेळ टाळल्यामुळे मूल आळशीही होईल.

साधारणत: तीन वर्षांचे मूल छोटी-छोटी वाक्ये जुळवू लागते. मुले छोट्या-छोट्या कविता, गाणी पाठ करून म्हणण्यास सुरुवात करतात. बाहुल्या, गाड्या वगैरे खेळण्यांशी एकट्याने खेळण्यात रमतात. पाटी-पेन्सिल वा रंगीत पेन्सिल घेऊन रेघोट्या मारण्यात त्यांना आनंद वाटू लागतो. या वयात स्वत: काही गोष्टी ठरवू लागतात. बाहेर जाताना कोणते कपडे, बूट, चप्पल घालायचे याचे स्वत:चे मत असते. त्यांच्या मतांनाही मान द्यावा. म्हणजे त्यांचा आत्मविश्वासही जपला जातो व त्यांना स्वावलंबी होण्यास मदत मिळते. लहान मुलांचा चुकीचा हट्ट पुरवू नये. तसेच त्याला रागावूही नये. रागावण्यापेक्षा समजावून सांगण्यावर भर दिल्यास मूल हट्टी होत नाही. उलट त्याला बरे-वाईट, योग्य-अयोग्य, खरे-खोटे यातले अंतर समजू शकते.

☞ बाळाचे बोलणे

हल्लीची मुले उशिरा बोलतात कारण

- सध्याच्या पालकांपैकी दोघंही नोकरीच्या निमित्तानं खूप वेळ घराबाहेर असतात. घरात विभक्त कुटुंबामुळे आजी-आजोबा नसतात. जे पूर्वी मुलांना गोष्टी सांगण, गाणी शिकवण आणि त्यांच्याशी भरपूर गप्पा मारित होते. पण आता मोलकरणीजवळ मुले असतात. जी अल्पशिक्षित किंवा अशिक्षित असल्यामुळे मुलांचे भाषाज्ञान वाढविण्यात काय मदत करेल ?
- आंतरजातीय जोडप्यांनी मातृभाषा शिकविण्याऐवजी हिंदी किंवा इंग्रजी यापैकी एकच भाषा घरात बोलली पाहिजे.
- सांभाळायला ठेवलेल्या परभाषी नोकराणीमुळे मातृभाषा येत नाही.
- आई-वडिलांनी आपापली भाषा मुलांना शिकवण्याचा अट्टाहास करू नये.

☞ बाळाने बोबडे बोलू नये म्हणून

सर्वांत महत्त्वाचे म्हणजे बाळाशी संवाद साधताना अत्यंत स्पष्ट उच्चार करावे. बोबडे बोलू नये. जितके मुलांशी भरपूर बोलाल तितकी त्याची भाषा समृद्ध होत जाईल.

वेखंड, ज्येष्ठमध, सैंधव, हिरडा, सुंठ, ओवा, कोष्ठ, पिंपळी, जिरे यांचे समप्रमाणात चूर्ण करून २-२ चिमूट औषधी सकाळ-संध्याकाळ मधातून बाळास चाटवावीत. बोबडे बोलणाऱ्या बालकांना या मिश्रणाचा खूप चांगला उपयोग होतो.

☞ मुलांमधील शय्यामूत्रता रोग (Incontinence of Urine - Night Wetting)

साधारण ५-६ महिन्यांनंतर मुलाला शी-शू नियमित वेळेला करण्याच्या दृष्टीने सवय लावण्याचा प्रयत्न करावा. सकाळी उठल्यावर शी-शू करण्यास सांगावे. या प्रकारे सुरुवातीपासून सवय लावल्यास या क्रियांमध्ये नियमितता येते. यालाच 'टॉयलेट ट्रेनिंग' असे म्हणतात.

सुरुवातीला दिवसांच्या काळातील नियंत्रण मूल आधी शिकते; पण हळूहळू रात्रीचेही अंथरूण ओले होण्याचे थांबते. सर्वसामान्यपणे वयाच्या पाचव्या वर्षापर्यंत असे नियंत्रण यायला पाहिजे. या वयाच्या पश्चातही मुलाच्या नकळत लघवी होत असेल तर ते एन्युरेसिस या विकाराचे लक्षण असू शकते. दिवसा झाल्यास 'डाययूर्नल एन्युरेसिस' म्हणतात. तर रात्री झोपेमध्ये असताना अंथरूण ओले झाले तर त्याला 'नॉक्टर्नल एन्युरेसिस' असे म्हणतात.

एन्युरेसिसने पीडित मुलांमध्ये लाज व अपराधीपणाच्या भावना येऊ शकतात. त्यामुळे त्यांचा आत्मविश्वास कमी होऊ शकतो. मुलाला त्यासाठी सतत रागवत राहिले तर त्याच्या नकारात्मक भावना बळावतात. म्हणजे पालकांचा दृष्टिकोन महत्त्वाचा ठरतो.

साधारणपणे तीन वर्षांच्या मुलाला शी-शू तरी धरून ठेवता आली पाहिजे. रात्री अंथरूण ओले करणे म्हणजे तेथील स्नायू कमकुवत असणे. या मुलांना या क्रियांची सवय लावणे व गरज भासल्यास औषध योजना करणे. बऱ्याच केसेसमध्ये असे लक्षात आले की मुलांच्या मनात कोणत्याही प्रकारची असुरक्षितता वाटत असली, त्याला कोणत्या प्रकारची भीती वाटत असली किंवा झोपेत भीतिदायक स्वप्ने पडत असली तरीही असा त्रास होऊ शकतो, या समस्येचे मानसिक ताणतणाव हे एक प्रमुख कारण असू शकते. पालकांशी असणारा संवादाचा अभाव, मनोविकृती, संवेदनात्मक अपरिपक्वता या कारणांमुळेही समस्या मूळ धरते.

एन्युरेसिसची तक्रार बऱ्याचदा आनुवंशिक असते.

मेंदूतील फ्रॉन्टल लोब या कपाळामागील भागात मूत्राशयाचे नियंत्रण करणारे केंद्र असते. या केंद्राचा अपुरा विकास हे शय्यामूत्रतेचे प्रमुख कारण म्हटले जाते.

झोपेत अंथरूण ओले करण्याच्या सवयीला काही शारीरिक विकृतीही कारणीभूत असते. जंत असणे व मलावरोध ही कारणे असू शकतात किंवा ही मूत्रसंस्थेशी निगडित कुठल्यातरी रोगाची चाहूलही असू शकते. रुग्णांच्या बाबतीत मूत्रवहन संस्थेच्या विकारामुळे अथवा संसर्गामुळे अनैच्छिक मूत्रप्रवृत्ती होते. मूत्राशयाची शिथिलता, मूत्राशय पूर्णपणे विकसित न होणे, किडनीचे विकार, क्षारीय पदार्थांची अनावश्यक वाढ (खडा - Stone) इत्यादी कारणांचा परिणाम होतो. मूत्राशयास सूज येणे किंवा किडन्यांना सूज येणे ही सुद्धा शय्यामूत्रतेची कारणे आहेत.

लहान मुलांमधील मधुमेह हेही असेच क्वचित आढळणारे कारण आहे.

एकलकोंड्या मुलांमध्ये तसेच अतिशय अस्थिर मुलांमध्ये शय्यामूत्रता जास्त प्रमाणात आढळते. कौटुंबिक अशांतता, पालकांपासून दूर जाणे, शाळेतील ताण-तणाव, भीती आजारपण मतिमंदत्व ही कारणे परिस्थिती गुंतागुंतीची बनवतात.

घरच्या मोठ्यांनी किंवा आई-वडिलांनी बाळाला रात्री मायेने जवळ झोपवावे. झोपायच्या अगोदर लघवी करण्यास न्यावे. अगदी अलार्म लावून दोन व अडीच वाजता परत लघवीला उठवावे. रात्री झोपण्याअगोदर पाणी किंवा पातळ वस्तू काही देऊ नये. दिवसभर भरपूर पाणी पाजावे. प्रेमाची पाखर मिळाल्यास हा त्रास कमी होतो.

काहीही कारण असले तरी बाळाला रागावू नये, झिडकारू नये, प्रेमाने समजावून सांगावे, शिक्षा पण करू नये. खूप जास्त कडक शिस्त लावण्याचा प्रयत्न करू नये. झोपण्यापूर्वी गप्पा मारून मुलांच्या डोक्यातील भीती दूर करून मुलांना शांत करून झोपण्याआधी शू करून घ्यावी आणि रात्री झोपताना चहा, कॉफी आणि थंड पेय देऊ नये. सकाळी उठल्यावर कोरड्या अंथरुणाला गुण देऊन त्याचे कौतुक करावे. त्यामुळे या समस्येवर मात करण्याचे बळ मुलामध्ये येते आणि त्यांच्यातील आत्मविश्वास वाढतो. काहीही फायदा झाला नाही तर औषधोपचार करावेत. चारचौघात या समस्येची चर्चा टाळावी. मुलांचा त्यांच्या मित्रांसमोर अपमान करू नये. त्यांना टोचून बोलू नये.

ॲलोपॅथीत इमीप्रामीनची गोळी रोज रात्री एक देतो, तसेच जंताचेही औषध द्यावे.

आयुर्वेदाप्रमाणे - • त्रिवंग भस्म व अश्वगंधा अर्धा-अर्धा चमचा सकाळ-संध्याकाळ घ्यावे. • काळे तीळ सेवन करावे. • शिलाजित कल्पचे चिमूटभर भस्म मधातून द्यावे. • रात्री २-३ मनुके बी काढून एक आठवडा खाऊ घाला. • रात्री झोपण्याअगोदर २ अक्रोड आणि १५ किसमिस खाऊ घालावेत. १५ दिवस हा उपाय करून पाहावा याने मुलांची सवय सुटते. • ओवा, काळे तीळ आणि वावडींग हे तिन्ही कुटून गुळाबरोबर बोराप्रमाणे गोळ्या दिवसातून तीन वेळा द्याव्यात. • साखरेची पावडर थंड पाण्याबरोबर दिल्यानेही फायदा होतो. • मुलांना रात्रीच्या भोजनामध्ये पेंडखजूर खावयास द्यावेत.

मलावरोध हे बेड वेटिंगचे कारण असते म्हणूनच ते दूर करण्यासाठी अननसाचा रस, पेरू, पपई, बेलफळ, पालकाची भाजी, सॅलड, धने आणि पुदिन्याची चटणी यांचे सेवन करणे उपयोगी ठरेल.

फास्टफूड, कोरडे मलावरोध उत्पन्न करणारे अन्नपदार्थ वर्ज्य.

बारीक पीठ किंवा मैद्यापासून बनवलेले पदार्थ जसे पाव, बिस्किट, पेस्ट्री, केक इत्यादी देऊ नये.

तळलेले पदार्थ, कचोरी, समोसा, वडा वर्ज्य.

मुलांची अंगठा चोखण्याची सवय

मूल एक-दोन वर्षांपर्यंत अंगठा चोखत असेल तर याने कोणतेच नुकसान होत नाही, परंतु मोठ्या वयापर्यंत मूल अंगठा चोखत असेल तर अनेक त्रास उत्पन्न होऊ शकतात. ५-६ वर्षांपर्यंत मुलांचे दात निघू लागतात. म्हणूनच या वयापर्यंत मूल अंगठा चोखत राहिल्यास हिरड्यांमध्ये बिघाड येऊ शकतो. दात निघण्यात अडथळा येऊ शकतो. अंगठा चोखल्याने बोलण्याची शक्ती मंदावते. बऱ्याचदा अंगठा चोखण्याची सवय आईवडिलांकडून भावनिक संरक्षण न दिल्यामुळेही जडते. यासाठी मुलाला आपले पूर्ण प्रेम व सहानुभूती द्या. त्यामुळे नक्कीच त्याची सवय सुटेल.

मूल मोठे झाल्यावर त्यालाही आपल्या सवयीची लाज वाटू लागते. म्हणून चोरून-चोरून चोखतात किंवा अन्य मुलांपासून वेगळे राहू लागतात. म्हणून पालकांनी मुलांच्या या सवयीकडे दुर्लक्ष करू नये.

☞ मुडदूस

मुडदूस हा विकार सहा महिने ते २ वर्षांच्या मुलासच होतो.

लवकर गरोदर राहणाऱ्या स्त्रियांच्या मुलांना हा विकार मुख्यत्वेकरून होतो.

खाद्यपेयात कॅल्शियम व जीवनसत्त्व 'डी' चा अभाव, स्वच्छ व मोकळी हवा आणि ऊन ही मुलाला त्याच्या वाढीसाठी जितकी आवश्यक आहेत तितकी न मिळाल्याने हा विकार होतो.

यामध्ये हाडांची वाढ बरोबर न झाल्याने ती मृदू, लवचीक व वाकडी-तिकडी होतात. डोक्यास रात्री फार घाम येतो. टाळू भरून येत नाही. सांधे सुजतात.

हात बारीक व पोट मोठे होते. छातीची हाडे पुढे येतात. पोट नगाऱ्याप्रमाणे मोठे दिसते. यकृत व Pancreas वाढते. स्नायू मऊ व लिबलिबीत होतात. त्याला बोलणेही जमत नाही.

फळांचा रस, कॉड लिव्हर ऑईल मुलास रोज देत जावे. सकाळी उन्हात मुलास बसवावे.

☞ बाळाचे दात

प्रत्येकाला दोनदा दात येतात. २० दुधाचे किंवा तात्पुरते दात व ३२ कायमचे दात यापैकी निम्मे वरच्या आणि बाकीचे निम्मे खालच्या जबड्यात असतात.

दातांचा विकास भिन्न-भिन्न मुलांत वेगवेगळा होतो. सामान्यपणे अधिकतर मुलांमध्ये ६ महिन्यांपासून दूध दात (अस्थायी) निघतात. ६ ते ८ वर्षात स्थायी दात निघण्यास सुरवात होते.

या जन्मजात दातांना, प्रीडेसीड्यूस डेंटिशन म्हणतात. या दातांनी मुलांना फार त्रास होतो.

सहाव्या महिन्यातच मुलांना दात यायला सुरुवात होते. खालच्या जबड्यातील मधले दोन दात मूल पाच ते तेरा महिन्यांचे असताना दिसू लागतात. नंतर दोन ते तीन महिन्यांनी क्रमाने वरच्या

जबड्यातील मधले, वरच्या जबड्यातील मधल्याच्या बाजूचे खालच्या जबड्यातील मधल्याच्या बाजूचे दोन सुळे, दाढा दिसू लागतात. शेवटची दाढ साधारणपणे २०-३० महिन्यांनी वर येते.

कधी-कधी मूल जन्मते त्याच वेळी त्याचे मधले दात वर आलेले असतात. जर दात सैल असतील तर ते गिळले जाऊन श्वासनलिकेत अडकण्याची शक्यता असते, म्हणून ते काढून टाकावेत. कधी-कधी दात धारदार व घट्ट असल्याने दूध पिताना आईच्या स्तनाग्रांवर जखम होण्याचा संभव असतो, तसेच कधी-कधी मुलांच्या जिभेखाली त्या दाताच्या टोकाने घासण्यामुळेसुद्धा व्रण होण्याचा संभव असतो. अशा वेळी ते दात काढून टाकावेत. कधी-कधी आनुवंशिकतेने उशिरा दात म्हणजेच मूल दीड वर्षाचे झाले म्हणजे वर येतो. याशिवाय अयोग्य आहार, मुडदूस, क्रेटिनिझम यासारख्या रोगांमुळेही दात उशिरा येतात. अकराव्या महिन्यापर्यंत जर दात आले नाहीत तर तज्ज्ञांचा सल्ला घ्यावा. बहुधा समोरचे खालचे दात प्रथम येतात. साधारणतः सहा महिन्यांपासून दीड वर्षापर्यंत बाळाला दुधाचे दात जवळजवळ आलेले असतात.

दात येताना लाळ अधिक गळते म्हणून लाळेरे वापरण्याची गरज पडते. त्याला सतत काहीतरी चावण्याची इच्छा होते. तेव्हा प्लॅस्टिकच्या मऊ किल्ल्या (Teethers) दिल्या जातात. त्याऐवजी खारीक खोबऱ्याचा तुकडा, गाजराचा मोठा तुकडा वगैरे देणे चांगले, फक्त घशात अडकणार नाही याची काळजी घ्यावी. बाळाला काहीही उचला आणि तोंडात घाला अशी आवड निर्माण होते व बाहेरचे रोगजंतू जाऊन त्याचे पोट खराब होते. तेव्हा पालकांना वाटते की दातामुळेच हे होते व ते टी.व्ही. वरील जाहिरातीला बळी पडून डेंटीन (Dentin) टॉनिक वगैरे घेतात. त्याची काहीच आवश्यकता नसते. त्याच्या आजूबाजूच्या वस्तू सकाळपासून धुऊन स्वच्छ ठेवणे हाच त्यावरील उपाय आहे. तसेच बाळ काही भलतेसलते तोंडात घालतो का यावर लक्ष ठेवावे.

सामान्यतः मुलांत हिरड्यांच्या मासातून दात निघतात. यामुळे त्यात वेदना होतात व खाज येते. हिरड्यात सूज येते. मूल चिडचिड करू लागते. वारंवार रडू लागते, मुलाला ताप येतो.

अशा वेळी पुढील काळजी घ्यावी :

- दात निघण्याच्या वेळी मुलांना असे पदार्थ द्यावेत ज्यात कॅल्शियम, प्रोटीन, आयर्न, व्हिटॅमिन्स आणि मिनरल्स भरपूर आढळतात.
- मुलांचे दात निघण्याच्या दरम्यान उकडलेले सफरचंद, संत्र्याला ज्यूस, डाळ, खिचडी यासारखे पदार्थ द्यावे.
- अशा शिशूंना मल्टी व्हिटॅमिन ड्रॉप्ससुद्धा द्यावेत. ज्यात व्हिटॅमिन D_3 असेल. दहा महिन्यापर्यंत दात न आल्यास डॉक्टरच्या सल्ल्याने कॅलशियम सिरप द्यावे.

पहिले दोन-तीन वर्षे रोज बाळाचे आतील तोंड कोमट पाण्याने बोट घालून स्वच्छ करून बाळाला गुळणी करण्यास सांगावी. ४-५ वर्षांची मुले स्वतःच ब्रशने दात घासू शकतात. तरी मोठ्यांनी त्यांच्याकडे लक्ष द्यायला पाहिजे. लहान मुलांचा ब्रश मऊ असावा व २ वेळा ब्रश करावे. पुढे येणारे स्थायी दात निरोगी आणि पंक्तिबद्ध होणे हे मोठ्या प्रमाणावर दुधाच्या दातांवर अवलंबून असते. म्हणून लहान मुलांना सकाळच्या उन्हामध्ये काही वेळ झोपविणेही फायदेशीर ठरते. कारण सकाळच्या कोवळ्या सूर्यकिरणांत नैसर्गिक व्हिटॅमिन 'डी' असते. जे त्यांच्या दात व हाडांना मजबूत बनवते.

☞ बाळाचा आहार

बाळाला सुदृढ व निरोगी बनविण्यासाठी महत्त्वाचा घटक असतो तो म्हणजे त्या बाळाचे पोषण ! ०-२४ महिने अतिमहत्त्वाचे. (स्तनदा मातेचे पोषणही यात अंतर्भूत आहे.) कारण या काळात पोषण व्यवस्थित न झाल्यास बाळाच्या वाढीवर त्याचे दुष्परिणाम लगेचच दिसून येतात. तसेच बाळाच्या भावी आयुष्यावरही त्याचे परिणाम दिसतात. कारण शारीरिक, बौद्धिक व पुनरूत्पादन क्षमतेवरही परिणाम होतो. म्हणजे संपूर्ण आरोग्यावर दुष्परिणाम होतात. भावी पिढीलाही ते भोगावे लागतात. कारण खुरटलेली आई खुरटलेल्या बाळाला जन्म देते व कुपोषणाचे दुष्टचक्र असेच सुरू राहते.

पूरक आहाराविषयी अनेक गैरसमजुती आपल्या समाजामध्ये आहेत. उदा., बऱ्याच घरांमध्ये पूरक आहार लवकरच (चौथ्या महिन्यात) सुरू केला जातो. त्यामुळे जंतुसंसर्ग होण्याची शक्यता तर वाढतेच व बाळही शारीरिकदृष्ट्या तयार नसते. बाळाची पचनक्रिया पूर्णपणे विकसित झालेली नसते.

स्तनपान व पूरक आहार यांचा संबंध व प्रमाण किती असावे यावरून माता नेहमी गोंधळलेली असते.

बाळाचे वय महिन्यांमध्ये	स्तनपान टक्केवारी	पूरक आहार टक्केवारी
६ - ८	७०%	३०%
९ - ११	५०%	५०%
१२ - १४	३०%	७०%

जेवणामध्ये तृणधान्य व कडधान्य यांचा समावेश असणे फार गरजेचे आहे. कारण दोन्ही एकत्र आल्यास प्रथिने योग्य प्रमाणात मिळतात.

गव्हाची पोळी, फुलका, पुरी, तांदूळ, भाकरी, मका किंवा मिश्र पिठांची भाकरी, वेगवेगळ्या भाज्या घातलेले पराठे इत्यादी. जेवणाचा भाग असावेत. हिरव्या पालेभाज्या मुले खायला कंटाळा करतात, त्याचे पराठे बनविता येतात. तुरीच्या डाळीची आमटी नेहमीच होते. तरीही अनेक प्रकारच्या

डाळी असतात, त्यांचा आपण चवीत बदल व पोषणमूल्य वाढविण्याच्या दृष्टीने आमटीसाठी वापर करू शकतो.

सुरुवातीला बरेच महिने बालकाला अन्न चावता येत नाही म्हणून अतिशय मऊ अन्न खाऊ घालावे. त्यास चहा किंवा कॉफी पाजू नये. जास्त तिखट व मसालेदार पदार्थ व खारट अन्न देऊ नये. तसेच जास्त गोड पदार्थसुद्धा देऊ नयेत. गोड खाल्ल्याने त्यातील साखरेपासून तोंडात ॲसिड निर्माण होते. त्यामुळे दातांना कीड लागू शकते. हे टाळण्यासाठी या वस्तू खायला दिल्यानंतर बालकाला गुळण्या करण्यास सांगावे.

लिंबू पदार्थावर पिळल्यास व्हिटॅमिन 'सी' मुळे शरीरात लोहाचे शोषण चांगल्या प्रकारे होते.

कोरड्या चटण्यांमध्ये लसूण, कढीपत्ता, कारळे, जवस, शेंगदाणा व वेगवेगळ्या डाळी यांचा समावेश असतो. ताज्या चटण्यांमध्ये नारळ, कोथिंबीर चटणी ही पौष्टिक असते. नारळामुळे शरीराला स्निग्धांश मिळतो. तर कोथिंबीरीतून लोह मिळते. काळा खजूर, चिंच व गूळ या गोड चटणीतून लोह तर चिंचेतून व्हिटॅमिन 'सी' मिळते.

पोषणाच्या दृष्टीने सॅलडचे महत्त्व अनन्यसाधारण आहे.

काही ग्रामीण भागातील स्त्रिया सहा महिन्यांनंतरही फक्त स्तनपानच सुरू ठेवतात. त्यामुळे बाळाला उष्मांक (कॅलरीज) मिळतात, पण सूक्ष्मद्रव्यांची कमतरता भासते.

पातळ पदार्थ उदा., डाळ, तांदळाचे किंवा भाज्यांचे वरचे पाणी, फळांचा रस या पदार्थांनी सुरुवात केली जाते. पण यातून बाळाला उष्मांक (ताकद) मिळत नाही (जास्त पाणी जाते).

चुकीचे पदार्थ म्हणजे फक्त भरडी, फक्त नाचणी सत्व किंवा नुसतेच तृणधान्य दिले जाते. (सफेद दिसणाऱ्या पदार्थात सूक्ष्मद्रव्ये-Micronutrients) कमी असतात. बऱ्याच बाळांना पाण्यात किंवा दुधात भिजवून बिस्किटे दिली जातात. बिस्किटात मैदा असतो.

सहा महिने पूर्ण झाल्यावर आईचे दूध पुरेसे होणार नाही, असे समजून पूरक आहार म्हणून गाईचे दूध दिले जाते. हे अत्यंत चुकीचे आहे.

सहा महिन्यांनंतर स्तनपानाबरोबर पूरक आहार सुरू करून कमीत कमी दोन वर्षे पूर्ण होईपर्यंत स्तनपान सुरू ठेवावे. बाळाच्या वाढत्या वयाला पोषक तत्त्वांच्या गरजा भागविण्यासाठी स्तनपानाच्या बरोबरीने जो आहार दिला जातो त्याला पूरक आहार म्हणतात.

काही लोकांचा असा गैरसमज असतो की, मुलांना खोकला येत असल्यास केळ खाण्यात येऊ नये. परंतु हे चुकीचे आहे. केळामध्ये अनेक उत्तम तत्त्व आहेत.

घसा खराब झाल्यास दही न देण्याचा सल्ला दिला जातो जो चुकीचा आहे. दही अत्यंत पोषक आहे. ज्यामध्ये उपचाराची नैसर्गिक शक्ती असते. दह्यामध्ये व्हिॲमिन 'C' असते.

अन्न प्राशन संस्काराचे महत्त्व : हिंदू धर्मातील सोळा संस्कारामधील अन्न प्राशन हा एक महत्त्वाचा संस्कार मानला जातो. या संस्कारामध्ये लहान मुलाला पहिल्यावेळी आहार वा अन्न भरविले जाते. सात्त्विक अन्नाचा प्रभाव अवचेतन मनावर आयुष्यभरासाठी कोरला जातो. म्हणूनच अन्न प्राशनाच्या (पूरक अन्नाच्या आधी) माध्यमातून मुलाच्या चेतनेमध्ये सात्विकवृत्ती निर्माण करण्याच्या दृष्टीने विधीपूर्वक केला जाणारा हा संस्कार अनिवार्य मानला जातो.

सहाव्या महिन्यानंतर हा संस्कार केल्यावर बालकाला पेज, फळांचे रस व वरचे अन्न थोड्या फार प्रमाणात द्यायला सुरवात केली जाते.

पहिले सहा महिने तर पूर्णपणे स्तनपानच करावे. नंतर पूरक अन्न देण्यास हळूहळू सुरुवात करावी. बाळाला सातव्या महिन्यानंतर दात यायला सुरुवात होते. तेव्हापासून हळूहळू Winning करावे. म्हणजे अंगावरचे पाजणे कमी करावे आणि वरचे अन्न वाढवावे. रात्री ११ ते सकाळी ६ वाजेपर्यंत आईचे दूध पाजावे. अन्न सुरू केल्यावर आधी दोन चमचे, हळूहळू चार चमचे करावे असे हळूहळू वाढवावे. पूरक आहार चांगला शिजवून बारीक केलेला व ताजा असावा. आहार देण्यापूर्वी हात स्वच्छ धुवावेत.

(१) घरगुती अन्नच चांगले.

(२) बाळान्नाचे तयार डबे टाळावेत.

(३) शक्यतो बाळासाठी वेगळे पदार्थ बनवणे टाळा. आपल्याच खाण्यातील पदार्थ मऊ करून ते बाळाला द्या. पण खूप तिखट व मसालेदार अन्न बाजूला ठेवा. बाळाला वरचे अन्न देताना सुरुवातीला धान्ये भाजून घ्यावीत. म्हणजे ती पचायला हलकी होतात.

(४) सहाव्या महिन्यापासून भाज्यांचे सूप, मटन, चिकनचे सूप, टोमॅटो, मोसंबी, संत्री व फळांचा रस, भाताची पेस्ट, वरणाचे पाणी + तूप द्यावे. घट्ट अन्न सुरू करताना त्याला मऊ शिजलेला भात व वरणात भिजवून ठेवलेली पोळी अथवा दूध-पोळी यांच्या स्वरूपात सुरुवात करावी. मांसाहार - अंडी, मासे, मटन हे पदार्थ सहा महिन्यांनंतरच द्यावेत. मुलांना त्यामुळे ॲलर्जी निर्माण झाल्यास ते विशिष्ट पदार्थ परत कधी देऊ नयेत. सहा महिन्यांनंतर - फळे स्वच्छ करून केळी, चिकू, सफरचंद मऊ करून चमच्याने भरवा. उकडलेला बटाटा + मीठ + जिरा पूड व लोणी घालून द्या. दह्यात मीठ आणि साखर घालून द्या. ६ ते १२ व्या महिन्याच्या मुलाला काही कारणास्तव स्तनपान सुरू नसल्यास, पाणी न घातलेले दूध कपाने पिण्यास द्यावे.

(५) भरड - तांदूळ ३ हिस्सा आणि डाळ १ हिस्सा हे थोडेसे धुऊन, सुती कापडावर पसरवून वाळवा. वाळलेले धान्य भाजा व रवा पाडा. ही भरड बरणीत भरून ठेवल्याने ७ ते १० दिवस चांगली टिकते. त्यातील थोडी भरड चांगल्या तुपात भाजून आणि पाणी घालून साखर व मीठ टाकून खीर बनवून बाळाला भरवावी.

(६) खीर - रवा, गव्हाचे पीठ किंवा नाचणीचे सत्त्व यात दूध घालून बाळाला खीर द्या. ६-९ महिन्यांच्या बाळाला - मऊ भात, खिचडी, उकडलेले अंडे, फळे द्यावीत.

९ महिन्यानंतर - वरणभात, भाजी-पोळी, अंडी, चिकू व इतर फळे.

बाळ १ वर्षाचे होईपर्यंत त्याने इतर कुटुंबीयांसोबत नाश्ता, दुपारचे व रात्रीचे पूर्ण जेवण घ्यायला हवे. अन्य वेळी बाळाला स्तनपान द्यावे. एक वर्षानंतर पूर्ण आहार द्यावा. दीड वर्षाच्या बाळाला मोठ्या माणसाच्या निम्म्याने आहार द्यावा. पण शिशूचे पोट लहान असल्याने त्याला हा आहार दिवसातून चार ते पाच, कधी-कधी सहा वेळासुद्धा विभागून द्यावा लागतो. सुरवातीपासूनच मुलांच्या दातांच्या योग्य देखभालीबद्दल काळजी घेणेही महत्त्वपूर्ण आहे. मुलांचे दात निघताच दात स्वच्छ करण्याची सवय लावावी. दात स्वच्छ राखण्यासाठी मुलांना भोजनपश्चात गाजर अथवा सफरचंद काकडी, मुळ्याचा तुकडा खाण्यास द्यावे. दातांच्या व्यायामासाठी आठ महिन्याच्या शिशूला डबलरोटीचा कठिण भाजलेला तुकडा द्यावा. मुलांना ताजी कच्ची भाजी धुऊन खाण्यास द्यावी. याने त्यांच्या दातांचा व्यायाम होईल. प्रत्येक ६ महिन्यानंतर मुलांचे दात डॉक्टरांकडून तपासून घ्यावेत.

बाळासाठी पोषक लाडू : घटक - चारोळ्या, ज्येष्ठमध, मध, लाह्या, सातू, खडीसाखर. साधारणपणे दात येताना हा लाडू सुरू करावा आणि अंगावरचे दूध बंद करेपर्यंत चालू ठेवावा.

(७) धान्य, कडधान्ये, भाज्या (पालेभाज्या व फळभाज्या हे सर्व मिळून संतुलित आहार होतो.) मोड आलेली कडधान्ये (वाफवून), आंबवलेल्या पदार्थांचा (इडली, डोसा, ढोकळा) आहारात समावेश केल्यास त्यातील पौष्टिक मूल्यांमध्ये वाढ होते.

(८) गोड पदार्थ - काही मुलांना गोड पदार्थ आवडतात तर काहींना तिखट मिठाचे. मुलांना आवडेल ते द्या. गोड खाल्ल्याने पोटात जंत होतात हा समज चुकीचा आहे. दात किडू नयेत म्हणून गोड खाल्ल्यावर आतून तोंड धुवावे. (गोड चिकट दाताला चिकटून राहते म्हणून) चॉकलेट, गोळ्यांऐवजी सुका मेवा द्यावा. (जसे खजूर, अंजीर)

(९) मांसाहार - ज्या घरांमध्ये मांसाहार घेतला जातो त्या घरांतील मुलांना नऊ महिन्यानंतर हळूहळू अंडे किंवा इतर सामिष पदार्थ (मासे, चिकन, मटण) देण्यास हरकत नाही.

(१०) बिस्किटे, नूडल्स, वेफर्स, कुरकुरे, चॉकलेट, थंड पेय, केक, पेस्ट्री, सॉस असे सटरफटर पदार्थ टाळावेत, हे पदार्थ चवीला गोड असतात पण पचायला जड असतात. लहान मुलांची पचनसंस्था अतिशय नाजूक व संवेदनशील असल्याने कोणत्याही प्रकारचे पचायला जड असणारे अन्नपदार्थ उदा., चवळी, मटारसारखी कडधान्ये, मोड आलेली कच्ची कडधान्ये, मांसाहार विशेषतः अंडे, चीज, पनीर, केक, मैद्यापासून बनवलेली बिस्किटे टाळायलाच पाहिजे.

दूध व फळे एकत्र करून कधीही घेऊ नये. त्यामुळे मुलांना विविध ॲलर्जी, त्वचेवर पुरळ येणे वगैरे त्रास होऊ शकतो. जेवणाऐवजी फळे देऊ नयेत. खूप प्रमाणात फळाचे रस देऊ नयेत.

दूध खूप व वारंवार गरम केल्याने दुधातील पोषक तत्त्वे नष्ट होतात. १०० डेसिबलपेक्षा जास्त उष्णतेवर १५ मिनिटे दूध उकळले तर दुधातील प्रोटीन्स व व्हिटॅमिन्स डिनेचर्ड होऊन नष्ट होतात. दुधातील खनिजे व ॲमिनो ॲसिडरी नष्ट होतात. मुलांच्या बुद्धीची ८०% वाढ पहिल्या दोन वर्षांमध्येच झालेली असते. त्यामुळे या दोन वर्षांमध्येच मुलांसाठी पोषणाचा महत्त्वाचा स्रोत असतो.

बाळाला भरवताना त्याची मानसिकता ओळखावी. जबरदस्ती करू नये. चमच्याऐवजी हातानेच भरवावे. मुलांना एक वर्षापर्यंत भरवावेच लागते. यानंतर हळूहळू हाताने जेवणास प्रोत्साहन द्यावे. बाळाला भरवण्यापूर्वी हात स्वच्छ धुवावेत. बाळाला भूक लागेल तेव्हा ते स्वतःहून मागेल कारण शिशूंना अधिक वेळापर्यंत भूक सहन होत नाही. नूडल्स, चॉकलेट, कोल्ड्रिंक्स इत्यादीचे सवय करू नये याने भूक कमी होते.

तेच-तेच पदार्थ देण्यापेक्षा वेगवेगळ्या प्रकारचे रुचकर पदार्थ करावेत. चव बदलामुळे बाळ आवडीने खाते.

जेवताना अडथळे (उदा., दूरदर्शन संच सुरू असणे) टाळावे. परंतु बाळाशी संवाद साधत-साधत गाणी म्हणत गोष्टी सांगत भरवावे.

बाळाला वेगळे भरवण्यापेक्षा कुटुंबीय जेवत-खात असताना बाळाला भरविल्यास सहभोजनाचा आनंद घेत बाळ आवडीने खाते. एकत्रित जेवल्यामुळे कौटुंबिक नाती दृढ बनतात व मुलांचा हट्टीपणा कमी होतो.

मूल कसे जेवायचे हे अनुकरणातून सहज शिकतात. त्यामुळे बाळाचा बौद्धिक व भावनिक विकास चांगला होतो. आपल्या जेवणातील खाद्यपदार्थ खाण्याची सवय बाळाला लागते. तसेच बाळ एका ठिकाणी बसून जेवायला शिकते. बाळ पळतय आणि आई त्याच्या मागे ताट घेऊन फिरते असे होऊ देऊ नये. एकाच ठिकाणी बसून जेवायची सवय लावावी.

सुरुवातीपासून बाळाला सर्व खाण्याची सवय लावावी. दहा महिने पूर्ण झाल्यानंतरही बाळ जर रोजचे जेवण जेऊ लागले नाही तर जेवणाची सवय न लागण्याची शक्यता खूप वाढते.

बाळाला चांगल्या सवयी लावण्यासाठी घरातील माणसांच्या खाण्याच्या सवयी चांगल्या असणे आवश्यक आहे. घरातील माणसांचे बघूनच लहान मूल खात असते.

मातेचे वय १९ वर्षांपेक्षा कमी असेल किंवा दोन अपत्यांमधील अंतर तीन वर्षांपेक्षा कमी असेल तर जन्माला येणाऱ्या बालकामध्ये कुपोषण होण्याचा धोका अधिक असतो.

बालकांच्या आजारपणातील आहार

आजारपणात मुलांची भूक कमी होत असल्यामुळे ते आहार कमी प्रमाणात घेतात. अशा वेळेस बाळ कुपोषित होण्याची जास्त शक्यता असते.

- आजारपणात सुद्धा आहार सुरू ठेवावा.
- बाळाला थोडे-थोडे अन्न नेहमी पेक्षा जास्त वेळा द्यावे.
- घरी तयार केलेले साधे अन्न द्यावे पचण्यास सोपे असते.
- स्तनपान सुरू ठेवावे व आजारपणात नेहमीपेक्षा जास्त वेळा द्यावे.
- डाळी व इतर पदार्थ देताना जास्त पाणी टाकून अधिक पातळ करू नये. त्यामध्ये तिखट घालू नये.
- बाळाच्या अन्नात १ चमचा तूप किंवा तेल टाकावे.

'अ' जीवनसत्त्व आपली दृष्टी चांगली राहण्यासाठी अतिशय आवश्यक घटक आहे. ते आपल्या शरीरात तयार होत नसल्यामुळे वयाच्या ५ महिन्यांपासून ते ५ वर्षांच्या बालकांना ६-६ महिन्यांच्या अंतराने 'अ' जीवनसत्त्वाची एक-एक मात्रा द्यावी.

मुलांच्या आहारात गाजर, हिरव्या पालेभाज्या, पिकलेली फळे, अंडी, दूध व मासे इत्यादींचा समावेश करावा.

- दिवसभरातून आई दुधातून ५६० कॅलरीज पुरवू शकते. • सहा महिन्यांनंतर मातेचे दूध व पूरक आहार दोन्ही आवश्यक ठरतात. • सातव्या-आठव्या महिन्यात कॅल्शियम व लोह यांची अधिक गरज वाढते. 'अ' जीवनसत्त्व व प्रथिनांची गरज वाढते. हे सर्व पूरक आहाराद्वारे द्यावे लागते. • पूरक आहार हा वेळेवरचे दूध दिल्यानंतर द्यायचा असतो. • पूरक आहार म्हणून ब्रेड, बिस्किट नको. डबाबंद आहार - फॅरेक्स, नेस्टम इत्यादी अन्नपदार्थ शक्यतो टाळावेत.

लहान मुले फास्टफूडमुळे लठ्ठपणाची शिकार होतात. त्यांची इम्यून सिस्टीम कमजोर होते. जी मुले आठवड्यातून तीन किंवा जास्त वेळा फास्टफूड घेतात त्यांच्यामध्ये अस्थमा (दमा, एक्झिमा आणि रायनायटिस - नाकात दाह होणे.) होण्याचे धोके अधिक असतात.

वरचे दूध

वरचे दूध हा काही पूरक आहाराचा भाग नव्हे. त्यापेक्षा दुधाच्या पदार्थांचा (दही, तूप, लोणी, पनीर) आहारात समावेश असावा. दूध, भात किंवा पोळी असे पदार्थ बाळ खाऊ शकते. बाळाला एक वर्षानंतर अर्धा लीटर दूध द्यावे. त्यातील पाव किंवा अर्धे दुग्धजन्य पदार्थ द्यावेत.

वय वाढते तसे आहाराचे स्वरूप बदलावे. मुले व्यवस्थित जेवायला लागली की त्यांना दुधाची गरज नसते अशी चुकीची समजूत बऱ्याचदा आढळून येते. पण खरेतर संपूर्ण बाल्यावस्थेत म्हणजेच मूल १६ वर्षांचे होईपर्यंत त्याच्या हाडांची वाढ होते. त्यामुळे दूध पिणे अनिवार्य आहे. वास्तविक दूध पिणे सर्वच वयाच्या व्यक्तींसाठी आवश्यक आहे.

दोन वर्षांमध्ये बाळ पूर्णपणे जेवू लागते. कारण तोपर्यंत मुलाला बहुतेक दुधाचे दात आलेले असतात.

तीन वर्षांखालील मुलांना दाणे, द्राक्षे, पॉपकॉर्न या गोष्टींनी ठसका लागून श्वासनलिकेचे प्रश्न निर्माण होऊ शकतात म्हणून ते टाळावेत. कच्च्या अंड्याने जंतुसंसर्ग होऊ शकतो म्हणून ते टाळावे. मैद्यापेक्षा गव्हाच्या पिठाच्या पोळ्या उत्तम कारण त्यातून जीवनसत्त्वे, क्षार व तंतू मिळतात. बिगर - पॉलिश तांदूळ उत्तम.

मुलाचे माती खाणे

मुलाचे माती खाणे या सवयीचे नक्की कारण सांगता येत नाही. परंतु कमी प्रतीचा आहार, रक्तामध्ये लोहाचे प्रमाण कमी असणे (ॲनिमिया), जंतामुळे, कंटाळा येणे, भूक लागणे, लक्ष वेधून घेणे या वेगवेगळ्या कारणांमुळे ते माती खाण्याच्या सवयीला बळी पडू शकते. कारणानुसार बालकाचा उपचार करावा. काही वेळा कॅल्शिअमच्या गोळ्या तोंडात चघळत ठेवल्यास त्याचे माती खाण्याचे आकर्षण कमी होते.

☞ ह्यूमन मिल्क बँक

आईकडून काही कारणाने स्तनपान होऊ शकत नसेल तर बाळाला दुसऱ्या आईचे दूध देणारी संस्था म्हणजे मिल्क बँक. यासाठी दात्या आईचे दूध पूर्णपणे निर्जंतुक पद्धतीने गोळा करणे आवश्यक असते. मार्केटमध्ये मिळणाऱ्या इन्स्टंट फूडपेक्षा हे जास्त पौष्टिक असते.

मिल्क बँक कोणासाठी उपयुक्त ?

अतिदक्षता विभागात असणारी कमी वजन असलेली किंवा जी अर्भके स्तनपान घेण्यास व काही कारणाने माता स्तनपान देण्यास असमर्थ आहे अशा वेळी ही बँक उपयुक्त आहे.

त्यापैकी काही कारणे -

- चिंताग्रस्त, तणावात असलेल्या आईला दूध येत नाही.
- विविध वैद्यकीय कारणांमुळे आई आणि बाळाचे वेगवेगळ्या दवाखान्यात असणे.
- गंभीर आजार जसे एड्स किंवा क्षय असल्यामुळे मातेची असमर्थता.

ज्या माता स्तनपान करण्यास समर्थ आहेत अशा मातांसाठी हे दूध उपलब्ध नाही.

मिल्क बँकेतील दुधाची साठवणूक कशी केली जाते ?

हात स्वच्छ धुऊन निर्जंतुक पंपाच्या साहाय्याने एका बाटलीत आईचे दूध गोळा केले जाते. ही बाटली लगेच बंद करून त्यावर दूध घेतल्याची तारीख व वेळ असणारी चिठ्ठी लावली जाते. उच्च तापमानाला दूध तापवून पाश्चरायझेशनच्या प्रक्रियेनंतर साठवले जाते.

दूध दाता आई कोणाला होता येईल ?

उत्तम आरोग्य असलेली दूध दाता आई आपल्या स्वतःच्या अर्भकाला दूध पुरवूनही ज्या मातेला दान करायचे आहे अशी माता. त्या मातेचा मागील सर्व आरोग्याचा इतिहास पाहिला जातो.

- एच.आय.व्ही.
- हिपॅटायटीस बी
- ह्यूमन टी सेल ल्युकेमिया व्हायरस
- सीफिलीस या आजारांची तपासणी केली जाते. यांपासून मुक्त असावी.

कोणती माता दूधदाता होऊ शकत नाही ?

१. जी माता स्वतःच अशक्त असेल किंवा जिला औषधोपचार चालू असेल.

२. बाळंतपणाच्या वर्षभराच्या काळात जर मातेला रक्त किंवा रक्तघटक पुरविले असल्यास, टिश्यू ट्रान्सप्लांट केल्यास ती दूध दान करू शकत नाही.

३. माता व्यसनी असल्यास.

४. मातेला जर कधीही हिपॅटायटीस बी झाला असल्यास किंवा जर वर्षभराच्या काळात एच.आय.व्ही. ग्रस्त किंवा हिपॅटायटीस बी झालेल्या पुरुषाशी लैंगिक संबंध आल्यास त्या मातेचेही दूध घेता येत नाही.

भारतातील मिल्क बँक

आपल्या भारतात मुंबईत चार, पुण्यात एक, हैदराबाद, सुरत व बडोदा येथे रुग्णालयात ह्यूमन मिल्क बँका आहेत.

☞ बाळगुटी

बाळगुटी कोणत्या बाळाला द्यावी ?

१. ज्या मातेला दूध अजिबात येत नाही किंवा कमी येत असेल तर.

२. आईची सुखकर प्रसूती झाली नसेल तर (Complications in Labour)

३. आईला एखादा गंभीर रोग झालेला असेल तर.

४. जे बालक दूध पिऊनही तृप्त होत नाही किंवा दूध प्याल्यावरही रडते.

५. जे बालक नीट झोपत नाही.

६. जे बालक खूप दूध पिते किंवा सारखे मागते.

७. ज्या बालकांना मलप्रवृत्ती कमी होते.

८. जे बालक अशक्त आहे.

९. जे बालक ३-३ दिवस मलप्रवृत्ती करत नाही.

बरेच लोक मनाने अनेक आयुर्वेदिक औषधांच्या मुळ्या आणून ते रोज चाटवतात पण हे अत्यंत अशास्त्रीय आहे.

सर्व बालकांना चालू शकेल असे 'सुवर्ण प्राशन' होय. (सोन्याचा तुकडा किंवा कडे पण दागिना नाही) गरम पाण्याने स्वच्छ केलेल्या सहाणीवर थोड्या पाण्यात शुद्ध सोने घासून त्यात मध व शुद्ध गाईच्या तुपाचे दोन थेंब टाकून बाळाला रोज चाटवावे. हे बल आणि बुद्धी यांचे वर्धन करते. तसेच आयुष्यवर्धक आहे. रोज दिल्याने बाळ 'मेधावान' होते (बाळाची बुद्धी प्रगल्भ होते). त्याची व्याधी प्रतिकारशक्ती चांगलीच वाढते. रोज सकाळी सुवर्ण प्राशन दिल्यास बालकाची स्मरणशक्ती, आकलन शक्ती आणि अभिव्यक्ती चांगली होते असे दिसून आले आहे. दोन बोटांवर मावेल एवढेच बाळाला चाटवावे.

सध्याच्या गुटी औषध प्रकारात सुंठ, वेखंड, जायफळ, मायफळ, हिरडा, बेहडा, ज्येष्ठमध, मुरुडशेंग, साखर, सांबरशिंग. अगदी लहान असताना खारीक, बदाम पचत नाही कारण चौथ्या पाचव्या महिन्यापासून चाटवावीत.

गुटीचे सामान स्वच्छ धुऊन उन्हात कोरडे करून मग बंद डब्यात ठेवावे. नाहीतर फायदा होण्याऐवजी त्यात फंगल इंन्फेक्शन होते. ते सुरुवातीला डोळ्याने दिसत नाही व बाळाला जुलाब होतात. म्हणून स्वच्छता पाळायला पाहिजे. त्यासाठीच बालरोगतज्ज्ञ सांगतात की गुटी वगैरे देऊ नका.

• बाळाला सर्दी झाल्यास वेखंड पाण्यात उगाळून सौम्य लेप कपाळावर लावावा. • खूप जुलाब झाल्यास किंवा पोट खूप दुखत असल्यास सुंठ व जायफळ चाटवावे. • मलप्रवृत्ती साफ नसल्यास हिरडा, अतिविषा, वेखंड उगाळून चाटवावे.

सुवर्ण वचा योग

वेखंड ओले असताना वेखंडाच्या भौमिक कांडात सोन्याची बारीक तार मध्यभागी खोचावी. नंतर ओले वेखंड वाळले की त्यालाच 'सुवर्ण वचा' असे म्हणतात. ही सुवर्ण वचा शुद्ध गाईच्या तुपात किंवा मधाबरोबर सहाणीवर पाच ते सहा वेढे उगळावी. तयार झालेल्या मिश्रणास 'सुवर्ण वचा योग' असे म्हणतात.

फुफ्फुसांची कार्यक्षमता व प्रतिकार क्षमता या औषधांमुळे वाढते. म्हणूनच पहिल्या काही दिवसांमध्ये बाळाला चाटवण्याचा प्रकार असावा. पंचज्ञानेंद्रियांच्या योग्य क्षमता निर्मितीसाठी वरील औषध उत्तम. तसेच बाळाच्या शरीर आणि बुद्धिसंवर्धनासाठी उत्तम औषध म्हणून कार्य करते.

जन्मानंतर हा बाळाच्या पित्याकडून संस्कार केला जातो. म्हणून बाळात व पित्यातही एक प्रकारचा बंध तयार होतो.

मुलांना पाजायचे पाणी

सहा महिन्यांनंतर बाळाला पाणी उकळून पाजावे. पाण्याला उकळी फुटल्यानंतर दहा मिनिटे पाणी उकळावे आणि मगच गॅस बंद करावा. नंतर गार करून बाळाला द्यावे. पाणी उकळताना त्यात वावडिंगाचे चार दाणे (ओवा, बाळंतशेपवा यामुळे पाणी पचनास हलके होते.) आणि शुद्ध सोन्याचे कडे त्यात अवश्य टाकावे. उकळल्यानंतर सोन्याचे कडे आणि वावडिंगाचे दाणे काढून ठेवावे. सुवर्णामुळे बाळाची बुद्धी, स्मृती, मेधा, कांती आणि ओज यांची वाढ होते. वावडिंगामुळे बाळाच्या पोटाचे आरोग्य चांगले राहते.

☞ बाळाची खेळणी

बाळाला खेळण्याचा रंग लाल आणि हिरवा विशेषत्वाने आवडतो. या खेळण्यांशी खेळून बाळ आपली कार्यक्षमता वाढवते व त्याचे Milestons योग्य काळात विकसित होतात.

जी वस्तू हातात येईल ती तोंडात घालणे हा एक नॉर्मल रिफ्लेक्स असतो.

बाळाची खेळणी नेहमी नरम, अणुकुचीदार नसलेली आणि तोंडात किंवा घशात न अडकणारी अशी असावीत. फरच्या कापडाची खेळणी मुलांना अजिबात देऊ नयेत. कारण हे 'फर'चे तंतू बऱ्याच वेळा बाळाच्या श्वासनलिकेत जातात आणि बाळाला वारंवार Infections होऊ शकतात.

शरीराला अपायकारक धातूंपासून, खबरापासून तयार केलेली खेळणी मुलांसाठी खरेदी करू नका.

मुलांना केवळ आवाज करणारी खेळणी देऊ नका. त्यांना सुयोग्य खेळणी द्या. संगीताचा वापर करणारी, मनोरे बांधणारी, काही तरी कृती करणारी खेळणी त्यांना दिलीत तर त्याचा उपयोग वस्तू, रंगामधला फरक समजणे आणि कार्यकारण भाव कळणे यासाठी होतो. त्यामुळे बालकाची बुद्धी तल्लख होते. म्हणून मुलांच्या बुद्धीला व विचारांना चालना देणारी खेळणी मुलांना घेऊन द्या.

स्वतः खाण्याची सवय

बाळ बसून स्वतःच्या हाताने खाताना अन्न सांडते, सगळे कपडे खराब करते असे असूनही बाळाला स्वहस्ते खाऊ द्यावे. त्यामुळे पुढील फायदे होतात.

- बाळ बोटे वापरण्यास शिकते.
- स्वावलंबनाचा संस्कार होतो.
- आत्मविश्वास वाढतो व काहीतरी केल्याचे त्याला समाधान मिळते.
- अन्न खाण्यात रुची निर्माण होते.

त्याने खाताना कुणीतरी मोठी व्यक्ती त्याच्याजवळ असावी. बाळाला पूर्ण तुकडा, गाजर, काकडी, टोमॅटो, बीट यांचे तुकडे असे पदार्थ द्यायला हरकत नाही.

तीन वर्षांपर्यंत बाळाच्या मेंदूची वाढ होते. कुपोषणामुळे बाळाच्या बौद्धिक व मानसिक विकासावर परिणाम होतो.

☞ बाळाच्या मेंदूसाठी लागणारे अन्नघटक

ताजी फळे व पालेभाज्या, पालक, शेंगदाणे, बदाम, अक्रोड, कातडी काढलेला मांसाहार, अंडी, मासे ओमेगा ६ व आमेगा ३ फॅट्टी ॲसिडचे आहारातील प्रमाण ४:१, कमीत कमी जंकफूड खाणे, जीवनसत्त्वात, खनिजसत्त्वात, चेरी, लसूण, पिकलेली फळे याद्वारे ॲंटिऑक्सिडंट्स मिळतात.

☞ बाळाचा अपघातापासून बचाव

(१) बिछान्यावरून खाली पडणे : चार महिन्यांनंतर बाळ पालथे पडू लागते. काही मुले लवकर पडू लागतात. त्यामुळे तीन महिन्यांपेक्षा मोठ्या बाळांना बिछान्यावर जराही एकटे ठेवू नका, शक्यतोवर खालीच झोपवा.

(२) जिन्यावरून पडणे : १ ते ३ वर्षे या काळात असे अपघात सर्रास होतात. त्यामुळे या वयातील मुले जिन्याजवळ एकटी जाऊ नयेत म्हणून जिन्याच्या तोंडावर किंवा दरवाज्यात लाकडी अडसर करा.

(३) विषबाधा : १ ते ३ वर्षांची मुले घरभर फिरतात, दिसेल त्याला हात लावतात, डबे-बाटल्या उघडतात व दिसेल ते तोंडात घालतात. त्यामुळे रासायनिक पदार्थ, औषधे, कीटकनाशके मुलांचा हात पोहोचणार नाही अशा ठिकाणी ठेवा.

(४) धारदार वस्तू : पेन, पेन्सिल, कात्री, सुऱ्या अशा धारदार, टोकदार वस्तू लहान मुलांच्या हाती पोहचणार नाहीत अशा ठिकाणी ठेवा.

(५) छोट्या गोलाकार वस्तू : गोट्या, बटणे, गोळ्या, डाळी व शेंगदाणा अशा वस्तू बाळाने तोंडात टाकून गिळल्यास त्या घशात अडकू शकतात.

(६) बाळाला झोका देणे : रडणाऱ्या बाळाला आपण हाताचा झोका करून हलवतो व शांत करतो. फार जोरात झोका दिल्याने लहान बाळाच्या मेंदूतील रक्तवाहिन्या फुटू शकतात.

(७) बुडण्याचा धोका : लहान बाळांना एकटे बाथरूममध्ये सोडू नये. बाळ पाण्याने भरलेल्या बादलीत उलटे पडल्याने बुडण्याची शक्यता असते.

☞ बाल संगोपन करणाऱ्या पालकांनी कोणत्या गोष्टी लक्षात ठेवाव्यात

शिस्त : लहान मुलांचा चुकीचा हट्ट पुरवू नये. रागवण्यापेक्षा समजावून सांगण्यावर भर दिल्यास मूल हट्टी होत नाही. उलट त्याला बरे-वाईट, योग्य-अयोग्य यातले अंतर समजू शकते. मूल मागते म्हणून लगेच वस्तू खरेदी केली तर त्याला वस्तूची व तुमचीही किंमत राहणार नाही. त्यांना समजून सांगा. परिणामांची जाणीव करून देत राहा म्हणजे मूल समजूतदार होईल. पुढे ते मूल स्वतःच स्वतःचे निर्णय घेऊ लागले व कौतुकास पात्र होईल. गर्भसंस्कार झालेली बाळे थोडी समजूतदार व शांत असतात. हट्टीपणा थोडा कमी असतो. त्यांची तर्कबुद्धी व समज फार चांगली असते.

मुलांनी खोडकर, खट्याळ असणे हा त्यांच्या स्वच्छंदीपणामुळेच भाग असतो. या स्वच्छंदीपणामुळेच त्यांची जिज्ञासू वृत्ती, आकलन शक्ती, ज्ञान मिळविण्याची धडपड वाढत असते. त्यांना सक्त धाकात ठेवून त्यांचे मन कोंडू नये, त्यांना बंदिस्त बनवू नये.

बालकाचा मेंदू गर्भावस्थेत आणि जन्मानंतर एक वर्षापर्यंत खूप वेगाने वाढतो. पाच महिन्यांच्या मुलात मोठ्या माणसांच्या मेंदूत असणाऱ्या सर्व मज्जापेशी असतात. जन्मानंतरच्या पहिल्या पाच वर्षांमध्ये जाणीवपूर्वक प्रयत्न केले पाहिजेत. योग्य पद्धतीने शिक्षण दिले तर बाळाला हुशार बनवायचे, संस्कारी बनवायचे स्वप्न पूर्ण करू शकतात. याच कालावधीत मेंदूची मूलभूत घडण होत असते. पालकांच्या सहवासामुळे मेंदूतील जाणिवांची प्रगल्भता (Cognitive Development) वाढते. त्यामुळे

पहिल्या २-३ वर्षांमध्ये त्यांच्याशी हळुवार बोलले पाहिजे. 'त्याला काय कळतंय' म्हणून पालकांनी त्याच्यासमोर काही केले, काहीही बोलले, भांडले तर चालणार नाही. अगदी नवजात अर्भकालाही समजत असते आणि त्याप्रमाणे ते सतत शिकत असते. मुलाला सतत प्रेमळ वागणूक द्या. ते त्याच्या मेंदूचे अन्नच म्हणावे लागेल. पालकांचा जास्तीत जास्त सहवास मिळणे आवश्यक आहे.

"जागरुक असतील पालक तर सुदृढ होईल बालक !"

• मुलांना तुमचा वेळ उदारपणे द्या. मुलांबरोबर स्वतः खेळा. घर खूप पॉश व स्वच्छ ठेवण्यापेक्षा मुलांना स्वच्छंदपणे खेळू द्या. बाहेर जाताना मुलांना सोबत न्यावे. • आजकाल मुलांना शिक्षा किंवा सक्ती करण्याबाबत सर्वत्र विरोधाचा सूर दिसतो. पण मूल चुकीचे वागत असल्यास त्याला नीट समजावून सांगणे महत्त्वाचे. हेही जेव्हा मूल आनंदात असेल आणि तुम्हीही चांगल्या मनःस्थितीत असाल तेव्हासाठी असू द्या. मुलांना धमक्या देणे किंवा भीती दाखवणे अयोग्य आहे. सतत कुरकुर करीत, चिडचिड करीत मुलांशी बोलणे अयोग्य आहे. उलट लहानपणी त्याला नीट वळण व शिस्त लावली तर त्याचा फायदा पुढे आयुष्यभर होतो. • मुलांना खेळायला प्रोत्साहन द्या. दुसऱ्या मुलांबरोबरही खेळू द्या. त्याला स्वतःला खाऊ किंवा छोटी-मोठी गीफ्ट मित्रांना द्यायची सवय असू द्या. म्हणजे 'शेअरींग'ची सवय लागेल. एकत्र मिळून-मिसळून खेळण्याची सवय जोपासल्यामुळे त्यांच्यामध्ये विश्वबंधुत्वाची भावना विकसित होईल. नेहमी योग्य व तथ्य असलेली माहिती द्या. पण मुलांचे वय लक्षात घेऊन सोपी व संतुलित उत्तरे द्या. • थोड काही नवीन मुलांनी केले तरी त्यांचे खूप कौतुक करा म्हणजे पुढील आयुष्यात तो अजून प्रगती करेल. • त्याला सर्व जबाबदाऱ्यांचे काम द्या. जसे घर बांधण्याचा खेळ खेळणे वगैरेला त्यांना योग्य प्रतिसाद द्या. • सुमारे दोन वर्षांच्या मुलांना खूप प्रश्न पडू लागतात. त्यांच्या या चौकस व जिज्ञासू वृत्तीला वाव द्यावा आणि न टाळता त्याच्या प्रत्येक प्रश्नाला समाधानकारक उत्तरे द्यावीत. याने मुलाच्या सर्वांगीण विकासाला मदत होते. त्यांच्या प्रश्नांना योग्य उत्तरे मिळाली तर त्यांचा बौद्धिक विकास सुदृढपणे होतो व त्यामुळे ती जीवनात स्वाभाविक रूपात पुढे जाऊ शकतात. थोडक्यात, मुलाच्या जिज्ञासा कधीही साध्या समजू नयेत. त्या प्राधान्याने शांत कराव्यात. • हळूहळू विकासाच्या निरनिराळ्या पायऱ्या ओलांडत आपले बाळ एका समर्थ बुद्धिमान व्यक्तिमत्त्वाचा स्वामी होईल. • आज पालक मुलांना पुरेसा वेळसुद्धा देऊ शकत नाहीत. त्याची भरपाई ते मुलांना निरनिराळ्या अवाजवी सुखसोईंची साधने पुरवून करण्याचा प्रयत्न करतात. म्हणजेच त्यांना भौतिक सुखसोई देण्यामागे स्वतः भ्रष्टाचारही करतात. त्यामुळे मुलांवर कुसंस्कार घडवतात. ही भौतिक साधने मुलांना स्वार्थी, आळशी व परावलंबी बनवतात. खरे तर चांगले संस्कार हीच जीवनाची खरी संपत्ती असते जी आई-वडीलच देऊ शकतात.

पहिल्या पाच वर्षांमध्ये मूल आपल्या आईकडून जेवढे शिकते तेवढे पुढच्या चार वर्षांत शाळेतही शिकत नसते.

आपल्या मुलांना लहानपणी कशाचीही काल्पनिक भीती दाखवू नका. उदा., भूत, बागलबुवा, पोलीस किंवा कुत्रा, मांजर इत्यादी भीतीच्या छायेत वाढलेली मुले मोठी होऊन निर्भय कशी होऊ शकतात ? म्हणून लहानपणापासूनच शौर्याच्या गोष्टी सांगणे आणि स्वतः त्यांना शौर्य दाखवण्याची संधी देणेही त्यांना भेकड होण्यापासून वाचवू शकते. त्यामुळे त्याचा आत्मविश्वास ही वाढवता येईल व त्यांच्या व्यक्तिमत्त्वाचा संतुलित विकास होईल.

मानसशास्त्रज्ञांच्या मते गरोदरपणात जर आई अकारण भयभीत राहत असेल तर त्याचा परिणाम मुलांवर होतो. अशा स्थितीत जन्मापासूनच ती घाबरू लागतात.

उत्तम संस्कार, आदर्श वागणूक व त्यांच्यावर दाखविलेला विश्वास यातूनच भावी सुसंस्कारित पिढी आकार घेत असते.

आई हीच मुलांच्या जीवनाची सर्वात मोठी शिल्पकार असल्याने सुजाण व सुविद्य नागरिक घडविण्याची जबाबदारी आईचीच असते. प्रत्येक आईने कुशल माळ्याची भूमिका घेऊन आपल्या रोपट्याला सुसंस्काराचे खत पाणी घालून वाढविले पाहिजे.

मुलांच्या आरंभिक वर्षांमध्ये केलेल्या चांगल्या संस्कारांची बीजे भक्कम रोवली जातात, तेव्हा त्याचा वटवृक्ष होतो.

मुले जेव्हा एखादे कौतुकास्पद काम करतील तेव्हा त्यांना प्रोत्साहन द्या. त्यांचे कौतुक करावे, त्यांना बक्षीस द्या. यामुळे मुलांचा उत्साह वाढून भविष्यात उत्तम परफॉर्म करतील. त्यांना चांगल्या-वाईट गोष्टीतील फरक समजेल.